ಇಂದ್ರ ಧನಸ್ಸು

(ಸಾಮಾಜಿಕ ಕಾದಂಬರಿ)

ಸಾಯಿಸುತೆ

ಸುಧಾ ಎಂಟರ್‌ಪ್ರೈಸಸ್
ನಂ. 761, 8ನೇ ಮುಖ್ಯರಸ್ತೆ, 3ನೇ ಬ್ಲಾಕ್,
ಕೋರಮಂಗಲ, ಬೆಂಗಳೂರು – 560 034

Indra Dhanassu (Kannada): a social novel written by Smt. Saisuthe; published by Sudha Enterprises, # 761, 8th Main, 3rd Block, Koramangala, Bangalore - 560 034.

ಮೊದಲನೆಯ ಮುದ್ರಣ	:	1992
ಎರಡನೆಯ ಮುದ್ರಣ	:	2008
ಮೂರನೆಯ ಮುದ್ರಣ	:	2010
ನಾಲ್ಕನೆಯ ಮುದ್ರಣ	:	2020
ಪುಟಗಳು	:	152
ಬೆಲೆ	:	ರೂ. 120
ಉಪಯೋಗಿಸಿದ ಕಾಗದ	:	70 ಜಿ.ಎಸ್.ಎಂ. ಮ್ಯಾಪ್‌ಲಿಥೋ
ಮುಖಪುಟ ವಿನ್ಯಾಸ	:	ಪ.ಸ. ಕುಮಾರ್

ಸಗಟು ಮಾರಾಟಗಾರರು
ವಸಂತ ಪ್ರಕಾಶನ
360, 10ನೇ 'ಬಿ' ಮುಖ್ಯರಸ್ತೆ, 3ನೇ ಬ್ಲಾಕ್,
ಜಯನಗರ, ಬೆಂಗಳೂರು – 560 011
ದೂರವಾಣಿ : 080–22443996
email : vasantha_prakashana@yahoo.com
website: www.vasanthaprakashana.com

ಅಕ್ಷರ ಜೋಡಣೆ :
ಮಹೇಶ್ ಎಂ.

ಮುದ್ರಣ :
ರೀಗಲ್ ಪ್ರಿಂಟರ್ಸ್

ಮುನ್ನುಡಿ

'ಇಂದ್ರ ಧನಸ್ಸು' ವಿಭಿನ್ನ ಕಥಾವಸ್ತುವುಳ್ಳ ಕಾದಂಬರಿ. ಇದು ಮೊದಲ ಸಲ ಪ್ರಕಟಗೊಂಡು ಕಾದಂಬರಿ ಓದುಗರ ಕೈ ಸೇರಿದಾಗ, ಹೆಚ್ಚು ಪ್ರತಿಕ್ರಿಯೆ ಬಂದಿದ್ದು ಹಿರಿಯರಿಂದ. ಅಸಂಖ್ಯಾತ ಪತ್ರಗಳು! ಸೂರ್ಯನಂಥ ಮಗ ಬೇಕು ಎನ್ನುವ ಹಂಬಲ ಪ್ರತಿ ಪದಗಳಲ್ಲಿಯು ವ್ಯಕ್ತಪಡಿಸಿದ್ದರು. ಅಚ್ಚರಿಯೆನಿಸುವ ರೀತಿಯಲ್ಲಿ 'ಸೂರ್ಯನ' ಬಗ್ಗೆ ಮೆಚ್ಚಿಗೆ ವ್ಯಕ್ತವಾಗಿತ್ತು. ಹೌದು 'ಸೂರ್ಯ'ನಂಥ ಮಗ ಎಲ್ಲರಿಗೂ ಬೇಕು! ಆದರೆ ಎಲ್ಲರೂ 'ಸೂರ್ಯ'ನಂಥ ವ್ಯಕ್ತಿತ್ವ ಹೊಂದುವುದು ಸಾಧ್ಯವಿಲ್ಲ!

ಕೆಲವು ಮುದ್ರಣಗಳನ್ನು ಕಂಡ ಕಾದಂಬರಿ ಈಗ ಸುಧಾ ಎಂಟರ್‌ಪ್ರೈಸಸ್ ಮೂಲಕ ಅಚ್ಚಾಗುತ್ತಿದೆ. ಪ್ರಕಾಶಕರಿಗೂ, ಮುಖಚಿತ್ರ ಕಲಾವಿದರಿಗೂ, ನಿಮಗೂ ಸೇರಿಸಿಯೇ ಧನ್ಯವಾದಗಳು.

– ಸಾಯಿಸುತೆ

"ಸಾಯಿಸದನ"
12, 2ನೇ ಮುಖ್ಯರಸ್ತೆ, 2ನೇ ಅಡ್ಡರಸ್ತೆ,
ಮಾರುತಿನಗರ, ಕೋಗಿಲೆ ಕ್ರಾಸ್, ಯಲಹಂಕ
ಓಲ್ಡ್ ಟೌನ್, ಬೆಂಗಳೂರು – 560064.
Email: saisuthe1942@gmail.com

ನಮ್ಮಲ್ಲಿ ದೊರೆಯುವ ಸಾಯಿಸುತೆಯವರ
ಇತರ ಕಾದಂಬರಿಗಳು

ಸ್ವರ್ಗದ ಹೂ
ಇಂಧ್ರ ಧನಸ್ಸು
ಈಶಾನ್ಯ
ವಸುಂಧರ
ಭುವಿಗಿಳಿದ ಹಕ್ಕಿ ಮತ್ತು ಇತರ ಕಿರು ಕಾದಂಬರಿಗಳು
ಬಿರಿದ ಮೊಗ್ಗು ಮತ್ತು ಇತರ ಕಿರು ಕಾದಂಬರಿಗಳು
ಸಮತಾ ಮತ್ತು ಇತರ ಕಿರು ಕಾದಂಬರಿಗಳು
ಸಿಸ್ಟರ್ ಅರುಣ ಮತ್ತು ಇತರ ಕಿರು ಕಾದಂಬರಿಗಳು
ಕೊಳಲನೂದುವ ಚತುರನಾರೆ...!
ಸವಿಗನಸು
ಮಾಗಿಯ ಮಂಜು
ಕೋಗಿಲೆ ಹಾಡಿತು
ಆನಂದ ಯಜ್ಞ
ದೀಪಾಂಕುರ
ಸಮನ್ವಿತ
ಸ್ವಯಂ ವಧು
ಬನದ ಮಲ್ಲಿಗೆ
ಮಾನಸ ವೀಣಾ
ನಿಲ್ಲಿಸದಿರು ಕೊಳಲಗಾನವ
ಅವನೀತ
ಮನಸ್ಸೇ ಸ್ವಲ್ಪ ನಿಲ್ಲು
ಅರುಣ ಕಿರಣ
ಹಿಮಗಿರಿಯ ನವಿಲು
ಶರಧಿ ಹೋಗಿ ಬಾ
ಅಭಿನಂದನೆ
ನಾತಿ ಚರಾಮಿ
ರಾಧ ಮೋಹನಾ
ಮೊಗ್ಗೊಡೆದ ಮೌನ
ಸಂಧ್ಯಾಗಗನ
ಹೇಮಾದ್ರಿ
ಪಾಂಚಜನ್ಯ
ಚಿರಂತನ
ವಿಧಿವಂಚಿತೆ
ಶ್ರಾವಣ ಪೂರ್ಣಿಮಾ
ಇಬ್ಬನಿ ಕರಗಿತು
ನಿನಾದ
ಬಾಡದ ಹೂ
ಅನುಪಲ್ಲವಿ
ಪ್ರೀತಿಯ ಹೂಬನ
ರಾಗಸುಧಾ
ನಿಶಾಂತ್
ಶ್ರೀರಂಜನಿ
ರಜತಾದ್ರಿಯ ಕನಸು
ಅಭಿಲಾಷ
ನೀಲಾಂಜನ
ಶಿಲ್ಪ ತರಂಗಿಣಿ
ಭಾವಸರೋವರ
ಪುಷ್ಕರಿಣಿ
ನೀಲ ಆಕಾಶ
ಮಧುರ ಗಾನ
ಮಧುರಿಮ
ಸಮ್ಮಿಲನ
ನನ್ನೆದೆಯ ಹಾಡು
ಮಧುರ ಆರಾಧನ
ಜೀವನ ಸಂಧ್ಯ
ಶ್ವೇತ ಗುಲಾಬಿ
ಮಿಡಿದ ಶ್ರುತಿ
ಮೇಘವರ್ಷಿಣಿ
ನವಚೈತ್ರ
ಪೂರ್ಣೋದಯ
ಅಪೂರ್ವ ಮೈತ್ರಿ
ನಿಶೆಯಿಂದ ಉಷೆಗೆ
ಸಪ್ತರಂಜನಿ
ವಸುಧೈವ ಕುಟುಂಬ
ಪ್ರೇಮಸಾಫಲ್ಯ
ಸದ್ಗೃಹಸ್ಥೆ
ಕಾರ್ತೀಕದ ಸಂಜೆ
ನಾ ನಿನ್ನ ಧ್ಯಾನದೊಳಿರಲು

ಸುಪ್ರಭಾತದ ಹೊಂಗನಸು
ಕರಗಿದ ಕಾರ್ಮೋಡ
ಹೃದಯ ರಾಗ
ಅಮೃತಸಿಂಧು
ಬಣ್ಣದ ಚುಂಬಕ
ಸ್ವರ್ಣ ಮಂದಿರ
ಶ್ರೀರಸ್ತು ಶುಭಮಸ್ತು
ಗಂಧರ್ವಗಿರಿ
ಶುಭಮಿಲನ
ಸಪ್ತಪದಿ
ಚೈತ್ರದ ಕೋಗಿಲೆ
ಬೆಳ್ಳಿದೋಣಿ
ವಿವಾಹ ಬಂಧನ
ಮಂಗಳ ದೀಪ
ಡಾ॥ ವಸುಧಾ
ಮುಂಜಾನೆಯ ಮುಂಬೆಳಕು
ಸೊಬಗಿನ ಪ್ರಿಯದರ್ಶಿನಿ
ರಾಗಬೃಂದಾವನ
ಬಿಳಿ ಮೋಡಗಳು
ಅನುಬಂಧದ ಕಾರಂಜಿ
ಮಿಂಚು
ನಾಟ್ಯಸುಧಾ
ಪಸರಿಸಿದ ಶ್ರೀಗಂಧ
ಬೆಳದಿಂಗಳ ಚೆಲುವೆ
ವರ್ಷಬಿಂದು
ಸಪ್ನ ಸಂಭ್ರಮ
ನನ್ನ ಭಾವ ನಿನ್ನ ರಾಗ
ಸುಮಧುರ ಭಾರತಿ
ಮೌನ ಆಲಾಪನ
ಮತ್ತೊಂದು ಬಾಡದ ಹೂ
ಶಿಶಿರದ ಇಂಚರ
ಮುಂಗಾರಿನ ಹುಡುಗಿ
ಸಾಮಗಾನ
ಕಡಲ ಮುತ್ತು
ಆಡಿಸಿದಳು ಜಗದೋದ್ಧಾರನಾ
ಪಂಚವಟಿ
ಶ್ಯಾನುಭೋಗರ ಮಗಳು
ಮೂಡಿ ಬಂದ ಶಶಿ
ಜನನೀ ಜನ್ಮಭೂಮಿ
ಬಿರಿದ ನೈದಿಲೆ
ಶರದೃತುವಿನ ಚಂದ್ರ
ಮೋಹನ ಮುರಳಿ ಕರೆಯಿತು
ಮುಗಿಲ ತಾರೆ
ಅಗ್ನಿದಿವ್ಯ
ಧವಳ ನಕ್ಷತ್ರ
ಕಲ್ಯಾಣಮಸ್ತು
ದಂತದ ಗೊಂಬೆ
ಸುಭಾಷಿಣಿ
ಮಮತೆಯ ಸಂಕೋಲೆ
ಮಂತ್ರಾಕ್ಷತೆ
ಸಪ್ತಧಾರೆ
ಹೇಮಂತದ ಸೊಗಸು
ಬೆಳಕಿನ ಹಣತೆ
ಗ್ರೀಷ್ಮದ ಸೊಬಗು
ಗ್ರೀಷ್ಮ ಋತು
ಪ್ರಿಯ ಸಖೀ
ಚಿರಬಾಂಧವ್ಯ
ಅಗ್ನಿದಿವ್ಯ
ಆಶಾಸೌರಭ
ಗಿರಿಧರ

ಕೋರ್ಟ್‌ನಿಂದ ಸೂರ್ಯ ಬಂದಾಗ ಮನೆಯಲ್ಲಿ ಸ್ಟಾರ್‌ವಾರ್ ನಡೆದಂತಹ ಸ್ಥಿತಿ ಇತ್ತು. ಒಬ್ಬೊಬ್ಬರು ಒಂದೊಂದು ದಿಕ್ಕನ್ನ ಹಿಡಿದಿದ್ದರು. ಪುರಂಧರ, ಫಣೀಂದ್ರ ಎದುರುಬದುರಾಗಿ ಬೆತ್ತದ ಚೇರ್‌ಗಳ ಮೇಲೆ ಕೂತಿದ್ದರೆ, ವೈದೇಹಿ ಮಗಳ ಪಕ್ಕ ನೆಲದ ಮೇಲೆ ಕೂತಿದ್ದರು. ಮೀನಾ ಹಳೇ ಪತ್ರಿಕೆ ತಿರುವಿ ಹಾಕುತ್ತಿದ್ದವಳು ಮೆಲ್ಲಗೆ ತಲೆಯೆತ್ತಿ ನಸುನಕ್ಕಳು.

"ಯಾಕೆ ಎಲ್ಲಾ ಒಂದು ತರಹ ಕೂತಿದ್ದೀರಾ?" ಎಲ್ಲರತ್ತ ನೋಟ ಹರಿಸಿದ. "ಸ್ವಲ್ಪ ಇರು..." ವೈದೇಹಿಯ ಪಕ್ಕ ಕೂತಿದ್ದ ಜಲಜಾ ದಢಾರನೆ ಎದ್ದುಹೋದವಳು ಒಂದು ಸ್ಟೀಲ್ ಡಬರಿಯಲ್ಲಿ ನೀರಿಡಿದು ಬಂದಳು.

"ನೋಡು..." ಅವನ ಮುಂದಿಡಿದಳು. ತಂದೆ ಗಳಿಸಿದ ಚಿನ್ನದ ಪದಕಗಳು ಅದರಲ್ಲಿತ್ತು. "ಈ ದಿನ ಎಲ್ರೂ ಇದೇ ನೀರು ಕುಡಿದು ಹೊಟ್ಟೆ ತುಂಬಿಸ್ಕೋಬೇಕು". ಅಕ್ಕನ ಕಣ್ಣಂಚಿನಲ್ಲಿ ಜಾರಿದ ಕಂಬನಿಗೆ ಕಸಿವಿಸಿಗೊಂಡ. "ಛೇ, ಏನ್ಮಾತು.... ಅಪ್ಪ ಇವನ್ನ ಗಳಿಸೋಕೆ ಎಷ್ಟೊಂದು ಶ್ರಮಪಟ್ಟಿದ್ದಾರೆ" ತಂದೆಯ ಸಾಧನೆಯ ಬಗ್ಗೆ ಅವನಿಗೆ ಹೆಮ್ಮೆ.

ಜಲಜಾ ಮೂತಿ ಸೊಟ್ಟಗೆ ಮಾಡಿದಳು "ನೀನು ಅದೇ ದಾರಿಯಲ್ಲಿ ಇದ್ದೀಯ. ಊಟ, ತಿಂಡಿ, ಬಟ್ಟೆ ಕೊಡದ ಇದ್ರಿಂದ ಏನು ಪ್ರಯೋಜನ?" ಇಡೀ ಡಬರಿಯನ್ನ ಅವನ ಮುಂದೆಯೇ ಕೆಳಗೆ ಹಾಕಿದ್ದು.

ನೆಲದ ಮೇಲೆ ಬಿದ್ದ ಪದಕಗಳನ್ನು ಹೆಕ್ಕಿಕೊಂಡ. ತನ್ನ ತಂದೆ ಎಷ್ಟು ಬುದ್ಧಿವಂತರು, ಅಧ್ಯಯನಶೀಲರೆಂದು ಅವನಿಗೆ ಗೊತ್ತಿತ್ತು. ಸಾಮಾನ್ಯ ಜನರಿಗಿಂತ ಬೇರೆ ಯೋಚಿಸಬಲ್ಲ ಪುರುಷೋತ್ತಮ್ ಒಂದು ರೀತಿಯಲ್ಲಿ ಒಂಟಿ.

ರೂಮಿಗೆ ಹೋದವನು ತಲೆಯೊತ್ತಿಕೊಂಡು ಕೂತುಬಿಟ್ಟ. ತಮ್ಮ ಮನೆಯ ಪರಿಸ್ಥಿತಿಯಲ್ಲಿ ಎಂದೂ ಬದಲಾವಣೆ ಕಾಣದೇನೋ ಎನ್ನುವ ಆತಂಕ.

ನೀರಿನ ಲೋಟ ಹಿಡಿದು ಬಂದ ಜಲಜಾ, ತಮ್ಮನ ಕ್ರಾಪ್‌ನಲ್ಲಿ ಕೈಯಾಡಿಸಿದಳು "ನಿಂಗೆ ತುಂಬ ಬೇಜಾರಾಗಿದೇಂತ ನಂಗೆ ಗೊತ್ತು. ನಮಗೇನು ಸವಲತ್ತು ಒದಗಿಸದ, ನಮ್ಮ ಭವಿಷ್ಯದ ವಿಷಯದಲ್ಲಿ ಯೋಚಿಸದ ಅಪ್ಪನನ್ನು ಕಂಡರೇ ನಮ್ಗೇ ವಾಕರಿಕೆ. ನೀನೊಬ್ನೇ ಅವರನ್ನ ಅಭಿಮಾನಿಸೋದು. ನೀರು ಕುಡೀ" ಅವನ ಮುಂದಿಟ್ಟಳು. ಇವು ಹೊಸದಲ್ಲ. ದಿನನಿತ್ಯದ ಮಾತುಗಳು.

ಮತ್ತಷ್ಟು ತಗ್ಗಿತು ಸೂರ್ಯನ ಮುಖ. ಅವನ ಮನಸ್ಸು ದ್ವಂದ್ವದಲ್ಲಿತ್ತು. ಮನೆಯ ಪರಿಸ್ಥಿತಿ, ಅಣ್ಣಂದಿರ ಹಾರಾಟ, ಅಕ್ಕನ ಕಂಬನಿ, ಅಮ್ಮನ ಗೋಳಾಟ ಕಂಡಾಗ ಇವರದ್ದೇ ಸರಿಯೆನ್ನುವ ತೀರ್ಮಾನಕ್ಕೆ ಬರುತ್ತಿದ್ದ. ತಂದೆಯ ಮಾತು, ಕೆಲಸದ ಬಗೆಗಿನ ನಿಷ್ಠೆ, ಗೌರವ ಅವನನ್ನ ಮೂಕನನ್ನಾಗಿಸುತ್ತಿತ್ತು. ಬದುಕಿದರೇ ತಂದೆಯಂತೆ ಬದುಕಬೇಕೆಂಬ ಛಲ ಮೂಡುತ್ತಿತ್ತು. ಸ್ವಲ್ಪ ಡಿಫರೆಂಟ್ ವ್ಯಕ್ತಿತ್ವ.

ಗಟಗಟನೆ ನೀರು ಕುಡಿದಿಟ್ಟ ಸೂರ್ಯ ಒಮ್ಮೆ ನೋಟ ಎತ್ತಿದವನು ಅಕ್ಕನ ಮುಖ ನೋಡಲಾರದೇ ನಿಟ್ಟಿಸಿದ.

"ಈ ಜ್ಯೇಷ್ಠಕ್ಕೆ ಅವಳಿಗೆ ಮೂವತ್ತನಾಲ್ಕು ತುಂಬುತ್ತೆ. ಇನ್ನ ಮದ್ವೆ ಆಗೋದುಂಟಾ! ಉಳಿದ ಆಯಸ್ಸನ್ನು ಅಡ್ಗೇ ಮನೆಯಲ್ಲೇ ಕಳೀಬೇಕು" ಈ ಮಾತುಗಳನ್ನು ಅವನಮ್ಮ ಸಾಕಷ್ಟು ಸಲ ಅಂದಿದ್ದಳು. ಆದರೆ ಅದಕ್ಕೆ ಪರಿಹಾರ! ಪ್ರಶ್ನಾರ್ಥಕ ಚಿಹ್ನೆಯಾಗಿಯೇ ಉಳಿಯುತ್ತಿತ್ತು.

ಕೋಣೆ ಬಾಗಿಲಿಗೆ ಬಂದ ವೈದೇಹಿ "ಇವತ್ತು ಮಂಡಿಯವ್ರ ಕೇಸಿತ್ತು. ನಿನ್ನೆ ದಿನ ಬಂದು ನಾಳೆ ಹಣ ತಂದುಕೊಡ್ತೀನೀಂತ ಹೇಳಿಹೋಗಿದ್ದು ಕೇಳ್ದೇ. ಒಂದಿಷ್ಟು..." ಅವನಿಗೆ ಮುಂದೆ ಹೇಳುವುದು ಬೇಕಿರಲಿಲ್ಲ. ಅರ್ಥವಾಗಿತ್ತು. ತಲೆಯಾಡಿಸಿ ಹೊರಗೆ ಬಂದ.

ಪುರಂಧರ, ಫಣೀಂದ್ರ ಕೂತ ಜಾಗ ಬಿಟ್ಟು ಅಲ್ಲಾಡಿರಲಿಲ್ಲ. ಡಿಗ್ರಿ ಮುಗಿದ ಪುರಂಧರ ಕೆಲಸದ ಬೇಟೆಯಲ್ಲಿದ್ದರೆ, ಅಲ್ಲೇ ಇದ್ದು ಹೋರಾಡುತ್ತಿದ್ದ ಫಣೀಂದ್ರ ಡಿಗ್ರಿ ದಾಟುವುದು ಸುಲಭದ ಮಾತಾಗಿರಲಿಲ್ಲ.

ಸೈಕಲ್ ಹತ್ತಿ ಕೋರ್ಟ್ ಬಳಿ ಬರುವ ವೇಳೆಗೆ ನಾಲ್ಕು ಜನ ಜ್ಯೂನಿಯರ್ಸ್ ನಡುವೆ ಬರುತ್ತಿದ್ದ ಪುರುಷೋತ್ತಮ್ ಮಗನನ್ನು ನೋಡಿ ಕೈಯೆತ್ತಿದರು.

ಸ್ವಲ್ಪ ಅಳುಕು ಇವನಿಗೆ. ಮಂಡಿಯವರು ಇದುವರೆಗೆ ಹಣ ಕೊಟ್ಟು ಹೋಗಿದ್ದಾರೆಯೇ ಎಂದು ಚಿಂತಿಸತೊಡಗಿದ.

"ಬಾರೋ ಸೂರ್ಯ ಇವತ್ತಿನ ವಾದ ನೋಡಿದ್ಯಾ! ಎಂಥಾ ಜೀನಿಯಸ್ ರೆಡ್ಡಿ!" ಬಾಯಿ ತುಂಬ ಹೊಗಳುತ್ತ ಮಗನ ಭುಜದ ಮೇಲೆ ಕೈಹಾಕಿದರು.

ಪಕ್ಕದಲ್ಲೇ ಹಾದುಹೋದ ರೆಡ್ಡಿಯವರ ಕಾರು ಸ್ವಲ್ಪ ಹಿಂದಕ್ಕೆ ಬಂದು ಅವರ ಬದಿಯಲ್ಲಿ ನಿಂತಿತು. ಇಳಿದ ರೆಡ್ಡಿಯನ್ನು ಅಭಿಮಾನದಿಂದ ತಬ್ಬಿಕೊಂಡರು ಪುರುಷೋತ್ತಮ್.

"ಫೆಂಟಾಸ್ಟಿಕ್..." ಬಾಯಿ ತುಂಬ ಹೊಗಳಿದರು. ರೆಡ್ಡಿ ಕಣ್ಣಂಚಿನಲ್ಲಿದ್ದ ತುಂತುರು ಯಾರಿಗೂ ಕಾಣದೇಹೋಯಿತು. ಇದ್ದ ಜಾಗವನ್ನೇ ಮರೆತು ಅವರ ಕಾಲುಗಳನ್ನು ಮುಟ್ಟಿ ನಮಸ್ಕಾರ ಮಾಡಿದರು. "ಇದೆಲ್ಲ ನಿಮ್ಮ ತರಬೇತಿ, ಆಶೀರ್ವಾದ..." ಪುರುಷೋತ್ತಮ್ ಸುಮಾರು ದೂರಕ್ಕೆ ಕೇಳಿಸುವಂತೆ ಗಹಗಹಿಸಿ ಅತ್ಯಂತ ಹೆಮ್ಮೆಯಿಂದ ತೀರಾ ಸರಳತನವನ್ನು ಕಣ್ಣುಗಳಲ್ಲಿ ತುಂಬಿಕೊಂಡು ನಕ್ಕರು. ಆ ನಗುವಿನಲ್ಲಿದ್ದುದು ಸಾರ್ಥಕಭಾವ. "ಇಂಥ ಮಾತುಗಳು ನಂಗೆ ಇಷ್ಟವಾಗೋಲ್ಲ. ನಂಗೊಂದು ಇಷ್ಟು ಕೆಲ್ಸ ಇದೆ. ನೀನ್ಹೋಗು..." ಆತ್ಮೀಯವಾಗಿ ಬೆನ್ನುತಟ್ಟಿದರು.

ರೆಡ್ಡಿ ಅವರಲ್ಲಿ ಜೂನಿಯರ್ ಆಗಿ ಮೂರು ವರ್ಷ ಪ್ರಾಕ್ಟೀಸ್ ಮಾಡಿದವನೇ. ಅಂದು, ಇಂದು ಪುರುಷೋತ್ತಮ್ ಹೀಗೆಯೇ ಇದ್ದರು. ಆದರೆ ರೆಡ್ಡಿಯ ಬದುಕಿನಲ್ಲಿ ಬಹಳ ಬದಲಾವಣೆಗಳು. ಮಂತ್ರಿಗಳ ಮಗಳನ್ನು ಮದುವೆಯಾಗಿದ್ದ. ವೃತ್ತಿಯಲ್ಲಿ ಹೆಸರಿನ ಜೊತೆ ಹಣವನ್ನು ಮಾಡಿದ್ದ. ಓಡಾಟಕ್ಕೆ ಬೆಲೆಬಾಳುವ ಕಾರು, ವಾಸಕ್ಕೆ ಬಂಗ್ಲೆ, ಹಲವು ಪ್ರತಿಷ್ಠಿತ ಸಂಘಗಳ ಸದಸ್ಯತ್ವ.

ಅಲ್ಲಿಗೆ ರೆಡ್ಡಿಯ ವಿಷಯ ಬಿಟ್ಟು ಆಫೀಸ್ ತಲುಪುವವರೆಗೂ ಅಂದಿನ ಜಡ್ಜ್‌ಮೆಂಟ್ ವಿಷಯದ ಜೊತೆ ಕೆಲವು ಕ್ರಿಮಿನಲ್ ಪ್ರೊಸೀಜರ್ ಕೋಡ್‌ಗಳ ಬಗ್ಗೆ ಹೇಳತೊಡಗಿದರು.

ತಂದೆಯ ಸ್ವಭಾವ ಬಲ್ಲ ಸೂರ್ಯ ಮೌನವಾಗಿ ಅವರ ಮಾತುಗಳನ್ನು ಆಲಿಸುತ್ತಿದ್ದರೂ, ಸ್ಟೀಲ್ ಡಬರಿಯಲ್ಲಿ ಮುಳುಗಿದರೂ ಹೆಮ್ಮೆಯಿಂದ ಬೀಗುತ್ತಿದ್ದ ಪದಕಗಳ ನೆನಪಾಗುತ್ತಿತ್ತು.

ನಾಲ್ಕು ಜನ ಜೂನಿಯರ್ಸ್ ಹೊರಟು ಒಬ್ಬ ಉಳಿದ. "ಸರ್..." ಅವನ ಸ್ವರದಲ್ಲಿ ಮುಳುಗಿದ ದೈನ್ಯತೆಯೇ ಏನೋ ಕೇಳಬೇಕೆಂದಿದ್ದಾನೆಂದು ಸೂಚಿಸಿತು.

ಮುಂದಕ್ಕೆ ಎಳೆದುಕೊಂಡ ಫೈಲು ಮುಚ್ಚಿ ಏನು ಎನ್ನುವಂತೆ ನೋಡಿದರು "ಎನಿ ಪ್ರಾಬ್ಲಮ್?" ತರುಣ ವಕೀಲ ಸಂಕೋಚಿಸಿದ "ನಮ್ಮ ತಾಯಿಗೆ ಹುಷಾರಿಲ್ಲ....". ಅವರಿಗೆ ತಟ್ಟನೆ ನೆನಪಿಗೆ ಬಂತು, ಪಶ್ಚಾತ್ತಾಪಗೊಂಡರು. "ಎಂಥಾ ಕೆಲ್ಸವಾಯ್ತು! ಬೆಳಿಗ್ಗೆ ಇನ್ನೊಂದ್ಸಲ ಜ್ಞಾಪಿಸೋಕೆ ಏನಾಗಿತ್ತು?" ಕೋಟು ಜೇಬುಗಳನ್ನು ತಡಕಾಡಿದರು. ಹದಿನೇಳರ ಚಿಲ್ಲರೆ ಮಾತ್ರ ಇದ್ದಿದ್ದು. ಎಲ್ಲಾ ತೆಗೆದು ಮೇಜಿನ ಮೇಲೆ ಹಾಕಿದರು. "ಇದು ಯಾತಕ್ಕೆ ಸಾಕಾಗುತ್ತೆ? ಮಂಡಿ ಪರ್ವತಯ್ಯ ಹಣ ಕೊಡ್ತೀನಿ ಅಂದಿದ್ರು. ಹೋಗಿ ಇಸ್ಕೊಂಡ್ ಹೋಗು" ಧಾರಾಳವಾಗಿ ಹೇಳಿದರು. ಅವರು ಮನೆಯ ಸಂಗತಿಯನ್ನೇ ಮರೆತುಬಿಟ್ಟಿದ್ದರು. ಇದು ಮೊದಲ ಸಲವಲ್ಲ, ಕೊನೆಯ ಸಲವೂ ಇದಲ್ಲ. ಇದು ಅವರ ನೈಜಸ್ವಭಾವ.

ಅವನು ಹೋದಮೇಲೆ ಮೆಲ್ಲನೆಯ ಸ್ವರದಲ್ಲಿ ಸೂರ್ಯ "ಅಮ್ಮ, ಕಳ್ಸಿಕೊಟ್ರು ಮನೆಯಲ್ಲಿ...." ಅವರ ಹಣೆಯ ಮೇಲೆ ಗೆರೆಗಳು ಮೂಡಿದವು. "ಮನೆಯಲ್ಲಿ ಯಾರ್ಗೆ ಏನಾಗಿದೆ? ಬರೋವಾಗ ಎಲ್ಲ ಚೆನ್ನಾಗಿದ್ದರಲ್ಲ!" ಎಂದಾಗ ಸೂರ್ಯ

ತುಸು ಬೆವೆತುಬಿಟ್ಟ. ಅವರಿಗೆ ತಿಳಿಸಿ ಹೇಳುವ ವೇಳೆಗೆ ಸಾಕಾಯಿತು.

"ಈಗೇನ್ಮಾಡೋದು? ಅವ್ನಿಗೆ ಹೇಳಿದ್ದಾಯ್ತು. ಮನೆಗೆ ಹೋದ್ಮೇಲೆ ಬೇರೆ ಏನಾದ್ರೂ ಏರ್ಪಾಟು ಮಾಡೋಣ" ಹದಿನೇಳರ ಚಿಲ್ಲರೆಯನ್ನು ಕೋಟಿನ ಜೇಬಿಗೆ ಹಾಕಿಕೊಂಡು ಮೇಲಕ್ಕೆದ್ದರು.

ಆಫೀಸ್, ಮನೆಗೆ ಮೂರು ಫರ್ಲಾಂಗ್‌ನಷ್ಟು ದೂರ. ಮೊನ್ನೆಮೊನ್ನೆಯವರೆಗೂ ಸೈಕಲ್ ತುಳಿಯುತ್ತಿದ್ದರು. ಫಣೀಂದ್ರ ಒಂದು ದಿನ ತೀರಾ ಸಿಟ್ಟಿಗೆದ್ದು ಪ್ರತಿಯೊಂದು ಭಾಗವನ್ನ ಬೇರೆ ಮಾಡುವುದರ ಜೊತೆಗೆ ಒಟ್ಟಿಗೆ ಒಯ್ದು ಗುಜರಿಗೆ ಹಾಕಿಬಂದವನು ಗೆಳೆಯರ ಜೊತೆ ಹೋಟೆಲ್‌ನಲ್ಲಿ ಹೊಟ್ಟೆ ಪೂರ್ತಿ ತಿಂದು ಮಿಕ್ಕದ್ದನ್ನು ಅಮ್ಮನ ಕೈಗೆ ಹಾಕಿದ.

"ಆ ಸೈಕಲ್ ಮಾರಿ ತಿಥಿ ಊಟ ಮಾಡ್ಬಿಟ್ಟೆ" ಸೇಡು ತೀರಿಸಿಕೊಂಡಂಗೆ ಹೇಳಿದ. "ಏನು ಕರ್ಮ ಮಾಡಿ ಇವ್ರ ಹೊಟ್ಟೆಯಲ್ಲಿ ಹುಟ್ಟಿದ್ನೋ? ಎರ್ಡು ಹೊತ್ತು ಊಟಕ್ಕೂ ಪರದಾಟ" ಅವನಮ್ಮ ಮುಸಿಮುಸಿ ಅತ್ತಿದ್ದರು.

"ನಿಮ್ಮಪ್ಪ ಬಂದ್ಮೇಲೆ ಇದ್ನೇ ಹೇಳ್ತೀಯಾ?" ಆಕೆಯ ಪ್ರಶ್ನೆಗೆ ಮತ್ತಷ್ಟು ಸಿಡಿದು ಬಿದ್ದಿದ್ದ "ನಂಗೇನು ಭಯ ಅಂದ್ಕೊಂಡ್ಯಾ! ಸರ್ಯಾಗಿ ನೋಡಿಕೊಳ್ಳೋಕೆ ಆಗದಿದ್ಮೇಲೆ...." ಗೊಣಗಿಕೊಂಡು ಹೋಗಿದ್ದ.

ತಂದೆ ಮಕ್ಕಳ ಮಧ್ಯೆ ಸೇತುವೆಯಾಗಬೇಕಿದ್ದ ತಾಯಿ ಕಂದಕ ತೋಡಿಯಾಳೇ? ಆಕೆ ಹೇಳಿದ್ದೇ ಬೇರೆ.

"ಫಣೀಂದ್ರನ ಸ್ನೇಹಿತ ಫೀಜು ಕಟ್ಟೋಕೆ ಇಲ್ಲೇ ಒದ್ದಾಡ್ತ ಇದ್ದೋನು ನಮ್ಮ ಸೈಕಲ್ ಮಾರ್ಕೊಂಡ್...." ಆಕೆ ತಡವರಿಸಿದಾಗ ಪುರುಷೋತ್ತಮ್ ಹೆಂಡತಿಯ ಮುಖ ನೋಡಿದರು.

ಮುಖ ಓದುವ ಅಭ್ಯಾಸ ವಕೀಲಿ ವೃತ್ತಿಗೆ ಬಂದಾಗಲೇ ಕರಗತವಾಗಿತ್ತು. ಸಾಕ್ಷಿಯ ಕಟಕಟೆಯಲ್ಲಿ ನಿಂತ ವ್ಯಕ್ತಿ ಸುಳ್ಳು ಹೇಳುವಾಗ ಬೆವರುವುದು, ತಡವರಿಸುವುದು, ಭಂಡತನದಿಂದ ಸಮರ್ಥಿಸಿಕೊಳ್ಳುವುದು ಇದೆಲ್ಲ ಬಲ್ಲವರೇ.

ತಲೆಯೆತ್ತಿ ತೀಕ್ಷ್ಣವಾಗಿ ಹೆಂಡತಿಯ ಕಡೆ ನೋಡಿದರು. ಚೂಪಾದ ನೋಟಕ್ಕೆ ಎದುರಿನ ವ್ಯಕ್ತಿ ಹೆದರಿಬಿಡಬೇಕು. ಅವನೆದೆಯ ಸತ್ಯ ಬಗೆದು ಹೊರಹಾಕಿಸುವಂಥ ಸಾಮರ್ಥ್ಯ ಪುರುಷೋತ್ತಮ್ ದೃಷ್ಟಿಗೆ ಇತ್ತು.

"ಇದು ಸುಳ್ಳು!" ಎಂದರು.

ಆಕೆ ನಿಂತಲ್ಲಿಯೇ ಹಿಡಿಯಾದರು. ಪುರುಷೋತ್ತಮ್ ಪಟ್ಟೆ ಪೀತಾಂಬರಗಳಿಂದ ಹೆಂಡತಿಯನ್ನು ಸಿಂಗರಿಸಿರಲಿಲ್ಲ. ಚಿನ್ನ ತಂದು ತುಂಬಿರಲಿಲ್ಲ. ಆಕೆಯ ಸುಖ, ಸಂತೋಷಗಳತ್ತ ಲಕ್ಷ್ಯ ವಹಿಸಿರಲಿಲ್ಲ. ಅದರಿಂದ ಬೇಸರ, ಕೋಪ, ನೋವು, ಮುಜುಗರವಿದ್ದರೂ ಕಿಂಚಿತ್ ಕೂಡ ಗಂಡನ ಮೇಲಿನ ಗೌರವ ಕಮ್ಮಿ ಆಗಿರಲಿಲ್ಲ.

ಹತ್ತಿರಕ್ಕೆ ಬಂದ ಪುರುಷೋತ್ತಮ್ ಬೆರಳಿನಿಂದ ಹೆಂಡತಿಯ ಗಲ್ಲ ಹಿಡಿದೆತ್ತಿದರು. "ಇರೋ ಸಂಗ್ತಿ ಹೇಳು. ಇಲ್ಲಿ ಯಾವ್ದೇ ಕೋರ್ಟು ಇಲ್ಲ. ನಮ್ಗೆ ನಾವೇ ನ್ಯಾಯಾಧೀಶರು" ಅವರ ಸ್ವರ ಮೆತ್ತಗಾಯಿತು.

ಗಂಡನ ಕೈ ಪಕ್ಕಕ್ಕೆ ಸರಿಸಿ ಗೊಳೋ ಎಂದು ಅತ್ತರು. ಹೆಣ್ಣಿನ ಕಣ್ಣೀರು ಬಹಳ ಅಪಾಯ!

ಸೆಳೆದುಕೊಂಡು ಅಪ್ಪಿಕೊಂಡರು "ಅಳೋಕೇನಾಯ್ತು? ನಿಜ ಹೇಳು". ಆಕೆ ಕಣ್ಣೀರಿನಿಂದ ಅವರೆದೆ ತೋಯಿಸುತ್ತಲೇ ಸತ್ಯಸಂಗತಿ ಉಸುರಿದರು, "ಫಣೀಂದ್ರ ಮಾರಿಬಿಟ್ಟ. ನಮ್ಮ ಹೊಟ್ಟೆಯಲ್ಲಿ ಹುಟ್ಟಿದ್ದಕ್ಕೆ ಅವ್ನಿಗೆ ಸಿಕ್ಕಿದ್ದೇನು? ಅವ್ನ ಸ್ನೇಹಿತರೆಲ್ಲ ಎಂತೆಂಥ ವೆಹಿಕಲ್‌ಗಳಲ್ಲಿ ಸುತ್ತುತ್ತಾರೆ. ಇವನು ಯಾವ ಪಾಪ ಮಾಡಿದ್ದ?" ಹೆಂಡತಿಯ ಮಾತುಗಳಿಗೆ ಹಗುರವಾಗಿ ನಕ್ಕುಬಿಟ್ಟರು.

"ಮಾರಿಕೊಳ್ಳಿ ಬಿಡು. ಅವ್ನಿಗೂ ನೂರೆಂಟು ತಾಪತ್ರಯ ಇರುತ್ತೆ. ಯಾವ ಯಾವ ಜನಕ್ಕೋ ನಮ್ಮನ್ನು ಹೋಲಿಸಿಕೊಳ್ಳೋದು ಬೇಡ. ಇವ್ನಿಗೇನು ಅಂಥ ಕಷ್ಟ ಬಂದಿದ್ದು? ಸರಿಯಾಗಿ ಓದ್ಲಿಲ್ಲ, ಒಂದಿಷ್ಟು ತಿಳಿವಳಿಕೆ ಬೇಡ್ವಾ! ಇವನಿಂದ ಇತರರಿಗೆ ಏನು ಲಾಭ?" ಕಡೆಯಲ್ಲಿ ಅವರ ಸ್ವರದಲ್ಲಿ ಬೇಸರ ಮಿನುಗಿತು.

"ಇಂಥದ್ದೇ ಸ್ವಭಾವದ ಯುವಕರು ಏನು ಮಾಡಿದ್ರು ಗೊತ್ತ? ತಮ್ಮ ಆಸೆಗಳಿಗಾಗಿ ವೃದ್ಧ ದಂಪತಿಗಳ್ನ ಕೊಂದು ಹಣ, ಒಡವೆ ದೋಚಿದ್ರು. ಅವ್ರಿಗೇನಾಯ್ತು ಗೊತ್ತ...! ಗಲ್ಲು ಶಿಕ್ಷೆ..." ಇತ್ತೀಚೆಗೆ ಜನರ ಕುತೂಹಲ ಕೆರಳಿಸಿದ್ದ ಕೇಸ್‌ನ ಜಡ್ಜ್‌ಮೆಂಟ್ ಬಗ್ಗೆ ಹೇಳಿದರು.

ವೈದೇಹಿ ಇನ್ನಿಷ್ಟು ಹೊತ್ತು ಅತ್ತರು.

ನೆನೆಸಿಕೊಂಡು ನಿಟ್ಟುಸಿರು ಚೆಲ್ಲಿದರು. ತಂದೆ, ಮಗ ಮೌನವಾಗಿ ದಾರಿಸವೆಸಿ ಮನೆಗೆ ಬಂದರು.

ನೀರಿನ ಡಬರಿ ಹಿಡಿದುಬಂದ ಜಲಜಾ ಮುಖ ತಿರುಗಿಸಿಕೊಂಡು ಹೋದಳು.

"ಏನಾಗಿದೆ ಇವ್ಳಿಗೆ....?" ಮಗನನ್ನು ಕೇಳಿದರು.

ಸೂರ್ಯ ಏನು ಹೇಳಿಯಾನು? ಮೂವತ್ತು ದಾಟಿದರೂ ಮದುವೆ ಮಾಡದ ತಂದೆಯನ್ನು ಮಗಳು ಹೇಗೆ ಗೌರವಿಸಿಯಾಳು?

"ಏನಿಲ್ಲ ಬಿಡಿ...." ಒಳಗೆ ಸರಿದುಹೋದ.

ಫಣೀಂದ್ರ ಸಿಕ್ಕಿದ ಪೇಪರ್, ಹಳೇ ಪುಸ್ತಕಗಳನ್ನು ಒಂದು ಕಡೆ ಜೋಡಿಸಿಟ್ಟು ಕೂತಿದ್ದ. ಅಣ್ಣತಮ್ಮಂದಿರಲ್ಲಿ ಜಗಳ "ನೀನು ಇವನ್ನ ಹಳೇ ಪುಸ್ತಕದ ಅಂಗಡಿಗೆ ಹಾಕಿ ದುಡ್ಡು ತಾ" ಅಂತ ಪುರಂಧರ, "ನೀನೇ ಹೋಗು..." ಅಂತ ಫಣೀಂದ್ರ. ಅವರಿಬ್ಬರ ಮಧ್ಯೆ ನಡೆಯುತ್ತಿತ್ತು ವಾದ, ವಿವಾದ.

ಚಿಕ್ಕ ಮೀನಾ ಅವರಿಬ್ಬರನ್ನ ನೋಡುತ್ತ ಕೂತಿದ್ದಳು.

ತುಟಿ ತೆರೆಯದೇ ಸೂರ್ಯ ಅವೆಲ್ಲವನ್ನೂ ಹಳೆಯ ಬ್ಯಾಗಿಗೆ ತುಂಬಿಕೊಂಡ. "ಮೀನಾ, ಅಪ್ಪನಿಗೆ ನೀರು ಕೊಂಡ್ಹೋಗು" ಅವಳನ್ನು ಕಳುಹಿಸಿ ಅಣ್ಣಂದಿರ ಕಡೆ ತಿರುಗಿದ. "ಯಾರೋ ಒಬ್ರು ಹೋಗಿ ಬಂದಿದ್ದರಾಯ್ತು. ಇಷ್ಟು ಸಣ್ಣ ವಿಷ್ಯಕ್ಕೆ...." ಎನ್ನುತ್ತ ಅವರೊಂದಿಗೆ ಹೊರಗೆ ನಡೆದ.

ಪುರಂಧರ, ಫಣೀಂದ್ರ ಮಿದುಳು ತೀರಾ ಸಾಮಾನ್ಯ ಮಟ್ಟದ್ದಾ ಅಥವಾ ಇರೋ ಬುದ್ಧಿಮತ್ತೆಯನ್ನು ಉಪಯೋಗಿಸದ ಅವರ ಸೋಮಾರಿತನದ ತಪ್ಪೇ... ಒಂದು ರೀತಿಯ ಜಿಜ್ಞಾಸೆ ಅವನಲ್ಲಿ.

ತೀರಾ ಪಾಸಿಂಗ್ ನಂಬರ್ ತಗೊಂಡ್ ಪುರಂಧರ ಡಿಗ್ರಿ ಮಾಡಿದರೆ, ಫಣೀಂದ್ರ ಎರಡು ಕಡೆ ಮುಗ್ಗರಿಸಿ ಅದಕ್ಕೆ ತಂದೆಯತ್ತ ಕೈತೋರಿಸಿಬಿಟ್ಟಿದ್ದ.

"ಕಾಲೇಜ್‌ಗೆ ಹೋಗೋಕೆ ಸರಿಯಾದ ಬಟ್ಟೆಯಾ? ನಮ್ಮ ಫ್ರೆಂಡ್ಸ್ ಮಿರಿಮಿರಿ ಮಿನುಗುವ ವೆಹಿಕಲ್‌ಗಳಲ್ಲಿ ಬಂದರೆ, ನಾವು ಬಸ್ಸಿನಲ್ಲಿ ಜೋತುಬಿದ್ದೋ, ನಡೆದೋ ಕಾಲೇಜಿಗೆ ಹೋಗ್ಬೇಕಾಗುತ್ತೆ" ಮುಖ ಗಡಿಗೆಯ ದಪ್ಪ ಮಾಡುತ್ತಿದ್ದ.

"ಈಡಿಯಟ್, ಬಟ್ಟೆಗೂ ಓದಿಗೂ ಸಂಬಂಧವಿಲ್ಲಾಂತ ಗೊತ್ತಿಲ್ವಾ? ಬಟ್ಟೆ, ಮಿರುಗೋ ವೆಹಿಕಲ್‌ಗಳು ಓದನ್ನು ಕಲಿಸುತ್ತ? ನಿಮ್ಗೆ ಹೇಗೆ ಅರ್ಥವಾಗುತ್ತೆ!" ಜಗತ್ತಿನ ಅಸಾಮಾನ್ಯರ ಬಗ್ಗೆಯೆಲ್ಲ ತಿಳಿಯಲು ಹೇಳುತ್ತಿದ್ದರು ಪುರುಷೋತ್ತಮ್.

ಓದು, ಅಧ್ಯಯನ, ಸಮಾಜದ ಬಗ್ಗೆ ನಿರ್ಲಕ್ಷ್ಯ ವಹಿಸುವ ಮಕ್ಕಳನ್ನು ಕಂಡರೆ ಅವರಿಗೆ ಸಿಡಿಮಿಡಿ. ಅದನ್ನೇ ಮನಸ್ಸಿಗೆ ಹಚ್ಚಿಕೊಂಡು ಕೊರಗುವಂಥ ವ್ಯಕ್ತಿಯಲ್ಲ. ಅವರ ಸಮಸ್ತ ಜಗತ್ತು ವಕೀಲಿ ವೃತ್ತಿಯಲ್ಲಿ ಅಡಗಿತ್ತು.

ಅದನ್ನೆಲ್ಲ ಹಳೆಯ ಪೇಪರ್ ಕೊಳ್ಳುವ ಅಂಗಡಿಗೆ ಹಾಕಿ ಎರಡು ಕೆ.ಜಿ. ಅಕ್ಕಿನ ಕೊಂಡು ಮನೆಗೆ ತಂದ. ಬಾಗಿಲಿಗೆ ಬಂದ ಮೀನಾ ಇಸಿಕೊಂಡು ಹೋದಳು ಚೀಲವನ್ನು.

ಬಂದ ಫಣೀಂದ್ರ ಕೈಯೊಡ್ಡಿದ "ಮಿಕ್ಕಿದ್ದು ನಂಗೆ ಕೊಡು. ಚಪ್ಪಲಿ ಕಿತ್ತುಹೋಗಿದೆ. ಹೊರಗೆ ಹೋಗ್ದೇ ಕೂತಿದ್ದೀನಿ" ಸೂರ್ಯ ಮುಖ ಕೆಳಕ್ಕೆ ಹಾಕಿ ಉಳಿದಿದ್ದನ್ನ ಅವನ ಕೈಗೆ ಹಾಕಿದ.

ಕೋಣೆಗೆ ಬಂದಮೇಲೆ ಪುರಂಧರ "ಅವ್ನಿಗೆ ಕೊಟ್ಟೆ ತಾನೆ! ನೇರವಾಗಿ ಬೇಲ್‌ಹೌಸ್‌ಗೆ ಹೋಗಿ ಒಂದಿಷ್ಟು ತಿಂದು ಬರ್ತಾನೆ. ಅವ್ನಿಗೆ ಬಾಯಿಚಪಲ ಜಾಸ್ತಿ" ಗೊಣಗಿದ.

ಸೂರ್ಯ ಮಾತಾಡಲಿಲ್ಲ. ವಯಸ್ಸಿಗೆ ಬಂದ ಯುವಕರು ಕೆಲಸದ ಯೋಚನೆ ಮಾಡದೆ ಸಮಸ್ತಕ್ಕೂ ತಂದೆಯ ಕಡೆ ಕೈತೋರಿಸುತ್ತಾರೆ.

"ಹೆಸರಿಗೆ ದೊಡ್ಡ ಅಡ್ವೋಕೇಟ್! ಹೆತ್ತ ಮಕ್ಳಿಗೆ ಏನ್ಮಾಡ್ತಿದ್ದಾರೆ? ಸ್ವಲ್ಪ ಕೂಡ ಜವಾಬ್ದಾರಿ ಇಲ್ಲ. ಹಾಕಿಕೊಳ್ಳೋಕೆ ಬಟ್ಟೆಯಿಲ್ಲ, ಓಡಾಡೋಕೆ ಕಾರಿಲ್ಲ. ಹಣವಿದ್ದರೆ

ತಾನೇ ಸಮಾಜದಲ್ಲಿ ಗೌರವ?"

ಇಂಥ ಮನೋಭಾವದ ಮಾತುಗಳನ್ನಾಡುತ್ತ ವೇಳೆ ವ್ಯಯಿಸುತ್ತಿದ್ದರು.

ಸುಮ್ಮನೆ ಕೂತ ಸೂರ್ಯ ತಲೆಯೆತ್ತಿ ಅಣ್ಣನ ಮುಖ ನೋಡಿದ. "ಮುಂದೇನು ಮಾಡ್ತೀಯಾ?" ಕೇಳಿದ. ಕೈಗೆ ಸಿಕ್ಕ ಕಡ್ಡಿಯನ್ನು ಸಣ್ಣಸಣ್ಣಗೆ ತುಂಡುಗಳನ್ನಾಗಿ ಮಾಡಿ ಎಸೆಯುತ್ತಿದ್ದ ಪುರಂಧರ ಕೆರಳಿದ. "ಏನ್ಮಾಡ್ಲೀ? ಮುಂದೆ ಓದೋಕೆ ಪರ್ಸೆಂಟೇಜ್ ಇಲ್ಲ. ಯಾವ್ದೇ ಕೆಲಸಕ್ಕೆ ಫಿಫ್ಟಿ ಪರ್ಸೆಂಟ್ ಇಲ್ಲದ ನಮ್ಮಂಥವ್ರು ಅಪ್ಲಿಕೇಷನ್ ಹಾಕೋ ಹಂಗಿಲ್ಲ. ಬಿಜಿನೆಸ್, ಫ್ಯಾಕ್ಟರಿ ಅಂಥವಕ್ಕೆ ಹಣ ಬೇಕು. ಎಲ್ಲಿಂದ ತರ್ಲೀ? ಹೇಗೂ ನೀನು ಅಪ್ಪನ ಅಚ್ಚುಮೆಚ್ಚಿನ ಕುಮಾರ ಕಂಠೀರವ. ಬ್ಯಾಂಕ್‌ನಲ್ಲಿ ಲೋನ್ ಕೊಡಿಸೋಕ್ಹೇಳು" ಕೈಯಲ್ಲಿ ಉಳಿದ ಕಡ್ಡಿಯನ್ನು ಎಸೆದು ಕೈಕೊಡವಿದ. ತೀರಾ ಬೇಜವಾಬ್ದಾರಿಯವ.

ಉಗುಳು ನುಂಗಿದ ಸೂರ್ಯ. ತನ್ನ ತಂದೆಗೆ ಇರುವ ಬುದ್ಧಿಮತ್ತೆಯಲ್ಲಿ ಕನಿಷ್ಠ ಭಾಗವಾದರೂ ಇವರಿಗಿದೆಯೇ? ಹಣದ ಬಗ್ಗೆ ಹೆಚ್ಚು ಜೋಪಾನ ವಹಿಸದ ವ್ಯಕ್ತಿಯೆಂದುಕೊಂಡರೂ ಮಿಕ್ಕ ಅವರ ಜ್ಞಾನಕ್ಕೆ ಯಾರಾದರೂ ತಲೆದೂಗಬೇಕು.

ಊರಿನ ಬೆಸ್ಟ್ ಅಡ್ವೋಕೇಟ್ಸ್ ಸಾಲಿನಲ್ಲಿ ಅವರದು ಮೊದಲ ಹೆಸರು. ನಾಡಿನ ಪ್ರಖ್ಯಾತರ ಸಾಲಿಗೆ ಅವರ ಹೆಸರೂ ಕೂಡ ಸೇರ್ಪಡೆ. ಇಂಥ ವ್ಯಕ್ತಿಯ ಮಕ್ಕಳು! ತೀರಾ ಬೇಸರದ ಸಂಗತಿಯೆ.

"ಲೋನ್ ಕೇಳೋಕೆ ಯಾವುದಾದ್ರೂ ಪ್ರಾಜೆಕ್ಟ್ ಬೇಡ್ವಾ? ನೀವುಗಳು ಸ್ವಂತ ಪ್ರಯತ್ನಪಡಬೇಕೇ ವಿನಾ, ಈಗ್ಲೂ ಅವರನ್ನ ನಿಷ್ಠೂರ ಮಾಡ್ತಾ ಕೂರ್ಬಾರ್ದು" ಎಂದ ಮೆಲ್ಲಗೆ. ಅವರಿಬ್ಬರಿಗಿಂತ ಸ್ವಲ್ಪ ಭಯಸ್ಥ, ಸಂಕೋಚ ಪ್ರವೃತ್ತಿಯವನು ಇವನು.

ಮೇಜಿನ ಮೇಲೆ ಕೂತು ಕಾಲಾಡಿಸುತ್ತಿದ್ದ ಪುರಂಧರ ತಟ್ಟನೇ ಇಳಿದ "ಭೇಷ್, ಒಳ್ಳೇ ಸಪೋರ್ಟರ್ ಕಣೋ ನೀನು. ಊರವರಿಗೆಲ್ಲ ಹೆಲ್ಪ್ ಮಾಡೋಕೆ ಹೋಗ್ತಾರಲ್ಲ, ನಮಗೋಸ್ಕರ ಕೂಡ ಸ್ವಲ್ಪ ರಿಸ್ಕ್ ತಗೊಳ್ಳಿ" ಸಿಡುಕಿ ಹೊರಗೆ ಬಂದ.

ಮಂಕಾಗಿ ಸೂರ್ಯ ಕೂತುಬಿಟ್ಟ. ಪುರುಷೋತ್ತಮ್ ಊರಿಗೆ ದೊಡ್ಡ ಅಡ್ವೋಕೇಟ್. ಅವರು ತಗೊಂಡ ಕೇಸ್‌ಗಳಲ್ಲಿ ಸೋತಿದ್ದೇ ಕಡಿಮೆ. ಸುಮ್ಮನೆ ವರ್ಷಾನುಗಟ್ಟಲೆ ಕೇಸುಗಳನ್ನ ಎಳೆದು ಕಕ್ಷಿಗಾರರನ್ನ ಹಿಗ್ಗಾಮುಗ್ಗ ಮಾಡದೇ ಎದುರು ಪಾರ್ಟಿಯವರನ್ನು ಕರೆಸಿ ಇಬ್ಬರಿಗೂ ಅನುಕೂಲಕರವಾದ ರೀತಿಯಲ್ಲಿ ಕಾಂಪ್ರಮೈಸ್ ಮಾಡುತ್ತಿದ್ದರು. ಅವರಾಗಿ ಕೊಟ್ಟರುಂಟು ಇಲ್ಲದಿದ್ದರೆ ಇಲ್ಲ. ತಾವಾಗಿ ಫೀಜು ಕೇಳುವ ತೊಂದರೆ ತೆಗೆದುಕೊಳ್ಳುತ್ತಿರಲಿಲ್ಲ.

ಕೆಲವರಾದರೂ ಅವರ ಒಳ್ಳೆಯತನ, ಧೀಮಂತಿಕೆ ಅರ್ಥಮಾಡಿಕೊಂಡು ಹಣ ಕೊಡುತ್ತಿದ್ದರು. ಅಂಥ ಜನ ಕಡಿಮೆಯೇ.

ಹಳ್ಳಿಯ ಕಡೆ ಜನ ಅವರನ್ನ ಹುಡುಕಿಕೊಂಡು ಬಂದು ಖರ್ಚಿನ ವಿಷಯ ವಿಚಾರಿಸಿದರೇ "ನಿಂಗೆ ಆದಷ್ಟು ಕೊಡು. ಹಾಗಂತ ಹೊಲ, ಗದ್ದೆ ಮಾರಿಕೋಬೇಡ"

ಬುದ್ಧಿ ಹೇಳುತ್ತಿದ್ದರು. ಅವರ ಬಳಿಯಲ್ಲಿನ ಜೂನಿಯರ್ಸ್ ತಲೆಚಚ್ಚಿಕೊಳ್ಳುತ್ತಿದ್ದರು.

ಅಡ್ವೋಕೇಟ್ ಆದ ಮೂರು ವರ್ಷಕ್ಕೆ ಕ್ರಿಮಿನಲ್ ಬೆಂಚಿಗೆ ಮುನ್ಸೀಫ್ ಆಗಿ ಸೆಲೆಕ್ಟ್ ಆದಾಗ ವೈದೇಹಿ ಸಮಾಧಾನದ ನಿಟ್ಟುಸಿರುಬಿಟ್ಟರು. ಆಗಲೇ ಪುರುಷೋತ್ತಮ್ ಜೊತೆ ನಾಲ್ಕು ವರ್ಷಗಳ ದಾಂಪತ್ಯಜೀವನ ಅನುಭವಿಸಿದ್ದ ಆಕೆಗೆ ತಿಂಗಳಿಗೆ ಒಂದಿಷ್ಟು ಹಣ ಬರುವ ಉದ್ಯೋಗವೇ ಸಾಕೆನಿಸಿತು.

ಅಂದು ಹರ್ಷದಿಂದ ಗಂಡನಿಗೆ ಊಟ ಬಡಿಸುತ್ತ "ಇನ್ಮೇಲೆ ಇಷ್ಟೊಂದು ತಾಪತ್ರಯಗಳು ಇರೋಲ್ಲ. ಬರೋ ಹಣವನ್ನ ಹಿತಮಿತವಾಗಿ ಖರ್ಚುಮಾಡ್ಕೋಬಹ್ದು. ಸಮಾಜದಲ್ಲಿ ನಮ್ಮ ಸ್ಟೇಟಸ್ ಹೆಚ್ಚುತ್ತೆ. ಇಷ್ಟು ಹಣ ಬಂದೇ ಬರುತ್ತೆ ಅಂದ್ಕೊಂಡ್ರೆ.... ಭವಿಷ್ಯದ ಬಗ್ಗೆ ಆತಂಕವಿರೋಲ್ಲ" ಉತ್ಸಾಹದಿಂದ ಹೇಳಿದರು.

ಪುರುಷೋತ್ತಮ್ ನಕ್ಕುಬಿಟ್ಟರು. "ನಂಗೆ ಯಾವ್ದು ಅಂಥ ಪ್ರಮೋಷನ್ ಬೇಡ. ನಾನು ಹಣ, ಸ್ಟೇಟಸ್‌ಗಿಂತ ಸ್ವತಂತ್ರಾನ ಇಷ್ಟಪಡೋನು. ರಿಜೆಕ್ಟ್ ಮಾಡಿಬಿಟ್ಟೆ...." ಹಗುರವಾಗಿ ಹೇಳಿದರು.

ಅಂದಿನ ರಾತ್ರಿ ಪೂರ್ತಿ ವೈದೇಹಿ ಮುಸಿಮುಸಿ ಅಳುತ್ತ ದಿಂಬನ್ನು ತೋಯಿಸಿದ್ದರು. ಇದು ಯಾವುದೂ ತಮಗೆ ಸಂಬಂಧಪಟ್ಟದ್ದೇ ಅಲ್ಲವೆನ್ನುವಂತೆ ರೂಲ್ಸ್ ಆಫ್ ಕೋರ್ಟ್ ಹಿಡಿದು ಕೂತುಬಿಟ್ಟರು.

ಹೆಂಡತಿ ಅತ್ತಿದ್ದು ಅವರ ಗಮನಕ್ಕೆ ಬರಲಿಲ್ಲ. ಬಂದರೂ ಹೆಚ್ಚು ತಲೆ ಕೆಡಿಸಿಕೊಳ್ಳುತ್ತಿರಲಿಲ್ಲವೇನೋ!

ನ್ಯಾಯಬದ್ಧವಾಗಿ ನಡೆದುಕೊಳ್ಳುತ್ತಿದ್ದರು. ಅವರನ್ನು ದ್ವೇಷಿಸುವವರ ಸಂಖ್ಯೆಯೇ ಕಡಿಮೆ. ಒಂದಲ್ಲ ಒಂದು ಪ್ರಕರಣದಲ್ಲಿ ಅವರಿಂದ ಉಪಕೃತರಾದ ಜನ ಇದ್ದರು. ಮತ್ತೊಂದು ಕೋಟು ಹೊಲಿಸಿಕೊಳ್ಳದಿದ್ದರೂ ಪರವಾಗಿಲ್ಲ ಯಾವ ಕಕ್ಷಿಗಾರರನ್ನೂ ಕಿತ್ತು ತಿಂದವರೇ ಅಲ್ಲ.

ಇದನ್ನ ದ್ವೇಷಿಸಲು ಶುರುಮಾಡಿದವರು ಮನೆಯ ಮಕ್ಕಳೇ. ತೀರಾ ಸಾಮಾನ್ಯ ಮಟ್ಟದ ಬುದ್ಧಿವಂತಿಕೆಯುಳ್ಳ ಪುರಂಧರ, ಫಣೀಂದ್ರರ ಗಮನ ಸದಾ ಶ್ರೀಮಂತರತ್ತಲೇ. ತಮಗೂ ಅಂಥದನ್ನು ಸಂಪಾದಿಸಿ ಇಡಬಲ್ಲ ಸಾಮರ್ಥ್ಯವುಳ್ಳ ತಂದೆ ಅದನ್ನೆಲ್ಲಾ ವಂಚಿಸಿದ್ದಾರೆ. ತಂದೆಯಾಗಿ ಅವರದು ತೀರಾ ಘೋರ ಅಪರಾಧ ಎನ್ನುವ ವಾದ.

ಇನ್ನು ಜಲಜಾಗೆ ಗಂಡು ನೋಡಲಿಲ್ಲವೆಂದಲ್ಲ. ನಾಲ್ಕಾರು ಸಂಬಂಧಗಳನ್ನು ಕರೆತಂದಿದ್ದರು. ಅವರ ಆಸೆ, ಆಕಾಂಕ್ಷೆಗಳನ್ನು ತಣಿಸುವ ಸ್ಥಿತಿಯಲ್ಲಿರಲಿಲ್ಲ. ವರದಕ್ಷಿಣೆಯೆಂದರೇ ಉರಿದುಬೀಳುತ್ತಿದ್ದ ಪುರುಷೋತ್ತಮ್ ಮುಂದೆ ಬಾಯಿ ಬಿಚ್ಚಲಾರದೇ ತೆಪ್ಪಗೆ ಹೋಗಿದ್ದರು.

ಒಮ್ಮೆ ಗಂಡನ ಮುಂದೆ ಕೂತ ವೈದೇಹಿ ಕಣ್ಣೀರು ಹಾಕಿದರು. "ವರದಕ್ಷಿಣೆ, ವರೋಪಚಾರವಿಲ್ದೇ ಯಾರು ಮದ್ವೆ ಆಗ್ತಾರೆ. ಸ್ವಲ್ಪ ಹಣಕಾಸಿನ ಏರ್ಪಾಟು ಮಾಡಿ."

ಕೈಯಲ್ಲಿನ ಭಾರತ ದಂಡಸಂಹಿತೆಯನ್ನು ಪಕ್ಕಕ್ಕೆ ಸರಿಸಿ ಕನ್ನಡಕ ತೆಗೆದಿಟ್ಟು ಸರಿಯಾಗಿ ಕೂತರು ಪುರುಷೋತ್ತಮ್. "ಅಂಥ ವರಗಳೇ ನಮ್ಗೆ ಬೇಡ" ಕಡ್ಡಿ ಎರಡು ತುಂಡು ಮಾಡಿದಂತಿತ್ತು ಅವರ ಮಾತು.

ಆಕೆ ನಿಸ್ಸಹಾಯಕತೆಯಿಂದ ಒದ್ದಾಡಿದರು "ಅಂಥ ವರಗಳು ಬೇಡಾಂದರೆ ಕುರುಡರೋ, ಕುಂಟರೋ ಸಿಕ್ತಾರಷ್ಟೆ" ಮತ್ತಷ್ಟು ಅತ್ತರು. ಅದು ಪುರುಷೋತ್ತಮ್‌ಗೆ ಇಷ್ಟವಾಗಲಿಲ್ಲ.

"ನಿನಗ್ಯಾಕೆ ಅಂಥ ಜನರ ಬಗ್ಗೆ ದ್ವೇಷ. ಅವರೂ ಬದುಕಬಲ್ಲರು. ನನ್ನ ಫ್ರೆಂಡ್ ಉಸ್ಮಾನ್ ಪೋಲಿಯೋ ಪೀಡಿತ. ಆದರೆ ಅವನ ಮೇಧಾವಿತನ! ಬೆಸ್ಟ್ ಅಡ್ವೋಕೇಟ್ ಇನ್ ಇಂಡಿಯಾ...." ಮತ್ತೇನೋ ಶುರುಮಾಡಿದ ಕೂಡಲೇ ಆಕೆ ಎದ್ದುಹೋದರು.

ಆ ವಿಷಯ ಅಷ್ಟಕ್ಕೆ ಬಿಟ್ಟು ಪಾಟೀಲರ ಕೇಸ್‌ನ ಬಗೆಗೆ ಯೋಚಿಸತೊಡಗಿದರು. ಅದು ಅಣ್ಣ-ತಮ್ಮಂದಿರ ಮಧ್ಯದ ಆಸ್ತಿಯ ವಿವಾದ. ಎಲ್ಲಾ ಕೇಳಿ ನಕ್ಕುಬಿಟ್ಟಿದ್ದರು.

"ಇದು ಕೋರ್ಟ್ ಹತ್ತಬೇಕಾದ ಸಮಸ್ಯೆಯಲ್ಲ. ಇದನ್ನ ನಾನು ಕೇಸೂಂತ ಪರಿಗಣಿಸೋದೇ ಇಲ್ಲ. ಇದ್ರಿಂದ ಮೂರು ಜನರ ವೇಳೆಯ ಜೊತೆ ನಿಮ್ಮ ಹಣ ಅನ್ಯಾಯವಾಗುತ್ತೆ. ವೈಷಮ್ಯ ಶುರುವಾಗುತ್ತೆ. ಒಂದ್ಕೆಲ್ಸ ಮಾಡಿ...." ವಿವರಿಸಿ ಕಳುಹಿಸಿದ್ದರು.

ಇದನ್ನೆಲ್ಲ ಕೇಳಿದ ಜೂನಿಯರ್ ಶ್ರೀನಿವಾಸ್ "ಈ ಕೇಸ್ ಹಿಡಿಯಬಹುದಿತ್ತು.... ಹಣಕ್ಕಾದ್ರೂ..." ಎಂದಕೂಡಲೇ ಉರಿದುಬಿದ್ದಿದ್ದರು. "ಷಟಪ್, ಹಣಕ್ಕೋಸ್ಕರ ಅನ್ಯಾಯ ಮಾಡ್ಲಾ? ನೆವರ್... ಈ ಆಸ್ತಿಗೋಸ್ಕರ ಪ್ರೀತಿಯಿಂದ ಬಾಳಬೇಕಾದವ್ರು ಬದ್ಧವೈರಿಗಳು ಆಗ್ಬೇಕಾ?"

ಒಂದು ರೀತಿಯಲ್ಲಿ ಅವರದು ಧೀಮಂತ ಬದುಕು. ಅವರಿಗೆ ಹಣವೇ ಎಲ್ಲಾ ಆಗಿಬಿಟ್ಟಿರಲಿಲ್ಲ. ಒಂದು ಉತ್ತಮ ಬದುಕಿನ ಅನ್ವೇಷಕ.

ಎಂದೂ ಜಾತಿಯ ರಾಜಕೀಯ ಮಾಡಿದವರೇ ಅಲ್ಲ. ಎಲ್ಲಾ ಜಾತಿಯವರೂ ಅವರ ಆಫೀಸಿಗೆ ಅನುಭವ ಪಡೆಯಲು ಬರುತ್ತಿದ್ದರು. ಅವರಲ್ಲಿ ತಾರತಮ್ಯವೇ ಇಲ್ಲ.

"ವೃತ್ತಿಯಿಂದ ತಾನೆ ಹಿಂದೆ ಜಾತಿ ನಿರ್ಣಯವಾಗ್ತಾ ಇದ್ದಿದ್ದು. ಹಾಗಾದ್ರೆ ನಾವೆಲ್ಲ ಒಂದೇ ಜಾತಿ" ಬಸವಣ್ಣನಿಯ ಹೆಗಲ ಮೇಲೆ ಕೈಹಾಕುತ್ತಿದ್ದರು.

ಅವರದು ನುಡಿದಂತೆಯೇ ನಡೆ, ಬದುಕು.

ಒಂದು ಸಲ ಹೆಂಡತಿಯ ಗೋಳು ನೋಡಲಾರದೇ ಆಗತಾನೇ ಜೂನಿಯರ್ ಆಗಿ ಸೇರಿಕೊಂಡಿದ್ದ ರೆಡ್ಡಿಯನ್ನು ಮನಸ್ಸಿನಲ್ಲಿ ಇಟ್ಟುಕೊಂಡು "ನಮ್ಮ ಜಲಜನ ಯಾಕೆ ರೆಡ್ಡಿಗೆ ಕೊಡ್ಬಾರ್ದು?" ವೈದೇಹಿ ಆಕಾಶವೇ ಕಳಚಿ ಬಿದ್ದವರಂತೆ ಕೂತುಬಿಟ್ಟರು. "ಇನ್ನ ಯಾರು ಸಿಕ್ಲಿಲ್ವಾ! ಈಗ್ಲೇ ನಮ್ಮನ್ನು ಕಂಡ್ರೆ ಜನ ಆಡ್ಕೊಂಡು ನಗ್ತಾರೆ. ಈಗ ಇದೊಂದು ಮಾಡಿ ಹೊರ್ಗಡೆ ಓಡಾಡ್ದಂಗೆ ಮಾಡಿ" ಬಡಬಡಿಸಿದಾಗ

ಪುರುಷೋತ್ತಮ್ ನಕ್ಕುಬಿಟ್ಟಿದ್ದರು.

"ಎಂಥಾ ಮೂರ್ಖತನ ನಿಂದು! ರೆಡ್ಡಿ ಏನಾಗಿದ್ದಾನೆ? ಕುರುಡು, ಕುಂಟು ಅಲ್ಲ. ಎಂಥ ಬ್ರಿಲಿಯಂಟ್ ಮಿದುಳು ಅವನದು. ಜೀವನದಲ್ಲಿ ಹೇಗೆ ಮೇಲೆ ಬರ್ತಾನೆ ನೋಡು. ನನ್ಮಾತು ಕೇಳು. ನನ್ನ ಸಂಪಾದ್ನೆ ವಿಷ್ಯ ಅವನಿಗೆ ಗೊತ್ತು. ನಮ್ಮನ್ನ ಅವ್ನು ವರದಕ್ಷಿಣೆ, ವರೋಪಚಾರ ಕೇಳೋಲ್ಲ. ದೇವಸ್ಥಾನದಲ್ಲಿ ಬೇಕಾದ್ರೂ ತಾಳಿ ಕಟ್ಟುತ್ತಾನೆ. ಇಂಥ ಉತ್ತಮ ಗಂಡು ಸಿಕ್ಕೋಲ್ಲ" ಬುದ್ಧಿ ಹೇಳಿದ್ದರು.

ನಾಲ್ಕು ದಿನ ವೈದೇಹಿ ಅವರೊಂದಿಗೆ ಮಾತಾಡಲಿಲ್ಲ. ಪುರಂಧರ, ಫಣೀಂದ್ರ ತಾಯಿಯ ಕಡೆ ನಿಂತರು. ಜಲಜಳ ಅಭಿಪ್ರಾಯ ಕೇಳಿದರು.

"ರೆಡ್ಡಿನ ನೋಡಿದ್ದೀಯಲ್ಲ.... ಬಹಳ ಲಕ್ಷಣವಾಗಿದ್ದಾನೆ, ಒಳ್ಳೆಯವ" ಮಗಳು ಮುಖ ತಿರುಗಿಸಿದಳು. "ಮದ್ವೆ ಇಲ್ಲದಿದ್ರೂ ಪರ್ವಾಗಿಲ್ಲ.... ಬೇರೆ ಜಾತಿಯವನನ್ನ ನಾನು ಮಾಡಿಕೊಳ್ಳೋಲ್ಲ. ಕಪ್ಪಗೆ.... ತುಂಬ ಲಕ್ಷಣವಾಗಿದ್ದಾನೆ!" ವ್ಯಂಗ್ಯವಾಗಿ ಅಂದು ಎದ್ದುಹೋಗಿದ್ದಳು.

"ಕಪ್ಪಿನಲ್ಲಿರೋ ಚಾರ್ಮಿಂಗ್ ಬಿಳುಪಿನಲ್ಲೇನಿದೇ? ಅನಗತ್ಯವಾದ ಜಾತಿ, ಪಂಗಡದ ಹೆಸರಲ್ಲಿ ಹಾಳಾಗ್ತೀರಾ" ನಿಟ್ಟುಸಿರು ದಬ್ಬಿದರು.

ಮೊದಲೇ ಅವನನ್ನು ಕೇಳಿ ಒಪ್ಪಿಗೆ ಪಡೆದಿದ್ದ ಅವರು ರೆಡ್ಡಿಯ ಮುಂದೆ ಅಪರಾಧಿಯಾಗಿದ್ದರು.

"ರೆಡ್ಡಿ, ನನ್ನ ಕ್ಷಮ್ಸಿಬಿಡಪ್ಪ. ಇವ್ರಿಗೆಲ್ಲ ಜಾತಿಯ ಭೂತ ಬಿಟ್ಟಿಲ್ಲ. ನಿನ್ನ ಅಳಿಯ ಅಂದುಕೊಳ್ಳದಿದ್ರೇನು, ಅದಕ್ಕೂ ಮಿಗಿಲಾದ ಸಂಬಂಧ ನಮ್ಮಿಬ್ಬರದು" ಅಪ್ಪಿಕೊಂಡುಬಿಟ್ಟಿದ್ದರು.

ತಮ್ಮ ಬಳಿ ಕೆಲಸ ಕಲಿಯಲು ಬರುವ ಜೂನಿಯರ್ಸ್‌ನೆಲ್ಲ ಸ್ವಂತ ಮಕ್ಕಳನ್ನು ಟ್ರೀಟ್ ಮಾಡುವಂತೆ ಮಾಡುತ್ತಿದ್ದರು. ಸ್ವಂತ ಮಗನಿಗೆ ಅಕ್ಷರಾಭ್ಯಾಸ ಮಾಡಿಸುವಂಥ ಅಕ್ಕರೆಯೇ ಅವರುಗಳ ಮೇಲೂ ಇರುತ್ತಿತ್ತು.

ಇಂಥ ತಂದೆಯಿಂದ ಪ್ರಭಾವಿತನಾಗಿದ್ದ ಸೂರ್ಯ.

* * *

ಅಂದು ಒಂದು ಕಂಪನಿಯಲ್ಲಿ ಪುರಂಧರನಿಗೆ ಇಂಟರ್‌ವ್ಯೂ ಬಂದಿತ್ತು. ಹೋಗಲು ಅಂಥ ಉತ್ಸಾಹವೇನೂ ಇರಲಿಲ್ಲ. ತುಸು ಅಸಡ್ಡೆಯಿಂದಲೇ ಹೊರಟುನಿಂತ.

ಬೆಳಿಗ್ಗೆಯೇ ತಾಯಿಯ ಬಳಿ ಗುಸುಗುಸು ನಡೆಸಿ "ಡಿಗ್ರಿಯಲ್ಲಿ ನಂಗೆ ಮಾರ್ಕ್ಸ್ ಪರ್ಸೆಂಟೇಜ್ ಕಮ್ಮಿ ಇದೆ. ಇಂಟರ್‌ವ್ಯೂನಲ್ಲಿ ಎಷ್ಟೇ ಚೆನ್ನಾಗಿ ಮಾಡಿದ್ರೂ ಸೆಲೆಕ್ಟ್ ಆಗೋಲ್ಲ. ಹಿಂದೆ ಅಪ್ಪ ಆ ಕಂಪನಿಯ ಕೇಸೊಂದನ್ನು ಗೆದ್ದುಕೊಟ್ಟಿದ್ರು. ಎಂ.ಡಿ.ಗೆ ಒಂದು ಫೋನ್ ಮಾಡೋಕ್ಹೇಳು" ಪಟ್ಟುಹಿಡಿದ.

ಇಂಥ ವಿಷಯಕ್ಕೆ ಅವರದು ಕುಮ್ಮಕ್ಕು ಇರುವುದಿಲ್ಲವೆಂದು ವೈದೇಹಿಗೆ ಗೊತ್ತು.

"ಅವ್ರು ಮಾಡೋಲ್ಲ ಕಣೋ" ಎಂದರು ಸಾರಿನ ಪಾತ್ರೆ ಇಳಿಸುತ್ತ. ಪುರಂಧರ ಕೋಪದಿಂದ ಕೆಂಪಾದ "ಗೋ ಟು ಹೆಲ್.... ನಾನು ಹೋಗೋಲ್ಲ ಬಿಡು. ಕೆಲ್ಸ ಸಿಕ್ಕಮೇಲೆ ಯಾಕೆ ಮೈ ನೋಯಿಸ್ಕೊಂಡ್ ಅಲ್ಲೀವರ್ಗೂ ಹೋಗ್ಬೇಕು? ಇಂಥ ಅಪ್ಪನಿಗೆ ಮಗನಾಗಿ ಹುಟ್ಟಿದಾಗ್ಲೇ ನತದೃಷ್ಟ ಅನ್ನೋ ಹಣೆಪಟ್ಟಿ ಹೊತ್ತಾಯ್ತು" ಕೋಣೆಗೆ ಹೋಗಿಬಿಟ್ಟ.

ಹಣೆಯ ಬೆವರನ್ನೊತ್ತುತ್ತ ವೈದೇಹಿ ಮಗನನ್ನು ಅರಸಿಕೊಂಡು, ಪೂರ್ತಿ ಅಪ್ರಯೋಜಕರಾಗಿ ಎಲ್ಲಿ ಉಳಿದುಬಿಡುತ್ತಾರೋ ಎನ್ನುವ ಭಯ ಆಕೆಗೆ. ಜೊತೆಗೆ ಅನಿಶ್ಚಯದ ನೆರಳಲ್ಲಿ ತೂಗಾಡುತ್ತಿರುವ ಆರ್ಥಿಕ ಪರಿಸ್ಥಿತಿ ಸುಧಾರಿಸಲಿ ಎನ್ನುವ ಆಸೆ ಆಕೆಯದು.

ಆರಾಮಾಗಿ ಕೂತು ಫಿಲಂ ಮ್ಯಾಗಝೀನ್ ನೋಡುತ್ತಿದ್ದ. ಅವನ ಮುಂದೆ ಬಂದು ಕೂತರು.

"ಸ್ವಲ್ಪ ಅರ್ಥಮಾಡ್ಕೋ. ನಿಮ್ಮಪ್ಪನ ಸ್ವಭಾವ ನಿಂಗೆ ಗೊತ್ತೇ ಇದೆ. ಅವ್ರಿಗೆ ಇರೋ ಪ್ರತಿಭೆಗೆ ಈಗ ಸುಪ್ರೀಮ್ ಕೋರ್ಟ್‌ನಲ್ಲಿ ಇರ್ಬೇಕಿತ್ತು. ಇನ್ನೊಬ್ಬರ ಅನ್ನಕ್ಕೆ ಕೈಹಾಕೋಕ್ಕಿಂತ ಉಪವಾಸನೇ ಒಳ್ಳೇದು ಅನ್ನೊಂಥ ವ್ಯಕ್ತಿ. ಅಂಥದ್ದರಲ್ಲಿ ನಿಂಗೆ ರೆಕಮಂಡ್ ಮಾಡ್ತಾರೇನೋ. ನೀನು ಇಂಟರ್‌ವ್ಯೂನಲ್ಲಿ ಚೆನ್ನಾಗಿ ಮಾಡಿದ್ರೆ.... ಖಂಡಿತ ಕೆಲ್ಸ ಸಿಕ್ಕುತ್ತೆ" ಮಗನನ್ನು ಉಬ್ಬಿಸಿದರು.

ಮನೆಯ ಖರ್ಚಿನಲ್ಲಿ ಉಳಿಸಿಟ್ಟುಕೊಂಡಿದ್ದ ಇಪ್ಪತ್ತರ ಕೆಂಪುನೋಟನ್ನು ಅವನ ಕೈಯಲ್ಲಿಟ್ಟರು. ಕಡೆಗೆ ಒಂದು ಕಂಡೀಷನ್ ಹಾಕಿದ.

"ನಾನು ಅವ್ರ ಮಗ ಅನ್ನೋಕ್ಕಾದ್ರೂ ಒಂದು ಲೆಟರ್ ಕೊಡ್ಸು"

ಆಕೆ ಮೌನವಾಗಿ ಎದ್ದು ಗಂಡನ ಕೋಣೆಗೆ ಹೋದರು. ರೂಲ್ ಆಫ್ ಕೋರ್ಟ್ ನೋಡುತ್ತಿದ್ದ ಪುರುಷೋತ್ತಮ್ ಬಾಯಾರಿಕೆಯಾದ್ದರಿಂದ ನೋಟ ಬಾಗಿಲತ್ತ ಹರಿಸಿದರು.

"ನೀನೇ ಬಂದ್ಯಾ, ಒಂದು ಲೋಟ ನೀರು ಕೊಡು" ಗಂಟಲು ಸರಿಪಡಿಸಿಕೊಂಡವರು, ಕನ್ನಡಕ ತೆಗೆದೊರೆಸಿದರು. "ಇದನ್ನ ಬದಲಾಯಿಸ್ಬೇಕು ಅನ್ನಿಸುತ್ತೆ...." ಕಣ್ಣು ಉಜ್ಜಿಕೊಂಡರು.

ನೀರು ತಂದುಕೊಟ್ಟ ವೈದೇಹಿ ಅಲ್ಲೇ ನಿಂತರು. ಅರ್ಥವಾಯಿತು ಅವರಿಗೆ. ಕುಡಿದ ಲೋಟ ಹೆಂಡತಿಯ ಕೈಗೆ ಹಿಂದಿರುಗಿಸಿದರು.

"ಏನು ವಿಷ್ಯ? ಜೇಬಲ್ಲೇನು ದುಡ್ಡಿಲ್ಲ. ಇನ್ನೂರು ರೂಪಾಯಿ ಇರ್ಬೇಕು. ಮಾದಣ್ಣನ ಮಗನಿಗೆ ಮದ್ವೇನಂತೆ. ನಾಲ್ಕು ಸಲ ಬಂದಿದ್ದ. ಬಡವ... ಏನಾದ್ರೂ ಕೊಡ್ಬೇಕು" ಆ ರೂಪಾಯಿಗಳು ಬೇರೆಯದರ ವಿನಿಯೋಗಕ್ಕೆಂದು ಹೇಳಿದಂತಾಯಿತು.

ಸದ್ಯಕ್ಕೆ ಅದರ ವಿಷಯ ಆಕೆಗೆ ಬೇಕಿರಲಿಲ್ಲ. ತೀರಾ ಸಾಮಾನ್ಯ ದರ್ಜೆಯಲ್ಲಿ ಪಾಸಾಗಿದ್ದ ಮಗನ ಬಗ್ಗೆ ಅವರಿಗೆ ಕೋಪವೆಂದು ಆಕೆಗೆ ಗೊತ್ತು.

"ಪುರಂಧರನಿಗೆ ಇವತ್ತು ಇಂಟರ್‌ವ್ಯೂ..." ಮುಂದೆ ಹೇಳುವುದು ಅವರಿಗೆ ಬೇಕಿರಲಿಲ್ಲ. "ಹಿಂದೆ ಆ ಕಂಪನಿಯ ಒಂದು ಕೇಸ್ ಗೆದ್ದುಕೊಟ್ಟಿದ್ದೆ. ಅದ್ಕೆ ಫೀಜು ಕೊಟ್ಟಿದ್ದಾರೆ. ಅಷ್ಟನ್ನ ಹೇಳು ನಿನ್ನ ಮಗನಿಗೆ. ಡೋಂಟ್ ಟಾಕ್" ಕನ್ನಡಕವನ್ನು ಹಾಕಿಕೊಂಡು ಎದ್ದು ಹೊರಗೆಹೋದರು.

ಆಮೇಲೆ ಅತ್ತು ಕಾಡಿಬೇಡಿ ಒಂದು ಲೆಟರ್ ಬರೆಸಿಕೊಂಡರು. Purandara is my son. ಆಮೇಲಿನ ವಾಕ್ಯವನ್ನು ಎರಡು ಸಲ ಅಳಿಸಿ ಬರೆದಿದ್ದರು.

ಲೆಟರ್ ಪುರಂಧರನಿಗೆ ಕೊಟ್ಟಾಗ ಇಡೀ ಅವನ ವಂಶಜರನ್ನೆಲ್ಲ ಬಯ್ದುಕೊಂಡ. ಅಪ್ಪ ಅಡ್ವೋಕೇಟ್, ಅವರಪ್ಪ ಅಡ್ವೋಕೇಟ್, ಅವರಪ್ಪ ನ್ಯಾಯಾಧೀಶರಾಗಿದ್ದವರು. ಆ ಇಬ್ಬರು ಪುರುಷೋತ್ತಮ್‌ಗೆ ಉಳಿಸಿದ್ದು ಇರೋ ಹಳೇಮನೆ. ಅದನ್ನು ಬಿಟ್ಟು ಇವರು ಕೂಡ ಏನೂ ಆಸ್ತಿ ಮಾಡಿರಲಿಲ್ಲ.

"ಯಾವ್ದೇ ಜನ್ಮಕ್ಕೆ ನಮ್ಮಪ್ಪನಂಥವ್ರಿಗೆ ಮಕ್ಕಳಾಗಿ ಹುಟ್ಟಬಾರ್ದು" ಎರಡು ಕೈಯೆತ್ತಿ ದೇವರಿಗೆ ಮುಗಿದ "ಈ ಜನ್ಮಕ್ಕೆ ಸಾಕಾಗಿಹೋಯ್ತು" ಕೈಗೆ ಸಿಕ್ಕಿದ್ದೆಲ್ಲ ಎತ್ತಿ ಎರಚಾಡಿದ.

ಕೆಲವು ವಿಷಯಗಳ ಬಗ್ಗೆ ಗಂಡನಲ್ಲಿ ಬೇಸರವಿರಬಹುದು. ಇಂಥ ಅವಹೇಳನದ ಮಾತುಗಳನ್ನು ಮಾತ್ರ ವೈದೇಹಿ ಸಹಿಸರು.

"ನಾಚ್ಕೇ ಆಗ್ಬೇಕು. ಈ ವಯಸ್ಸಿನಲ್ಲೂ ಪ್ರತಿಯೊಂದಕ್ಕೂ ಅಪ್ಪಅಮ್ಮ ಮಾಡ್ಬೇಕೂಂತ ಹೇಳೋಕ್ಕೆ ಅಲ್ಪಸ್ವಲ್ಪವಾದ್ರೂ ಲಜ್ಜೆ ಬೇಡ್ವಾ! ಇಷ್ಟು ವರ್ಷ ಅನ್ನ ಹಾಕಿದ್ದಾರೆ, ಬಟ್ಟೆ ಕೊಟ್ಟಿದ್ದಾರೆ. ಪುಸ್ತಕ, ಫೀಜು ಕಟ್ಟಿ ಓದಿಸಿದ್ದಾರೆ. ಇನ್ನೇನು ಮಾಡ್ಬೇಕು? ಕಡಿದರೆ ನಾಲ್ಕು ಆಳು ಆಗ್ತೀಯಾ! ದುಡಿದು ತಿನ್ನೋ ಛಲ ಬೇಡ್ವಾ?" ಛೀಮಾರಿ ಹಾಕಿದರು ಮಗನಿಗೆ.

ಬೇರೆಲ್ಲ ರೀತಿಯಲ್ಲೂ ತಾಯಿಯಿಂದ ಬುದ್ಧಿಯ ಮಾತುಗಳನ್ನು ಕೇಳಿದ್ದ. ಇಷ್ಟು ನೇರವಾಗಿ ಹೇಳಿದ್ದು ಇದೇ ಮೊದಲೇನೋ ಅನ್ನಿಸಿತು. ಸೋಮಾರಿತನ, ಭಂಡತನದ ಕವಚ ತೊಟ್ಟಿದ್ದ ಅವನಿಗೇನು ಅಂಥ ಗಾಯ ಮಾಡಲಿಲ್ಲ ಮೂದಲಿಕೆ. ಇದನ್ನ ಆರಾಮಾಗಿ ಅಭ್ಯಾಸ ಮಾಡಿಕೊಂಡಿದ್ದ.

"ಮೊದ್ಲು ಕೆಲ್ಸ ಕೊಡ್ಸು ಅನ್ನು, ಆಮೇಲೆ ಮಾತು" ಸಿಡುಕುತ್ತ ಹೊರಬಿದ್ದ.

ವೈದೇಹಿ ನಿಟ್ಟುಸಿರು ಚೆಲ್ಲಿದರು.

ಗಂಡನ ಸ್ವಭಾವ ಒಂದು ತರಹವಾದರೂ ಮಕ್ಕಳು ಚೆನ್ನಾಗಿ ಓದಿ ಬುದ್ಧಿವಂತರಾಗಿ ಒಂದೊಂದು ಕೆಲಸವಿಡಿದರೆ ಮುಂದಿನ ದಿನಗಳು ಕಠಿಣವಾಗಿರಲಿಕ್ಕಿಲ್ಲವೆಂದು ಅವರ ನಂಬಿಕೆ ಇತ್ತು.

ಆದದ್ದೇ ಬೇರೆ. ಕನಿಷ್ಠ ಮಾರ್ಕ್ಸ್ ತಗೊಂಡು ಉತ್ತೀರ್ಣರಾದ ಪುರಂಧರ,

ಫಣೀಂದ್ರರ ಡಿಗ್ರಿಗೆ ಯಾವುದೇ ಬೆಲೆ ಇರಲಿಲ್ಲ. ಎಂಥದ್ದೋ ಒಂದು ಕೆಲಸ ಆರಿಸಿಕೊಂಡು ಮಾಡೋಕೆ ಅವರು ಸಿದ್ಧವಿಲ್ಲ.

ಫಣೀಂದ್ರನ ನಿಲುವು ಅಚಲ. "ನಮ್ಮಪ್ಪ ಅಡ್ವೋಕೇಟ್, ಅವರಪ್ಪ ಅಡ್ವೋಕೇಟ್, ಅವರಪ್ಪ ನ್ಯಾಯಾಧೀಶರು. ಇಂಥ ವಂಶದಲ್ಲಿ ಹುಟ್ಟಿ ಕ್ಲರ್ಕ್ ಆಗಿಯೋ, ಕಂಡಕ್ಟರ್ ಆಗಿಯೋ, ಸೇಲ್ಸ್‌ಮನ್ ಆಗಿಯೋ ಕೆಲ್ಸ ಮಾಡೋ ಇರಾದೆ ನಂದಲ್ಲ. ಅದರ ಬದ್ಲು ಕೆಲ್ಸವಿಲ್ಲದೇನೇ ಇದ್ದುಬಿಡ್ತೀನಿ".

ಇಂಥ ಮಾತುಗಳನ್ನು ಸೂರ್ಯ ಕೇಳಿಯೂ ಕೇಳದಂತೆ ಹೋಗುತ್ತಿದ್ದ.

ಮೀನಾ ಮಧ್ಯೆ ತಲೆಹಾಕುತ್ತಿದ್ದಳು.

"ಮತ್ತೆ ಎಂಥ ಕೆಲ್ಸ ಮಾಡ್ತೀರಾ?" ಗದ್ದಕ್ಕೆ ಕೈಯೂರಿ ಕಣ್ಣುಗುಡ್ಡೆಗಳನ್ನು ತಿರುಗಿಸುತ್ತ ಪ್ರಶ್ನಿಸುತ್ತಿದ್ದಳು. "ಮ್ಯಾನೇಜರ್, ಎಂ.ಡಿ. ಇಂಥ ಪೋಸ್ಟ್‌ಗಳು ಸಿಕ್ಕದಿದ್ರೆ... ದೊಡ್ಡದಾಗಿ ಬಿಜಿನೆಸ್ ಮಾಡೋದು, ಫ್ಯಾಕ್ಟರಿ ತೆಗೆಯೋದು" ಎದೆಯುಬ್ಬಿಸಿ ಹೇಳಿದಾಗ ಅವಳು ಘೊಳ್ಳನೆ ನಗುತ್ತಿದ್ದಳು. "ಯಾವ್ದು ಕಿಸಿಯೋಲ್ಲ" ಕೋಣೆಯಿಂದ ಓಡಿಬಿಡುತ್ತಿದ್ದಳು. ಅಟ್ಟಿಸಿಕೊಂಡು ಬರುತ್ತಿದ್ದ.

ಅಂದು ಬಹಳ ಬುದ್ಧಿಹೇಳಿ ಕಳಿಸಿದ್ದರು ವೈದೇಹಿ. ಎಂದೂ ಕೊಡದ ಪುರುಷೋತ್ತಮ್ ರೋಸಿ ಒಂದು ಪತ್ರ ಕೊಟ್ಟಿದ್ದರು. ಹೇಗಾದರೂ ಈ ಇಂಟರ್‌ವ್ಯೂನಲ್ಲಿ ಸೆಲೆಕ್ಟ್ ಆಗಿ ಒಂದು ಕೆಲಸಾಂತ ಸಿಕ್ಕಿದರೆ ಸಾಕು ಎಂದು ದೇವರ ಮುಂದೆ ಎಣ್ಣೆಯ ದೀಪ ಹಚ್ಚಿಟ್ಟಿದ್ದರು.

ಜಲಜಾ, ಮೀನಾ ಬಳಿಯಲ್ಲಿಯೂ ಇದೇ ಪ್ರಸ್ತಾಪಿಸಿದ್ದರು. ಪುರಂಧರ ಮನೆಗೆ ಬಂದಾಗ ರಾತ್ರಿ ಎಂಟು.

"ಇಷ್ಟು ಹೊತ್ತಿನವರ್ಗೂ ನಡೀತಾ ಇಂಟರ್‌ವ್ಯೂ?" ಮುಗ್ಧವಾಗಿ ಪ್ರಶ್ನಿಸಿದರು ವೈದೇಹಿ. "ಐದೂವರೆಗೆ ಮುಗೀತು. ನಡ್ದು ಬರಬೇಕಲ್ಲ! ಬೆಳಿಗ್ಗೆ ನೀನು ಕೊಟ್ಟ ಇಪ್ಪತ್ರೂಪಾಯಿ ಪಿಕ್‌ಪಾಕೆಟ್ ಆಗಿಹೋಯ್ತು" ಬೇಸರದಿಂದ ಗೊಣಗುಟ್ಟುತ್ತ ಫೈಲು ಅಲ್ಲಿ ಎಸೆದು ಟವಲಿಡಿದು ಬಚ್ಚಲುಮನೆಗೆ ಹೋದ.

ಗೋಡೆಗೊರಗಿ ನಿಂತ. ಸುಳ್ಳು ಹೇಳಿದ್ದಕ್ಕೆ ಬೇಸರವಾಗಿತ್ತು. ಹದಿನೈದು ರೂಪಾಯಿ ಕೊಟ್ಟು ಒಳ್ಳೇ ಹೋಟೆಲ್‌ನಲ್ಲಿ ಊಟ ಮಾಡಿದ್ದ. ಗೆಳೆಯರು ಕೊಟ್ಟಾಗ ಸಿಗರೇಟು ಸೇದಿ ಅಭ್ಯಾಸವಿದ್ದ ಅವನು ತಾನು ಇಂದು ಕೊಂಡು ಸೇದಿದ್ದ. ಇನ್ನ ಮಿಕ್ಕದ್ದು ಬಸ್‌ಚಾರ್ಜ್‌ಗೆ ಸರಿಹೋಗಿತ್ತು.

ತಂದೆಯ ಬಗ್ಗೆ ಅವನಿಗೆ ರೋಷ. ಅವರ ಬಳಿ ಜೂನಿಯರ್ಸ್ ಆಗಿದ್ದವರು ಕೂಡ ಇಂದು ಕಾರಿನಲ್ಲಿ ಓಡಾಡುತ್ತಿದ್ದರು. ಒಳ್ಳೆಯತನದ ಬದುಕು ಎನ್ನುವ ವ್ಯಕ್ತಿ ಬೇರೆಲ್ಲ ಯೋಚಿಸಲಾರ.

ಕೈಯಲ್ಲಿದ್ದ ತಾಮ್ರದ ಚೊಂಬನ್ನು ನೆಲಕ್ಕೆ ಎಸೆದ "ಎಲ್ಲಾ ಹಾಳಾಗಿ ಹೋಗ್ಲೀ.

ಇಂಥ ಬೆಗ್ಗರ್ಸ್ ಲೈಫ್ ಯಾರ್ಗೆ ಬೇಕು?" ಮುಖಕ್ಕೆ ತಣ್ಣೀರು ಸುರಿದುಕೊಂಡು ಹೊರಗೆ ಬಂದ.

ಫಣೀಂದ್ರ ಅಲ್ಲಿದ್ದ ಟೇಬಲ್ ಮೇಲೆ ಕೂತು ಸಂಜೆಯ ಅವಲಕ್ಕಿ ಮುಕ್ಕುತ್ತಿದ್ದವನು "ನೀನು ಚೊಂಬು ಎಸೆದೇಂತ ಯಾರಾದ್ರೂ ಕೆಲ್ಸ ಕೊಟ್ಟುಬಿಡ್ತಾರ? ಹತ್ತರಲ್ಲಿ ಹನ್ನೊಂದು... ಗೋಲಿಹೊಡೀ" ತಾತ್ಸಾರವಾಗಿ ಹೇಳಿದ. ಅವರಿಬ್ಬರ ಮಧ್ಯದ ವಯಸ್ಸಿನ ಅಂತರ ಎರಡು ವರ್ಷಗಳು ಮಾತ್ರ.

ಸ್ವಲ್ಪ ಹೆಚ್ಚುಕಡಿಮೆ ಒಂದೇ ಮನೋಭಾವದವರಾದುದರಿಂದ ಅಣ್ಣತಮ್ಮಂದಿರು ಎನ್ನುವ ಸಂಬಂಧಕ್ಕಿಂತ ಆತ್ಮೀಯ ಸ್ನೇಹಿತರಂತೆ ಇದ್ದರು.

ಅರ್ಧಂಬರ್ಧ ಮುಖವನ್ನೊರೆಸಿಕೊಂಡು ಅಲ್ಲೇ ಕೂತ ಪುರಂಧರ ಧುಮುಗುಟ್ಟತೊಡಗಿದ.

"ಬಾಯಿಗೆ ಬಂದ ಪ್ರಶ್ನೆ ಕೇಳ್ತಾರೆ. ಯಾರ್ಗೆ ಗೊತ್ತಿರುತ್ತೆ ಅಷ್ಟಕ್ಕೆಲ್ಲ ಉತ್ತರ?" ಸಿಡಿಮಿಡಿಗುಟ್ಟಿದ.

ಜಲಜಾ ಅವಲಕ್ಕಿ ಪ್ಲೇಟು ತಂದು ಅವನ ಮುಂದೆ ಇಟ್ಟಳು "ನಂಗೆ ಮದ್ವೆ ಆಗೋದು, ನಿಂಗೆ ಕೆಲ್ಸ ಸಿಕ್ಕೋದು ಎರಡೂ ಒಂದೇ ಅಂತ ಕಾಣಿಸುತ್ತೆ" ಭಾರವಾದ ನಿಟ್ಟುಸಿರು ಚೆಲ್ಲಿದಳು. ಬರೀ ವಿವಾಹದ ಬಗ್ಗೆ ಕನಸು ಕಂಡಿದ್ದ ಸಾಮಾನ್ಯ ದರ್ಜೆಯ ಯುವತಿ.

ಈ ಮಾತುಗಳಿಗೆ ಹೆಚ್ಚು ನೊಂದವರು ವೈದೇಹಿ. ಮದುವೆಯಾಗದ ಮಗಳು ಸೆರಗಿನಲ್ಲಿ ಕಟ್ಟಿಕೊಂಡ ಕೆಂಡ. ಸದಾ ಸುಡುತ್ತಲೇ ಇರುತ್ತದೆ.

"ಹೇಗೆ ಮಾಡಿದ್ದೀಯಾ ಇಂಟರ್‌ವ್ಯೂ? ನಿಮ್ತಂದೆ ಪತ್ರ ನೋಡಿ ಏನಂದ್ರು?" ಒಳಗಿನ ವೇದನೆ ನುಂಗಿ ಮಗನ ಬಳಿಯಲ್ಲಿ ಕೂತು ಕೇಳಿದರು. ಮುಖ ಒಂದು ತರಹ ಮಾಡಿದ ಪುರಂಧರ ಎರಡು ಸಲ ಅವಲಕ್ಕಿ ಎಸೆದುಕೊಂಡು "ಪತ್ರವೇನೋ ಕೊಟ್ಟೆ..." ಆ ಸಂದರ್ಭವನ್ನು ನೆನಪಿಸಿಕೊಂಡ. ಓದಿದವರು ತುಸು ಆತ್ಮೀಯವಾಗಿಯೇ ಕೂರಲು ಹೇಳಿದ್ದರು "ಅಡ್ವೋಕೇಟ್ ಪುರುಷೋತ್ತಮ್ ಮಗ, ವೆರಿಗುಡ್... ನೀವ್ಯಾಕೆ ಲಾ ಮಾಡ್ಲಿಲ್ಲ? ಎಂಥ ಎಮಿನೆಂಟ್ ನಿಮ್ಮ ತಂದೆ! ಸದಾ ವಾದದ ಮೂಡ್‌ನಲ್ಲೇ ಇರ್ತಾರೆ. ಪ್ರೊಫೆಷನ್‌ನಲ್ಲಿ ಎಂಥ ಇನ್‌ವಾಲ್ವ್‌ಮೆಂಟ್...." ಅವನಪ್ಪನನ್ನು ಹೊಗಳಿದ್ದರು. "ನನ್ನ ತಮ್ಮ ಲಾ ಮಾಡ್ತಾ ಇದ್ದಾನೆ" ಎಂದು ಹೇಳಿದ್ದ. ಅವರು ಕೇಳಿದ ಪ್ರಶ್ನೆಗಳಲ್ಲಿ ಉತ್ತರಿಸಿದ್ದು ಇದೊಂದಕ್ಕೆ ಮಾತ್ರ.

ವೈದೇಹಿ ಮತ್ತೆ ಕೇಳಿದರು "ಹೇಗೆ ಮಾಡಿದ್ದೀಯಾ? ಏನಾದ್ರೂ ಭರವಸೆಯುಂಟಾ?" ಕೈಯಲ್ಲಿನ ಅವಲಕ್ಕಿ ಪ್ಲೇಟ್ ಕೆಳಗಿಟ್ಟು ಗಲ್ಲಕ್ಕೆ ಅಂಟಿದ್ದ ಅವಲಕ್ಕಿಯನ್ನೊರೆಸಿಕೊಂಡ. "ಯೂಸ್‌ಲೆಸ್ ಫೆಲೋಸ್.... ಅವ್ರು ಕೇಳೋ ಕ್ವಶ್ಚನ್‌ಗಳಿಗೆ ಯಾರ್ಗೆ ಗೊತ್ತಿರುತ್ತೆ ಉತ್ತರ? 'ಕರ್ನಾಟಕ ತತ್ತ್ವವೆಂದರೆ ಕೇವಲ ದೇಶಾಭಿಮಾನವಲ್ಲ, ಕೇವಲ ಭಾಷಾಭಿಮಾನವಲ್ಲ. ಇವೆಲ್ಲವನ್ನು ಮೀರಿದ ಇವೆಲ್ಲವನ್ನೂ ಒಳಗೊಂಡ

ಪರಿಶುದ್ಧ ಭಾವನೆ' ಇದನ್ನು ಹೇಳಿದವರಾರು? ಇದೆಂಥ ಪ್ರಶ್ನೆ ನೋಡು. ಕನ್ನಡದ ಬಗ್ಗೆ, ಕರ್ನಾಟಕದ ಬಗ್ಗೆ ಸದಾ ಸಾಹಿತಿಗಳು, ರಾಜಕಾರಣಿಗಳು, ಕಲಾವಿದರು ಮಾತಾಡುತ್ತ ಇರ್ತಾರೆ. ನಾನು ಯಾರೂಂತ ಹೇಳ್ಲಿ? ಸುಮ್ಮನಾದೆ" ಮತ್ತೆ ಅವಲಕ್ಕಿ ತಗೊಂಡು ತಿನ್ನತೊಡಗಿದ.

ಹುಯಿಲೆಬ್ಬಿಸುವಂತೆ ಜೋರಾಗಿ ನಕ್ಕ ಫಣೀಂದ್ರ "ಯಾರದೋ ಒಂದು ಹೆಸರು ಹೇಳಿದ್ದರಾಗಿತ್ತು". ಪುರಂಧರ ಗಡ್ಡ ತಿಕ್ಕುತ್ತ ತಲೆಯಾಡಿಸಿದ "ನಾಲ್ಕಾರು ಹೇಳ್ದೇ. ತಲೆಯಾಡಿಸಿಬಿಟ್ರು. ಪ್ರಪಂಚದ ಅತಿಹೆಚ್ಚು ವ್ಯಯದ ಚಿತ್ರ ಯಾವುದೂಂತ ಕೇಳಿದ್ರು. ನನ್ನ ಲಿಮಿಟ್‌ನಲ್ಲೇ ಹೇಳ್ದೇ. ಷಟಪ್ ಅಂದ್ರು..." ತಲೆ ಕೆರೆದುಕೊಂಡ.

"ನಿಂಗೆ ಗೊತ್ತಿಲ್ಲಾಂದ್ರೆ ನಂಗೆ ಗೊತ್ತಿಲ್ಲ ಬಿಡು" ಫಣೀಂದ್ರ ತಲೆ ಕೊಡವಿದ "ಅಲ್ಲಾ ಕಣೋ, ಸಿಕ್ಕಸಿಕ್ಕ ಸಿನಿಮಾ ಮ್ಯಾಗಝೀನ್‌ಗಳನ್ನೆಲ್ಲ ತಂದು ಹಾಕ್ಕೊಂಡ್ ಓದ್ತಾ ಇದ್ದೆಯಲ್ಲ. ಇದೊಂದು ಪ್ರಶ್ನೆಗೆ ಉತ್ತರ ಹೇಳೋಕೆ ಆಗಲಿಲ್ವಾ?" ಮೂದಲಿಸಿದ.

ಪುರಂಧರನಿಗೂ ಸರಿಯೆನಿಸಿತು. ಅವನು ಸಿನಿಮಾ ಪತ್ರಿಕೆಗಳನ್ನು ಓದುತ್ತಿದ್ದ. ಅದು ಅವನ ವಿದ್ಯಾಭ್ಯಾಸಕ್ಕೆ ಒಂದು ರೀತಿ ಮಾರಕವೆನಿಸಿತ್ತು! ಚಲನಚಿತ್ರ ಜಗತ್ತಿನ ಗ್ಲಾಮರ್ ಬಿಸಿಬಿಸಿ ಸುದ್ದಿಗಳನ್ನು ಓದುತ್ತಿದ್ದ. ಒಂದು ರೀತಿ ಖುಷಿ ಪಡೆದುಕೊಳ್ಳುತ್ತಿದ್ದ. ಅದೂ ಕೂಡ ಅಭ್ಯಾಸಯೋಗ್ಯವಾದ ಮಾಧ್ಯಮ ಎಂದು ತಿಳಿದಿರಲಿಲ್ಲ.

ತಲೆಯ ಕೂದಲಲ್ಲಿ ಕೈಹಾಕಿ ಬೇಸರದ ಮುಖ ಮಾಡಿದ. "ನಾನೇನು ಆಸಕ್ತಿಯಿಂದ ಓದ್ತಾ ಇರ್ಲಿಲ್ಲ. ಒಂದು ರೀತಿ ಖುಷಿಗಾಗಿ ಓದ್ತಾ ಇದ್ದೆ. ನಟನಟಿಯರ ಮದುವೆ, ವೈವಾಹಿಕ ಜೀವನದ ಬಗ್ಗೆ ಕೇಳಿದ್ರೆ ಏನಾದ್ರೂ ಹೇಳಬಹುದಿತ್ತು".

ಅಷ್ಟರಲ್ಲಿ ಮೀನಾ ಬಂದು ತಾಯಿಗೆ ತಂದೆ ಬಂದಿರುವ ಸುದ್ದಿ ಮುಟ್ಟಿಸಿದಳು. ಆಕೆ ದಡಬಡಿಸಿಕೊಂಡು ಎದ್ದುಹೋದರು.

ಹೆಂಡತಿಯ ಮುಖ ನೋಡಿ ಒಂದು ತರಹ ನಗೆಬೀರಿದರು. "ಬಂದಿದ್ದನಾ ಪುರಂಧರ? ಎಂಥ ಮಹನೀಯನ ಹೆಸರು ಇಟ್ಟೆ! ಕನಿಷ್ಠ ಜ್ಞಾನವೂ ಇಲ್ಲ ನಿನ್ಮಗನಿಗೆ" ತಮ್ಮ ಕೋಣೆಗೆ ಹೋಗಿಬಿಟ್ಟರು.

ಇಂದು ಅವರಿಗೆ ತುಂಬ ಬೇಸರವಾಗಿತ್ತು. ಇಂಟರ್‌ವ್ಯೂಗೆ ಕರೆದ ಪಾಟೀಲರು ಫೋನ್ ಮಾಡಿ ಸುದ್ದಿ ಮುಟ್ಟಿಸಿದ್ದರು.

"ಸಿಂಪಲ್ ಪ್ರಶ್ನೆಗಳಿಗೂ ನಿಮ್ಮ ಮಗನಿಂದ ಉತ್ತರವಿಲ್ಲ. ನೀವು ಅಪಾಯಿಂಟ್‌ಮೆಂಟ್ ಲೆಟರ್ ಕಳ್ಸೀಂದ್ರೆ ನಾವು ಕಳುಸ್ತೀವಿ" ಸ್ವತಃ ತಿಳಿಸಿದ್ದರು.

"ಬೇಡ... ಬೇಡ... ಯೋಗ್ಯರಲ್ಲದ ಜನರನ್ನು ಎಂದೂ ಆಯ್ಕೆ ಮಾಡ್ಬಾರ್ದು. ಎಕ್ಸ್‌ಕ್ಯೂಜ್ ಮಿ..." ಫೋನಿಟ್ಟಿದ್ದರು.

ಬಟ್ಟೆ ಬದಲಾಯಿಸಿದ ಅವರು ಶತಪಥ ಹಾಕಿದರು. ಅವರ ತಂದೆ ದೊಡ್ಡ ಮೇಧಾವಿ. ಸಂಗೀತ, ಸಾಹಿತ್ಯದ ಬಗ್ಗೆ ಅವರದು ಆಳವಾದ ಅಧ್ಯಯನ. ಇಂಥ

ಪ್ರೊಫೆಷನ್ ಅಪ್ಪಿಕೊಂಡು ಕೂಡ ಬೇರೆಯದರಲ್ಲಿನ ಅವರ ಜ್ಞಾನ ಅಪಾರ. ಇನ್ನು ಜಡ್ಜ್ ಆಗಿ ರಿಟೈರ್ಡ್ ಆದ ಪುರುಷೋತ್ತಮ್‌ರ ತಾತ ತಮ್ಮ ಅನುಭವಗಳನ್ನು ಪುಸ್ತಕ ರೂಪದಲ್ಲಿ ಪ್ರಕಟಿಸಿದ್ದರು. ಅದು ಬಹಳ ವ್ಯಾಲ್ಯುಬಲ್ ಬುಕ್. ನ್ಯಾಯಶಾಸ್ತ್ರದ ಬಗ್ಗೆ ಗಂಭೀರವಾಗಿ ಅಧ್ಯಯನ ಮಾಡಬೇಕೆಂಬವರು ಮಾತ್ರವಲ್ಲ, ಹೊಟ್ಟೆಪಾಡಿಗಾಗಿ ವೃತ್ತಿ ಹಿಡಿದವರು ಕೂಡ ಒಮ್ಮೆ ಓದಬೇಕಾದ ಪುಸ್ತಕ. ಅಂಥ ವಂಶದಲ್ಲಿ ಇಂಥ ಸುಪುತ್ರರು.

"ಸ್ವಲ್ಪ ಅವರಿಬ್ಬರನ್ನು ಕರಿ" ಹೆಂಡತಿಗೆ ಹೇಳಿ ಹಾಗೆಯೇ ಶತಪಥ ಹಾಕುತ್ತಿದ್ದರು. "ಸಂಬಂಧಪಡದ ಪ್ರಶ್ನೆಗಳನ್ನೆಲ್ಲ ಕೇಳಿದರಂತೆ...." ತಂದೆ-ಮಕ್ಕಳು ಎದುರು ಬದುರಾಗುವುದು ಆಕೆಗೆ ಬೇಕಿರಲಿಲ್ಲ.

"ಹೋಗ್ಲೀ... ಕರೀ..." ಎಂದರು ಪುರುಷೋತ್ತಮ್ ಸ್ವಲ್ಪ ಗಡುಸಾಗಿಯೇ, ಹೇಳಿದಷ್ಟು ಮಾಡು ಎನ್ನುವಂತಿತ್ತು ಅವರ ಮುಖಭಾವ. ವೈದೇಹಿ ತೆಪ್ಪಗೆ ಹೊರಗೆ ಹೋದರು.

ಬಂದ ಪುರಂಧರ, ಫಣೀಂದ್ರರ ಮುಖ ತಗ್ಗಿತು. ಎಷ್ಟೇ ಉಡಾಫೆಯ ಯುವಕರಾದರೂ, ತಂದೆಯ ನೈತಿಕ ಮುಖಭಾವದ ಹಿಂದೆ ಸೋಲುತ್ತಿದ್ದರು.

"ನಿನ್ನ ಬಗ್ಗೆ ನಾನು ಯಾಕೆ ಫೋನ್ ಮಾಡೋಕೆ ಇಷ್ಟಪಡ್ಲಿಲ್ಲ ಗೊತ್ತ!" ತೀಕ್ಷ್ಣವಾಗಿ ಪುರಂಧರನನ್ನು ನೋಡಿದರು. ಮೆಲ್ಲಗೆ ತಲೆಯೆತ್ತಿದ ಅವನು "ಸಂಬಂಧಪಡದ ಪ್ರಶ್ನೆಗಳನ್ನೆಲ್ಲ ಕೇಳಿದ್ರು...." ಅವರ ತುಟಿಯಂಚಿನಲ್ಲಿ ಜಿಗುಪ್ಸೆಯ ನಗೆ ಇಣುಕಿತು.

"ಸಂಬಂಧಪಡದೇ ಇರ್ಬಹ್ದು. ನಿನ್ನ ಇಂಟೆಲಿಜೆನ್ಸ್, ಮೆಮರಿ ಪವರ್, ನಿನ್ನ ಅಧ್ಯಯನಶೀಲತೆ ಕೂಡ ಅವರಿಗೆ ಮುಖ್ಯವಾಗುತ್ತೆ. 'ದಿ ಫೆದರ್ ಆನ್ ದಿ ಡಾನ್' ಕವಯಿತ್ರಿ ಯಾರು?" ಅವರ ಸ್ವರದಲ್ಲಿ ಗಡಸು ಇಣುಕಿತು. ಇದನ್ನ ಸಹಿಸಲಾರೆ ಎನ್ನುವ ಸಿಟ್ಟು ಪುರುಷೋತ್ತಮ್ ಕಣ್ಣುಗಳಲ್ಲಿತ್ತು.

ಪುರಂಧರ ಪೂರ್ತಿ ತಲೆ ಕೆಳಗೆ ಹಾಕಿಬಿಟ್ಟ. ಅದು ತನ್ನವರೆಗೆ ಎಲ್ಲಿ ಬರುತ್ತದೆಯೋ ಎಂದು ಫಣೀಂದ್ರ ಹೆದರಿದ.

"ಬೇಗ ಹೇಳು..." ಗರ್ಜಿಸಿದರು. ಅವರ ಮೈ ಥರಥರ ನಡುಗುತ್ತಿತ್ತು. "ಡಿಗ್ರಿ ಮುಗ್ಸಿ ಎರಡು ವರ್ಷವಾಯ್ತು. ಊಟ, ತಿಂಡಿ ಓಡಾಟದಲ್ಲಿ ಅದರ ನಂತರದ ಕಾಲವೆಲ್ಲ....".

ಅವನು ತಲೆ ಮೇಲೆತ್ತಲಿಲ್ಲ. ಅದೇ ಪ್ರಶ್ನೆ ಫಣೀಂದ್ರನಿಗೆ ಹೋದಾಗ ಗೊತ್ತಿಲ್ಲವೆಂದು ತಲೆಯಾಡಿಸಿದ.

"ನಿಮ್ಮ ವೇಳೆಯೆಲ್ಲ ಹೇಗೆ ಕಳೀತಾ ಇದ್ದೀರಾ? ಟೆಲ್ ಮಿ" ಛಾವಣಿ ಹಾರಿಹೋಗುವಂತೆ ಅಬ್ಬರಿಸಿದರು. ಅವರು ಸದಾ ಹೊರಗಿನ ಅನುಭವದ ಜೊತೆ

ಓದಿ ಓದಿ ನಿಮ್ಮ ಜ್ಞಾನಭಂಡಾರವನ್ನು ಹೆಚ್ಚಿಸಿಕೊಳ್ಳಿ ಎಂದು ಸದಾ ಮಕ್ಕಳಿಗೆ ಬುದ್ಧಿ ಹೇಳುತ್ತಿದ್ದರು.

ಮೀನಾ, ಜಲಜ ಇಬ್ಬರನ್ನೂ ಒಳಗೆ ಕರೆದು ಅದೇ ಪ್ರಶ್ನೆ ಹಾಕಿದರು. ಅವರಲ್ಲೂ ಉತ್ತರವಿರಲಿಲ್ಲ.

"ನೀವೆಲ್ಲ ಇಲ್ಲೇ ಇರಿ. ಸೂರ್ಯ ಬಂದ್ಮೇಲೆ ಇಲ್ಲಿಗೆ ಕಳ್ಸು" ಹೋಗುವಂತೆ ಹೆಂಡತಿಗೆ ಸನ್ನೆಮಾಡಿ "ನೀವೆಲ್ಲ ಕೂತ್ಕೊಳ್ಳಿ, ಅವ್ರುಗಳು ಕೇಳಿದ ಒಂದೇಒಂದು ಪ್ರಶ್ನೆಗೆ ನೀನು ಉತ್ತರಿಸಿದರೇ.... ಮತ್ತೆಂದೂ ಇಂಟರ್‌ವ್ಯೂಗೆ ಹೋಗ್ಬೇಕಿದ್ದಿಲ್ಲ. ಡೋಂಟ್ ಬಿ ಎಕ್ಸೈಟೆಡ್. ಕಾಮಾಗಿ ಯೋಚಿಸಿ ಹೇಳು. ಮೂವತ್ತು ನಿಮಿಷಗಳಷ್ಟು ದೀರ್ಘಕಾಲ ಕೊಡ್ತೀನಿ" ಮಗನಿಗೆ ಹೇಳಿದರು.

ಕೋಣೆಯಿಂದ ಹೊರಗೆ ನಡೆದರು. ನಾಲ್ವರೂ ಮುಖಮುಖ ನೋಡಿಕೊಂಡರು. ಪುರಂಧರ ತನ್ನ ಪಾಠದ ವಿಷಯಗಳ ಜೊತೆ ತಿರುವುತ್ತಿದ್ದುದು ಸಿನಿಮಾ ಮ್ಯಾಗಝೀನ್‌ಗಳು. ಫಣೀಂದ್ರನಿಗೆ ಪುಸ್ತಕಗಳೆಂದರೇ ಅಲರ್ಜಿ. ಇನ್ನು ಜಲಜ ಬಿಡುವಿನಲ್ಲಿ ಸ್ವೆಟರ್ ಹೆಣೆಯುವುದು, ವೈರ್‌ಬುಟ್ಟಿ ಹಾಕುವುದು, ಬೊಂಬೆಗಳನ್ನು ಮಾಡುವುದು ಇವಿಷ್ಟೇ ಅವಳ ಹವ್ಯಾಸ. ಇನ್ನು ಮೀನಾ ಹೈಸ್ಕೂಲು ಸೆಕೆಂಡ್ ಇಯರ್. ಓದುವುದರಲ್ಲಿ ಜಾಣೆಯೇ. ಕ್ಲಾಸ್‌ಗೆ ಮೊದಲನೆಯವಳು. ಅವಳ ಲಕ್ಷ್ಯ ಮಾರ್ಕ್ಸ್‌ಗಳತ್ತ ಇದ್ದುದರಿಂದ ಓದು ಒಂದು ಮಿತಿಯಲ್ಲಿ.

ಸೂರ್ಯ ಮನೆಗೆ ಬಂದಿದ್ದು ಒಂಭತ್ತರ ನಂತರವೇ. ಅವನು ಮೊದಲನೇ ಲಾ ನಲ್ಲಿದ್ದರೂ ಕಾಲೇಜು ಬಿಟ್ಟು ಮಿಕ್ಕ ವೇಳೆಯಲ್ಲಿ ತಂದೆಯ ಆಫೀಸ್‌ನಲ್ಲಿ ಕೂಡುತ್ತಿದ್ದ. ಕೆಲವೊಮ್ಮೆ ಅವನನ್ನು ಜೊತೆಯಲ್ಲಿ ಕೋರ್ಟಿಗೆ ಕರೆದೊಯ್ಯುತ್ತಿದ್ದರು. ಇನ್ನು ಉಳಿದ ವೇಳೆಯನ್ನು ಅಭ್ಯಾಸಕ್ಕೆ ಮೀಸಲಾಗಿಟ್ಟಿದ್ದ. ಪುಸ್ತಕಗಳು ಇಡೀ ಜಗತ್ತಿನ ಸಾಮಾಜಿಕ, ಆರ್ಥಿಕ, ಸಾಂಸ್ಕೃತಿಕ, ವೈಜ್ಞಾನಿಕತೆಯನ್ನು ಪರಿಚಯಿಸುತ್ತದೆಯೆಂದು ಅವನಿಗೆ ಗೊತ್ತು.

ಬಟ್ಟೆ ಬದಲಾಯಿಸಿ ಕೈತೊಳೆದು ಊಟದ ಮನೆಗೆ ಬಂದ. ತಟ್ಟೆಗಳು ಹಾಕಿ, ಲೋಟಗಳಲ್ಲಿ ನೀರು ತುಂಬಿತ್ತು. ಮಂಕಾಗಿ ಕೂತಿದ್ದರು ವೈದೇಹಿ.

ಇವನು ಮಾತಾಡುವ ಮುನ್ನ ಆಕೆ "ನಿಮ್ತಂದೆ ಕರೀತಾರೆ, ನೋಡು" ಎಂದರು.

ಅದೇನು ಅವನಿಗೆ ಆಶ್ಚರ್ಯಕರವಾದ ವಿಷಯವಲ್ಲ. ಕೇಸಿಗೆ ಸಂಬಂಧಪಟ್ಟ ವಿಷಯಗಳು ಇದ್ದರೇ ಅವನನ್ನು ಎದುರಿಗೆ ಕೂರಿಸಿಕೊಂಡು ತಮ್ಮ ವಾದ ಮಂಡಿಸಿ ಅವನ ಒಪೀನಿಯನ್ ಕೇಳುತ್ತಿದ್ದರು.

ಅವರ ಕೋಣೆಗೆ ಬಂದಾಗ ಒಬ್ಬರೇ ಕೂತಿದ್ದರು. "ಕರೆದರಂತೆ....!" ಫೈಲನ್ನು ಮುಚ್ಚಿ ಎದ್ದರು. "ನೋಡೋಣ..." ಅವನ ತೋಳಿಡಿದು ಇನ್ನೊಂದು ಕೋಣೆಗೆ ಕರೆದೊಯ್ದರು. ಅದು ಅವರ ಮಲಗುವ ಕೋಣೆ.

ಪುರಂಧರ, ಫಣೀಂದ್ರರ ಜೊತೆ ಜಲಜ, ಮೀನಾ ಇದ್ದಿದ್ದು ನೋಡಿ ಅವನ ಹುಬ್ಬೇರಿತು. ಆತಂಕ ಅವನ ಕಣ್ಣುಗಳಲ್ಲಿ ಮಿನುಗಿತು.

ಮಂಚದ ಮೇಲೆ ಕೂತ ಪುರುಷೋತ್ತಮ್ ಮಕ್ಕಳಿಗೆ ಕೂರುವಂತೆ ಸನ್ನೆ ಮಾಡಿದರು. ಜಲಜ ಮುಖದಲ್ಲಿ ಬೇಸರವಿದ್ದರೇ, ಮೀನಾ ಕಣ್ಣಲ್ಲಿ ತುಂಟತನ. ಇನ್ನು ಉಳಿದವರ ಮುಖ ಬಿಗಿದುಕೊಂಡಿದ್ದರೂ ಕಣ್ಣುಗಳಲ್ಲಿ ನಿಸ್ಸಹಾಯಕತೆ.

"ಹೇಳ್ತೀರಾ, ಪ್ರಶ್ನೆಗೆ ಉತ್ತರ?" ಎಲ್ಲರತ್ತ ಒಮ್ಮೆ ನೋಟವರಿಸಿದರು. ಎಲ್ಲರ ತಲೆಗಳು ತಗ್ಗಿದವು. ಬಂದ ಕೋಪವನ್ನು ಅದುಮಿಟ್ಟರು. "ನಿಮ್ಮಲ್ಲಿ ಬೌದ್ಧಿಕ ದಾಹವೇ ಇಲ್ಲ. ಸೂರ್ಯ...." ಅವನತ್ತ ತಿರುಗಿದರು. "ಅದೇನು ಪ್ರಶ್ನೆ ಹೇಳು...." ಪುರಂಧರನಿಗೆ ಹೇಳಿದರು. "ದಿ..." ಎಂದು ಶುರು ಮಾಡಿದವನು ನಿಲ್ಲಿಸಿದ. "ದಿ ಫೆದರ್ ಆನ್ ದಿ ಡಾನ್ ಕವಯಿತ್ರಿ ಯಾರು?" ಪುರುಷೋತ್ತಮ್ ಪೂರ್ತಿ ಮಾಡಬೇಕಾಯಿತು.

"ಸರೋಜಿನಿ ನಾಯ್ಡು" ಸೂರ್ಯ ಥಟ್ಟನೇ ಉತ್ತರಿಸಿದ.

"ಪ್ರಪಂಚದಲ್ಲಿ ಅತಿವ್ಯಯದ ಚಿತ್ರ ಯಾವುದು?" ಇಂಟರ್‌ವ್ಯೂನಲ್ಲಿ ಕೇಳಿದ ಅದೇ ಪ್ರಶ್ನೆ. ಎರಡು ನಿಮಿಷ ಯೋಚಿಸಿದ ಸೂರ್ಯ "ರಷ್ಯನ್ ನಿರ್ದೇಶಕ ಸೆರ್ಗೀಯ 'ವಾರ್ ಅಂಡ್ ಪೀಸ್'...". ಪುರುಷೋತ್ತಮ್ ಕಣ್ಣುಗಳಲ್ಲಿ ಅಭಿಮಾನ ಮೂಡಿತು. "ಕರ್ನಾಟಕತ್ವವೆಂದರೆ ಕೇವಲ ದೇಶಾಭಿಮಾನವಲ್ಲ, ಕೇವಲ ಭಾಷಾಭಿಮಾನವಲ್ಲ. ಇವೆಲ್ಲವನ್ನೂ ಮೀರಿದ, ಇವೆಲ್ಲವನ್ನೂ ಒಳಗೊಂಡ ಪರಿಶುದ್ಧ ಭಾವನೆ' ಇದನ್ನು ಹೇಳಿದವರಾರು?". ತಡವರಿಸದೇ ಉತ್ತರಿಸಿದ "ಆಲೂರು ವೆಂಕಟರಾಯರು".

ಮಿಕ್ಕವರ ಕಡೆಗೆ ನೋಟ ಹರಿಸಿದರು. ಒಂದು ಸಲ ಭಾರವಾದ ಉಸಿರುದಬ್ಬಿ ಹೊರಗೆ ಹೋಗಿಬಿಟ್ಟರು.

ಪುರಂಧರನ ತಲೆ ಪೂರ್ತಿ ತಗ್ಗಿತು. ಫಣೀಂದ್ರ ತಮ್ಮನ ಭುಜದ ಮೇಲೆ ಕೈಹಾಕಿದ. "ನಿನಗೆ ಸುಲಭವಾಗಿ ಕೆಲ್ಸ ಸಿಕ್ಕುತ್ತೆ. ಅಪ್ಪ ದೊಡ್ಡ ಅಡ್ವೋಕೇಟ್ ಅನ್ನಿಸ್ಕೊಂಡ್ ಮಾಡಿದ್ದೇನು? ಆರಾಮವಾಗಿ ಯಾವುದಾದ್ರೂ ಕೆಲ್ಸಕ್ಕೆ ಸೇರ್ಕೋ. ಮನೆಗೆ ಒಂದಿಷ್ಟು ಸಹಾಯವಾಗುತ್ತೆ. ಉರುಳು ಹಾಕ್ಕೊಂಡ್ ಪ್ರಾಣ ಬೇಕಾದ್ರೂ ಬಿಟ್ಟೇನು. ಅಂತಿಂಥ ಕೆಲ್ಸಕ್ಕೆ ನಾನು ಹೋಗೋಲ್ಲ" ಹೊರಗೆ ಬಂದ.

ಆಮೇಲೆ ಮೀನಾ ವಿವರಿಸಿದಾಗಲೇ ವಿಷಯ ಗೊತ್ತಾಗಿದ್ದು. ಸೂರ್ಯ ವಿಲಿವಿಲಿ ಒದ್ದಾಡಿದ.

ನಾಲ್ಕು ತಿಂಗಳ ಹಿಂದೆ ಒಂದುದಿನ ಪುರುಷೋತ್ತಮ್ "ಪುರಂಧರನ ಓಕೇ ಮಿಲ್‌ಗೆ ಕಳ್ಸು. ತೀರಾ ಹಳೇ ಸ್ನೇಹ. ಒಂದ್ಕೆಲ್ಸ ಕೊಡ್ತಾರೆ" ಹೆಂಡತಿಗೆ ಹೇಳಿದ್ದರು. ಮಗನ ಬಗ್ಗೆ ಮುತುವರ್ಜಿ ವಹಿಸಿದ್ದಕ್ಕೆ ಸಂತೋಷ. ಅವನ ಪ್ರತಿಕ್ರಿಯೆ ಹೇಗಿರುತ್ತದೆಯೋ ಎನ್ನುವ ಹೆದರಿಕೆ.

"ಏನು ಕೆಲ್ಸವಂತೆ?" ಆಕೆಯೇ ಕೇಳಿಬಿಟ್ಟರು.

ಪುರುಷೋತ್ತಮ್ ತುಟಿಯಂಚಿನಲ್ಲಿ ನಗು "ಹೆಚ್ಚು ಜವಾಬ್ದಾರಿ ಇಲ್ಲ. ಕೆಲ್ಸ ಕೊಡೂಂತ ಹೇಳಿದ್ದೀನಿ. ಅದಕ್ಕೆ ಅವ್ನು ಲಾಯಕ್ಕಾದವನಲ್ಲ" ಅವರೆದೆಯಲ್ಲಿನ ನೋವು ಸ್ವರದಲ್ಲಿ ಮಿನುಗಿತು.

ವೈದೇಹಿ ಕಷ್ಟದಿಂದ ನುಂಗಿಕೊಂಡರು. ಅವನು ಅಂಥವನೇ. ಉಡಾಫೆಯ ಮಾತುಗಳನ್ನಾಡುತ್ತಿದ್ದನೇ ವಿನಾ ತನಗೆ ಇಷ್ಟು ವಯಸ್ಸಾಗಿದೆಯಲ್ಲ, ಕೂತು ಅನ್ನ ತಿನ್ನುತ್ತಿದ್ದೇನೆ, ಮನೆಯಲ್ಲಿ ಇಷ್ಟೊಂದು ಸಮಸ್ಯೆಗಳಿವೆಯಲ್ಲ ಎಂದು ಒಮ್ಮೆ ಕೂಡ ಅವನು ಯೋಚಿಸಿದ್ದಾನೆಂದುಕೊಳ್ಳುವುದು ಆಕೆಗೆ ಸಾಧ್ಯವಿಲ್ಲ.

"ಹೇಳ್ತೀನಿ..." ಎಂದರು.

ಮಧ್ಯಾಹ್ನ ಊಟಕ್ಕೆ ಕೂತಾಗ ಹೇಳಿದರು "ನಿಮ್ಮಪ್ಪ ಓಕೇ ಮಿಲ್‌ಗೆ ಹೋಗಿಬರೋಕೆ ಹೇಳಿದ್ದಾರೆ. ದೀಪಕ್ ಷಾ ಗೊತ್ತಿದ್ದವರೇ. ಯಾವುದಾದ್ರೂ ಕೆಲ್ಸ ಕೊಡ್ತಾರೆ. ಇನ್ನು ಅಲೆದಿದ್ದು ಸಾಕು"

ಅಂತಹ ಉತ್ಸಾಹವೇನೂ ತೋರದ ಅವನು ತಾಯಿಯ ಕೈಯಲ್ಲಿನ ಪಾತ್ರೆಯ ಹುಳಿಯನ್ನೆಲ್ಲ ತಟ್ಟೆಗೆ ಸುರಿದುಕೊಂಡ.

ಅನ್ನ ಕಲೆಸುತ್ತಿದ್ದ ಮೀನಾ "ಬಕಾಸುರ ಕಣೋ. ಇರೋ ಹುಳಿ ನೀನು ಸುರಿದುಕೊಂಡ್ಬಿಟ್ಟೆ. ಇನ್ನು ಅಮ್ಮಂದು, ಸೂರ್ಯಣ್ಣಂದು ಊಟ ಆಗಿಲ್ಲ. ತಿನ್ನೋಕು ಇತಿಮಿತಿ ಬೇಡ್ವಾ! ಅಪ್ಪ ಅಂಥವ್ರು ಒಂದು ಸೌಟು ಹುಳಿಯಲ್ಲಿ ಊಟ ಮುಗ್ಸಿ ಎದ್ದುಹೋಗ್ತಾರೆ" ಎಂದಳು.

ವೈದೇಹಿಗೆ ಕಸಿವಿಸಿಯಾಯಿತು. "ಸಾಕು ಸುಮ್ನಿರು, ಮತ್ತೆ ಮಾಡಿದ್ರಾಯ್ತು. ಊಟದ ಮಧ್ಯೆ ಮಾತು ಬೇಡಾಂತ ಎಷ್ಟು ಸಲ ಹೇಳಿಲ್ಲ" ಗದರಿ ಬಾಯಿ ಮುಚ್ಚಿಸಿದರು.

ಅಂಥ ಮಾತುಗಳನ್ನು ಮನಸ್ಸಿಗೆ ಹಚ್ಚಿಕೊಳ್ಳುವಂಥ ಸ್ವಾಭಿಮಾನಿಯಲ್ಲ. ಪುರಂಧರ, ಫಣೀಂದ್ರನ ಮಾತಿನ ದಿಕ್ಕು ಬದಲಾದುದರಿಂದ ಎದ್ದು ಹೋದರು. ಆದರೆ ಅವನು ಓಕೇ ಮಿಲ್‌ಗೆ ಹೋಗಲೇ ಇಲ್ಲ.

ಎರಡು ಮೂರು ದಿನದ ನಂತರ ಜ್ಞಾಪಿಸಿಕೊಂಡು ಹೆಂಡತಿಯನ್ನು ಕೇಳಿದರು "ಪುರಂಧರನಿಗೆ ದೀಪಕ್ ಷಾ ನೋಡೋಕೆ ಹೇಳಿದ್ಯಾ?". ಆಕೆ ಮೌನ ವಹಿಸಿದರು. ಅರ್ಥಮಾಡಿಕೊಂಡಂತೆ ನಿಟ್ಟುಸಿರು ಚೆಲ್ಲಿದರು.

"ಓದ್ಬೇಕು, ಅದರಲ್ಲಿ ಸಿಕ್ಕೋ ತೃಪ್ತೀನ ಅನುಭವಿಸ್ಬೇಕು ಅನ್ನೋದು ಇರ್ಲಿಲ್ಲ. ಈಗ ಕೆಲ್ಸದಲ್ಲಿ ಆನಂದ ಕಾಣೋಕು ಸಮ್ಮತವಿಲ್ಲ. ಇಂಥವ್ರ ಹುಟ್ಟು, ಬದ್ಕು ಭೂಮಿಗೆ ಭಾರ ಅಷ್ಟೇ. ಭೂಮಿಯ ಮೇಲೆ ಹುಟ್ಟೋ ಪ್ರತಿಯೊಂದೂ ಪ್ರಯೋಜನಕರವೇ..." ಎಂದವರು "ತಲೆ ಕೆಡಿಸ್ಕೋಬೇಡ, ಮುಂದೆ ಬದಲಾಗಬಹುದು" ಅಂದು ಹೆಂಡತಿಯನ್ನು

ಸಂತೈಸಿದರು.

ಅಂಥ ಸಂದರ್ಭಗಳಲ್ಲಿ ಗಂಡನ ಎತ್ತರಕ್ಕೆ ತಾವುಗಳು ಏರಲಾರೆವೇನೋ ಎಂದು ಹಪಹಪಿಸಿದರು.

* * *

ಅಂದು ಕೋರ್ಟಿಗೆ ಹೊರಡುವ ಮುನ್ನ ವೈದೇಹಿ ಬಂದು ಜ್ಞಾಪಿಸಿದರು "ನಾಳೆ ಸುಬ್ರಾಯನ ಷಷ್ಠಿ...". ತಲೆದೂಗಿದರು "ಆಯ್ತು, ಬ್ರಾಹ್ಮಣನಿಗೆ ಊಟ ಹಾಕಬೇಕು ತಾನೇ? ನಾನು ಕರ್ಕೊಂಡ್ಬರ್ತೀನಿ ಬಿಡು" ಆಶ್ವಾಸನೆ ನೀಡಿದರು.

ಇದು ಅವರ ತಾತನಕಾಲದಿಂದಲೂ ನಡೆದುಬಂದ ಪದ್ಧತಿ. ನಿಯಮ ನಿಷ್ಠೆಯಿಂದ ಆಚರಿಸಿಕೊಂಡು ಬರುತ್ತಿದ್ದರು.

ಮಾರನೆಯು ದಿನ ಈಚೆಗೆ ಅವರಲ್ಲಿ ಬಂದು ಜೂನಿಯರ್ ಆಗಿ ಸೇರಿಕೊಂಡ ಸೋಮನಾಥನನ್ನು ಕರೆದರು. ಅವನ ಜಾತಿ ಅವರಿಗೂ ಕೂಡ ಗೊತ್ತಿರಲಿಲ್ಲ. ಅವಕಾಶವಿದ್ದರೂ ಗಮನಿಸಿರಲಿಲ್ಲ. ಅದು ಅವರಿಗೆ ಬೇಕಾಗಿರಲಿಲ್ಲ. ಜಾತಿ ಲಾಬಿಗಳೆಂದರೆ ಉರಿದುಬೀಳುತ್ತಿದ್ದರು.

ರಂಗೋಲಿ ಹಾಕಿ ದೀಪ ಹಚ್ಚಿಟ್ಟಿದ್ದರು ಎಲೆಯ ಮುಂದೆ. ಸೋಮನಾಥನ ಮೈ ಕಂಪಿಸಿತು. ಒಂದು ರೀತಿಯ ಬಂಡಾಯ ಪ್ರವೃತ್ತಿ ಅವನಲ್ಲಿದ್ದರೂ ಹೆದರಿಬಿಟ್ಟ.

"ಸರ್, ಇದೆಲ್ಲ... ಏನು?" ಎಲೆಯತ್ತ ಒಂದು ಹೆಜ್ಜೆ ಸರಿಯಲಿಲ್ಲ. "ಅಂಥದ್ದೇನಿಲ್ಲ, ಇದು ಹಿಂದಿನಿಂದ ನಡೆದುಬಂದ ಪದ್ಧತಿ. ಸುಬ್ರಾಯ ಷಷ್ಠೀಯ ದಿನ ಒಬ್ಬ ಉತ್ತಮ ಬ್ರಾಹ್ಮಣ ಬ್ರಹ್ಮಚಾರಿಯನ್ನು ಕರೆದು ಊಟಹಾಕಿ ಉಪಚರಿಸೋದು. ಕೂತ್ಕೋ...." ಎಂದರು ಸಹಜವಾಗಿ.

ಸೋಮನಾಥ ಬೆವತುಬಿಟ್ಟ.

"ಸರ್, ನಾನು ಬ್ರಾಹ್ಮಣ ಅಲ್ಲ!" ಉಗುಳು ನುಂಗಿದ.

"ಹುಟ್ಟಿನಿಂದ ಬ್ರಾಹ್ಮಣನೆನಿಸಿಕೊಳ್ಳುವುದಕ್ಕಿಂತ, ಕರ್ಮದಿಂದ ಬ್ರಾಹ್ಮಣತ್ವ ಪಡೆದವನೇ ನಿಜವಾದ ಬ್ರಾಹ್ಮಣ. ಕೂತ್ಕೊಂಡ್ ಊಟಮಾಡು" ಎಂದರು.

ಸೋಮನಾಥ ಬೆರಗಾಗಿಬಿಟ್ಟ.

ಯೂನಿವರ್ಸಿಟಿಯಲ್ಲಿದ್ದಾಗ ವೇದಿಕೆ ಹತ್ತಿ ಗಂಟೆಗಟ್ಟಲೆ ಜಾತಿಪದ್ಧತಿಯ ಬಗ್ಗೆ ರೋಷಕಾರುವ ಜನ ಮನೆಗೆ ಹೋದಾಗ ವೈಯಕ್ತಿಕವಾಗಿ ಹೇಗೆ ನಡೆಸಿಕೊಳ್ಳುವರೆಂಬುದನ್ನು ಅನುಭವದಿಂದ ಬಲ್ಲ. ನಡೆನುಡಿ ಒಂದಾಗಿರುವ ಪುರುಷೋತ್ತಮ್ ಕಾಲಿಗೆರಗಿ ನಮಸ್ಕರಿಸಿಬಿಟ್ಟ.

ಹುಟ್ಟಿನಿಂದಲೇ ಒಂದು ವರ್ಗವನ್ನು ದ್ವೇಷಿಸುತ್ತ ಬೆಳೆದವನ ಹೃದಯದಲ್ಲಿ ಅಮೃತ ಉಕ್ಕಿದಂತಾಯಿತು.

ವೈದೇಹಿ ತೆಪ್ಪಗೆ ಬಡಿಸಿದರು. ಇನ್ನು ಮಿಕ್ಕವರಿಗೆ ಇದರ ಉಸಾಬರಿ ಬೇಡ. ಜಲಜಾನೇ ಸ್ವಲ್ಪ ದುಸುದುಸು ಎಂದಿದ್ದು ಹಿಂದೆ.

ಅಷ್ಟೇ ಆತ್ಮೀಯವಾಗಿ ಕಂಡಿದ್ದು ಸೂರ್ಯನೊಬ್ಬನೇ.

ಈ ಪ್ರಕರಣವನ್ನು ಮುಂದಿಟ್ಟುಕೊಂಡು ಮರುದಿನ ಪುರಂಧರ "ಅಪ್ಪನ ಆದರ್ಶವಾದ ನಡುಮನೆಯಿಂದ ಅಡುಗೆಮನೆಯವರೆಗೂ ಹಬ್ಬಿಬಿಟ್ಟಿತು" ಮಲಗಿದ್ದ ವೈದೇಹಿಯವರ ಮುಂದೆ ಅಂದುಬಿಟ್ಟ. ಆಕೆಗೆ ಸುಮ್ಮನಿರಲಾಗಲಿಲ್ಲ. ಆಕೆಯ ಮನದಲ್ಲಿನ ಕಹಿ ಭುಸುಗುಟ್ಟಿತು.

"ಇಂಥ ಮಾತುಗಳ್ನ ಅಂದ್ಕೊಂಡ್ ಕಾಲ ಕಳೆಯೋದ್ಬಿಟ್ಟು ಯಾವುದಾದ್ರೂ ಕೆಲಸ ಹುಡುಕಿಕೋಬಾರ್ದು! ಕೂತು ತಿನ್ನೋ ಅನ್ನ ಹೇಗೆ ಮೈಗೆ ಹತ್ತುತ್ತೆ?" ಅಂದೇಬಿಟ್ಟರು.

ಪುರಂಧರ ಅವಾಕ್ಕಾದ. ಐದು ನಿಮಿಷ ಅವನ ಬಾಯಿಂದ ಮಾತುಗಳೇ ಹೊರಡಲಿಲ್ಲ. ರೋಷದಿಂದ ಹೊರಗೆ ಹೋಗಿಬಿಟ್ಟವನು ಮೂರು ದಿನ ಮನೆಗೆ ಬರಲಿಲ್ಲ.

ಸೂರ್ಯ, ಫಣೀಂದ್ರ ಹುಡುಕದ ಕಡೆ ಇಲ್ಲ. ಹೆಚ್ಚು ಮಾತಾಡದಿದ್ದರೂ ಪುರುಷೋತ್ತಮ್ ಮನದಲ್ಲಿ ಎಷ್ಟೊಂದು ನೋವು ಅನುಭವಿಸುತ್ತಿದ್ದಾರೆಂದು ಸೂರ್ಯನಿಗೆ ಗೊತ್ತು.

ನಾಲ್ಕನೆಯ ಬೆಳಿಗ್ಗೆ ಸೂರ್ಯ ಕಾಫಿ ಹಿಡಿದುಬಂದ. ಇಡೀ ರಾತ್ರಿ ಯಾವುದೋ ಕೇಸ್‌ನ ಫೈಲು ಹಿಡಿದು ಕೂತ ಪುರುಷೋತ್ತಮ್ ಮಲಗುವ ಕೋಣೆಗೆ ಹೋಗಿರಲಿಲ್ಲ. ಅದಕ್ಕೆ ಇನ್ನೊಂದು ಕಾರಣವೂ ಇತ್ತು. ಹೆಂಡತಿ ತನ್ನನ್ನ ಅಪರಾಧಿ ಸ್ಥಾನದಲ್ಲಿ ನಿಲ್ಲಿಸಿ ನೋಡಬಹುದೆಂಬ ಭಯ. ಯಾವುದೇ ಅನ್ಯಾಯ ಕಂಡರೂ ಪ್ರತಿಭಟಿಸುವ ಅವರ ಮನ ಸ್ತಬ್ಧಗೊಂಡಿತ್ತು.

ಸೂರ್ಯನತ್ತ ನೋಡಿದವರು "ಇದರಲ್ಲಿ ನನ್ನ ತಪ್ಪೆಷ್ಟು? ನಾನು ಅಪರಾಧಿ ಬಾಕ್ಸ್‌ನಲ್ಲಿ ನಿಲ್ಲಲು ಸಿದ್ಧ." ಅವನು ಅಡ್ಡಡ್ಡ ತಲೆಯಾಡಿಸಿಬಿಟ್ಟ. "ನಿಮ್ಮ ತಪ್ಪೇನೂ ಇಲ್ಲ. ಪುರಂಧರಣ್ಣನ ರೀತಿ ಯೋಚಿಸೋ ಜನರ ಬದುಕು ಒಂದು ರೀತಿ ಕವಲುದಾರಿ. ನೀವು ಕಾಫಿ ಕುಡೀರಿ" ಲೋಟ ಅವರ ಕೈಗೆ ಕೊಟ್ಟ. ಹರ್ಷಚಿತ್ತರಾದರು. ದೊಡ್ಡ ಕೇಸ್ ಗೆದ್ದಂಥ ಸಂತಸ.

ಎರಡು ಗುಟುಕು ಕುಡಿದ ನಂತರವೇ ಕೇಳಿದ್ದು "ನಿಮ್ಮಮ್ಮ ಏನ್ಮಾಡ್ತಾ ಇದ್ದಾಳೆ?" ತಾಯಿ ಹೃದಯದ ನೋವು ಅವರಿಗೆ ಗೊತ್ತು. "ಜಲಜಾ ತಲೆಗೆ ಎಣ್ಣೆ ಹಚ್ಚುತ್ತಾ ಇದ್ದಾಳೆ" ಹೊರಹೋದ.

ಆಮೇಲೆ ಐದೇ ನಿಮಿಷಕ್ಕೆ ಸೂರ್ಯ ಹಿಂದಕ್ಕೆ ಬಂದ "ಪುರಂಧರಣ್ಣ ಬಂದಿದ್ದಾನೆ." ಒಮ್ಮೆ ಸೂರ್ಯನನ್ನು ನಿಟ್ಟಿಸಿದವರು ಕೇಸ್ ಫೈಲನ್ನು ತೆರೆದುಕೊಂಡರು.

ಅರ್ಥಮಾಡಿಕೊಂಡ ಸೂರ್ಯ ಹೊರಗೆ ಬಂದ. ಪುರಂಧರನ ಜೊತೆ ಒಬ್ಬ ಯುವತಿಯು ಬಂದಿದ್ದಳು. ಸಾಧಾರಣ ರೂಪು, ಅವನಿಗಿಂತ ಒಂದೆರಡು ವರ್ಷ ದೊಡ್ಡವಳು ಇರಬಹುದು.

"ನಮ್ಮ ಮದ್ವೆ ಆಯ್ತು, ಇವ್ಳು ನನ್ನ ಹೆಂಡ್ತಿ" ಅವನೇ ಹೇಳಿದ. ವೈದೇಹಿಗೆ ಮಾತನಾಡಲಾಗಲಿಲ್ಲ. "ಆಹಾ...." ಎಂದರಷ್ಟೆ. ಜಲಜ ಎದ್ದುಹೋದಳು.

ಆ ಯುವತೀನೇ ಎಲ್ಲಾ ಹೇಳಿಕೊಂಡಳು. ಹಿಂದಿನ ದಿನ ಬಾಲಾಜಿ ಟೆಂಪಲ್‌ನಲ್ಲಿ ಹಾರಗಳನ್ನು ಬದಲಿಸುವ ಮೂಲಕ ಮದುವೆಯಾದರಂತೆ. ಅವರ ಮನೆಯಲ್ಲಿ ಅವಳು, ಅವಳ ತಾಯಿ ಮಾತ್ರ ಇರುವುದಾಗಿ ಹೇಳಿದಳು. ಗೌರ್ನಮೆಂಟ್ ಸ್ಕೂಲ್‌ನಲ್ಲಿ ಟೀಚರ್. ಅವಳ ಮಾತಿನಿಂದ ಇನ್ನು ಮೇಲೆ ಪುರಂಧರ ಅವಳ ಮನೆಯಲ್ಲಿಯೇ ಉಳಿಯುತ್ತಾನೆಂದು ಗೊತ್ತಾಯಿತು.

ಕಷ್ಟಪಟ್ಟು ಕಂಬನಿಯನ್ನು ತಡೆದರು ವೈದೇಹಿ. ಬಾಳಿಬದುಕಿದ ಸಂಪ್ರದಾಯಸ್ಥ ಮನೆ. ಮನೆತನದಲ್ಲಿ ಶ್ರೀಮಂತಿಕೆ ತುಂಬಿ ತುಳುಕುತ್ತಿದ್ದರೂ ಸಮಾಜದಲ್ಲಿ ಅವರದೇ ಆದ ಘನತೆ ಗಾಂಭೀರ್ಯವಿತ್ತು.

ಇವತ್ತು ನೂರು ಜನ ಹೆದರುವಂಥ ಸಿಂಹದಂಥ ವ್ಯಕ್ತಿತ್ವ ಪುರುಷೋತ್ತಮ್‌ದು. ನ್ಯಾಯಕ್ಕೆ ಇನ್ನೊಂದು ಮುಖವೆನ್ನುವಂತೆ ನಡೆದುಕೊಳ್ಳುತ್ತಿದ್ದರು.

"ಇಲ್ಲಿಗೆ ಬರೋ ಅಗತ್ಯವೇನಿತ್ತು?" ಫಣೀಂದ್ರ ಮುಖ ತಿರುಗಿಸಿಕೊಂಡು ಎದ್ದುಹೋದ. ಆಗ ಸೂರ್ಯ "ಮೀನಾ, ಜಲಜಕ್ಕನ ಹತ್ರ ಕಾಫಿ ಇಸ್ಕೊಂಡ್ಬಾ...." ಅವಳನ್ನು ಒಳಗೆ ಕಳುಹಿಸಿದ.

ಅವರಿಬ್ಬರಿಗಿಂತ ಇವನು ಮೆದು ಎನ್ನುವುದು ಎಲ್ಲರ ಅಭಿಪ್ರಾಯ.

"ಕೂತ್ಕೊಳ್ಳಿ...." ಚೇರ್‌ನತ್ತ ಕೈತೋರಿಸಿದ. ಇಷ್ಟು ಹೊತ್ತು ನಿಂತೇ ಹೇಳಿದ್ದಳು. "ಸದ್ಯಕ್ಕೆ ನೀವೇ ಪರ್ವಾಗಿಲ್ಲ" ಎನ್ನುತ್ತ ಕೂತಳು. ಪುರಂಧರ ತನ್ನ ಕೋಣೆಗೆ ಹೋದ.

ಕಾಫೀ ತರುವ ವೇಳೆಗೆ ಅವನ ಬಟ್ಟೆ-ಬರೆಗಳನ್ನು ಸೂಟ್‌ಕೇಸ್‌ಗೆ ಹಾಕಿಕೊಂಡು ಬಂದ. ಕಲ್ಲಿನಂತೆ ಕೂತಿದ್ದರು ವೈದೇಹಿ.

ಅಡುಗೆಮನೆಯ ಮೂಲೆಯಲ್ಲಿ ಜಲಜ ಕೂತಳೇ ವಿನಾ, ಕಾಫೀ ಮಾಡಿಕೊಂಡು ಬರಲಿಲ್ಲ. ಹೋದ ಮೀನಾ ಹಿಂದಕ್ಕೆ ಬಂದುಕೂತಳು.

ಒಳಗೆ ಹೋದ ಸೂರ್ಯ ಕಾಫಿಯ ಜೊತೆ ಬಿಸ್ಕತ್‌ಗಳನ್ನು ತಂದ.

"ತಗೊಳ್ಳಿ...." ಅವರ ಮುಂದಿಟ್ಟು ಪುರಂಧರನಿಗೆ ಹೇಳಿದ "ಅಪ್ಪ ಆಫೀಸ್ ರೂಂನಲ್ಲಿದ್ದಾರೆ. ಅತ್ತಿಗೇನ ಕರ್ಕೊಂಡ್ಹೋಗಿ ಪರಿಚಯಿಸು." ಯಾವುದೇ ಅನಾಹುತ ನಡೆದಂತೆ ಗಲಿಬಿಲಿಗೊಳ್ಳದೆ ಸಾವಕಾಶದಿಂದ ಹೇಳಿದ.

ಪುರಂಧರನ ಧೈರ್ಯ ಕುಸಿಯಿತು. ಮುಖ ಬಿಳುಚಿಕೊಂಡು ಗಂಟಲೊಣಗಿತು. ಅಂದು, ಅವನು ಹೈಸ್ಕೂಲು ಓದುತ್ತಿದ್ದ ದಿನಗಳು. ಯಾವುದೋ ಹುಡುಗಿಗೆ

ಪ್ರೇಮಪತ್ರ ಬರೆದಿದ್ದ.

ಅವರು ನೇರವಾಗಿ ತಂದು ಅವನ ಅಪ್ಪನ ಕೈಗೆ ಕೊಟ್ಟರು.

"ನಮ್ಮ ಹುಡ್ಗಿ ಇನ್ನೂ ಟೀನೇಜ್. ಅವಳು ಶಾಲೆಗೆ ಹೋಗೋದು ಕಲಿಯೋಕೆ. ಅವಳ ಮೂಡ್, ಭವಿಷ್ಯನ ಹಾಳುಮಾಡೋಂಥ ಕೆಲಸ ನಿಮ್ಮ ಮಗ ಮಾಡಿದ್ದಾನೆ" ನ್ಯಾಯ ಇವರಲ್ಲಿಯೇ ಯಾಚಿಸಿದರು.

ಆ ಹುಡುಗಿಯನ್ನು ಎರಡು ಪ್ರಶ್ನೆ ಕೇಳಿ ಕಳಿಸಿದವರು ಮಗನನ್ನು ಕರೆದು ಗೋಡೆಗೆ ನೇತುಹಾಕಿದ್ದ ಚಾವಟಿಯನ್ನು ತಗೊಂಡು ಎಣಿಸಿದಂತೆ ಹತ್ತು ಬಾರಿಸಿದ್ದರು.

"ನನ್ನ ಮುತ್ತಾತ ಊರಿಗೆ ದೊಡ್ಡವರು. ನ್ಯಾಯ ಕೇಳಲು ಜನ ಅವರಲ್ಲಿಗೆ ಬರ್ತಾ ಇದ್ದರಂತೆ. ಆಗ ಕೋರ್ಟು-ಕಚೇರಿಯ ಹಾವಳಿ ಇರಲಿಲ್ಲ. ತಾವೇ ಕೈಯ್ಯಾರೆ ಶಿಕ್ಷೆ ವಿಧಿಸ್ತಾ ಇದ್ದರಂತೆ. ಇವತ್ತು ನಿಂಗೆ ಇದೇ ಸಾಕು ಅನ್ನಿಸುತ್ತೆ."

ನಾಲ್ಕು ದಿನ ಮೇಲೆದ್ದಿರಲಿಲ್ಲ ಪುರಂಧರ. ಅಪ್ಪ ಕೈಯೆತ್ತಿದರೆ ಆ ಮನೆಯಲ್ಲಿ ಬಿಡಿಸಿಕೊಳ್ಳಲು ಯಾರೂ ಬರುವುದಿಲ್ಲವೆಂದು ಅವನಿಗೆ ಗೊತ್ತು. ಈಗಲೂ ಆ ಕೊರಟಿನ ಚಾಟಿಯನ್ನು ಅವರ ಆಫೀಸ್ ಕೋಣೆಯಲ್ಲಿಯೇ ನೇತುಹಾಕಿದ್ದರು. ಆಮೇಲೆ ಎಂದೂ ಅದನ್ನು ಉಪಯೋಗಿಸಿರಲಿಲ್ಲ.

"ಈಗೇನು ಬೇಡ. ಇನ್ನೊಂದ್ಸಲ ಬರ್ತೀನಿ" ಎಂದ ಪುರಂಧರ.

ಸೂರ್ಯ ಅವನನ್ನು ಹೊರಗೆ ಕರೆದೊಯ್ದು "ನೀನು ಈಗ ಅಪ್ಪನನ್ನು ನೋಡದೇ ಹೋದರೆ ಸರಿಹೋಗೋಲ್ಲ. ಎಷ್ಟು ಸರಳತನವೋ ಅಷ್ಟೇ ಹಠ ಅನ್ನೋ ವಿಷ್ಯ ನಿಂಗೆ ಗೊತ್ತು. ಪೂರ್ತಿ ನಿನ್ನ ಪಾಲಿಗೆ ಇಲ್ಲವಾಗಿಬಿಡ್ತಾರೆ. ಹೋಗಿ ಮಾತಾಡ್ಸು. ಅತ್ತಿಗೇನ ಪರಿಚಯಿಸಿ ಆಶೀರ್ವಾದ ತಗೋ" ಬಲವಂತ ಮಾಡಿದ.

ಅವನಿಗೂ ಅಂಥ ಮನಸ್ಸಿತ್ತು. ಯಾವುದೋ ಆವೇಶಕ್ಕೆ ಒಳಗಾಗಿ ಮದುವೆಯಾಗಿಬಿಟ್ಟಿದ್ದ. ಅವನ ತಪ್ಪಿನ ಅರಿವಾಗಿತ್ತು. ಜಲಜ ಅಂಥ ಮದುವೆಯಾಗದ ಹೆಣ್ಣನ್ನು ಮನೆಯಲ್ಲಿಟ್ಟುಕೊಂಡು ಯಾರೂ ಮದುವೆಯ ಯೋಚನೆ ಮಾಡುವಂತಿರಲಿಲ್ಲ.

"ಸೂರ್ಯ...." ತಮ್ಮನ ಕೈಹಿಡಿದುಕೊಂಡ. ಅವನು ನಸುನಕ್ಕ "ಅವ್ರ ಧೀಮಂತಿಕೆಯ ಎತ್ತರ ನಾವು ಏರಲಾರೆವು. ಏನೂ ಆಗೋಲ್ಲ" ಮತ್ತಷ್ಟು ಹೇಳಿದ.

ಕಡೆಗೆ ಅವರಿಬ್ಬರನ್ನು ಅವನೇ ತಂದೆಯ ಕೋಣೆಗೆ ಕರೆದೊಯ್ದ. ಏನೋ ನೋಟ್ ಮಾಡುತ್ತಿದ್ದವರು ತಲೆಯೆತ್ತಲಿಲ್ಲ. ಉತ್ಪ್ರೇಕ್ಷೆಯಲ್ಲ, ಅದು ಅವರ ಸ್ವಭಾವ.

ತೀರಾ ಸನಿಹಕ್ಕೆ ಹೋದ ಸೂರ್ಯ ಮೃದುಸ್ವರದಲ್ಲಿ ಉಸುರಿದ. ತಲೆದೂಗಿದವರು ನೋಟ ಅವರುಗಳತ್ತ ಹರಿಸಿದರು "ಕೂತ್ಕೊಳ್ಳಿ...." ಕಕ್ಷಿಗಾರರು ಕೂರುತ್ತಿದ್ದ ಸೀಟುಗಳಲ್ಲಿ ಕೂತರು.

"ನನ್ನ ಹೆಸರು ಸ್ವರ್ಣಲತಾ....." ಅವಳೇ ಹೇಳಿದಳು. "ಸ್ಕೂಲಿನಲ್ಲಿ

ಟೀಚರಾಗಿದ್ದೀನಿ. ನಮ್ಮ ಮದ್ವೆ ಆಯ್ತು" ತೀರಾ ಸಹಜವಾಗಿ, ಅಷ್ಟೇ ಸರಳವಾಗಿ ಹೇಳಿದಳು.

"ಸಂತೋಷ..." ಅಷ್ಟೇ ಹೇಳಿದ್ದು.

ತೀರಾ ದಿಟ್ಟವಾದ ಹೆಣ್ಣೇ. ಆದರೂ ಯಾಕೋ ಅವರ ಕಣ್ಣುಗಳಲ್ಲಿನ ತೀಕ್ಷ್ಣತೆಗೆ ಬೆದರಿದಳು. ಕಟುವಾಗಿ ಹೋದ ಅವಳ ಮುಖದಲ್ಲೂ ಒಂದು ತರಹ ಸಂಕೋಚ ಮೂಡಿತು.

ಕಣ್ಣಲ್ಲಿ ಕಂಬನಿ ತುಂಬಿಕೊಂಡಳು "ಯಾರೂ ನಿಂತು, ನೋಡಿ ಮದ್ವೆ ಮಾಡೋರು ಇರ್ಲಿಲ್ಲ. ಮತ್ತೇನು ಮಾಡ್ಲಿ ಹೇಳಿ ಸಾರ್? ಒಂಟಿಯಾಗಿ ಈ ಸಮಾಜದಲ್ಲಿ ಬದುಕೋಕೆ ಸಾಧ್ಯನಾ? ಹರಿತವಾದ ನಾಲಿಗೆಯಲ್ಲೇ ಕೊಲೆಮಾಡಿಬಿಡ್ತಾರೆ" ಹಿಂಜರಿಯದೇ ಉಸುರಿದಳು.

ಮುಗುಳ್ನಗುತ್ತ ಹತ್ತಿರ ಬಂದವರು "ನಿಂಗೆ ಸಮಾಜನ ಎದುರಿಸೋ ಗಟ್ಸ್ ಜೊತೆ ಬುದ್ಧಿವಂತಿಕೆಯೂ ಇದೆ. ಕನ್ವಿನಿಯನ್ಸ್‌ಗೋಸ್ಕರ ಆದ ಮದುವೆ. ಅವನಿಗೆ ಕೆಲಸ ಇಲ್ಲ. ನಿಂಗೆ ಕೆಲಸ ಇದೆ. ಒಂದು ರೀತಿಯ ಅಡ್ಜಸ್ಟ್‌ಮೆಂಟ್. ಗುಡ್, ಒಳ್ಳೇದಾಗ್ಲೀ..." ಬಳಸಿದ ಪದ ಅಷ್ಟೊಂದು ತೀಕ್ಷ್ಣವಾಗಿಲ್ಲದಿದ್ದರೂ ಮನಃಪೂರ್ವಕವಾದ ಆಶೀರ್ವಾದವೇ.

ಬಿಳುಪಿಗೆ ತಿರುಗಿದ ಪುರಂಧರ ಮುಖದ ಬಣ್ಣ ಇನ್ನೂ ಮೊದಲಿನ ವರ್ಣಕ್ಕೆ ಹಿಂದಿರುಗಿರಲಿಲ್ಲ.

"ಬರ್ತೀವಿ ಸಾರ್....." ಎಂದಳು ಸ್ವರ್ಣಲತ.

ಅಂದರೆ ಇಬ್ಬರೂ ಹೊರಡುವ ಸೂಚನೆಯೆನಿಸಿತು. ಇಲ್ಲಿ ನ್ಯಾಯ ಅನ್ಯಾಯಗಳ ತೀರ್ಮಾನ ಬೇಡವೆನಿಸಿತು.

"ಊಟ ಮಾಡ್ಕೊಂಡ್ಹೋಗಿ" ತಮ್ಮ ಸೀಟ್‌ಗೆ ಹೋಗಿ ಕೂತುಬಿಟ್ಟರು.

ಮರೆತಂತೆ ಕೇಸ್‌ನ ಫೈಲ್‌ನಲ್ಲಿ ಮನ ನೆಡಲು ಅವರಿಂದಾಗಲಿಲ್ಲ. ಇದೊಂದು ಅಪರೂಪವೇ. ಜಲಜ ಹಿಂದಿನ ಒಂದು ಗಂಡು ಮಗು ಗಂಟಲಲ್ಲಿ ರೂಪಾಯಿ ನಾಣ್ಯ ಹಾಕಿಕೊಂಡು ಡಾಕ್ಟರ್ ಬಳಿ ಕೊಂಡೊಯ್ಯುವ ಮುನ್ನ ಪ್ರಾಣಬಿಟ್ಟಿತ್ತು.

ಅಂದು ಕೂಡ ವಿಚಲಿತರಾಗಿರಲಿಲ್ಲ. ಕೋರ್ಟಿಗೆ ಹೋಗಿದ್ದರು. ಅಂತಹ ಪವಿತ್ರಭಾವ, ನಿಷ್ಠೆ ಅವರಿಗೆ ತನ್ನ ಪ್ರೊಫೆಷನ್‌ನಲ್ಲಿ. ಕೇಸುಗಳನ್ನ ಬಹಳಷ್ಟು ಕಾಲ ಎಳೆದಾಡಿ ಕಕ್ಷಿಗಾರರಿಂದ ಹಣ ಸೆಳೆಯುವ ತಂತ್ರವನ್ನು ಅವರು ವಿರೋಧಿಸುತ್ತಿದ್ದರು.

ಆದರೆ ಕೋರ್ಟಿಗೆ ಹೊರಡುವ ವೇಳೆಗೆ ಹೊರಗೆಬಂದರು. ಜೂನಿಯರ್ಸ್‌ನೊಂದಿಗೆ ಏನೋ ಮಾತಾಡುತ್ತಿದ್ದವರು ಸೂರ್ಯನನ್ನು ಕರೆದು ಊಟಕ್ಕೆ ತಟ್ಟೆಹಾಕಲು ತಿಳಿಸಿದರು.

ಕೈಕಾಲು ತೊಳೆದು ತಟ್ಟೆಯ ಮುಂದೆ ಕೂತ ಅವರು ಕಣ್ಮುಚ್ಚಿ ಹತ್ತು ಸೆಕೆಂಡ್

ಧ್ಯಾನಮಗ್ನರಾದರು. ಇದು ಅವರ ನಿತ್ಯಪದ್ಧತಿ. ಮುಂದಿರುವ ಅನ್ನವೇ ಸಾಕ್ಷಾತ್ ಪರಮಾತ್ಮ.

ಎಂದಿನಂತೆ ಊಟ ಮುಗಿಸಿ ಎದ್ದವರು ಹೆಂಡತಿಯನ್ನು ತಮ್ಮ ಆಫೀಸ್ ರೂಮಿಗೆ ಕರೆದೊಯ್ದು ಡ್ರಾಯರ್‌ನಲ್ಲಿದ್ದ ನೋಟುಗಳನ್ನು ಆಕೆಯ ಕೈಯಲ್ಲಿ ಇಟ್ಟರು.

"ನಿನ್ನ ಹೊಟ್ಟೆಯ ಸಂಕಟ ನಂಗೆ ಅರ್ಥವಾಗುತ್ತೆ. ನಾನೇನೂ ಮಾಡ್ಲಾರೆ..." ಎಂದವರು ಸುಮ್ಮನಾದರು.

ಅವರಿಗೆ ಇನ್ನು ಮಾತಾಡಲು ಇಷ್ಟವಿಲ್ಲವೆಂದು ಆಕೆಗೆ ಅರ್ಥವಾಯಿತು. ಯಾಕೋ ಆ ಸಮಯದಲ್ಲಿ ಸಾಂತ್ವನದ ನುಡಿಗಳು ಕೈಹಿಡಿದ ಗಂಡನಿಂದ ಬೇಕಾಗಿತ್ತು.

"ಈಗೇನು ಮಾಡೋದು?" ಗದ್ಗದವಾಯಿತು ಆಕೆಯ ಕಂಠ. ನಾಲ್ಕು ಹೆಜ್ಜೆ ಮುಂದಕ್ಕೆ ಹೋದವರು ಹಿಂದಕ್ಕೆ ಬಂದರು. "ಎಲ್ಲರಿಗೂ ಬಡಿಸು. ನೀನು ಏನಾದ್ರೂ ಅನ್ನೋಕೆ ಮೊದಲು ಜಲಜಾನ ಮನಸ್ಸಿನಲ್ಲಿ ಇಟ್ಕೋ." ಅವರ ದನಿ ಮಾಮೂಲಾಗಿತ್ತು.

"ಅವಳು ಯಾವ ಜಾತೀನೋ!" ಆಕೆಯನ್ನು ಭೂತಾಕಾರವಾಗಿ ಕಾಡುತ್ತಿದ್ದುದು ಅದೊಂದು ವಿಷಯ. ಪುರುಷೋತ್ತಮ್ ನಕ್ಕುಬಿಟ್ಟರು. "ಯಾವ ಜಾತಿಯಾದರೇನು! ಈಗ ನಿನ್ನ ಸೊಸೆ ತಾನೇ? ನಾನು ಯಾವಾಗ್ಲೂ ಜಾತಿ, ಪಂಗಡಗಳ ವಿರೋಧಿ. ಈ ವಿಷಯವಾಗಿ ತಲೆಕೆಡಿಸ್ಕೋಬೇಡ. ನಂಬಿ ಮಾಡಿಕೊಂಡ ಹೆಣ್ಣು ನೋಯಬಾರ್ದು. ನಿನ್ನ ಮಗನಿಗೆ ಬುದ್ಧಿ ಹೇಳಿ ಕಳ್ಸು."

ಹೊರಗೆ ಬಂದ ವೈದೇಹಿ, ಪುರಂಧರ, ಸ್ವರ್ಣಲತ ಕಡೆ ನೋಡಿದರು. ಸೂರ್ಯನನ್ನು ಬಿಟ್ಟು ಅವರೊಂದಿಗೆ ಯಾರೂ ಮಾತಾಡಿರಲಿಲ್ಲ.

"ತಟ್ಟೆ ಹಾಕ್ತೀನಿ, ಎದ್ದು ಊಟ ಮಾಡಿ" ಎಂದರು.

ಜಲಜ ತಟ್ಟೆಗಳ ಬದಲು ಎರಡು ಎಲೆಗಳನ್ನು ತಂದುಹಾಕಿದಳು. ಅಂತೂ ಇಂದಿನಿಂದ ಪುರಂಧರ ಆ ಮನೆ ಮತ್ತು ಮನೆಯವರಿಂದ ಪರಕೀಯ.

ಬಂದ ಸೂರ್ಯ ಕಸಿವಿಸಿಗೊಂಡ.

"ಇದೇನಮ್ಮ ಎಲೆ ಹಾಕಿದ್ದೀಯ, ಹೊರಗಿನವ್ರಿಗೆ ತಾನೇ ಅಂಥ ಪದ್ಧತಿ" ಎಂದ.

ನೀರಿನ ಲೋಟಗಳನ್ನು ತಂದು ಬಡಿದ ಜಲಜ "ಈಗ ಹಾಕಿರೋದು ಕೂಡ ಹೊರಗಿನವ್ರಿಗೆ. ನಮ್ಮ ತಟ್ಟೆಗಳನ್ನು ಬೇರೆಯವ್ರಿಗೆ ಹಾಕಿ ಅಭ್ಯಾಸವಿಲ್ಲ" ಧುಮುಗುಟ್ಟಿಕೊಂಡು ಹೋದಳು.

ಅವರ ಮನೆಯಲ್ಲಿ ಊಟ ಮಾಡುತ್ತಿದ್ದುದೆಲ್ಲ ಬೆಳ್ಳಿತಟ್ಟೆಗಳಲ್ಲಿ. ಹಳೆಯವು, ಬಹುಶಃ ಪುರುಷೋತ್ತಮ್ ತಾತ ಅಥವಾ ಅವರ ತಂದೆ ಮಾಡಿಸಿದ್ದೋ ಅಥವಾ ಇನ್ನೂ ಹಳೆಯವೋ. ಹೆಚ್ಚು ಭಾರವುಳ್ಳ ತಟ್ಟೆಗಳು. ಅದರಲ್ಲಿ ಮೂರು ಜನರೇಷನ್‌ನ ಜನ ಊಟ ಮಾಡಿರಬೇಕು. ಅಂಥದ್ದೇ ಎರಡು ಚೊಂಬುಗಳು, ಒಂಧ್ಹತ್ತು

ಬೆಳ್ಳಿಲೋಟಗಳು. ಇವೆಲ್ಲ ಅಂದಿನಂತೆ ಇಂದೂ ಬಳಕೆಯಲ್ಲಿತ್ತು. ಅದು ಬರೀ ಮನೆಯವರ ಉಪಯೋಗಕ್ಕೆ ಅಷ್ಟೆ.

ಒಳಗೆ ಹೋದ ಸೂರ್ಯ ತನ್ನ, ಪುರಂಧರನ ತಟ್ಟೆಗಳನ್ನು ತಂದು ಎಲೆಗಳನ್ನು ತೆಗೆದು ಅದರ ಜಾಗದಲ್ಲಿಟ್ಟ.

"ಬನ್ನಿ... ಬನ್ನಿ.." ಅವನೇ ಕರೆದ.

ತೀರಾ ಅನ್ಯಮನಸ್ಕನಾಗಿಬಿಟ್ಟ ಪುರಂಧರ. ಅಪ್ಪನ ಪಾಲಿಸಿಯನ್ನೇ ಮೇನ್‌ಟೇನ್ ಮಾಡುವ ಸೂರ್ಯ ಅವನಿಂದ ಸ್ವಲ್ಪ ದೂರವೇ ಉಳಿದಿದ್ದ! ಅವನಿಗೆ ಧೈರ್ಯ ಕಮ್ಮಿ ಎನ್ನುವುದು ಇವನ, ಫಣೀಂದ್ರನ ಭಾವನೆ.

ಒಂದಿಷ್ಟು ಗಸಗಸೆ ಪಾಯಸ, ಚಿತ್ರಾನ್ನ, ತೊವ್ವೆ ಮಾಡಿ ಬಡಿಸಿದ್ದರು ನೋವು, ಬೇಸರದಿಂದ. ಲಕ್ಷಣವಾಗಿ ಊಟ ಮಾಡಿದಳು ಸ್ವರ್ಣಲತ. ಬಹಳ ಚಡಪಡಿಸಿದವನು ಪುರಂಧರ. ಬೆಳವಣಿಗೆ, ಬೆಳೆದ ಪರಿಸರ ಅವರವರ ವ್ಯಕ್ತಿತ್ವವನ್ನು ರೂಪುಗೊಳಿಸಿತ್ತು.

ಇದ್ದ ಹೊಸ ಸೀರೆಯನ್ನು ತಾಂಬೂಲದ ಜೊತೆಗಿಟ್ಟು ಮೀನಾ ಕೈಯಲ್ಲಿ ಕಳಿಸಿದರು.

"ಕುಂಕುಮ ಇಟ್ಕೋಬೇಕಂತೆ" ತಟ್ಟೆ ತಂದು ಸ್ವರ್ಣಲತಾ ಮುಂದಿಟ್ಟಳು ಮೀನಾ. "ಅಪ್ಪಣೆ ಸಿಕ್ತು, ನಡೀರಿ" ಕುಂಕುಮ ಹಚ್ಚಿಕೊಂಡು ತಾಂಬೂಲ ತಗೊಂಡವಳು "ನನ್ನ ಬ್ಯಾಗ್‌ನಲ್ಲಿ ಒಂದು ಸಣ್ಣ ಚೀಲ ಇದೆ, ತಗೊಳ್ಳಿ" ಗಂಡನಿಗೆ ಅಪ್ಪಣೆ ಕೊಟ್ಟಳು.

ವಿನಯ ವಿದ್ಯಾರ್ಥಿಯಂತೆ ತೆಗೆದುಕೊಟ್ಟ.

ಅದನ್ನೆಲ್ಲ ಅದರಲ್ಲಿಟ್ಟುಕೊಂಡಳು. "ಒಳ್ಗೇ ಒಂದ್ಮಾತು ಹೇಳಿಬರ್‍ತೀನಿ" ಎನ್ನುವ ವೇಳೆಗೆ ಅಡುಗೆಮನೆ ಬಾಗಿಲು ಹಾಕಿಕೊಂಡು ಹೊರಗೆಬಂದ ಜಲಜ "ಅಮ್ಮ ರೂಮಿನಲ್ಲಿದ್ದಾಳೆ" ಎಂದಳು.

ವೈದೇಹಿ ಕಣ್ಣೀರು ಸುರಿಸುತ್ತಿದ್ದರು. ಸಂಪ್ರದಾಯಬದ್ಧ ವಾತಾವರಣ, ಪುರುಷಪ್ರಧಾನ ಸಮಾಜವನ್ನು ಗೌರವಿಸಿಕೊಂಡು ಬಂದ ಮಹಿಳೆ, ಇದನ್ನು ಸಹಿಸದವಳಾಗಿದ್ದಳು.

"ಇನ್ನ ಬರ್‍ತೀವಿ" ಗಂಡನದನ್ನ ಇವಳೇ ಅಪ್ಪಣೆ ಮಾಡಿ ಕೇಳಿದಂತಿತ್ತು. ಮೂರು ದಿನದ ಹಿಂದಿಗೂ, ಇಂದಿಗೂ ನಡುವಿನ ಅಂತರದಿಂದ ಆಕೆಯ ಎದೆಯೊಡೆದು ಹೋದಂತಿತ್ತು "ಹೋಗ್ಬನ್ನಿ...." ಅಷ್ಟೇ ಹೇಳಿದ್ದು.

ಯಾಕೋ ಪುರಂಧರ ತಾಯಿಗೆ ಹೇಳಿಹೋಗುವ ಸಾಹಸ ಮಾಡಲಿಲ್ಲ. ಅವರು ಹೊರಟಾಗ ಸೂರ್ಯ ಒಬ್ಬನೇ ಹಾಲ್‌ನಲ್ಲಿ ಇದ್ದಿದ್ದು.

ಬಾಗಿಲವರೆಗೂ ಬಂದ ಸೂರ್ಯ "ನೀವುಗಳು ಈ ಮನೆಯಲ್ಲೇ ಇರಬಹುದು. ಒಂದಷ್ಟು ದಿನದ ಕಸಿವಿಸಿ, ಆಮೇಲೆ ಸರಿಹೋಗುತ್ತೆ" ಎಂದ. ಪುರಂಧರ ಬೇರೆ ಕಡೆ ಮುಖ ತಿರುಗಿಸಿಕೊಂಡ.

ಸ್ವರ್ಣಲತ ಇಲ್ಲವೆನ್ನುವಂತೆ ತಲೆಯಾಡಿಸಿದಳು. "ಅಂಥ ಯೋಚನೇನೇ ಇಲ್ಲ. ಕೈಯಲ್ಲಿ ಕೆಲಸ ಇದೆ. ಮನೆಯಲ್ಲಿ ತಾಯಿ ಇದ್ದಾರೆ. ಇದನ್ನೆಲ್ಲ ನಿಮ್ಮಣ್ಣನಿಗೆ ಹೇಳಿದ್ದೀನಿ" ಒಂದಿಷ್ಟೂ ಸಂಕೋಚಿಸದೆ ಹೇಳಿದಳು.

ಸೂರ್ಯನ ಎದೆಯಲ್ಲಿ ಬಗೆದಂತಾಯಿತು. ಮದುವೆಯಾದ ಬಗ್ಗೆ ಅವನ ವಿರೋಧವೇನೂ ಇರಲಿಲ್ಲ. ಆದರೆ... ತಾಯಿಯನ್ನು ನೆನೆಸಿಕೊಂಡ.

ಆದರೂ ವಿಚಲಿತನಾಗಿದ್ದು ಅವರ ಮುಂದೆ ತೋರಿಸಿಕೊಳ್ಳಲಿಲ್ಲ. "ಅವನು ಒಪ್ಪಿಕೊಂಡ ಮೇಲೆ ನಮ್ಮದೇನೂ ಅಭ್ಯಂತರವಿಲ್ಲ. ನಿಮ್ಗೇ ಇರೋ ಹಾಗೆ ಅವ್ನಿಗೂ ತಾಯಿ ಇದ್ದಾಳೆ. ಆಗಾಗ ಬರ್ತಾ ಇರಿ" ಕೈಜೋಡಿಸಿ ಬೀಳ್ಕೊಟ್ಟ.

ಅಷ್ಟು ದೂರ ಬಂದ ಸೂರ್ಯ ಹಿಂದಕ್ಕೆ ತಿರುಗಿ ನೋಡಿದ. ಕೈಯಲ್ಲಿ ಹೆಂಡತಿಯ ಬ್ಯಾಗ್ ಹಿಡಿದು ನಡೆಯುತ್ತಿದ್ದ. ಅವು ಗೆಲುವಿನ ಹೆಜ್ಜೆಗಳಲ್ಲ, ಸೋಲಿನ ಸಂಕೇತವಾಗಿತ್ತು.

ಫಣೀಂದ್ರ ಒಂದೇಸಮನೆ ಕೂಗಾಡುತ್ತಿದ್ದ.

"ಅವನಿಗೆ ಮದುವೆ ಮುಖ್ಯವಾಗಿಹೋಯ್ತು. ಒಂದು ಫ್ಯಾಕ್ಟರಿ ಓನರ್ ಮಗಳನ್ನೇ ಮಂತ್ರಿ, ಎಂ.ಎಲ್.ಎ. ಮಗಳನ್ನ ಮದ್ವೆಯಾಗಿದ್ರೆ ಭೇಷ್ ಅನ್ನಬಹುದಿತ್ತು. ಅವ್ನಿಗೂ ಫ್ಯೂಚರ್ ಇತ್ತು. ಎಲ್ಲಾ ಹಾಳುಮಾಡ್ಕೊಂಡ."

ತೆಪ್ಪಗೆ ಉಳಿದವರು ಕೇಳುತ್ತಿದ್ದರು.

ಒಂದು ಮಾತು ಕೂಡ ಆಡದೇ ಸೂರ್ಯ ಕೋಣೆಗೆ ಹೋಗಿಬಿಟ್ಟ. ಇದಕ್ಕೆ ಬೇರೆಯವರನ್ನು ಬೊಟ್ಟುಮಾಡುವುದಕ್ಕಿಂತ ಪುರಂಧರನದೇ ತಪ್ಪು ಎನಿಸಿತು.

"ಇದ್ಕೆಲ್ಲ ಅಪ್ಪನೇ ಕಾರಣ! ಎಲ್ಲರ ಹಾಗೇ ನಮ್ಗೂ ಹಣ, ಆಸ್ತಿ ಮಾಡ್ಬಿಟ್ಟಿದ್ರೆ, ಹೀಗೆಲ್ಲ ಆಗ್ತಾ ಇರ್ಲಿಲ್ಲ" ಫಣೀಂದ್ರನ ಕೋಪ ಅಪ್ಪನತ್ತ ತಿರುಗಿತು.

ಈಗ ಹೊರಗೆಬಂದ ಸೂರ್ಯ "ಆಗ ನೀವುಗಳೆಲ್ಲ ಏನ್ಮಾಡ್ತಾಯಿದ್ರಿ? ಇನ್ನಷ್ಟು ಜಮ್ಮಂತ ಬಟ್ಟೆ ಹಾಕ್ಕೊಂಡು ತಿರುಗ್ತಾ ಇದ್ರಿ. ಆಗ ಹೋಟೆಲ್, ಬಾರ್‌ಗಳಲ್ಲಿ ನಿಮ್ಮನ್ನ ಕಾಣಬೇಕಿತ್ತು" ಎಂದ.

ಎಂದೂ ಮಾತಾಡದ ಸೂರ್ಯ ಎದುರು ತಿರುಗಿದಾಗ ಫಣೀಂದ್ರ ಕಕ್ಕಾಬಿಕ್ಕಿಯಾದ. ಅವನಿಗಿಂತ ಹಿರಿಯನಾದರೂ ಜೋರುಮಾಡಲು ಹಿಂಜರಿದ.

"ನೋಡಿದಿಯೇನಮ್ಮ" ತಾಯಿಯನ್ನು ನ್ಯಾಯ ಕೇಳಿದ. ಆಕೆ ಮತ್ತಷ್ಟು ಜಿಗುಪ್ಸೆಯಿಂದ ಮುಖ ತಿರುಗಿಸಿದರು. "ನಾಚ್ಕೆ ಆಗಬೇಕು. ಬರೀ ಹಣ, ಐಶ್ವರ್ಯ ಮಕ್ಳಿಗೆ ಸಂಪಾದಿಸಿ ಇಡೋದು ದೊಡ್ಡದಲ್ಲ. ನಿಮ್ಮಪ್ಪ ನಿಮಗಾಗಿ ಎಂಥ ಒಳ್ಳೇ ಹೆಸರು ಸಂಪಾದಿಸಿದ್ದಾರೆ. ಅದರ ನೆರಳಲ್ಲೇ ಒಳ್ಳೇ ಜೀವನ ರೂಪಿಸ್ಕೋಬಹುದು. ಮಿದುಳು ಇದ್ದರೂ ಓದಿಲ್ಲ. ರಟ್ಟೆ ಬಲವಿದ್ರೂ ಕಷ್ಟಪಡೋಕೆ ತಯಾರಿಲ್ಲ. ಥೂ..." ಆಕೆ ಎದ್ದು ಹೋಗಿಬಿಟ್ಟರು.

ಫಣೀಂದ್ರ ರೇಗಿಕೊಂಡು ಹೊರಗೆಹೋದ.

ಕೋರ್ಟ್‌ನಿಂದ ಇಂದು ನೇರವಾಗಿ ಮನೆಗೆ ಬರಲಿಲ್ಲ ಪುರುಷೋತ್ತಮ್. ರಾತ್ರಿ ಮನೆಗೆ ಬಂದಾಗಲೇ ಹತ್ತು.

ಮೀನಾ ಹಾಸಿಗೆಯಲ್ಲಿ ಇದ್ದಳು. ಜಲಜ ವೈವಾಹಿಕ ಅಂಕಣ ನೋಡುತ್ತಿದ್ದಳು.

ಬಿಚ್ಚಿದ ಕೋಟನ್ನು ಹ್ಯಾಂಗರ್‌ಗೆ ಹಾಕಿದ ಪುರುಷೋತ್ತಮ್ ಇಂದು ಬಂದ ಕಕ್ಷಿಗಾರಳ ವಾದದ ಗುಂಗಿನಲ್ಲಿಯೇ ಇದ್ದರು. ಹೊಸ ರೀತಿಯ ಕೇಸ್.

ಒಂದು ಹೆಣ್ಣು ತನ್ನ ತಂದೆ-ತಾಯಿಯ ಮೇಲೆ ತನಗೆ ಸರಿಯಾದ ವಯಸ್ಸಿನಲ್ಲಿ ಮದುವೆ ಮಾಡದಿದ್ದಕ್ಕೆ ನ್ಯಾಯ ಕೇಳಲು ಬಂದಿದ್ದಳು. ಮಕ್ಕಳ ವಿವಾಹದ ಬಗ್ಗೆ ಇತ್ತೀಚೆಗೆ ತಾಯಿ-ತಂದೆ ಆಸಕ್ತಿ ವಹಿಸುತ್ತಿಲ್ಲವೆಂದು ವಾದ. ಅದನ್ನು ನೇರವಾಗಿ ಜಲಜ ತಮ್ಮ ಮುಖದ ಮುಂದೆ ಹೇಳಿದಂತಿತ್ತು.

ಅದು ಅವರನ್ನೆಷ್ಟು ಕಾಡಿತೆಂದರೆ ಒಂದು ರೀತಿಯ ಮಾನಸಿಕ ತೊಳಲಾಟಕ್ಕೆ ಗುರಿಯಾದರು.

"ತಟ್ಟೆ.... ಹಾಕಿದೆ" ವೈದೇಹಿ ಬಂದು ಹೇಳಿದರು.

ತಲೆಯೆತ್ತಿ ಹೆಂಡತಿಯ ಕಡೆ ನೋಡಿದರು. "ನೀನು ಊಟ ಮಾಡ್ಕೊಂಡ್ ನಂಗೆ ಒಂದ್ಲೋಟ ಮಜ್ಜಿಗೆ ತಂದುಕೊಡು" ಹೇಳಿದರು.

ಆಕೆ ಗಾಬರಿಗೊಂಡರು. ಮನೆಯ ಎರಡು ಊಟಗಳನ್ನು ಬಿಟ್ಟು ಹೊರಗೆ ತಿನ್ನುತ್ತಿದ್ದುದೇ ಅಪರೂಪ. ಒತ್ತಾಯ, ಒತ್ತಡಗಳಿಗೆ ಕೆಲವೊಮ್ಮೆ ಬಾಗುತ್ತಿದ್ದರೂ ಅದು ತೀರಾ ವಿಶೇಷ ಸಂದರ್ಭಗಳಲ್ಲಿ.

ತೀರಾ ಅವರ ಸನಿಹಕ್ಕೆ ಬಂದರು ಆಕೆ. "ಯಾಕೆ ಊಟ ಮಾಡಿಕೊಂಡ್ಬಂದ್ರಾ?" ಇಲ್ಲವೆನ್ನುವಂತೆ ತಲೆಯಾಡಿಸಿದರು. "ಯಾಕೋ ಹಸಿವಿಲ್ಲ ಅಷ್ಟೆ, ಮಜ್ಜಿಗೆ ಸಾಕು" ಬಾತ್‌ರೂಮಿಗೆ ಹೋದರು.

ಇಂದು ಆಫೀಸ್‌ರೂಮಿಗೆ ಕೂಡ ಹೋಗಲಿಲ್ಲ. ಬಂದು ಮಲಗಿಬಿಟ್ಟರು.

"ಅಪ್ಪ...." ಸೂರ್ಯ ಒಳಗೆಬಂದ. ನಸುನಗುತ್ತ ಎದ್ದುಕೂತರು. "ಕಮಾನ್, ನಾನು ನಿನಗೋಸ್ಕರ ಕಾದಿದ್ದೆ ಕೂಡ" ಇಂದು ಅಪರೂಪಕ್ಕೆ ಅವರ ಕಣ್ಣುಗಳು ಶಾಂತ ಸರೋವರಗಳಂತೆ ಗೋಚರಿಸಿದವು ಅವನಿಗೆ.

ಹತ್ತಿರದಲ್ಲೇ ಇದ್ದ ಸ್ಟೂಲ್ ಎಳೆದುಕೊಂಡು ಅವರ ಎದುರು ಕೂತ. ಅವನಿಗೆ ತಂದೆಯ ಬಗ್ಗೆ ಪ್ರೀತಿ, ಅಭಿಮಾನ, ಗೌರವ, ಒಂದು ರೀತಿಯ ಭಯ ಕೂಡ.

ಅವರು ಕೋರ್ಟಿನಲ್ಲಿ ವಾದ ಮಾಡುತ್ತಿದ್ದರೇ ದಂಗುಬಡಿದುಹೋಗುತ್ತಿದ್ದ. ಆ ದಿನಗಳಲ್ಲಿ ಕಿಕ್ಕಿರಿದು ತುಂಬಿರುತ್ತಿತ್ತು ಕೋರ್ಟು. ಅವರ ವಾದಮಂಡನೆಯ ರೀತಿಯನ್ನು ಕಿರಿಯ ಲಾಯರ್‌ಗಳು ಅತ್ಯಂತ ಶ್ರದ್ಧೆಯಿಂದ ಆಲಿಸುತ್ತಿದ್ದರು.

ಅಂಥ ಸಂದರ್ಭಗಳಲ್ಲಿ ಇಂಥವರು ತನ್ನ ತಂದೆಯೆಂಬ ಅಭಿಮಾನದಿಂದ ಬೀಗಿಹೋಗುತ್ತಿದ್ದ. ಆದರೆ ತನ್ನ ಅನುಕೂಲತೆಗಳನ್ನು ಪೂರ್ತಿ ಮಾಡಲಾಗದ ಜನ್ಮದಾತನ ವಿಷಯದಲ್ಲಿ ಕೋಪ, ಜಿಗುಪ್ಸೆ ಫಣೀಂದ್ರ, ಪುರಂಧರರಿಗೆ.

ತಮ್ಮ ಮನದ ತುಮುಲವನ್ನ ಮಗನ ಮುಂದೆ ಬಿಚ್ಚಿಟ್ಟರು. "ಜಲಜ ಮುಂದೆ ತನ್ನ ಮೇಲೆ ಇಂಥ ಕೇಸು ಹಾಕಿದರೇ...." ವೈಯಕ್ತಿಕಕ್ಕೆ ಆರೋಪಿಸಿಕೊಂಡರು. "ನಾನು ಲಾ ಪೂರ್ತಿ ಮಾಡಿದ್ರೆ ನಿಮ್ಮ ಪರ ಕೇಸನ್ನ ನಾನು ತಗೋತೀನಿ, ಇದ್ರಲ್ಲಿ ಜಲಜಕ್ಕನ ತಪ್ಪೇ ಹೆಚ್ಚು. ಈಗಿನ ಸ್ಥಿತಿಗೆ ಅವಳೇ ಕಾರಣಳು" ದೃಢವಾಗಿತ್ತು ಅವನ ಮಾತುಗಳು.

ಪುರುಷೋತ್ತಮ್ ಮುಖದಲ್ಲಿ ಉತ್ಸಾಹ ಮೂಡಿತು. "ಕಂಟಿನ್ಯೂ... ಕಂಟಿನ್ಯೂ..." ಪ್ರೋತ್ಸಾಹಿಸಿದರು ಅವನನ್ನು.

"ನೀವು ಗಂಡುಮಕ್ಕಳಿಗೆ ಕೊಡಿಸಿದಂತೆ ವಿದ್ಯೆ ಕೊಡ್ಸಿದ್ರಿ. ಓದ್ಲಿಲ್ಲ ಅದು ನಿಮ್ಮ ತಪ್ಪಲ್ಲ. ಮದುವೆಯ ಸಲುವಾಗಿ ನೀವುಗಳು ಗಂಡು ನೋಡಿದಾಗ ಸಂಬಂಧಗಳು ತಾನಾಗಿ ಬಂದಾಗ ನಿರಾಕರಿಸಿದ್ಲು. ತಾನು ದೊಡ್ಡ ನ್ಯಾಯಾಧೀಶರ ವಂಶದವಳು, ಹೆಸರಾಂತ ಅಡ್ವೋಕೇಟ್ ಮಗಳು ಅನ್ನೋ ಹಮ್ಮು. ಅದೇ ಹಮ್ಮನ್ನು ಸ್ವಂತಕ್ಕೆ ಉಪಯೋಗಿಸಿಕೊಂಡಿದ್ರೆ ಇಂದು ಹೆಸರಾಂತ ಸೈಂಟಿಸ್ಟ್, ಲಾಯರ್, ಡಾಕ್ಟ್ರ ಮತ್ತೆ ಯಾವುದೋ ಪ್ರೊಫೆಷನ್‌ನಲ್ಲಿ ಇರಬಹುದಿತ್ತು. ಆಗ ಆ ಕನಸುಗಳು ನನಸಾಗ್ತಾ ಇತ್ತು. ಅಂಥ ಪ್ರಯತ್ನ ಮಾಡ್ದೇ ಹಿರಿಯರ ಬಗ್ಗೆ ಬೆಟ್ಟು ತೋರಿಸೋದು ಅಪರಾಧ. ಒಂದು ಅದೃಷ್ಟ ಅವಕಾಶ ಒದಗಿಬಂದಾಗ ಜಾತಿಯ ಆಕ್ಷೇಪಣೆ ಎತ್ತಿ ದೂರ ಮಾಡಿಕೊಂಡಿದ್ದು ಕೂಡ ದೊಡ್ಡ ಅಪರಾಧವೇ. ಜಲಜಕ್ಕನ ಆಸೆಗೆ ತಕ್ಕಂತೆ ರೆಡ್ಡಿಯದು ಉತ್ತಮ ಪರ್ಸನಾಲಿಟಿ, ಇಂಟಲಿಜೆಂಟ್, ಸಮಾಜದಲ್ಲಿ ಅಕ್ಕ ಬಯಸುವ ಸ್ಟೇಟಸ್ ಇದ್ದ ವ್ಯಕ್ತಿ. ಅವನನ್ನ ಕೈಹಿಡಿದಿದ್ದರೆ ಚಿನ್ನಾಭರಣಗಳಿಗೂ ಕೊರತೆ ಇರಲಿಲ್ಲ. ಇದಕ್ಕೆಲ್ಲ ಕಾರಣ ಆಕೆಯೇ. ಮಹಿಳಾ ಜಾಗೃತಿಯ ಈ ಕಾಲದಲ್ಲೂ, ಇಂಥ ಸ್ಥಿತಿಯಲ್ಲಿ ಉಳಿದ ವಾದಿಗೆ ಕೋರ್ಟು ಛೀಮಾರಿ ಹಾಕಬೇಕೆಂದು ನನ್ನ ನಮ್ರ ಪ್ರಾರ್ಥನೆ" ಎಂದ.

ಪುರುಷೋತ್ತಮ್ ಚಪ್ಪಾಳೆ ತಟ್ಟಿಬಿಟ್ಟರು.

"ಗುಡ್, ನಾನು ಈಗ ಒಬ್ಬ ತಂದೆಯಾಗಿ ಯೋಚಿಸ್ತಾ ಇದ್ದೀನಿ. ಜಲಜಗೆ ಮದ್ವೆ ಮಾಡ್ಬೇಕು, ಹೇಗೆ?" ಎರಡು ಕೈಯಲ್ಲಿ ಹಣೆಯೊತ್ತಿಕೊಂಡರು. ಗಾಬರಿಯಾದ ಸೂರ್ಯ. ತಂದೆ ಎಂದೂ ನಿಸ್ಸಹಾಯಕರಂತೆ ಕಂಡಿರಲಿಲ್ಲ. "ಮಾಡ್ಬಹುದು, ಮಾಡಬಲ್ಲಿರಿ, ಎವೆರಿಥಿಂಗ್ ಈಸ್ ಪಾಸಿಬಲ್ ಅಂತ ನೀವೇ ಹೇಳ್ತಾ ಇದ್ದೀರಿ" ಅವರಲ್ಲಿ ಉತ್ಸಾಹ ತುಂಬಲು ನೋಡಿದ.

ಯಾಕೋ ಅವರು ಒಳ್ಳೆಯ ಮೂಡ್‌ಗೆ ಬರಲಿಲ್ಲ. ಚಿಂತಿತನಾದ.

ನಾಲ್ಕು ಜನಕ್ಕೆ ಒಳ್ಳೆಯದು ಮಾಡಬಲ್ಲ, ನ್ಯಾಯ ದೊರಕಿಸಿಕೊಡಬಲ್ಲ ವ್ಯಕ್ತಿಯಲ್ಲಿ ನಿಸ್ಸಹಾಯಕತೆ, ದೌರ್ಬಲ್ಯ ತಲೆಹಾಕಬಾರದೆನಿಸಿತು.

"ನೀವು ಮಲಗಿಕೊಳ್ಳಿ, ಅಮ್ಮನತ್ರ ಮಾತಾಡ್ತೋಣ" ಎಂದ.

ಹತ್ತು ನಿಮಿಷಕ್ಕೆ ಅದಕ್ಕೊಂದು ಹೊಸ ತಿರುವು ಸಿಗಬಹುದೆಂದು ಯಾರಿಗೂ ಗೊತ್ತಾಗಲಿಲ್ಲ.

ಮಲಗಿದ್ದ ಗಂಡನನ್ನು ಎಬ್ಬಿಸಿ ವಿಷಯವನ್ನು ಅವರ ಕಿವಿಗೆ ಹಾಕಿದರು ವೈದೇಹಿ.

"ಜಲಜ ಹಗಲೆಲ್ಲ ಶ್ರೀಪತಿ ಮನೆಗೆ ಹೋಗ್ತಾಳೆ, ನನಗ್ಯಾಕೋ ಅನುಮಾನ."

'ಅನುಮಾನ' ಪದದ ಅರ್ಥ ಅವರಿಗಾಗಲಿಲ್ಲ. "ಈಗ.... ಮಲಕ್ಕೋ" ಸುಮ್ಮನಾದರು.

* * *

ಕಾಲೇಜಿನಿಂದ ನೇರವಾಗಿ ಕೋರ್ಟ್ ಬಳಿಗೆ ಹೋದ ಸೂರ್ಯ. ಆಂಬುಲೆನ್ಸ್, ಸ್ಟ್ರೆಚರ್‌ನಲ್ಲಿ ಕೊಂಡುಹೋಗುತ್ತಿದ್ದ ವ್ಯಕ್ತಿ, ಅಲ್ಲಿಯ ಗಡಿಬಿಡಿಯ ಬಗ್ಗೆಯು ಗಮನಹರಿಸದೇ ಒಳಗೆಹೋದ. ಒಂದು ರೀತಿಯಲ್ಲಿ ಕೋರ್ಟ್ ಅಸ್ತವ್ಯಸ್ತದ ಸ್ಥಿತಿಯಲ್ಲಿತ್ತು.

ಗಡಿಬಿಡಿಯಿಂದ ಬಂದ ರೆಡ್ಡಿ ಅವನ ಕೈಹಿಡಿದುಕೊಂಡು "ನಡೀ, ನರ್ಸಿಂಗ್ ಹೋಂ ಹತ್ರ ಹೋಗೋಣ. ನಿಮ್ತಂದೆಗೆ ಹಾರ್ಟ್ ಅಟ್ಯಾಕ್ ಆಗಿದೆ" ಕಾರಿನತ್ತ ಎಳೆದೊಯ್ದರು.

ಮೈಲ್ಡ್ ಸ್ಟ್ರೋಕ್ ಎಂದರೂ ಬಹಳ ಸುಸ್ತಾಗಿದ್ದಂತೆ ಕಂಡರೂ ಮಗನನ್ನ ನೋಡಿ ಮುಗುಳ್ನಕ್ಕರು. ಡಾಕ್ಟರ್ ಮಾತಾಡಬಾರದೆಂದು ಸನ್ನೆ ಮಾಡಿದ್ದರಿಂದ ಹೊರಕ್ಕೆ ಬಂದ.

ಸಂಜೆಯ ಮುಸುಕು ಹೊದ್ದ ಆಕಾಶ. ಮಬ್ಬಿನ ವಾತಾವರಣ. ವಿಷಯ ತಿಳಿದು ಸಾಕಷ್ಟು ಜನ ಸೇರಿದ್ದರು. ಒಂದಲ್ಲ ಒಂದು ದಂಡೇ ಇತ್ತು. ಎಲ್ಲರ ಬಾಯಲ್ಲೂ ಅವರ ಗುಣಗಾನವೇ.

ಕೆಲವೊಮ್ಮೆ ಕಕ್ಷಿದಾರರ ಕೋರ್ಟ್ ಫೀ ಕಟ್ಟಿದ ಪುಣ್ಯಾತ್ಮ. ಬಡ ಬೋರೇಗೌಡನ ಕೇಸ್ ತಗೊಂಡು ನ್ಯಾಯಕ್ಕಾಗಿ ಹೋರಾಡುತ್ತಿದ್ದ ಪುರುಷೋತ್ತಮ್ ಒಬ್ಬ ಅಪರೂಪದ ವ್ಯಕ್ತಿ.

ಮೂರು ದಿನಗಳಲ್ಲಿ ಮನೆಗೆ ವಾಪಸ್ಸಾದರೂ ಮತ್ತೊಮ್ಮೆ ಹಾರ್ಟ್ ಅಟ್ಯಾಕ್‌ಗೆ ಒಳಗಾದಾಗ ಡಾಕ್ಟರ್ ಎಚ್ಚರಿಸಿದರು.

"ಹೆಚ್ಚು ಅವರನ್ನ ಡಿಸ್ಟರ್ಬ್ ಮಾಡ್ಬೇಡಿ. ಎಕ್ಸೈಟ್ ಆಗೋದು ಅಪಾಯಕಾರಿ ಲಕ್ಷಣ" ಡಾಕ್ಟರ್ ಹಿತನುಡಿ.

ಇದಕ್ಕೂ ಫಣೀಂದ್ರ ತಂದೆಯನ್ನು ಗೊಣಗಿದ "ಸಾಕಷ್ಟು ದುಡಿದು ಹಣ

ಮಾಡಿದ್ದರೆ ಇಂಥ ಸ್ಥಿತಿ ಬರ್ತಾ ಇತ್ತೆ? ಇವರೇನೋ ಆರಾಮಾಗಿ ರೆಸ್ಟ್ ತಗೋತಾರೆ. ಮುಂದೆ ನಮ್ಮ ಭವಿಷ್ಯದ ಗತಿ?"

ವೈದೇಹಿ ಮುಸಿಮುಸಿ ಅತ್ತರು.

ಕೆಲವೊಮ್ಮೆ ವಿಚಿತ್ರ ಸ್ಥಿತಿಯಿಂದ ಮಧ್ಯಾಹ್ನ ಊಟಕ್ಕೆ ಇಲ್ಲದ ದಿನಗಳು ಬೆರಳೆಣಿಕೆಯವು. ಅಂದರೆ ಎಂದೂ ರಾತ್ರಿ ಉಪವಾಸ ಮಲಗಿಲ್ಲ.

ಪುರುಷೋತ್ತಮ್ ಅವರ ಪ್ರೊಫೆಷನ್‌ನಲ್ಲಿ ಬಹಳ ಬಿಜಿ. ಲಕ್ಷಗಟ್ಟಲೇ ಜಮೀನು ವ್ಯವಹಾರದಿಂದ ಹಿಡಿದು ಕೋಟ್ಯಾಂತರ ಬೆಲೆಯ ಫ್ಲಾಟ್‌ಗೆ ಸಂಬಂಧಿಸಿದ ಕೇಸುಗಳಿಂದ ಹಿಡಿದು ಸಾವಿರ ರೂಪಾಯಿ ಸಾಲದ ತಗಾದೆಯಿಂದ ಮೋಸಹೋದ ಬಡವ್ಯಕ್ತಿಯ ಫಿರ್ಯಾದನ್ನ ತೆಗೆದುಕೊಳ್ಳುತ್ತಿದ್ದರು.

ಕೊಡುಗೈ ಧಣಿ, ಸಕಾರಣವಿದ್ದು ನೊಂದವರು ಬಂದು ಕೈಚಾಚಿದರೇ, ಹಿಂದು-ಮುಂದು ಯೋಚಿಸದೇ ಕೊಡು ಎಂದ ಕೈ. ಇದು ಒಂದು ಅವರು ಆಸ್ತಿ, ಹಣ ಮಾಡದಿದ್ದಕ್ಕೆ ಕಾರಣ.

ಅಡುಗೆ ಮನೆಯಲ್ಲಿದ್ದ ತಾಯಿಯ ಬಳಿಗೆ ಬಂದ. ಸನಿಹದಲ್ಲಿ ಕೂತ. ಅವರ ಮುಂದಿದ್ದ ಈಳಿಗೆಮಣೆಯನ್ನು ಎಳೆದುಕೊಂಡು ತಾಯಿಗೆ ಕಾಯಿ ತುರಿದುಕೊಟ್ಟ.

"ಅಪ್ಪ, ಸದ್ಯಕ್ಕೆ ಕೋರ್ಟ್‌ಗೆ ಹೋಗೋಹಾಗಿಲ್ಲ. ನನ್ನ ಕೋರ್ಸ್ ಪೂರ್ತಿಯಾಗಿಲ್ಲ. ಹೇಗೂ ಜೂನಿಯರ್ಸ್ ಇದ್ದಾರೆ. ಆಫೀಸ್ ನಡೆಸಿಕೊಂಡು ಹೋಗ್ತಾರೆ. ಇಂಪಾರ್ಟೆಂಟ್ ಕೇಸ್‌ಗಳನ್ನ ರೆಡ್ಡಿ ನೋಡಿಕೊಳ್ಳೋಕೆ ಒಪ್ಪಿದ್ದಾರೆ".

ಆಕೆ ಗೋಡೆಗೊರಗಿ ಕೂತು ಮೇಲಿನ ತಾರಸಿಯನ್ನು ನೋಡತೊಡಗಿದರು. ಪುರುಷೋತ್ತಮ್ ಆದಾಯವನ್ನು ಬಿಟ್ಟರೆ, ಇಂತಿಷ್ಟೂ ತಿಂಗಳಿಗೆ ಬರೋ ಹಣವಿರಲಿಲ್ಲ. ಹೆಚ್ಚು ಕೊಟ್ಟಾಗ ಒಂದಿಷ್ಟು ಸೇರಿಸಿಬಿಟ್ಟರೂ ಇಲ್ಲದ ದಿನಗಳಲ್ಲಿ ಖರ್ಚಾಗಿ ಹೋಗುತ್ತಿತ್ತು. ಆಕೆಯ ಕೈಗಳು ಬರಿದೇ.

"ಅದ್ನ ರೆಡ್ಡೀನೇ ಹೇಳ್ದ. ಅದುವರ್ಗೂ ಮನೇನ ರೆಡ್ಡಿ ನೋಡಿಕೊಳ್ಳೋಕೆ ಒಪ್ಪಬಹ್ದು, ಆದ್ರೆ.... ನಿನ್ನ ತಂದೆ ಅದ್ಕೆ ಸಮ್ಮತಿಸೋಲ್ಲ. ವಯಸ್ಸಿಗೆ ಬಂದ ಮಕ್ಳು ಇದ್ದೀರಾ. ನಡೆಸಿಕೊಂಡು ಹೋಗೋ ಧೈರ್ಯ ನೀವು ಕೊಡ್ಬೇಕು" ಆಕೆ ಕಣ್ಣೊತ್ತಿಕೊಂಡರು. ಲಜ್ಜೆಯಿಂದ ತಲೆತಗ್ಗಿಸುವಂತಾಯಿತು ಸೂರ್ಯನಿಗೆ.

ಆಕೆ ಪುರಂಧರನನ್ನು ಜ್ಞಾಪಿಸಿಕೊಂಡರು. "ಅವನು ನರ್ಸಿಂಗ್ ಹೋಂಗೆ ಬಂದುಹೋಗಿದ್ದೇ, ಮತ್ತೆ ಬರ್ಲಿಲ್ಲ. ಇಂದಿನ ಅವನ ಅವಸ್ಥೆಗೆ ಅವನೇ ಕಾರಣ. ಸ್ವಯಂಕೃತ ಅಪರಾಧ. ಫೀಜು ಕೊಟ್ಟಿಲ್ವಾ, ಊಟ ಹಾಕಿಲ್ವಾ, ಓದೋಕೇನು ದಾಢಿಯಾಗಿತ್ತು? ಮಂತ್ಲೀ ರಿಪೋರ್ಟ್‌ಗಳು ಬಂದಾಗ ನಿಮ್ಮಪ್ಪ ಎಷ್ಟು ಹಾರಾಡಿದ್ದಾರೆ, ಬುದ್ಧಿ ಹೇಳಿದ್ದಾರೆ. ರ್‍ಯಾಂಕ್ ಇರ್ಲಿ ಇವರ ಹಣೆಬರಹಕ್ಕೆ ಕ್ಲಾಸ್ ಇಲ್ಲ, ತರಲೆ ಮಾತುಗಳ್ನ ಆಡ್ತಾ ಕೂತು ಆಕಾಶದಲ್ಲಿ ಹಾರಾಡೋ ವಿಮಾನದತ್ತ ಕೈಚಾಚಿಬಿಟ್ರು" ಮಕ್ಕಳ ಮೇಲೆ ರೋಷ ಕಾರಿದರು.

"ಕೈಚಾಚೋ ಕೆಲ್ಸಕ್ಕೆ ನಾಲಾಯಕ್ಕು, ಸಿಕ್ಕೋ ಕೆಲ್ಸ ಮಾಡೋ ಇಷ್ಟವಿಲ್ಲ. ಬರೀ ಸಿನಿಕರು" ರೋಷದಿಂದ ಕನಲಿದ ಆಕೆಗೆ ಒಂದು ರೀತಿಯ ನಿರಾಶೆ.

ಮೌನವಾಗಿ ಕೇಳಿದ ಸೂರ್ಯ ಮಾತುಗಳನ್ನ. ಕೆಲವೊಮ್ಮೆ ಅವನಮ್ಮ ರೇಗಾಡಿದ್ದರು, ಗಂಡನ ಬಗ್ಗೆ ಗೊಣಗಿದ್ದರು. ಆದರೂ ಗಂಡನ ಬಗ್ಗೆ ಅಭಿಮಾನವೇ.

"ನಿಂಗೆ ಅಪ್ಪನ ಮೇಲೆ ಕೋಪನಾ?" ಕೇಳಿದ.

ಆಕೆ ತುಟಿಕಚ್ಚಿ ಅಳುವನ್ನು ನುಂಗಿದರು. ಕಂಬನಿ ಕಣ್ಣಲ್ಲಿ ಹಿಂಗಲು ಸಮರ್ಥವಾಗಲಿಲ್ಲ. ಕೆನ್ನೆಯ ಮೇಲೆ ಉರುಳಿದ ಕಂಬನಿಯನ್ನು ಮುಂಗೈನಿಂದೊರೆಸಿಕೊಂಡರು.

ಆಗಾಗ ಗೊಣಗಿದ್ದು, ರೇಗಾಡಿದ್ದು ಹೃದಯದ ಮಾತುಗಳಲ್ಲಿ. "ನಿಮ್ಮಪ್ಪನನ್ನು ಬರೀ ಪ್ರೀತಿಸೋದು ಮಾತ್ರವಲ್ಲ, ಆರಾಧಿಸ್ತೀನಿ. ಅವರೊಬ್ಬ ಸಮರ್ಥ ಗಂಡ. ನಿನ್ನ ತಾತನ ಮನೆಯಲ್ಲಿ ಅನುಕೂಲವಿದ್ರೂ.... ಒಂದು ರೀತಿಯ ಜಿಪುಣತನ. ತನ್ನ ಇಬ್ಬರು ತಂಗಿಯರಿಗೂ ವರನ ಮನೆಯವರು ಕೇಳಿದ ಪ್ರಕಾರ ಚಿನ್ನ ಹಾಕಿ, ಅವರ ಪ್ರಕಾರನೇ ಮದ್ವೆ ಮಾಡಿದ್ರು. ಅಳಿಯನ್ನ ಪ್ರಸನ್ನಗೊಳಿಸಲು ಲಕ್ಷಾಂತರ ರೂಪಾಯಿ ಬೆಲೆಬಾಳೋ ಸೈಟುಗಳು ಕೊಟ್ಟರು. ನಿಮ್ತಂದೆ ಏನು ಕೇಳ್ಲಿಲ್ಲ. ಎಂದೂ ನನ್ನ ತವರುಮನೆಯವ್ರ ಸುದ್ದಿ ಎತ್ತಿ ಹೀಯಾಳಿಸ್ಲಿಲ್ಲ. ನಮ್ಮಪ್ಪ ಕೊಟ್ಟ ಚಿನ್ನ ಮೈಮೇಲೆ ಸವೆಯಿತೇ ವಿನಾ, ಎಂಥ ಸಮಯದಲ್ಲೂ ಅತ್ತ ದೃಷ್ಟಿ ಹೊರಳಿಸಿದವರಲ್ಲ. ಪ್ರೀತಿಯಿಂದ ನನ್ನ ನಡೆಸಿಕೊಂಡಿದ್ದಾರೆ. ಗೌರವದಿಂದ ನನ್ನ ಕಂಡಿದ್ದಾರೆ. ಒಂದು ಹೆಣ್ಣಿಗೆ ಇದಕ್ಕಿಂತ ಬೇರೇನು ಬೇಕು?" ಆಕೆಯ ಕಂಠ ಗದ್ಗದವಾಯಿತು.

ಸೂರ್ಯ ಎದ್ದಾಗ ಅವನ ಕೈಹಿಡಿದುಕೊಂಡರು. "ನಿಮ್ತಂದೆ ನಮ್ಮ ಹಾಗೇ ದುಃಖ, ನೋವನ್ನ ಮಾತುಗಳ ಮೂಲಕ ಹೊರಗೆ ಹಾಕೋಲ್ಲ. ಇಷ್ಟು ವರ್ಷ ಪ್ರೊಫೆಷನ್‌ನಲ್ಲಿ ಮುಳುಗಿಹೋಗಿದ್ರು. ಈಗ ಭಯ ಆಗುತ್ತೆ. ಪುರಂಧರ, ಸ್ವರ್ಣಲತಾನ ಒಂದ್ಸಲ ಬಂದು ಹೋಗೋಕ್ಹೇಳು" ತಲೆದೂಗಿದ.

ಬಾಯಲ್ಲಿ ಒಮ್ಮೆ ಸಿಕ್ಕಾಗ ಅಡ್ರೆಸ್ ಹೇಳಿದ್ದ ಪುರಂಧರ. ಅದನ್ನೇ ನೆನಪಿನಲ್ಲಿಟ್ಟುಕೊಂಡು ಮನೆ ಅರಸಲು ಹೋದ. ಮೊದಲ ಸಲ ಇಂಥ ಪ್ರಯತ್ನ.

ನ್ಯೂ ಎಕ್ಸ್‌ಟೆನ್ಷನ್ ಏರಿಯಾ. ಅವಸರವಸರವಾಗಿ ಮನೆಗಳು ಮೇಲಕ್ಕೆ ಏಳುತ್ತಿದ್ದವು. ಎ–116ನೇ ನಂಬರ್ ಮನೆಯನ್ನು ಹೆಚ್ಚು ಪ್ರಯಾಸವಿಲ್ಲದೆ ಹುಡುಕಿದ.

ಈಚೆಗೆ ಕಟ್ಟಿಸಿದ ಮನೆ. ಬರೀ ಸುಣ್ಣಬಣ್ಣ ಬಳಿಸಿದ್ದರು. ಕಾಂಪೌಂಡ್ ಗೋಡೆಯೇರಿದ್ದರೂ ಇನ್ನೂ ಪ್ಲಾಸ್ಟರಿಂಗ್ ಆಗಿರಲಿಲ್ಲ. ಅಲ್ಲಲ್ಲಿ ಮುರಿದ ಇಟ್ಟಿಗೆಗಳು, ಕಲಸಿ ಉಳಿದ ಸಿಮೆಂಟ್ ಮಡ್ಡಿ ಜೊತೆ ಸಣ್ಣಪುಟ್ಟ ಮರದ ಪೀಸ್‌ಗಳು ಬಿದ್ದಿದ್ದವು. ಇದು ಒಳಗಿದ್ದವರ ಆರ್ಥಿಕ ಸ್ಥಿತಿಯ ಜೊತೆ ಸಮಯದ ಅಭಾವವನ್ನು ತಿಳಿಸಿತು.

"ಓ.... ನೀನಾ...." ಪುರಂಧರನ ಕಣ್ಣುಗಳು ಸಂತೋಷವನ್ನು ವ್ಯಕ್ತಪಡಿಸಿತು. "ಬಾ.... ಬಾ... ಮನೆಯಲ್ಲೆಲ್ಲ ಹೇಗಿದ್ದಾರೆ?" ಪ್ರೀತಿಯಿಂದಲೇ ಆಹ್ವಾನಿಸಿದ.

ಉಟ್ಟಿದ್ದ ಬಿಳಿಪಂಚೆಯನ್ನು ಮೊಣಕಾಲಿನಿಂದ ಮೇಲಕ್ಕೆ ಎತ್ತಿಕಟ್ಟಿದ್ದ. ಮೈಮೇಲೆ ಒಂದು ಬನಿಯನ್ನು. ಹೆಗಲ ಮೇಲೊಂದು ಬಣ್ಣಗೆಟ್ಟ ಟವಲು. ಬಹುಶಃ ಇಂಥ ವೇಷದಲ್ಲಿ ನೋಡುತ್ತಿರುವುದು ಇದೇ ಮೊದಲ ಸಲ!

ಸಣ್ಣ ವರಾಂಡ ದಾಟದ ನಂತರ ಚಿಕ್ಕ ಹಾಲ್. ನಾಲ್ಕು ಬೆತ್ತದ ಚೇರ್‌ನ ಮಧ್ಯೆ ಒಂದು ಟೀಪಾಯಿ. ಅದರ ಮೇಲೆ ಹಳೆಯ ವಾರಪತ್ರಿಕೆಗಳು ಬಿದ್ದಿದ್ದವು.

"ಸ್ವಲ್ಪ... ಬಂದೇ" ಒಳಗೆಹೋದ.

ಬಹುಶಃ ಅದು ಅಡುಗೆಯ ಮನೆ ಇರಬಹುದು. ಈರುಳ್ಳಿ, ಹಸಿಮೆಣಸಿನಕಾಯಿ ಎಣ್ಣೆಯಲ್ಲಿ ಬೇಯುವ ವಾಸನೆ.

"ಪುರು, ಆಯ್ತಾ ತಿಂಡಿ?" ಕೋಣೆಯಿಂದ ಒಂದು ಹೆಣ್ಣಿನ ದನಿ ಕೇಳಿತು. "ಇನ್ನೇನು ಆಗಿಯೇಹೋಯ್ತು" ಒಳಗಿನಿಂದಲೇ ಕೂಗಿ ಹೇಳಿದ.

ಪುರಂಧರ, ಫಣೀಂದ್ರ ಪೊಗದಸ್ತಾಗಿ ಹೊಡೆಯುತ್ತಿದ್ದರೇ ವಿನಾ, ಅಡುಗೆಮನೆಗೆ ಹೋಗುವ ರಿಸ್ಕ್ ತೆಗೆದುಕೊಳ್ಳುತ್ತಿರಲಿಲ್ಲ. ಅದರ ಜೊತೆ ಅದು ಸಾಲದು, ಇದು ಸಾಲದು ಎನ್ನುವ ಮಾತುಗಳು.

'ಚುಯ್' ಎಂದು ನೀರು ಹಾಕಿದ ಸದ್ದುಕೇಳಿಸಿದ ನಂತರವೇ ಟವಲಿಗೆ ಒದ್ದೆ ಕೈಯೊರೆಸುತ್ತ ಪುರಂಧರ ಹೊರಗೆ ಬಂದಿದ್ದು.

ಎದುರು ಕೂತ. ಆತ್ಮೀಯತೆಯಿಂದ ಕೈಹಿಡಿದುಕೊಂಡ. "ಹೇಗಿದ್ದಾರೆ ಅಪ್ಪ?" ಅವನ ಕಂಠ ಗದ್ಗದವಾಯಿತು. "ಈಗ ಪರ್ವಾಗಿಲ್ಲ, ಆದ್ರೂ ಡಾಕ್ಟ್ರು ಒಂದಿಷ್ಟು ರೆಸ್ಟ್ ಬೇಕೂಂದಿದ್ದಾರೆ. ಅದು ಅಪಾಯವೇ ಅಪ್ಪನಂಥವರಿಗೆ. ಹಾಸಿಗೆಯ ಮೇಲೆ ಇರುವಂಥ ಜೀವನವನ್ನು ಅವ್ರು ಇಷ್ಟಪಡರು" ಸೂರ್ಯನ ದನಿ ತಗ್ಗಿತು.

"ನೀನು... ಹೇಗಿದ್ದಿ?" ಕೇಳಿದ.

ಮೊದಲು ಕಣ್ಣೊರೆಸಿಕೊಂಡ ಪುರಂಧರ ಆಮೇಲೆ ಅತ್ತುಬಿಟ್ಟ. "ಅಪ್ಪ ನಮ್ಗೆ ಅನ್ಯಾಯ ಮಾಡ್ಬಿಟ್ರು. ಅವ್ರು ಒಂದಿಷ್ಟು ಆಸ್ತಿ, ಹಣ ಮಾಡಿಟ್ಟಿದ್ರೆ ಇಂಥ ಸ್ಥಿತಿ ನಮ್ಗೆ ಬರ್ತಾ ಇರ್ಲಿಲ್ಲ" ಅದೇ ಹಳೆಯ ರಾಗ.

ಕೂರಲು ಇಷ್ಟವಾಗಲಿಲ್ಲ ಸೂರ್ಯನಿಗೆ. "ಅಪ್ಪನ ಬೆಲೆ ನಿಮ್ಗೆ ಗೊತ್ತಾಗಿಲ್ಲ. ಬರೀ ಹಣ ಸಂಪಾದನೆಯ ಉದ್ದೇಶವೇ ಅವ್ರಿಗೆ ಇದ್ದಿದ್ರೆ... ಈ ಪ್ರೊಫೆಷನ್ ಏನೂ ಬೇಕಿರ್ಲಿಲ್ಲ. ಅವ್ರಿಗೆ ಇರೋ ಬುದ್ಧಿ ತೀಕ್ಷ್ಣತೆ, ಧೈರ್ಯಕ್ಕೆ ನೋಟುಗಳಲ್ಲೇ ನಿಮ್ಮನ್ನ ಮುಳುಗಿಸ್ಬಹುದಿತ್ತು. ಛೇ... ಹೋಗ್ಲಿಬಿಡು. ವಿಷ್ಯ ಬರೀ ಚರ್ಚೆಯಾಗಿಯೇ ಉಳಿಯುತ್ತೆ. ಒಂದ್ಸಲ ನೀನು, ಅತ್ತಿಗೆ ಬಂದು ಅಪ್ಪನನ್ನು ನೋಡಿ ಹೋಗ್ಬೇಕಂತೆ. ಅಮ್ಮ ಅದ್ಕೇ ನನ್ನ ಕಳಿಸಿರೋದು" ಮೇಲೆದ್ದ.

"ಏಯ್ ಕೂತುಕೊಳ್ಳೋ... ತಿಂಡಿ ತಿಂದ್ಕೊಂಡ್ ಹೋಗೀವಂತೆ" ಕೈಹಿಡಿದುಕೊಂಡ.

ಅಷ್ಟರಲ್ಲಿ ಕೋಣೆಯಿಂದ ಸ್ವಲ್ಪ ವಯಸ್ಸಾದ ಹೆಣ್ಣು ಬಂತು.

"ಇವ್ರು ನಮ್ಮ ಸ್ವರ್ಣಲತಾ ಅವರ ತಾಯಿ" ಪರಿಚಯಿಸಿದ. ಎರಡು ಕೈಜೋಡಿಸಿದ "ನಮಸ್ಕಾರ". ಆಕೆಯ ಮುಖದಲ್ಲಿ ಯಾವುದೇ ಭಾವನೆಗಳು ಅರಳಲಿಲ್ಲ. "ಆಯ್ತು, ತಿಂಡಿ ಪುರು? ನಂಗೆ ಹೊಟ್ಟೆಯಲ್ಲಿ ಸಂಕ್ಟ ಶುರು ಆಯ್ತು" ಅಡುಗೆಮನೆಯತ್ತ ಓಡಿದ. ಅಳಿಯನನ್ನು ಹಿಂಬಾಲಿಸಿದರು.

ಒಳಗೆ ಬಿಸಿಯೆನಿಸಿ ಹೊರಗೆಬಂದು ನಿಂತ. ಹ್ಯಾಂಡ್‌ಬ್ಯಾಗ್ ತೋಳಿಗೇರಿಸಿಕೊಂಡಿದ್ದ ಸ್ವರ್ಣಲತ ಬಂದಳು. ಆಯಾಸದಿಂದ ಮುಖ ಬಾಡಿತ್ತು.

"ಯಾವಾಗ್ಬಂದ್ರಿ?" ತುಟಿಗಳೇನೂ ಅರಳಲಿಲ್ಲ.

"ಐದಾರು ನಿಮಿಷಗಳು ಆಗಿರ್‍ಬಹುದು. ಅಂತು ಹತ್ತು ನಿಮಿಷಗಳ ಒಳಗೇ. ತುಂಬಾ ಟಯರ್ಡ್ ಆದ ಹಾಗೆ ಕಾಣ್ತೀರಾ?" ಎಂದ. ಸ್ವರ್ಣಲತ ಭಾರವಾದ ಉಸಿರೆಳೆದು ದಬ್ಬಿದಳು. "ಪುರು.... ಪುರು..." ಕೂಗುತ್ತಲೇ ಒಳಗೆಹೋದಳು.

ಹೇಳಿದ್ದು ಆಗಿತ್ತು. ಆದರೂ ಹೊರಟುಬಿಡಲು ಸೂರ್ಯನ ಮನಸ್ಸು ಸಮ್ಮತಿಸಲಿಲ್ಲ. ಎರಡು ಕೈಗಳನ್ನು ಪ್ಯಾಂಟ್ ಜೇಬುಗಳಲ್ಲಿ ಇಳಿಸಿ ಸುತ್ತಲೂ ನೋಡತೊಡಗಿದ.

ಹತ್ತಿರಹತ್ತಿರದಲ್ಲಿಯೇ ಐದಾರು ಕಟ್ಟಡಗಳು ಏಳುತ್ತಿದ್ದವು. ಮನೆಗಳು ತುಂಬಿಕೊಂಡು, ರೋಡುಗಳು ಆದಾಗ ಇದೊಂದು ವ್ಯವಸ್ಥಿತ ಕಾಲನಿ ಆಗಬಹುದೆಂದುಕೊಂಡ.

ಕೈಯಲ್ಲಿ ಟವಲಿಡಿದು ಬಂದ ಸ್ವರ್ಣಲತ "ಅಲ್ಲಿ ಯಾಕೆ ನಿಂತಿದ್ದೀರಾ? ಒಳ್ಗಡೆ ಬನ್ನಿ..." ಕರೆದಳು. ಅರೆಮನಸ್ಸಿನಿಂದಲೇ ಒಳಗೆ ನಡೆದ.

"ಕೂತ್ಕೊಳ್ಳಿ...." ಒಂದು ಬೆತ್ತದ ಚೇರ್ ಮೇಲೆ ಕೂತು ಹಿಂದಕ್ಕೆ ತಲೆವಾಲಿಸಿದಳು. "ಬಸ್ಸು ಹಿಡಿದು ಮನೆ ಸೇರೋ ವೇಳೆಗೆ ಸಾಕುಸಾಕಾಗುತ್ತೆ" ಆಯಾಸ ಪರಿಹರಿಸಿಕೊಳ್ಳತೊಡಗಿದಳು.

ಮೂರ್ ಪ್ಲೇಟ್‌ಗೆ ಉಪ್ಪಿಟ್ಟು ಹಾಕಿಕೊಂಡು ಬಂದ ಪುರಂಧರ. ತಲೆಸಿಡಿತ, ಜ್ವರ ಬಂದು ಮಲಗಿದ ವೈದೇಹಿ, ತೀರಾ ಅನಿವಾರ್ಯ ಸಂದರ್ಭದಲ್ಲಿ "ಪುರು, ಒಂದು ಲೋಟ ಕಾಫಿ ಮಾಡಿಕೊಂಡು ಬಾ" ಮುಖ ತಿರುಗಿಸಿಕೊಂಡು ಹೋಗುತ್ತಿದ್ದ "ನನ್ನ ಕೈಯಲ್ಲಂತೂ ಆಗೋಲ್ಲ." ಬಹಳ ವಿಚಿತ್ರವಾಗಿ ಕಂಡಿತು ಸೂರ್ಯನಿಗೆ.

"ನಂಗೆ ಬೇಡ!" ಸಂಕೋಚದಿಂದ ಹೇಳಿದ.

ಒಳಗಿನಿಂದ ಬಂದ ಸ್ವರ್ಣಲತ ತಾಯಿ "ಹೋಗ್ಲಿ, ಈ ಬಿಸ್ಕತ್ ಆದ್ರೂ ತಿನ್ನಿ" ಎರಡು ಗ್ಲೂಕೋಸ್ ಬಿಸ್ಕತ್ತನ್ನ ಒಂದು ಸಾಸರ್‌ನಲ್ಲಿ ತಂದಿಟ್ಟರು.

ಎದ್ದುಹೋದ ಸ್ವರ್ಣಲತ ಇನ್ನೊಂದು ಸಾಸರ್ ತಂದಿಟ್ಟಳು. "ನಿಮ್ಗೆ ಹೆಚ್ಚು ಅನಿಸಿದ್ರೆ.... ತೆಗೆದಿಡಿ" ಎಂದಳು. ಅವಾಕ್ಕಾದ. ಇಂಥ ದೃಶ್ಯ ಅಪರೂಪ!

ಸಾಸರ್‌ನಲ್ಲಿದ್ದುದು ಎರಡೇ ಬಿಸ್ಕತ್. ಅದರಲ್ಲಿ ಉಳಿಸಿ ತೆಗೆದಿಡಬೇಕೆಂದರೇ... ಒಂದು ಅದು ಬೇಡವೆನಿಸಿತು ಅವನಿಗೆ. "ಎಲ್ಲಾ ಮುಗಿಸಿಕೊಂಡ್ಬಂದೆ, ನೀವುಗಳು ತಗೊಳ್ಳಿ" ಎಂದ ಮುಜುಗರದಿಂದ.

ಮಗಳು, ಅಳಿಯನ ಜೊತೆ ಆಕೆಯು ಬಂದು ಕೂತು ಉಪ್ಪಿಟ್ಟು ತಿಂದಳು. ಮಿಕಿಮಿಕಿ ನೋಡಲಾರದೆ ಕಾಣುವ ಕಿಟಕಿಯಿಂದ ಹೊರಗೆ ಚೆಲ್ಲಿದ ನೋಟವನ್ನು.

ಮಧ್ಯೆ ಮಧ್ಯೆ ನಾಲ್ಕೇ ಮಾತುಗಳಿಂದ ಸ್ವರ್ಣಲತಾ ಚಿಕ್ಕಂದಿನಲ್ಲಿ ಅನುಭವಿಸಿದ ಕಷ್ಟ, ನೋವು, ಬಡತನ ಎಷ್ಟೋ ದಿನ ನೀರು ಕುಡಿದೇ ಮಲಗಿದ್ದು... ಎಲ್ಲಾ ಹೇಳಿಕೊಂಡಳು.

"ನೋಡಿ ಸೂರ್ಯ, ನೀವು ಪುಣ್ಯವಂತರ ಮನೆಯಲ್ಲಿ ಹುಟ್ಟಿದವ್ರು. ನಂಗೆ ಬುದ್ಧಿ ಬಂದಾಗ್ನಿಂದ ನನ್ನ ಅನ್ನವನ್ನ ನಾನೇ ದುಡಿದು ತಿಂದಿದ್ದೀನಿ. ಅರೆಹೊಟ್ಟೆ ತಿಂದು ಮನೆ ಕೊಂಡ್ಕೊಂಡೆ. ಅದನ್ನ ಬಾಡಿಗೆಗೆ ಕೊಟ್ಟಿದ್ದೀನಿ. ಇದು ಲೋನ್‌ನಿಂದ ಕಟ್ಟಿಸಿರೋ ಮನೆ. ನಮಗೆ ಒಳಗಡೇದು ಸಾಕು. ಮುಂದಿನ ರೂಮು ಕೂಡ ಬಾಡಿಗೆಗೆ ಕೊಡ್ತೀನಿ. ಅಗತ್ಯಕ್ಕಿಂತ ಹೆಚ್ಚು ಖರ್ಚು ಮಾಡೋದೇನು, ಅಗತ್ಯಕ್ಕಿಂತ ಹೆಚ್ಚಿಗೆ ತಿನ್ನೋಕೂ ಇಷ್ಟಪಡಲ್ಲ. ಒಂದು ಕಪ್ ಕಾಫಿ ಕೊಡ್ಬೇಕಾದ್ರೆ ಅವ್ರಿಂದ ನಂಗೆ ಏನಾದ್ರೂ ಉಪಯೋಗವಾಗುತ್ತ ಅಂತ ಯೋಚಿಸ್ತೀನಿ. ಇದಕ್ಕೆ ಕಾರಣ ನನ್ನ ಚಿಕ್ಕಂದಿನ ದಿನಗಳು" ಮನಬಿಚ್ಚಿ ಹೇಳಿಕೊಂಡಳು. ಸ್ವರ್ಣಲತಾಗೆ ಸಂಕೋಚವಿರಲಿಲ್ಲ. ಅದರಿಂದಲೇ ಕೆಲವೊಮ್ಮೆ ಸ್ಕೂಲಿನಲ್ಲಿ ನಗೆಪಾಟಲಿಗೀಡಾಗುತ್ತಿದ್ದಳು.

ಬಾಯಾರಿದಂತಾಯಿತು ಸೂರ್ಯನಿಗೆ. ವಾರೆನೋಟದಿಂದ ಪುರಂಧರನತ್ತ ನೋಡಿದ. ಭಾವರಹಿತನಾಗಿ ತಿನ್ನುತ್ತಿದ್ದ.

ಹೆಚ್ಚು ಸೆಕೆಯೆನಿಸಿತು. "ಬರ್ತೀನಿ, ನೀವು ಪುರಂಧರ ಒಂದ್ಸಲ ಬನ್ನಿ. ಅಮ್ಮ ಹೇಳಿ ಕಳಿಸಿದ್ದಾಳೆ" ಎಂದವನು ಯಾರ ಪ್ರತಿಕ್ರಿಯೆಗೂ ಕಾಯದೆ ಹೊರಗೆಬಂದ.

ಹಿಂದೆಯೇ ಬಂದ ಪುರಂಧರನನ್ನು ಒಂದು ತರಹ ನೋಡಿದ. "ಕೆಲ್ಸಕ್ಕೆ ಪ್ರಯತ್ನಿಸಲಿಲ್ವಾ! ಅತ್ತಿಗೆ ಮೊದ್ಲಿನಿಂದ್ಲೂ ಕಷ್ಟದಲ್ಲೇ ಬಂದಿದ್ದಾರೆ. ನಿನ್ನಿಂದ ಉಪಕಾರವಾಗದಿದ್ರೂ... ಭಾರವಾಗಬಾರದಲ್ವ, ಯೋಚಿಸು" ಅವನ ಗಂಟಲು ಕಟ್ಟಿತು.

"ಬೇಜಾರಾಗಿಬಿಟ್ಟಿದೆ. ಅಪ್ಪ ಹೇಳ್ದಂಗೆ ಚೆನ್ನಾಗಿ ಓದಬೇಕಿತ್ತು. ಅಥವಾ ಕೈ ದುಡಿಮೆಗಾದ್ರೂ ಪ್ರಯತ್ನಿಸಬೇಕಿತ್ತು ಅನಿಸುತ್ತೆ ಆಗಾಗ" ಪುರಂಧರ ಅಳೋದೊಂದು ಬಾಕಿ ಇತ್ತು.

ಜೇಬಿನಲ್ಲಿದ್ದ ಐವತ್ತರ ನೋಟನ್ನು ಅವನ ಕೈಯಲ್ಲಿಟ್ಟು "ಅಮ್ಮನ ಸಮಾಧಾನಕ್ಕಾದ್ರೂ ಬಂದುಹೋಗಿ. ನಾನು ಬರ್ತೀನಿ" ಹೆಜ್ಜೆಯ ವೇಗೆ ಹೆಚ್ಚಿಸಿ ನಡೆದುಬಿಟ್ಟ ಸೂರ್ಯ.

ಸ್ವಲ್ಪ ಹೊಟ್ಟೆಬಾಕತನದ ಪುರಂಧರ ಖಾಲಿ ಮಾಡುತ್ತಿದ್ದುದು ತಟ್ಟೆಗಟ್ಟಲೆ. ಆದರೆ ಇಂದು ಅವನ ತಟ್ಟೆಯಲ್ಲಿದ್ದುದು ಮೂರು ಸ್ಪೂನ್‌ನಷ್ಟು ಉಪ್ಪಿಟ್ಟು.

ಮನೆಗೆ ಬಂದಾಗ ಮ್ಲಾನವದನನಾಗಿದ್ದ. ಆಗತಾನೇ ಡಾಕ್ಟರ್ ಬಂದುಹೋಗಿದ್ದರು. ವರಾಂಡದಲ್ಲಿ ಬಂದು ಕೂತ ಕಕ್ಷಿಗಾರರೊಂದಿಗೆ ಮಾತಾಡುತ್ತಿದ್ದ ತಂದೆಯನ್ನು ನೋಡಿ ವಿಸ್ಮಿತನಾದ. ಜೊತೆಗೆ ಆತಂಕವೂ ಕೂಡ. ಆದರೆ ಬಹಳ ಗೆಲುವಾಗಿ ಕಂಡರು.

"ಸೂರ್ಯ, ಒಂದ್ಲೋಟ ನೀರು...." ಕೂಗಿದರು.

ಅಡುಗೆಯ ಮನೆಗೆ ಬಂದ. ಯಾರೂ ಇರಲಿಲ್ಲ. ಈಚೆಗೆ ಗಮನಿಸಿದ್ದ. ಜಲಜ ಮನೆಯಲ್ಲಿರುವುದು ಕಡಿಮೆ. ಈಚೆಗೆ ಎದುರುಮನೆಗೆ ಬಂದಿದ್ದ ಶ್ರೀಪತಿಯವರ ಮನೆಯಲ್ಲಿ ಹೆಚ್ಚು ಕಾಲ ಕಳೆಯುತ್ತಿದ್ಳು.

ನೀರು ತಂದುಕೊಟ್ಟವನು "ಅಮ್ಮಾ...." ಎಂದ. ಇವನತ್ತ ಲಕ್ಷ್ಯ ಕೊಡದವನು ಏನೋ ಹೇಳುತ್ತಿದ್ದದು ಕ್ಲಯಂಟ್‌ಗೆ.

ಅಂದುರಾತ್ರಿ ಹೊರಗೆಹೋದ ಪುರುಷೋತ್ತಮ್ ಆಕಸ್ಮಿಕವಾಗಿ ಬಿದ್ದು ತಲೆಗೆ ಪೆಟ್ಟುಮಾಡಿಕೊಂಡರು. ಎರಡು ದಿನದ ನಂತರ ಎಚ್ಚರವಾದರೂ ಎಲ್ಲಾ ಮರೆತುಬಿಟ್ಟಿದ್ದರು. ಅಮ್ನೀಸಿಯಾ ಎಂದರು ಡಾಕ್ಟರ್.

* * *

ಮನಸ್ಸಿಲ್ಲದ ಮನಸ್ಸಿನಿಂದ ಕಾಲೇಜಿಗೆ ಹೋದ ಸೂರ್ಯ ಬೇಗನೇ ಹಿಂದಿರುಗಿದ. ಅಕ್ಕಿ ಆರಿಸುತ್ತಿದ್ದ ವೈದೇಹಿಯ ಕಣ್ಣುಗಳಲ್ಲಿ ತುಂತುರು ಇತ್ತು.

ಸನಿಹದಲ್ಲಿ ಕೂತವನು "ಯಾಕಮ್ಮ...." ಎಂದಕೂಡಲೇ ಅತ್ತೇಬಿಟ್ಟರು. "ನಿಮ್ಮಪ್ಪನಿಗೆ ನೆನಪಿನ ಶಕ್ತಿ ಮರಳೋಲ್ಲವಾ?" ಸಪ್ತಸಾಗರಗಳು ದುಃಖದಿಂದ ಭೋರ್ಗರೆದಂತಾಯಿತು ಆಕೆಯ ಸ್ವರದಲ್ಲಿ. "ಖಂಡಿತ ಮರಳುತ್ತೆ. ಸ್ವಲ್ಪ ದಿನ ಮಾತ್ರ."

ಆತ್ಮೀಯರು, ಸ್ನೇಹಿತರು, ಪರಿಚಿತರು, ಹಳೆಯ ಕಕ್ಷಿಗಾರರು ಒಬ್ಬರಲ್ಲ ಒಬ್ಬರು ಮನೆಗೆ ಬಂದು ಅವರನ್ನು ನೋಡಿ ಕಣ್ಣು ಒದ್ದೆಮಾಡಿಕೊಂಡು ಹೋಗುತ್ತಿದ್ದರು.

ಪೇಪರ್ ಹಿಡಿದು ಬಂದ ಸೂರ್ಯ "ಸದ್ಯಕ್ಕೆ ನಾನು ಕಾಲೇಜಿಗೆ ಹೋಗ್ಬಾರ್ದೂಂತ ತೀರ್ಮಾನ ಮಾಡಿದ್ದೀನಿ. ಆದರೆ ಕೋರ್ಸು ಪೂರ್ತಿ ಬಿಡ್ತೀನಿ. ಈಗ ಮನೆ ಮೊದಲಿನಂತೆ ನಡೆಯೋಕೆ ಏನಾದ್ರೂ ಏರ್ಪಾಡು ಮಾಡ್ಬೇಕು" ಅವನ ಸ್ವರ ಭಾರವಾಗಿತ್ತು.

ಮಗನ ಕೈಯಲ್ಲಿ ಒಡವೆಯ ಪೊಟ್ಟಣವನ್ನಿಟ್ಟರು "ಸದ್ಯಕ್ಕೆ ಇದ್ನೆಲ್ಲ ಮಾರಿಬಿಡು" ಬೆಂಕಿ ಹಿಡಿದಂತೆ ತತ್ತರಿಸಿದ "ಛೇ, ಇದೆಂಥ ವಿಷ್ಯ! ಚಿನ್ನದ ಮೆಡಲ್ ತೊಳೆದು ನೀರು

ಕುಡಿದ ದಿನ ಕೂಡ ಇಂಥ ಧೈರ್ಯ ಮಾಡ್ಲಿಲ್ಲ. ಅಪ್ಪನಿಗೆ ಇದೆಲ್ಲ ಹಿಡಿಸೋಲ್ಲ. ಇದು ಬರೀ ಚಿನ್ನವಲ್ಲ. ನಮ್ಮ ಸಾಂಸ್ಕೃತಿಕ ಬದುಕಿನ ಚಿಹ್ನೆಗಳು. ಊಟ ಮಾಡೋ ಬೆಳ್ಳಿತಟ್ಟೆಗಳು, ತೀರಾ ಹಳೆಯವು. ಅವುಗಳ ಮುಂದೆ ಊಟಕ್ಕೆ ಕೂತಾಗ, ನಮ್ಮ ಹಿರಿಯರು, ಅವ್ರ ಸಂಸ್ಕೃತಿ, ಜೀವನ ನಮ್ಮೊಂದಿಗೆ ಇದೆಯೆನ್ನುವ ಭ್ರಮೆ. ಅಪ್ಪ ನೆನಪಿಸ್ಕೊಂಡ್ ತನ್ಮಯತೆಯಿಂದ ಹೇಳುವ ಘಟನೆಗಳು, ಮಾತುಗಳು– ಇವೆಲ್ಲ ಉಳೀಬೇಕಮ್ಮ. ಯಾವ್ದೂ ಹಾಳಾಗ್ಬಾರ್ದು" ತಾಯಿಯ ಕೈಯಲ್ಲಿಟ್ಟು ಮುಚ್ಚಿದ.

ನಾಲ್ಕಾರು ಕಡೆ ತಿರುಗಾಟ ನಡೆಸಿದ್ದ ಫಣೀಂದ್ರ ಮನೆಗೆ ಬಂದಾಗ ತೀರಾ ದಣಿದಿದ್ದ. "ಸಲ್ವಾರ್ ಹಾರ್ಡ್‌ವೇರ್ ಹತ್ರ ಹೋಗಿದ್ದೆ, ಸಿಗ್ಲಿಲ್ಲ" ಅವನು ಹೇಳಿದ್ದು ಸುಳ್ಳೆಂದು ಅವನಿಗೆ ಮಾತ್ರ ಗೊತ್ತುಂಟು. ಅಂತಿಂಥ ಕೆಲಸ ಮಾಡಲು ಫಣೀಂದ್ರನ ಮನ ಒಪ್ಪದು.

"ಯಾರು ಸಿಗ್ಲಿಲ್ಲ?" ಕೇಳಿದ ಸೂರ್ಯ.

ಯಾವುದೋ ಕೆಲಸದ ಸಲುವಾಗಿ ಆ ಕಡೆಯಿಂದಲೇ ಬಂದಿದ್ದ. ಖಾನ್ ಸಾಹೇಬರು ಬಹಳ ಪ್ರೀತಿ, ವಿಶ್ವಾಸ, ಗೌರವದಿಂದ ಕರೆದೊಯ್ದು ಕೂಡಿಸಿ ಮಾತಾಡಿಸಿದ್ದರು.

"ತೀರಾ ನಡೆಯದ ಕಾಲ. ನನ್ನ ಕೋರ್ಟು ಫೀಜು ಕೂಡ ಸಾಹೇಬ್ರು ತುಂಬಿದ್ದರು. ಒಳ್ಳೆ ಕಾಲ ಬಂದಾಗ ಕೊಡೋಕೆ ಹೋದೆ, ನಿರಾಕರಿಸಿಬಿಟ್ಟರು" ನೊಂದ ದನಿಯಲ್ಲಿ ಹೇಳಿಕೊಂಡರು.

"ಅಂದಿನದು ಅಂದಿಗೆ ಮುಗ್ದುಹೋಯ್ತು. ನಿಂಗೆ ಹಣ ಹೆಚ್ಚಿಗೆ ಅನ್ನಿಸಿದ್ರೆ ಕಷ್ಟದಲ್ಲಿರೋರಿಗೆ ಸಹಾಯ ಮಾಡು, ದಟ್ಸ್ ಆಲ್..." ಅಂದು ಪುರುಷೋತ್ತಮ್ ಅಂದ ಮಾತುಗಳು ಶಿಲಾಮುದ್ರಿಕೆಗಳಲ್ಲಿ ಕೊರೆದಂತೆ ಅವನೆದೆಯಲ್ಲಿ ಅಚ್ಚಾಗಿತ್ತು.

"ಓನರ್ ಸಿಕ್ಲಿಲ್ಲ" ಎಂದು ಷರಟಿನ ತೋಳಿನ ಗುಂಡಿ ಬಿಚ್ಚುತ್ತ ಒಳಗೆಹೋದ. ವೈದೇಹಿಯ ತುಟಿಯಂಚಿನಲ್ಲಿ ನೋವಿನ ನಗೆ ಮಿನುಗಿತು. "ದೊಡ್ಡ ಕೆಲ್ಸ ಬೇಕೆನ್ನೋ ಆಸೆ ಮಾತ್ರ ಇದೆ. ಯೋಗ್ಯತೆ ಬೇಡ್ವಾ" ಒಂದು ರೀತಿಯ ನಿರಾಸೆ ಇತ್ತು ಆಕೆಯ ದನಿಯಲ್ಲಿ.

ತುಟಿ ತೆರೆಯಲಿಲ್ಲ ಸೂರ್ಯ. ಫಣೀಂದ್ರ ಯಾವಾಗಲೂ ಶ್ರೀಮಂತ ಹುಡುಗರ ಜೊತೆಯಲ್ಲಿಯೇ ಬೆರೆಯುತ್ತಿದ್ದುದು. ದುಡ್ಡು ಇರುವ ಜನ ತೊಡುವ ಬಟ್ಟೆ, ತರುವ ವೆಹಿಕಲ್‌ಗಳು, ಪರ್ಸ್‌ನಲ್ಲಿ ಮಿಂಚುವ ಹಸಿರುನೋಟು... ಇದೇ ಜಗತ್ತು. ಇದೇ ಜೀವನ, ಮಿಕ್ಕವೆಲ್ಲ ಮಿಥ್ಯ ಎನ್ನುವ ಮಟ್ಟದ ಆಲೋಚನೆ. ಇದೆಲ್ಲದರಿಂದ ತಂದೆ ತಮ್ಮನ್ನು ವಂಚಿಸಿದ್ದಾರೆ ಎನ್ನುವ ಮನೋಭಾವ.

ತಂದೆಯ ಕೋಣೆಗೆ ಬಂದ ಸೂರ್ಯ. ಸದಾ ಮಿನುಗುವ ಕಣ್ಣುಗಳಲ್ಲಿ ಮಂಕುತನ. ಎಂದಾದರೂ ಅವರು ಈ ರೀತಿ ಇದ್ದುದ್ದುಂಟೆ?

ಸನಿಹದಲ್ಲಿ ಕೂತು ಅವರ ಕೈಯನ್ನು ತನ್ನ ಕೈಯೊಳಗೆ ತಗೊಂಡ "ಅಪ್ಪ, ನಾನು ನಿಮ್ಮ ಮಗ ಸೂರ್ಯ." ಅವರ ಮಿದುಳಿನಲ್ಲಿ ಹಿಂದಿನದು ನೆನಪಿಲ್ಲದಿದ್ದರಿಂದ ಪ್ರತಿಸಲವು ಪರಿಚಯದೊಂದಿಗೆ ಸಂಬಂಧದ ಬೆಸುಗೆಯೊಳಗೆ ಅವರನ್ನು ಬಿಗಿದುಕೊಳ್ಳಬೇಕಿತ್ತು. "ಹ್ಞಾಂ..." ಎಂದರು.

"ಹೊರಗಡೆ... ಹೋಗೋಣ" ಕೈಹಿಡಿದುಕೊಂಡು ಹಾಲ್‌ಗೆ ಕರೆತಂದು ಉಯ್ಯಾಲೆಯ ಮೇಲೆ ಕೂರಿಸಿದ. ಆಗಾಗ ಫೈಲು ಹಿಡಿದು ಅದರ ಮೇಲೆ ಕೂತು ತೂಗಿಕೊಳ್ಳುತ್ತಿದ್ದರು. "ಅಪ್ಪ, ತಾತ ನಿಮ್ಮನ್ನ ತೊಡೆಯ ಮೇಲೆ ಕೂರಿಸಿಕೊಂಡು ತೂಗ್ತಾ ಇದ್ರು. ನಾನು ಪುಟ್ಟ ಹುಡ್ಗನಾಗಿದ್ದಾಗ ನೀವು ತೂಗಿಕೊಳ್ಳೋವಾಗ ನಿಮ್ಮ ಮಡಿಲಲ್ಲಿ ಕೂತ್ಕೋತಾ ಇದ್ದೆ" ಮೆಲ್ಲಗೆ ತೂಗುತ್ತ ಹೇಳಿದ.

ಪುರುಷೋತ್ತಮ್ ಕಣ್ಣುಗಳಲ್ಲಿ ಬರೀ ಗಲಿಬಿಲಿ.

ಸೂರ್ಯನ ಕಣ್ ತುಂಬಿತು. ಎಂಥ ಧೈರ್ಯ, ಸಾಹಸ; ಅನ್ಯಾಯ ಕಂಡಕೂಡಲೇ ದನಿಯೆತ್ತುವ ಮಾನವತ್ವ.

ಕೋರ್ಟು ಮುಂದೆ ಒಂದುಸಲ ಪ್ರಕರಣ ನಡೆದುಹೋಗಿತ್ತು. ಅಣ್ಣ-ತಮ್ಮಂದಿರ ಮಧ್ಯೆ ಆಸ್ತಿಯ ವಿಷಯದಲ್ಲಿ ವಿರಸ. ತೀರ್ಪು ಅವನಿಗೆ ವಿರುದ್ಧವಾದಾಗ ತಮ್ಮ ಚಾಕು ಹಿಡಿದು ಅಣ್ಣನ ಮೇಲೇರಿ ಹೋದ. ಅವನ ಕೈಯಲ್ಲಿದ್ದ ಆರು ಇಂಚಿನ ಫಳಫಳ ಹೊಳೆಯುವ ಕತ್ತಿ ನೋಡಿ ಯಾರೂ ಅತ್ತ ಹೋಗಲಿಲ್ಲ.

ಮೊದಲ ಸಲ ಬಗೆಯುವ ವೇಳೆಗೆ ಪುರುಷೋತ್ತಮ್ ಅವನನ್ನು ಹಿಡಿದರು. ಮಿಕ್ಕ ಜನ ಬರೀ ಪ್ರೇಕ್ಷಕರು. ಅವನ ಕೊಸರಾಟ, ರೋಷದಲ್ಲಿ ಪುರುಷೋತ್ತಮ್ ಇನ್ನಿಲ್ಲವಾಗಿಬಿಡುತ್ತಾರೆಂದು ನಿಂತವರೆಲ್ಲ 'ಅಬಿಚ್ಯುರಿ' ಶುರುಮಾಡಿದ್ದರು.

ಹಿಂದಿನಿಂದ ಜಾಡಿಸಿ ಒದ್ದು ಎರಡೇ ಕ್ಷಣದಲ್ಲಿ ಬಗ್ಗುಬಡಿದಿದ್ದರು. ನಿಂತವರು ದಂಗುಬಡಿದುಹೋಗಿದ್ದರು.

"ಬರೀ ಪುಳಿಚಾರು...." ಎಂದು ಹಂಗಿಸುತ್ತಿದ್ದ ಜನ ಕೂಡ 'ಶಭಾಷ್‌ಗಿರಿ' ಕೊಟ್ಟಿದ್ದರು.

ಅಂಥ ತಂದೆ ಇಂಥ ಸ್ಥಿತಿಯಲ್ಲಿ!

ಇಂದು ಆ ಆಘಾತದ ತರುವಾಯ ಅವರ ಆಫೀಸ್ ರೂಮಿಗೆ ಕರೆದೊಯ್ದು ಸೀಟಿನ ಮೇಲೆ ಕೂರಿಸಿದ.

ಮೂರು ತಲೆಮಾರಿನವರು ಕಾಯ್ದಿಟ್ಟ ಕಾನೂನು ಪುಸ್ತಕಗಳು, ಹಿಂದೂ ಲಾ... ಮಹಮದ್ ಲಾ... ಲೇಬರ್ ಲಾ... ರೂಲ್ಸ್ ಆಫ್ ಕೋರ್ಟ್...

ಗ್ರಂಥಗಳ ದೊಡ್ಡ ಭಂಡಾರ. ಇಲ್ಲಿ ಸೂರ್ಯ ಬಂದಾಗ ಹೆಮ್ಮೆ, ಅಭಿಮಾನದಿಂದ ತುಂಬಿಹೋಗುತ್ತಿತ್ತು ಅವನ ಮನ.

ಪುರುಷೋತ್ತಮ್ ಮುಖದಲ್ಲಿ ಕೂಡ ಯಾವುದೇ ಬದಲಾವಣೆಗಳಿಲ್ಲ.

ಜನ್ಮತಳೆದ ಮಗುವಿನ ಮಿದುಳಿನಷ್ಟು ಪರಿಶುಭ್ರವಾಗಿತ್ತೇನೋ ಅವರ ಮಸ್ತಿಷ್ಕ.

"ಅಪ್ಪ, ನಾನು ನಾಳೆ ಇಂದ್ರ ಧನಸ್ಸು ಎಸ್ಟೇಟ್‌ಗೆ ಹೋಗ್ತೀನಿ. ಅಲ್ಲಿ ಒಂದು ಕೆಲಸಕ್ಕಾಗಿ ಅಭ್ಯರ್ಥಿಗಳನ್ನ ಕರೆದಿದ್ದಾರೆ. ಕೆಲವು ಪ್ರಾಬ್ಲಂಗಳು ಸಾಲ್ವ್ ಆಗ್ಬೇಕಿದೆ" ದುಃಖ ನುಂಗಿದ. ಅವರ ನೋಟ ಇವನತ್ತ ಇದ್ದರೂ ಯಾವುದೇ ಪ್ರತಿಕ್ರಿಯೆ ಇಲ್ಲ.

ರಾತ್ರಿ ವಿಷಯ ಎಲ್ಲರ ಮುಂದಿಟ್ಟಾಗ ಮೊದಲು ದನಿಯೆತ್ತಿದ್ದು ಫಣೀಂದ್ರ "ಮತ್ತೆ ಯಾವ ಕೆಲ್ಸ ಕೊಡ್ತಾರೆ? ಎಷ್ಟು ಜನ ಕ್ಯೂನಲ್ಲಿ ಇರ್ತಾರೋ ಏನೋ?".

ಸರ್ಟಿಫಿಕೇಟ್ ಫೈಲನ್ನು ನೋಡುತ್ತಿದ್ದ ಸೂರ್ಯ "ಯಾವ ಕೆಲಸವಾದರೇನು, ಇಲ್ಲೀಗಲ್ ಅಲ್ಲದಿದ್ರೆ ಸರಿ. ಈಗ ಹಣದ ಅವಶ್ಯಕತೆ ಇರೋದ್ರಿಂದ ಮಾಲಿ ಕೆಲಸಕ್ಕಾದ್ರೂ... ನಾನು ರೆಡಿ. ಸದ್ಯಕ್ಕೆ ನಾನು ನಿರುದ್ಯೋಗಿ ತಾನೇ" ಸರಳವಾಗಿಯೇ ಹೇಳಿದ. ಫಣೀಂದ್ರನ ಪಿತ್ತ ನೆತ್ತಿಗೇರಿದಂತಾಯಿತು.

"ನಿರುದ್ಯೋಗಾಂತ... ಯಾವ್ದೋ ಒಂದು ಕೆಲಸ ಮಾಡೋಕ್ಕಾಗುತ್ತ! ಮನೆ ಮೇಲೆ ಹಣ ತಗೊಂಡ್... ಯಾವುದಾದ್ರೂ ಬಿಜಿನೆಸ್ ಅಥವಾ ಇಂಡಸ್ಟ್ರೀ ಶುರುಮಾಡೋದು" ಎಂದ ಸ್ವಲ್ಪ ಜೋರಾಗಿಯೇ.

ಫೈಲು ಮುಚ್ಚಿದ ಸೂರ್ಯ "ಅಪ್ಪನ ಮಾಡನ್ನು ನೆನೆಸ್ಕೋ..." ಎದ್ದುಹೋದ.

"ಹಿರಿಯರು ಬಾಳಿ ಬದುಕಿದ ಮನೆ. ಅವರುಗಳ ಸಾಮಾಜಿಕ, ಸಾಂಸ್ಕೃತಿಕ ಬದುಕಿನ ಸ್ಮಾರಕ– ಇದು ಮುಂದಿನ ತಲೆಮಾರಿಗೆ ಉಳಿದುಹೋಗಬೇಕು.

ಒಂದೆರಡು ಸಲ ಈ ಮಾತುಗಳನ್ನು ಒತ್ತಿಹೇಳಿದ್ದರು. ಅದು ಫಣೀಂದ್ರನಿಗೂ ನೆನಪಾಯಿತು. ಸುಮ್ಮನೆ ಎದ್ದುಹೋದ.

ಜಲಜ ಒಂದು ತರಹ ಮುಖ ಮಾಡಿದಳು "ಇಲ್ಲೇ ಯಾವುದಾದ್ರೂ ಒಂದ್ಕೆಲ್ಸ ನೋಡ್ಕೋ. ಇಲ್ಲಿ ನೀನು ಹೋಗ್ಬಿಟ್ಟರೆ...." ರಾಗ ತೆಗೆದಳು. "ಏನಾಗೋಲ್ಲ, ನೀವೆಲ್ಲ ಇದ್ದೀರಲ್ಲ" ಎಂದವ ಅಕ್ಕನ ಮುಖ ಗಮನಿಸುತ್ತ "ಸ್ವಲ್ಪ ಶ್ರೀಪತಿ ಮನೆಗೆ ಹೋಗೋದು ಕಮ್ಮಿಮಾಡು. ನಲವತ್ತರ ನಂತರ ಮದುವೆಯಾಗದ ಒಂದು ಹೆಣ್ಣನ್ನು ಒಬ್ಬ ಪುರುಷ ಸ್ನೇಹದಿಂದ ಮಾತಾಡಿಸಿದರೇ, ಮೈಮರೆಯೋದು ಸಹಜ" ಬುದ್ಧಿ ಹೇಳುವ ಧೈರ್ಯ ಮಾಡಿದ.

ಈಚೆಗೆ ಗಮನಿಸುತ್ತಿದ್ದ. ಮನೆಯಲ್ಲಿ ಇರುವುದಕ್ಕಿಂತ ಹೆಚ್ಚಾಗಿ ಶ್ರೀಪತಿಯವರ ಮನೆಯಲ್ಲಿ ಇರುತ್ತಿದ್ದಳು. ಹೆಂಡತಿಯನ್ನು ಕಳೆದುಕೊಂಡ ನಲವತ್ತರ ಪ್ರಾಯದ ಗಂಡು, ಮೂವರು ದೊಡ್ಡ ಮಕ್ಕಳ ತಂದೆ.

ಇವನ ಬಗ್ಗೆ, ತಂದೆಯ ವಿಷಯದಲ್ಲಿ ಮುತುವರ್ಜಿ ವಹಿಸುವ ಮಗ ದೂರಹೋಗುವುದು ಆಕೆಗೆ ಇಷ್ಟವಾಗಲಿಲ್ಲ.

"ಬೇಡ ಕಣೋ, ಸೂರ್ಯ.... ಪ್ರಯತ್ನಪಟ್ಟರೆ ಇಲ್ಲೇ ಎಲ್ಲಾದ್ರೂ ಕೆಲಸ ಸಿಗಬಹುದು. ನೀನು ಕೋರ್ಸ್ ಪೂರ್ತಿ ಮಾಡೋದು, ಗಟ್ಟಿಯಾಗಿ ನಿಲ್ಲುವುದು

ಅವರ ಆ್ಯಂಬಿಷನ್" ಆಕೆಯ ಸ್ವರ ನಡುಗುತ್ತಿತ್ತು.

ಪ್ರೀತಿಯಿಂದ ತಾಯಿಯ ಕೈ ಹಿಡಿದುಕೊಂಡ "ಅವೆರಡು ಆಗುತ್ತೆ. ಬೇರೊಬ್ಬರ ಕಣ್ಣಲ್ಲಿ ಮಿನುಗುವ ಸಿಂಪತಿ ನಮ್ಮ ಆತ್ಮಸ್ಥೈರ್ಯಾನ ಅಲುಗಾಡಿಸುತ್ತೆ. ಇಂಟರ್‌ವ್ಯೂಗೆ ಹೋಗ್ತಾ ಇರೋದು. ಆಮೇಲೆ ನೋಡೋಣ" ಭವಿಷ್ಯದತ್ತ ಯೋಚಿಸತೊಡಗಿದ.

ಮಲಗಿದ ಸೂರ್ಯನಿಗೆ ನಿದ್ರೆ ಬರಲಿಲ್ಲ. ತಂದೆಯ ನಡೆ, ನುಡಿ ಪ್ರತಿಯೊಂದರಿಂದಲೂ ಪ್ರಭಾವಿತನಾಗಿದ್ದ. ಕೆಲವು ಸಾಕ್ಷಿಗಳು ಸುಳ್ಳು ಹೇಳಬೇಕೆಂದರೂ ಪುರುಷೋತ್ತಮ್ ಕಣ್ಣುಗಳಲ್ಲಿನ ತೀಕ್ಷ್ಣತೆ ನೋಡಿ ತಬ್ಬಿಬ್ಬಾಗಿ ಸತ್ಯ ಹೊರಚೆಲ್ಲಿದ ಪ್ರಕರಣಗಳುಂಟು.

ಎದ್ದು ಹಾಲ್‌ಗೆ ಬಂದ. ಇಡೀ ಮನೆ ನಿಶ್ಶಬ್ದ! ಮೆಲ್ಲಗೆ ತಳ್ಳಿಕೊಂಡು ತಂದೆಯ ಕೋಣೆಯೊಳಗೆ ಹೋದ. ಆರಾಮಾಗಿ ಮಗುವಿನಂತೆ ನಿದ್ರಿಸುತ್ತಿದ್ದರು.

ಮಲಗಿದ್ದ ವೈದೇಹಿ ಎದ್ದುಕೂತರು "ಸೂರ್ಯ, ನಿದ್ದೆ ಬರಲಿಲ್ವಾ?" ಮಾತಾಡದೇ ಹೊರಗೆ ಹೋಗಿಬಿಟ್ಟ. "ಹೌದಮ್ಮ..." ಎನ್ನಬೇಕೆನಿಸಿತು ಅವನಿಗೆ.

ಕತ್ತಲಲ್ಲಿಯೇ ಗೋಡೆಗೊರಗಿ ನಿಂತ. ಭವ್ಯವಾದ ಹಳೆಯ ಮನೆ. ಪುರುಷೋತ್ತಮ್‌ನ ತಾತನ ಕಾಲದಲ್ಲಿ ಕಟ್ಟಿದ್ದು. ಕಂಬಗಳಿಗೆ, ಬಾಗಿಲುಗಳಿಗೆ ಅತ್ಯುತ್ತಮವಾದ ಕುಸುರಿನ ಕೆಲಸ. ನಡುಮನೆಯ ಮಧ್ಯದಲ್ಲಿ ದೊಡ್ಡ ತೂಗುಯ್ಯಾಲೆ. ಪುರುಷೋತ್ತಮ್‌ರ ತಾತನಿಂದ ಹಿಡಿದು ಅವನವರೆಗೂ ತೂಗಿದ, ತೂಗುತ್ತಿರುವ ಉಯ್ಯಾಲೆ. ಆತ್ಮೀಯವೆನಿಸಿತು ಅವನಿಗೆ. ಹೋಗಿ ಕೂತು ಮೆಲ್ಲಗೆ ತೂಗಿಕೊಳ್ಳತೊಡಗಿದ.

ಜಲಜ ಕೋಣೆಯಲ್ಲಿ ಲೈಟು ಹೊತ್ತಿತು, ಮತ್ತೆ ಆರಿತು.

* * *

ಇಂದ್ರ ಧನಸ್ಸುಗೆ ಸೂರ್ಯ ಬಂದಾಗ ನೆತ್ತಿಯ ಮೇಲಿನ ಬಿಸಿಲು ಸ್ವಲ್ಪ ತಣ್ಣಗಾಗಿತ್ತು. ಮುಂದೆ ಅತ್ಯಂತ ಅಗಲವಾದ ದೊಡ್ಡಗೇಟು. ವಾಚ್‌ಮನ್ ಕೂತಿದ್ದ. ವಿಚಾರಿಸಿದ ಮೇಲೆಯೇ ಬಿಟ್ಟದ್ದು.

"ಅಪ್ಲಿಕೇಷನ್ ಬೇಡವೇ ಬೇಡ. ಸ್ವಂತ ಬಂದು ಭೇಟಿ ಮಾಡಿ ಆರನೇ ತಾರೀಖು ಅಂದು" ಪ್ರಕಟನೆಯ ಅಡಿಯಲ್ಲಿ ವಿ.ಸೂ. ಎಂದು ಇಂದಿಷ್ಟು ಮುದ್ರಿಸಲಾಗಿತ್ತು.

ಎಸ್ಟೇಟ್ ರೋಡಿನ ಬದಿ ಎಂದುಕೊಂಡರೂ ನಾಲ್ಕು ಕಿಲೋಮೀಟರ್ ನಂತರವೇ ಬಂಗ್ಲೆ ಸಿಕ್ಕಿದ್ದು.

ಕತ್ತಿನವರೆಗೂ ಕೂದಲು ಕತ್ತರಿಸಿಕೊಂಡಿದ್ದ, ಮಾಡ್ ಡ್ರೆಸ್‌ನ ಯುವತಿ ಎದುರಾದಳು. "ಓ.... ನೀವೇನಾ?" ಒಂದು ಥರಾ ಮುಖ ಮಾಡಿದಳು. "ಒಳಗಡೆ.... ಬನ್ನಿ" ಬೆರಳಿಗೆ ಸಿಕ್ಕಿಸಿಕೊಂಡಿದ್ದ ಚೈನನ್ನು ತಿರುಗಿಸುತ್ತ ಕರೆದೊಯ್ದಳು.

ಆಸನಗಳು ಫಳಫಳ ಮಿಂಚುತ್ತಿದ್ದವು. ನೆಲಕ್ಕೆ ಹಾಸಿದ್ದ ಕಾರ್ಪೆಟ್ ಸ್ಪರ್ಶ ಅತ್ಯಂತ ಹಿತವಾಗಿತ್ತು.

"ಹೇಗಿದೆ... ಮನೆ?" ಕೇಳಿದಳು.

ಯೋಚಿಸುವಂತಾಯಿತು ಸೂರ್ಯನಿಗೆ. ಆದರೆ ಅವಳ ಮುಖದ ಅಹಂ ಇಷ್ಟವಾಗಲಿಲ್ಲ. "ಪರ್ವಾಗಿಲ್ಲ..." ಎಂದ.

ಅವಳ ಕಣ್ಣುಗಳಲ್ಲಿ ತುಂಬು ಆಶ್ಚರ್ಯ ಇಣುಕಿತು. "ಪೂವಯ್ಯಾ..." ಜೋರಾಗಿ ಅರಚಿದಳು. ನಾಲ್ಕಾರು ಜನ ಆಳುಗಳು ಬಂದು ವಿನಮ್ರತೆಯಿಂದ ನಿಂತರು. "ಅಡುಗೆಮನೆ ತೋರ್ಸು. ಹೊಸ ಅಡುಗೆಯವ್ರು" ಎರಡೆರಡು ಮೆಟ್ಟಿಲು ಹಾರುತ್ತ ಮೇಲಕ್ಕೆ ಹೋದಳು.

ಈಗ ಕೈಯಲ್ಲಿನ ಬ್ಯಾಗ್ ಭಾರವೆನಿಸಿತು ಸೂರ್ಯನಿಗೆ, "ಯಾಕೆ?" ಆ ಪ್ರಶ್ನೆಗೆ ಅವನಲ್ಲಿ ಉತ್ತರವಿಲ್ಲ.

"ಬನ್ನಿ...." ಒಬ್ಬ ಮುಂದಕ್ಕೆ ಬಂದ.

ಪೂರ್ತಿ ಕಸಿವಿಸಿಯಾಯಿತು ಅವನಿಗೆ. ಇಂಥದ್ದೇ ಕೆಲಸವೆನ್ನುವ ಪ್ರಕಟಣೆ ಇರಲಿಲ್ಲ. "ಮಾಲೀ ಕೆಲಸಕ್ಕಾದ್ರೂ ರೆಡಿ" ಫಣೀಂದ್ರನಿಗೆ ಹೇಳಿದ್ದ. ಆದರೆ ಅಡುಗೆ ಕೆಲಸ.... ಯೋಚಿಸಬೇಕಾಯಿತು.

"ಯಜಮಾನ್ರು ಎಲ್ಲಿ? ಇಂಟರ್‌ವ್ಯೂ ನಂತರವೇ ಅಪಾಯಿಂಟ್‌ಮೆಂಟ್ ಆರ್ಡರ್" ಎಂದ. ಒಂದು ಕೈಯಿಂದ ಬ್ಯಾಗನ್ನು ಮತ್ತೊಂದು ಕೈಗೆ ಬದಲಾಯಿಸುತ್ತ, "ವಿಸಿಟಿಂಗ್ ರೂಮು ತೋರಿಸಿದರೇ ಅಲ್ಲಿ ಕೂತಿರ್ತೀನಿ" ಸ್ವಲ್ಪ ಸುಧಾರಿಸಿಕೊಳ್ಳಬೇಕಿತ್ತು.

ಬರುವಾಗಲೇ ಗಮನಿಸಿದ್ದ, ಎಸ್ಟೇಟ್‌ನ ಪೂರ್ಣಚಿತ್ರ ಒಂದು ಧನಸ್ಸಿನ ಆಕಾರದಲ್ಲಿತ್ತು. ಮತ್ತು ವಿಶಿಷ್ಟವಾದದ್ದು ಏನೋ ಇದೆಯೆನಿಸಿತು.

ಮುಂದಿನ ವಿಸಿಟರ್ಸ್ ರೂಮಿಗೆ ಕರೆದೊಯ್ದು ಹೇಳಿದ. "ಸಿಟಿಗೆ ಹೋಗಿದ್ದಾರೆ ಯಜಮಾನ್ರು. ಬಹುಶಃ ರಾತ್ರಿ ಆಗುತ್ತೆ" ತಲೆದೂಗಿದ.

ಬಾತ್‌ರೂಮಿಗೆ ಹೋಗಿ ಒಂದು ಕೋಣೆಯಿಂದ ಹೊರಗೆ ಬಂದ. ಇಡೀ ಹಾಲ್ ನಿಶ್ಶಬ್ಧವಾಗಿತ್ತು. ಬಾಲ್ಕನಿಯ ಮೆಟ್ಟಿಲು ಇಳಿದು ನಡೆದ.

ಅಷ್ಟು ದೂರಕ್ಕೆ ನಡೆದುಹೋದವನು ನಿಂತು ಹಿಂದಿರುಗಿ ನೋಡಿದ. ಬಂಗ್ಲೆ ಅತ್ಯಂತ ಸುಂದರವಾಗಿ ಕಂಡಿತು. ಆ ಕಟ್ಟಡದ ಆಕಾರವು ಬಿಲ್ಲಿನಂತಿತ್ತು. ಏಳು ಬಣ್ಣಗಳ ಜೋಡಣೆಯು ಸಮರ್ಪಕವಾಗಿತ್ತು.

ಎದುರಾದ ಇಬ್ಬರು ಯುವಕರ ಮುಖಗಳು ಬೆವರಿನಿಂದ ತೋಯ್ದುಹೋಗಿತ್ತು. ತುಂಬ ಆಯಾಸಗೊಂಡವರಂತೆ ಕಂಡರು.

"ಸಾರ್, ಇಡೀ ಎಸ್ಟೇಟ್ ಸುತ್ತಿದ್ದಾಯ್ತು. ಎಲ್ಲೂ ದಾಳಿಂಬೆ ಗಿಡ ಕಾಣ್ತಿಲ್ಲ".

ಸೂರ್ಯನಿಗೆ ಅರ್ಥವಾಗಲಿಲ್ಲ. ಆಮೇಲೆ ಇನ್ನಷ್ಟು ಸಂಗ್ರಹಿಸಿದ ಮೇಲೆಯೇ

ವಿಷಯ ತಿಳಿದಿದ್ದು.

"ಆ ಹುಡ್ಗಿ... ಕಳ್ಸಿಕೊಟ್ಲು. ಗಿಡಾನೂ ಕಾಣ್ತಿಲ್ಲ. ಅಲ್ಲೆಲ್ಲು ಏಳುಬಣ್ಣದ ಬಿಲ್ಡಿಂಗ್ ಕಾಣ್ತಿಲ್ಲ. ಸುತ್ತಿ... ಸುತ್ತಿ... ಸಾಕಾಯ್ತು" ಬೆವರು ತೊಡೆದುಕೊಂಡರು.

ಕಂಡ ಹೆಣ್ಣಿನ ಬಗ್ಗೆ ಯಾವುದೇ ನಿರ್ಣಯಕ್ಕೆ ಬರದಾದ. ಹುಚ್ಚರು ಕಾನೂನಿನ ಮಿತಿಗೆ ಸಿಕ್ಕದವರು. ಕ್ಷಮಾರ್ಹರು ಕೂಡ.

ಅಲ್ಲಿ ಒಂದುಕಡೆ ಕೂರಲು ಹಾಸಿದ್ದ ಕಲ್ಲುಬಂಡೆಯ ಮೇಲೆ ಅವರಿಬ್ಬರು ಕೂತುಬಿಟ್ಟರು.

ಇನ್ನಷ್ಟು ಸುತ್ತಿ ಸೂರ್ಯ ಬರುವವರೆಗೂ ಅಲ್ಲೇ ಕೂತಿದ್ದರು.

"ಛೇ, ಇಂಟರ್‌ವ್ಯೂ ಟೈಮಿಲ್ಲ, ಜಾಗ ಗೊತ್ತಿಲ್ಲ. ಇಂಥ ಕೆಲಸ ಅಂತ ಪ್ರಕಟನೆ ಇಲ್ಲ. ತಲೆ ಕೆಟ್ಟು ಬಂದಿದ್ದಾಯ್ತು" ಒಬ್ಬ ಬೇಸರದಿಂದ ಒದರಿದ.

ಇನ್ನೊಬ್ಬನ ಮನಸ್ಸಿನ ಭಾವನೆಯು ಅದೇ ಸ್ಥಿತಿಯಲ್ಲಿತ್ತು. "ಇಲ್ಲಿಂದ ಹೊರಟರೇ ಸಾಕೂಂತ ಅನ್ನಿಸಿದೆ. ಕ್ಯೂಗಳಲ್ಲಿ ನಿಂತು ನಿಂತು ಈ ಕಾಲುಗಳು ಸೋತುಹೋಗಿವೆ" ಕಾಲುಗಳನ್ನೊತ್ತಿಕೊಂಡ ಕೈಯಿಂದ.

ಆದರೆ ಸೂರ್ಯ ಏನನ್ನೂ ವ್ಯಕ್ತಪಡಿಸುವ ಸ್ಥಿತಿಯಲ್ಲಿರಲಿಲ್ಲ. ಅವನ ಬದುಕಿನ ದಿಕ್ಸೂಚಿ ಸ್ಪಷ್ಟವಾಗಿತ್ತು. ಅದರಿಂದಲೇ ಅವನು ಕೆಲಸದ ಬಗ್ಗೆ ಎಂದೂ ಯೋಚಿಸಿರಲಿಲ್ಲ.

"ಈಗೇನು ಮಾಡೋದು?" ಅವರಲ್ಲೊಬ್ಬ ಕೇಳಿದ.

ಎರಡು ನಿಮಿಷ ಮೌನವಾಗಿದ್ದ ಸೂರ್ಯ "ಇಷ್ಟು ದೊಡ್ಡ ಎಸ್ಟೇಟ್ ಬಂಗ್ಲೆ ಇದ್ಮೇಲೆ ಒಂದು ಗೆಸ್ಟ್‌ಹೌಸ್ ಇದ್ದೇ ಇರುತ್ತೆ. ಮೊದ್ಲು ಅದನ್ನ ತಿಳ್ಕೋಬೇಕು" ಎಂದವ ಆ ಸ್ಥಳ ಬಿಟ್ಟು ಬಂಗ್ಲೆಯ ಹೆದ್ದಾರಿಗೆ ಬಂದ.

ಗೇಟಿನಿಂದ ಬಂಗ್ಲೆ ತಲುಪುವ ನಾಲ್ಕು ಕಿಲೋಮೀಟರ್ ಹಾದಿಗೆ ಟಾರ್ ಹಾಕಿಸಿದ್ದರು. ಅತ್ತ ಇತ್ತ ಗಿಡಗಳನ್ನು ಬೆಳೆಸಿ ನೀಟಾಗಿ ಕಟ್ ಮಾಡಿದ್ದರು. ಪೂರ್ತಿ ಹಾಸೆಲ್ಲ ಹಚ್ಚನೆಯ ಗ್ರಾಸ್. ಮಧ್ಯೆ ಮಧ್ಯೆ ಕ್ರೋಟನ್ ಜೊತೆ ವಿವಿಧ ಜಾತಿಯ ಗಿಡಗಳು. ಕಟ್ಟಿಂಗ್‌ಗೆ ಒಳಪಟ್ಟು ಅವುಗಳು ಕೂಡ ನಿರ್ದಿಷ್ಟ ಆಕಾರಗಳನ್ನು ಪಡೆದುಕೊಂಡಿದ್ದವು.

ಅಂತೂ ಅತ್ಯಂತ ಸುಂದರ ಉದ್ಯಾನವನ. 'ಇಂದ್ರ ಧನಸ್ಸು' ಆ ಹೆಸರು ಕೂಡ ಇಷ್ಟವಾಯಿತು ಅವನಿಗೆ.

ಖಾಲಿ ಕಾರು ನಿಲ್ಲಿಸಿ ಹಿಂದಕ್ಕೆ ಬಂದ ಡ್ರೈವರ್‌ನ ಸಂಧಿಸಿದ. "ಸ್ವಲ್ಪ ಗೆಸ್ಟ್‌ಹೌಸ್ ತೋರಿಸಬೇಕಿತ್ತಲ್ಲ" ಎಂದ. ಕ್ಷಣಮೌನ ವಹಿಸಿದವನು "ಬನ್ನಿ...." ಹಿಂದಕ್ಕೆ ಹೋಗಿ ಕಾರು ತಂದ. ಎಲ್ಲರೂ ಹತ್ತಿಕೊಂಡಾಗ ಗೆಸ್ಟ್‌ಹೌಸ್ ಹಾದಿ ಹಿಡಿಯಿತು. ಅವನು ಏನೂ ಪ್ರಶ್ನಿಸದಿದ್ದಿದ್ದು ಅತ್ಯಂತ ಆಶ್ಚರ್ಯವೆನಿಸಿತು ಅವನಿಗೆ.

ಕಾರು ನಿಂತಾಗ ಎಲ್ಲರೂ ಇಳಿದುಕೊಂಡರು.

ಡ್ರೈವರ್ ಕಾರಿನಿಂದಲೇ ಕೂಗಿ ಕರೆದ "ಇವ್ರ ಲಗೇಜೆಲ್ಲ ಒಳಗಡೆ ಇಡ್ಸು. ಏನು ಬೇಕೋ... ನೋಡು" ಕಾರಿನ ಚಕ್ರಗಳು ಮುಂದಕ್ಕೆ ಉರುಳಿದವು.

"ಪುಣ್ಯ ಬದ್ಕಿಕೊಂಡ್ವಿ. ಪುಣ್ಯಾತ್ಗಿತ್ತಿ ಊಟ, ನೀರು ಇಲ್ದೆ ಸಾಯಿಸಿಬಿಟ್ಟಳು. ನಮ್ಮಂಥವರ ಕಷ್ಟ ಇವ್ರಿಗೇನು ಗೊತ್ತು?" ಒಬ್ಬ ಲೊಟಕಿದ.

ಇನ್ನೊಬ್ಬ ಅನುಮೋದಿಸಿದ "ಯಾರೋ ದುಡಿದು ಇಟ್ಟಿರುತ್ತಾರೆ. ಇವರುಗಳದು ಮಜಾ" ಅಸೂಯೆ ಅವನ ಸ್ವರದಲ್ಲಿ ಇಣುಕಿತು.

ಮುಂದಿನ ಅತಿಥಿಗಳ ಕೋಣೆ ತೋರಿಸಿದ ಆಳು. ಎಲ್ಲಾ ಕೈಕಾಲು ಮುಖ ತೊಳೆದುಕೊಂಡು ಬಂದು ಕೂತಾಗ ಕಾಫೀ, ಉಪಾಹಾರ ಬಂತು.

ಮುಗಿಸಿದವರು ಮುಲಾಜಿಲ್ಲದೆ ಸೋಫಾಗಳ ಮೇಲೆ ಉರುಳಿಕೊಂಡರು.

"ಇವತ್ತು ಇನ್ನೇನು ಇಂಟರ್‌ವ್ಯೂ ಮಾಡ್ತಾರೆ" ಉದಾಸೀನತೆಯಿಂದ ಕಣ್ಣುಮುಚ್ಚಿದ.

ಸೂರ್ಯ ಗೆಸ್ಟ್‌ಹೌಸ್‌ನಿಂದ ಹೊರಗೆಬಂದವನು ಎದುರಿಗೆ ಇದ್ದ ಮರದ ಕೆಳಗೆ ನಿಂತವನು ನಿಧಾನವಾಗಿ ನಡೆಯತೊಡಗಿದ.

ಒಂದು ಫರ್ಲಾಂಗ್ ದೂರದಲ್ಲಿ ಕಾಫಿಹೌಸ್ ಇತ್ತು. ನಾಲ್ಕಾರು ಆಳುಗಳು ಕೆಲಸ ಮಾಡುತ್ತಿದ್ದರು. ಒಬ್ಬ ಯುವಕ ಪೆಚ್ಚುಕಳೆ ಹಾಕಿಕೊಂಡು ಹೊರಗೆ ನಿಂತಿದ್ದ.

ಇವನನ್ನು ನೋಡಿದವನು ಧಾವಿಸಿದ "ಓನರ್ ಯಾವಾಗ ಬರ್ತಾರೆ? ಟೈಮ್ ಈಸ್ ಪ್ರೆಷಸ್ ಅಂತಾರೆ. ನಿರುದ್ಯೋಗಿಯಾದ್ರೂ ನನ್ನ ವೇಳೆಗೂ ಬೆಲೆ ಇದೆ" ಬಡಬಡಿಸಿದ.

ಅವನು ಕೂಡ ಇಂಟರ್‌ವ್ಯೂಗೆ ಬಂದಿರಬೇಕೆಂದು ತಿಳಿದ ಸೂರ್ಯ "ಪೇಷನ್ಸ್ ಇರಲೀ, ನೀವು ಇಲ್ಲಿ ಯಾಕೆ ಕಾಯ್ತಾ ಇದ್ದೀರಾ?" ಕೇಳಿದ.

ಅವನ ಮುಖ ಇನ್ನಷ್ಟು ಕೆಂಪಾಯಿತು. "ಬಂದಕೂಡ್ಲೇ ಒಬ್ಬ ಹುಡ್ಗಿ ಸಿಕ್ಕಳು. ಅಲ್ಲೇ ಇಂಟರ್‌ವ್ಯೂ ಮಾಡೋದು. ಅಲ್ಲೇ ಹೋಗಿ. ನೀವುಗಳು ಅಲ್ಲೇ ಇರಿ. ಎಷ್ಟೊತ್ತಾದ್ರೂ ಅಲ್ಲಿಗೆ ಬರ್ತಾರೆ ಅಂದ್ಲು. ನಾನು, ನನ್ನ ಫ್ರೆಂಡ್ ಇಬ್ರೂ ಕಾಯ್ಕೊಂಡ್ ಬಿದ್ದಿದ್ದೀವಿ" ಮೇಲುಸಿರು ದಬ್ಬಿದ.

ಥಟ್ಟನೆ ಅವನಿಗೆ ನೆನಪಾದದ್ದು ಪುರಂಧರ, ಫಣೀಂದ್ರ.

"ಇನ್ನಿಬ್ರೂ ಗೆಸ್ಟ್‌ಹೌಸ್‌ನಲ್ಲಿದ್ದಾರೆ" ಎಂದ.

ಅವರು ಹೋಗಿ ಗೆಳೆಯನನ್ನು ಕರೆತಂದವನು "ಬೆಳಿಗ್ಗೆ ಬಂದಿದ್ದು. ಆರು ಗಂಟೆ ಜರ್ನಿ. ಹೊಟ್ಟೆಗೆ ಏನಾದ್ರೂ ಸಿಕ್ಕುತ್ತಾ?" ಅವರು ಕೇಳಿದಾಗ ತುಟಿಕಚ್ಚಿದ ಸೂರ್ಯ "ಸಿಗುತ್ತೆ, ಕೇಳಿ...." ಗೆಸ್ಟ್‌ಹೌಸ್ ಇರುವ ಕಡೆ ಕೈತೋರಿಸಿ ಕಳುಹಿಸಿದ.

ಯುವಶಕ್ತಿ ಹೇಗೆ ವ್ಯಯವಾಗುತ್ತಿದೆ! ಇದಕ್ಕೆ ಯಾರು ಕಾರಣರು?

ಬಂಗ್ಲೆಯ ಮುಂಭಾಗಕ್ಕೆ ಬಂದಾಗ ಗಿಡಕ್ಕೆ ನೀರು ಹಾಯಿಸುವ ಪೈಪ್ ಹಿಡಿದು ಎರಚಿ ಮಾಲೀಗೆ ಸ್ನಾನ ಮಾಡಿಸುತ್ತಿದ್ದಳು.

“ಬೇಡಮ್ಮ... ಬೇಡ... ಯಜಮಾನ್ರು ಬಂದರೆ ಬಯ್ತಾರೆ” ಬಡಪಾಯಿ ಒದ್ದೆಮುದ್ದೆಯಾಗಿದ್ದ. ಅರವತ್ತರ ವಯಸ್ಸಿನ ವ್ಯಕ್ತಿ. “ಸ್ಟಾಪ್ ಇಟ್...” ಕಿರುಚಿದ. ಅವಳ ಕೈಯಲ್ಲಿನ ಪೈಪ್ ಕೆಳಗೆ ಬಿತ್ತು. “ಹೂ ಆರ್ ಯೂ ಐ ಸೇ” ಸೊಂಟದ ಮೇಲೆ ಕೈಯಿಟ್ಟುಕೊಂಡು ಜಗಳಕ್ಕೆ ಬರುವವಳಂತೆ ಬಂದಳು.

“ಮೇಡಮ್, ಇಲ್ಲಿ ಯಾರು ಏನು ಎನ್ನುವ ಪ್ರಶ್ನೆ ಬರೋಲ್ಲ. ಇನ್ನೊಬ್ಬ ವ್ಯಕ್ತಿಗೆ ಅನ್ಯಾಯವಾಗ್ತಾ ಇರೋವಾಗ ಕಷ್ಟದಲ್ಲಿ ಸಿಕ್ಕಿರುವಾಗ ಸಂವೇದಿಸುವುದು, ನೆರವಾಗುವುದು ಮಾನವ ಸ್ವಭಾವ, ಗುಣ. ಇಲ್ಲಿ ನಡೆದಿದ್ದು ಅಷ್ಟೇ.”

ದುರದುರನೆ ಅವನತ್ತ ನೋಡಿದವಳು “ನೀನು ಅಡುಗೆ ಮನೆಯಿಂದ ಯಾವಾಗ ಹೊರಗಡೆ ಬಂದೆ?” ಅವನೇನೂ ಮಾತಾಡಲಿಲ್ಲ. ಕಾಲುಗಳನ್ನು ದರದರನೆ ಬಡಿಯುತ್ತಾ ಹೋದಳು.

ಪಟಪಟ ಎಂದು ಒಂದೊಂದೇ ಹನಿ ಬೀಳತೊಡಗಿದಾಗ ಗೆಸ್ಟ್‌ಹೌಸ್‌ಗೆ ಹಿಂದಿರುಗಿದ. ಅಲ್ಲಿಂದಲೇ ಫೋನ್ ಮೂಲಕ ಬಂಗ್ಲೆಗೆ ಸಂಪರ್ಕಿಸಿದಾಗ ಇನ್ನೂ ಬಂದಿಲ್ಲ ಎನ್ನುವ ಮಾತು.

ತೀರಾ ಬೇಸರಗೊಂಡ ಸೂರ್ಯ. ಎಲ್ಲರೂ ಒಂದೊಂದು ಕಡೆ ಬಿದ್ದುಕೊಂಡಿದ್ದರು. ಒಬ್ಬೊಬ್ಬರದು ಒಂದೊಂದು ಕಥೆ.

ಒಂಭತ್ತರ ಸುಮಾರಿಗೆ ಮಳೆ ಜಾಸ್ತಿ ಆಯಿತು.

ಮತ್ತೆ ಡಯಲ್ ತಿರುವಿದ. “ಹಲೋ, ನಾನು ಸೆಕ್ರೆಟರಿ ಸುಂದರಂ.” ವಿವರಿಸಿದ ಸೂರ್ಯ. “ಓಕೇ, ಓಕೇ... ಮೀಟಿಂಗ್‌ನಲ್ಲಿ ಹೊತ್ತಾಯ್ತು. ನಿಮ್ಮಗಳ ಇಂಟರ್‌ವ್ಯೂಗೆ ನಾಳೆ ಏರ್ಪಾಟು ಮಾಡೋಣ” ಅಸಡ್ಡೆಯ ದನಿ.

“ಸ್ವಲ್ಪ ನಿಮ್ಮ ಯಜಮಾನ್ರಿಗೆ ಕೊಡಿ. ಇಂಥ ಇರ್ರೆಸ್ಪಾನ್ಸಿಬಿಲಿಟಿ ಯಾವಾಗ್ಲೂ ಕ್ಷಮಾರ್ಹವಲ್ಲ” ಗುಡುಗಿದ. ಇದು ಸ್ಟೈಯಲ್ ಎನಿಸಿತು ಆಮೇಲೆ.

ಅವರ ನಡೆನುಡಿಯು ಯಾವಾಗಲೂ ಒಂದೇ ಆಗಿರುತ್ತಿತ್ತು. ಅನ್ಯಾಯ ಕಂಡರೆ ಸಿಡಿದು ಬೀಳುತ್ತಿದ್ದರು. ಸದಾ ನ್ಯಾಯ, ಪ್ರಾಮಾಣಿಕತೆಯ ಬಗೆಗೆ ಅವರ ಒಲವು.

ಲೈನ್‌ಗೆ ಬಂದಿದ್ದು ಮಧುಚಂದ್ರ, “ಹಲೋ, ಎಕ್ಸ್‌ಕ್ಯೂಸ್ ಮಿ... ನಾನೇ ಅಲ್ಲಿಗೆ ಬರ್ತಾ ಇದ್ದೀನಿ” ಫೋನಿಟ್ಟ ಸದ್ದು.

ರೊಯ್ಯನೇ ಮರಗಳ ಕಡೆಯಿಂದ ಬೀಸುವ ಸುಳಿಗಾಳಿ, ಸುರಿಯುವ ಮಳೆ... ಮಿಕ್ಕ ನಾಲ್ವರು ತಡೆಯಲಾರದೆ ಹೋದರು.

“ಈಗ್ಬರ್ತಾರಂತೆ...” ಇವನು ಹೇಳಿದಾಗ ಹೊದ್ದು ಕೂತಿದ್ದ ಇಬ್ಬರು

ಮಲಗಿದರು. "ಅವ್ರಿಗೇನು ಅಂಥ ಹಣೆಬರಹ. ಸುಮ್ನೇ ಮಲಕ್ಕೊಳ್ಳಿ. ಬೆಳಿಗ್ಗೆ ನೋಡಿಕೊಂಡರಾಯ್ತು" ಹೊದ್ದುಕೊಂಡರು.

ಇನ್ನಿಬ್ಬರು ತಲೆಯ ಮೇಲೆ ಕೈಯೊತ್ತು ಕೂತಿದ್ದರು. ಒಬ್ಬನಿಗೆ ಮದುವೆಯಾಗಿ ಇಬ್ಬರು ಮಕ್ಕಳು. ಇನ್ನೂ ಉದ್ಯೋಗದ ಅನ್ವೇಷಣೆಯಲ್ಲಿದ್ದ. ಮತ್ತೊಬ್ಬ ಮಾಸ್ಟರ್ ಡಿಗ್ರಿ ಪಡೆದು ಸಾಕಷ್ಟು ಇಂಟರ್‌ವ್ಯೂಗೆ ಹೋಗಿಬಂದು ನಿರಾಶನಾಗಿದ್ದ.

ರೂಮು ಬಿಟ್ಟು ಹೊರಬಂದ ಸೂರ್ಯ ಬಾಲ್ಕನಿಯಲ್ಲಿ ನಿಂತ. ಎಸ್ಟೇಟ್‌ನ ದೊಡ್ಡ ಗೇಟಿನಿಂದ ಬಂಗ್ಲೆಯವರೆಗೂ ದಾರಿಯ ಎರಡು ಪಾರ್ಶ್ವಗಳಲ್ಲೂ ಸೋಡಿಯಂ ಲ್ಯಾಂಪ್ಸ್ ಹಾಕಿದ್ದರು.

ಕತ್ತಲೆ, ಮಳೆಯೊಳಗೆ ಮಿಂದ ಬಂಗ್ಲೆ 'ಇಂದ್ರ ಧನಸ್ಸು' ಪುರಾಣಗಳಲ್ಲಿ ಬರುವ ಇಂದ್ರನ ಅಮರಾವತಿಯಂತೆ ಕಂಡಿತು.

"ಹಣವಿಲ್ಲದವರಿಗೆ ಒಂದೇ ಸಮಸ್ಯೆ, ಇದ್ದವರಿಗೆ ನೂರು ಸಮಸ್ಯೆ" ತಂದೆ ಆಗಾಗ ಆಡುತ್ತಿದ್ದ ಮಾತು ಅವನ ನೆನಪಿಗೆ ಬಂತು.

ಸುರಿಯುವ ಮಳೆ ಚೇತೋಹಾರಿ ಅನುಭವ. ಟಾಟಾ ಎಸ್ಟೇಟ್ ಮಳೆಯನ್ನು ಸೀಳುತ್ತ ಬಂದು ನಿಂತಿತು. ಕೊರೆಯುವ ಹೆಡ್‌ಲೈಟ್‌ನ ಬೆಳಕು ಹರಿವ ನೀರಿಗೆ ಹೊನ್ನಬಣ್ಣವನ್ನು ತಂದಿತು.

ಮುಂದಿನ ಸೀಟಿನಿಂದ ಇಳಿದ ವ್ಯಕ್ತಿ ಭಯ-ಭಕ್ತಿಯಿಂದ ಹಿಂದಿನ ಡೋರ್ ತೆಗೆಯುವ ಮುನ್ನವೇ ಡೋರ್ ತಳ್ಳಿಕೊಂಡು ಇಳಿದ ವ್ಯಕ್ತಿ ಹೆಚ್ಚು ವಯಸ್ಸಿನವನಾಗಿರಲಿಲ್ಲ.

ಅಷ್ಟೇನೂ ಚಲಿಸಿ ಹೋಗಲಿಲ್ಲ. ವಿಷ್ ಮಾಡಿದ. ಎರಡುಕ್ಷಣ ನಿಂತ ಮಧುಚಂದ್ರ, ಅದನ್ನು ಸ್ವೀಕರಿಸಿದಂತೆ ತಲೆದೂಗಿ ಒಳಗೆಹೋದರು.

ನೇರವಾಗಿ ಆಫೀಸ್ ರೂಮಿಗೆ ಹೋಗಿರಬೇಕು. ಹಿಂದೆಯೇ ಬಂತು ಎಲ್ಲರಿಗೂ ಬುಲಾವ್.

"ಎಕ್ಸ್‌ಕ್ಯೂಸ್ ಮಿ, ನಂಗೆ ನಿಮಿಷಗಳ ಬೆಲೆ ಕೂಡ ಗೊತ್ತುಂಟು. ಯಾರು ಫೋನ್ ಮಾಡಿದ್ದು?" ಒಬ್ಬರ ಮುಖವನ್ನೊಬ್ಬರು ನೋಡಿಕೊಂಡರು. ಮಧುಚಂದ್ರನ ಪ್ರಶ್ನೆಯಿಂದ "ನಾನು..." ಎಂದ ಸೂರ್ಯ.

ನೇರವಾಗಿ ನುಡಿದ ಮಧುಚಂದ್ರ, "ಗುಡ್, ಬಹುಶಃ ನಿಮ್ಮೊಬ್ಬರನ್ನು ಬಿಟ್ಟು ಇವ್ರ ಮುಖದ ಮೇಲೆಲ್ಲ ದಣಿವು. ಬೆಳಿಗ್ಗೆ ಎಂಟಕ್ಕೆ ಇಂಟರ್‌ವ್ಯೂ..." ಅವನ ಮುಖ ನೋಡಿದ.

ಎಲ್ಲರ ಮುಖಗಳ ಮೇಲೆಯೂ ಒಪ್ಪಿಗೆ ಇತ್ತು. "ಓಕೆ... ಸರ್" ಎಂದ ಸೂರ್ಯ. ಬಂದಷ್ಟು ವೇಗವಾಗಿಯೇ ನಿರ್ಗಮಿಸಿದ ಮಧುಚಂದ್ರ.

ಎಲ್ಲರ ಹಾಗೆ ಸೂರ್ಯ ಕೂಡ ಮಲಗಿದ.

ಇಂದ್ರ ಧನಸ್ಸು ಓನರ್ ವಯೋವೃದ್ಧರಲ್ಲ. ಐವತ್ತು ದಾಟಿದ ಚಿಹ್ನೆಗಳ ಕೂಡ ಕಂಡಿರಲಿಲ್ಲ ಮಧುಚಂದ್ರನ ಮುಖದ ಮೇಲೆ. ನಲವತ್ತೈದರ ಸುಮಾರು ಇರಬೇಕೆಂದುಕೊಂಡ.

ಎಲ್ಲರ ಉಸಿರಾಟ, ಗೊರಕೆಯ ಸದ್ದು ಕೇಳಿಸತೊಡಗಿದರೂ ಅವನಿಗೆ ಕಣ್ಮುಚ್ಚಲಾಗಲಿಲ್ಲ. ಒಂದಾದಮೇಲೊಂದರಂತೆ ಚಿತ್ರಗಳು ಮೂಡತೊಡಗಿದವು.

ತಂದೆಯ ಸಿಂಪ್ಲಿಸಿಟಿ ಪುರಂಧರ, ಫಣೀಂದ್ರರಿಗೆ ಇಷ್ಟವಾಗದು. ಬದುಕಿನ ಬಗ್ಗೆ ಅವರ ಪ್ರೀತಿ ಅಗಾಧ. ತನ್ನ ಕೈಕೆಳಗೆ ಪ್ರಾಕ್ಟಿಸ್ ಮಾಡಿದ ರೆಡ್ಡಿ, ಪುರಂಧರನಲ್ಲಿ ಭೇದವೆಣಿಸದು.

ನೆನಪುಗಳು ಭಾರವಾದಾಗ ಅವನೆದೆ ತುಂಬಿತು. ಅವರ ನಿಸ್ಸಹಾಯಕ ನೋಟ ಸಹಿಸನು– ಎದ್ದು ಕೂತವನು ಕಣ್ಣೀರು ತೊಡೆದುಕೊಂಡ.

ಬೆಳಗಿನೊಂದಿಗೆ ಮಳೆಯ ರಭಸ ಕಮ್ಮಿಯಾದರೂ ತುಂತುರುತುಂತುರಾಗಿ ಹನಿಯುತ್ತಿತ್ತು. ಹೊರಗೆ ಬಂದು ನಿಂತ.

ಅದ್ಭುತವಾದ ವನಸಿರಿ. ಪ್ರಕೃತಿ ಅತ್ಯಂತ ಪ್ರಸನ್ನಳಾಗಿದ್ದಳು, ಇಂದ್ರ ಧನಸ್ಸು ಎಸ್ಟೇಟ್‌ನಲ್ಲಿ. ತಾನು ಇಂಥ ದೃಶ್ಯ ನೋಡುತ್ತಿರುವುದು ಮೊದಲ ಸಲವೆನ್ನುವಂತೆ ಕಣ್ತುಂಬಿಕೊಳ್ಳತೊಡಗಿದ.

"ಟೀ...." ತಂದುಕೊಟ್ಟ ಗೆಸ್ಟ್‌ಹೌಸ್‌ನ ಆಳು.

ಚಳಿಗೆ ಅತ್ಯಂತ ಹಿತವಾಗಿತ್ತು. ರಭಸದಿಂದ ಬಂದು ನಿಂತಿತು ಜೀಪು. ಬಂದ ರಭಸಕ್ಕೆ ಇಡೀರಾತ್ರಿ ಸುರಿದ ಮಳೆಯ ನೀರು ಚೆಲ್ಲಾಡಿತು.

ದಢದಢ ಇಳಿದುಬಂದಳು.

"ಹೂ ಆರ್ ಯೂ?" ಹುಬ್ಬೆತ್ತಿ ಪ್ರಶ್ನಿಸಿದಳು.

ಎದೆಯ ಮೇಲೆ ಕಟ್ಟಿದ್ದ ಕೈಗಳನ್ನು ಇಳಿಸಿದ. ಅವಳ ನೋಟಕ್ಕೆ ಅವನೇನು ಹೆದರಲಿಲ್ಲ. ಉತ್ತರಿಸುವ ಮುನ್ನ ಸೂರಿ ಕೊಡೆ ಮಡಚುತ್ತ ಬಂದ.

"ಇಂಟರ್‌ವ್ಯೂಗೇಂತ... ಬಂದಿದ್ದಾರೆ."

ಮುಖ ತಿರುಗಿಸಿಕೊಂಡು ರಪರಪನೆ ಒಳಗೆಹೋದಳು. ಹಣೆ ಗಟ್ಟಿಸಿಕೊಂಡ ಅವನು "ಯಜಮಾನತಿ.... ಬೇರೆಯವ್ರ ಪಾಲಿಗಿಂತ ಸೂರ್ಯ ಈಕೆಯ ಪಾಲಿಗೆ ಬೇಗ ಉದಯಿಸಿಬಿಡ್ತಾನೆ. ಚಳಿ ಇಲ್ಲ, ಮಳೆ ಇಲ್ಲ... ಎದ್ದು ಬರ್ಬೇಕು" ಗೊಣಗಿಕೊಂಡೇ ಒಳಗೆಹೋದ.

ಅಷ್ಟೇ ಬೇಗನೆ ಹೊರಬಂದವಳು ಜೀಪು ಹತ್ತಿದಳು. ನೀರನ್ನು ಸೀಳಿಕೊಂಡು ಚಕ್ರಗಳು ಮುಂದಕ್ಕೆ ಧಾವಿಸಿದವು. ವಿಚಿತ್ರ ಹಾಗೂ ಸ್ವಲ್ಪ ವಿಲಕ್ಷಣವಾಗಿ ಕಂಡಿತು ಅವಳ ನಡತೆ.

ರೂಮಿಗೆ ಬಂದು ಮಲಗಿರುವವರನ್ನೆಲ್ಲ ಎಬ್ಬಿಸಿದ. ಒಬ್ಬನಂತೂ ಹೊದಿಕೆ

ಬಿಟ್ಟು ಅಲ್ಲಾಡಲಿಲ್ಲ.

"ನಂಗೆ ಇಂಥ ಚಳಿ ಸಹಿಸೋಕ್ಕಾಗೋಲ್ಲ. ಮಲೇರಿಯಾ ಬಂದು ಸತ್ತುಹೋಗ್ತೀನಿ" ನಡುಗಿದ. ಚಳಿಯಿಂದಲೇ ಮಲೇರಿಯಾ ಎನ್ನುವಂಥ ಭ್ರಮೆಯಲ್ಲಿದ್ದ.

ಸದಾ ನೀರಿನ ಸಮಸ್ಯೆಯಲ್ಲಿ ತೊಳಲಾಡುವ ಚಿನ್ನದ ಜಿಲ್ಲೆಯವನು ಈ ಸಹ್ಯಾದ್ರಿಯ ತಂಪು ಮಡಿಲ ಚಳಿಗಾಳಿಯನ್ನು ಹೇಗೆ ಸಹಿಸಿಯಾನು?

ಅಂತೂ ಎಲ್ಲರೂ ಸ್ನಾನ ಮುಗಿಸುವ ವೇಳೆಗೆ ಟಾಟಾ ಎಸ್ಟೇಟ್ ಬಂತು. ಇಳಿದ ಮಧುಚಂದ್ರನ ಜೊತೆ ಅವಳು ಇದ್ದಳು.

"ರಮ್ಯ... ಕೈ ತೆಗೀ" ಎಂದಾಗಲೇ ಅವಳ ಹೆಸರು ಗೊತ್ತಾಗಿದ್ದು. "ಬಿ ಕೇರ್‌ಫುಲ್, ಹುಡುಗಾಟ ಬೇಡ". ಮಧುಚಂದ್ರ ಅವಳ ತಲೆಯ ಮೇಲೊಂದು ಮೊಟಕಿದರು. ಗೋಣಾಡಿಸಿದವಳು ಘೊಳ್ಳನೆ ನಕ್ಕಳು.

ಗೆಸ್ಟ್‌ರೂಮು ಆಫೀಸ್ ಕೋಣೆಗೆ ಒಬ್ಬೊಬ್ಬರನ್ನೇ ಕರೆದು ಇಂಟರ್‌ವ್ಯೂ ಮಾಡಿದರು. ಇವನ ಸರದಿ ಬಂದಾಗ ಅಂಥ ಅಳುಕೇನೂ ಇರಲಿಲ್ಲ ಅವನಿಗೆ.

"ಎಷ್ಟನೇ ಇಂಟರ್‌ವ್ಯೂ?" ಮೊದಲ ಪ್ರಶ್ನೆ.

"ಮೊದಲನೇದು..." ಸ್ವರದಲ್ಲೇನೂ ಕಂಪನವಿಲ್ಲ.

ಮಧ್ಯೆ ತಲೆಹಾಕಿದಳು ರಮ್ಯ "ನಾನು ಕೇಳ್ತೀನಿ. Upper ಅನ್ನೋ ಇಂಗ್ಲಿಷ್ ಪದಕ್ಕೆ ವೈದಿಕ ಸಂಸ್ಕೃತ, ಹಿಂದಿ, ಕನ್ನಡದಲ್ಲಿ ಒಂದೇ ಅಕ್ಷರದಿಂದ ಪ್ರಾರಂಭವಾಗುವ ಅನುವಾದಿತ ಪದಗಳಿವೆ. ಅವು ಯಾವುವು?"

ಮಧುಚಂದ್ರರ ಹಣೆಯ ಮೇಲೆ ಬೇಸರದ ಗೆರೆಗಳು ಮೂಡಿದವು. "ವೈ ಕಾಂಟ್ ಯೂ ಕೀಪ್ ಕ್ವೈಟ್... ನೀನು ಸ್ವಲ್ಪ ಹೊರ್ಗಡೆ ಹೋಗು. ಪ್ಲೀಸ್ ರಮ್ಯ" ಅವಳತ್ತ ನೋಡಿದರು.

"ನನ್ನ ಕಂಡೀಷನ್ ಮುರೀತಾ ಇದ್ದೀರಾ. ನನ್ನ ಪ್ರಶ್ನೆಗೆ ಆನ್ಸರ್ ಬೇಕೇಬೇಕು!" ಪಟ್ಟುಹಿಡಿದಂತೆ ಕಂಡಳು.

"Upper ಅಂದರೇ ಎತ್ತರ ಅಂತ. ವೈದಿಕ ಸಂಸ್ಕೃತದಲ್ಲಿ ಉಪರ ಅಂತಾರೆ, ಹಿಂದಿಯಲ್ಲಿ ಊಪರ್, ಕನ್ನಡದಲ್ಲಿ ಉಪ್ಪರಿಗೆ" ಎಂದ ಸೂರ್ಯ.

ಜೋರಾಗಿ ಚಪ್ಪಾಳೆ ತಟ್ಟಿದಳು ರಮ್ಯ "ಗುಡ್, ಇಂಟರೆಸ್ಟಿಂಗ್...." ಮಧುಚಂದ್ರ ಅವಳ ತೋಳಿಡಿದು ಹೊರಗೆ ಕರೆದೊಯ್ದರು. "ಹುಡುಗಾಟಿಕೆ ಪ್ರಶ್ನೆಗಳನ್ನು ಕೇಳಿ ಅವ್ರನ್ನ ಅವಮಾನಿತರನ್ನಾಗಿ ಮಾಡ್ಬಾರ್ದು. ನಮ್ಗೆ ಈಗ ಬೇಕಾಗಿರೋದು ಧೈರ್ಯವಂತ, ಪ್ರಾಮಾಣಿಕ, ಬುದ್ಧಿವಂತ ವ್ಯಕ್ತಿ. ಅಂಥವನನ್ನ ನಿನ್ನ ಪ್ರಶ್ನೆಗಳಿಂದ ಹುಡುಕೋಕೆ ಆಗೋಲ್ಲ." ತುಸು ಕೋಪ ಬೆರೆತಿತ್ತು ಅವರ ಸ್ವರದಲ್ಲಿ.

ಬೆಳ್ಳಗಿದ್ದ ಅವಳ ಮುಖ ಕೆಂಪಗಾಯಿತು. "ಪಪ್ಪ, ಎಂದೂ ನನ್ನನ್ನ ದಂಡಿಸಿದ್ದೇ ಇಲ್ಲ" ಅವಳು ಅಳುವುದೊಂದು ಬಾಕಿ ಇತ್ತು. ಮಧುಚಂದ್ರ ಕಸಿವಿಸಿಗೊಂಡರು

"ನಾನೇನ್ಮಾಡ್ಲಿ?"

ಮಂಕಾದ ಮುಖದಲ್ಲಿ ತಟ್ಟನೇ ಚೆಂಗುಲಾಬಿಗಳು ಅರಳಿದವು "ನಾನು ಇಂಟರ್‌ವ್ಯೂ ಮಾಡ್ತೀನಿ" ಮತ್ತೆ ಅದೇ ರಾಗ.

ತಲೆದೂಗಿದ ಮಧುಚಂದ್ರ "ದಟ್ಸ್ ಓಕೇ... ಸಿಲ್ಲಿ ಪ್ರಶ್ನೆಗಳ್ನ ಕೇಳಿ ಕಂಗೆಡಿಸಬಾರ್ದು" ಎಚ್ಚರಿಸಿ ಒಳಗೆ ಬಂದವರನ್ನ ಹಿಂಬಾಲಿಸಿದಳು. "ಅಂಕಲ್ ಎಲ್ಲರನ್ನ ಒಟ್ಟಿಗೆ ಒಂದೇ ಏಟಿನಲ್ಲಿ ಇಂಟರ್‌ವ್ಯೂ ಮಾಡ್ಬಿಡ್ತೀನಿ. ಸುಲಭವಾಗಿ ಸೆಲೆಕ್ಷನ್ ಮಾಡ್ಕೋ." ಭಾರವಾದ ನಿಟ್ಟುಸಿರು ಚೆಲ್ಲಿದರು ಅವಳ ಮಾತಿಗೆ.

ಇಬ್ಬರೂ ಒಟ್ಟಿಗೆ ಬಂದಾಗ ಸೂರ್ಯನಿಗೇನು ಆಶ್ಚರ್ಯವಾಗಲಿಲ್ಲ. ಜಲಜ, ಮೀನಾಗಿಂತ ವಿಭಿನ್ನವಾಗಿ ಕಂಡಳು ರಮ್ಯ.

ಮಧುಚಂದ್ರರ ಸೀಟಿನ ಹ್ಯಾಂಡಲ್ ಮೇಲೆ ಕೂತಳು.

"ಎಲ್ಲರನ್ನ ಕರ್ಕೊಂಡ್ಬಾ" ಅವನ ಕಡೆ ಅಹಂನಿಂದ ನೋಡಿದಳು. ಬೇಸರದಿಂದ ಮಧುಚಂದ್ರ ಸೂರ್ಯನ ಫೈಲು ತಿರುವಿದರು. "ಯು ಆರ್ ಸನ್ ಆಫ್ ಅಡ್ವೋಕೇಟ್ ಪುರುಷೋತ್ತಮ್..." ಕಂಠದಲ್ಲಿ ಅಪರೂಪದ ಅಭಿಮಾನವೊಡೆಯಿತು. "ಯೆಸ್ ಸಾರ್..." ಎಂದ. ಅಲ್ಲಿಗೆ ಒಂದು ತೀರ್ಮಾನಕ್ಕೆ ಬಂದುಬಿಟ್ಟಿದ್ದರು.

"ನಂಗೆ ಅವ್ರು ಗೊತ್ತು" ಒಂದು ರೀತಿಯ ಆತ್ಮೀಯತೆಯಲ್ಲಿ ಉಸುರಿದಂತಿತ್ತು. "ರಿಯಲೀ ಜೀನಿಯಸ್. ಪ್ರೊಫೆಷನ್‌ನಿಂದ ಕೆಲವರಿಗೆ ಹೆಸರು. ಕೆಲವರಿಂದ ಪ್ರೊಫೆಷನ್‌ಗೆ ಹೆಸರು. ಐ ಲೈಕ್ ಹಿಮ್" ಒಂದು ರೀತಿಯ ಗೌರವಭಾವವಿತ್ತು ಮಧುಚಂದ್ರರ ಮುಖದ ಮೇಲೆ.

ಅದೇ ಹೊಳೆಯುವ ಕಣ್ಣುಗಳು ಸೂರ್ಯನದು. ಪುರುಷೋತ್ತಮ್ ಮುಖದಲ್ಲಿನ ಪ್ರಾಮಾಣಿಕ ಭಾವ, ಸೂಕ್ಷ್ಮತೆಯಿಂದ ಗೂಢತೆಯನ್ನು ಭೇದಿಸುವಂಥ ವರ್ಚಸ್ಸು ಮುಖದ ಮೇಲೆ. ಅವರಿಗೆ ಬಹಳ ಇಷ್ಟವಾಯಿತು.

ಆಮೇಲೆ ಅವರು ಮಾತಾಡಿದ್ದು, ಕೇಳಿದ್ದು ಅಡ್ವೋಕೇಟ್ ಪುರುಷೋತ್ತಮ್ ಬಗೆಗೆ. ಅವರು ಮಾತಾಡುವಾಗ ಮಧುಚಂದ್ರ ಸ್ವರದಲ್ಲಿನ ಗೌರವಭಾವವನ್ನು ಸೂರ್ಯ ಗ್ರಹಿಸಿದ.

ಅವರ ಸೆಲೆಕ್ಷನ್ ಮುಗಿದಿತ್ತು. "ನೀನು ಇಂಟರ್‌ವ್ಯೂ ಮಾಡ್ಕೋ" ಎಂದು ಹೊರನಡೆದರು ಮಧುಚಂದ್ರ.

ಎಲ್ಲರಿಗೂ ಹಾಕಿದ ಮೊದಲ ಪ್ರಶ್ನೆ "ನಮ್ಮ ದೇಶದ ಪ್ರಮುಖ ನದಿಗಳು ಯಾವುವು?". "ಹುದ್ದೆಗೆ ಸಂಬಂಧಪಟ್ಟದ್ದಲ್ಲದಿರಬಹುದು. ಆದರೆ ಇದರ ಅಗತ್ಯವಿದೆ. ಯಾರಾದ್ರೂ ಹೇಳಿ" ಎಲ್ಲರತ್ತ ಗಮನ ಹರಿಸಿದಳು.

ಒಬ್ಬ ನಾಲ್ಕು ಹೆಸರು ಹೇಳಿದರೆ, ಇನ್ನೊಬ್ಬ ಎರಡೇ. ಒಬ್ಬ ತಿಳಿಯದೆನ್ನುವಂತೆ ತಲೆಯಾಡಿಸಿದ. ಸೂರ್ಯನತ್ತ ನೋಟ ಹರಿಸಿದಳು.

"ಬ್ರಹ್ಮಪುತ್ರಾ, ಸಿಂಧೂ, ಗಂಗಾ, ಗೋದಾವರಿ, ಕೃಷ್ಣಾ, ನರ್ಮದಾ, ಭೀಮಾ, ಮಹಾನದಿ, ಕಾವೇರಿ, ತಪತಿ" ಎಂದ.

ಅವಳದು ಮತ್ತೊಂದು ಪ್ರಶ್ನೆ "In Russia everything is nationalised..." ಇದೊಂದು ರಷ್ಯಾ ದೇಶದ ಜೋಕ್. ಅದ್ರೆ ನಾನು ಪೂರ್ತಿ ಹೇಳಿಲ್ಲ. ಅದನ್ನ ನೀವು ಪೂರ್ತಿ ಮಾಡ್ಬೇಕು" ಎಲ್ಲರತ್ತ ನೋಡಿದಳು. ಅದನ್ನ ಪೂರ್ತಿ ಮಾಡಿದವನು ಸೂರ್ಯ "In Russia everything is nationalised; even crime. ರಷ್ಯಾದಲ್ಲಿ ಎಲ್ಲಾ ರಾಷ್ಟ್ರೀಕರಣವಾಗಿದೆ; ಅಪರಾಧವೂ ಕೂಡ" ಎಂದ.

ರಮ್ಯಾಗೆ ಒಳಗೇ ಖುಷಿಯಾದರೂ ತೋರ್ಪಡಿಸಿಕೊಳ್ಳಲಿಲ್ಲ. "ಹಿಂದೂಯಿಸಂ ಟುಡೆ ಎಲ್ಲಿಂದ ಪ್ರಕಟವಾಗುತ್ತೆ?" ಈ ಪ್ರಶ್ನೆ ಸೂರ್ಯನವರೆಗೂ ಹೋಗಲಿಲ್ಲ. ಒಬ್ಬ ಸ್ವಲ್ಪ ಎತ್ತರವಾದ ದನಿಯಲ್ಲಿ ಕಟುವಾಗಿ ಹೇಳಿದ "ಅಮೆರಿಕಾದಲ್ಲಿ...." ಯಾವುದೋ ಆವೇಶ ಅವನ ಸ್ವರದಲ್ಲಿ.

ಕೊನೆಯ ಪ್ರಶ್ನೆ "ವಂದೇ ಮಾತರಂ ಬರೆದವರಾರು?" ಇದಕ್ಕೆ ಸೂರ್ಯನೇ ಉತ್ತರಿಸಬೇಕಾಯಿತು– "ಬಂಕಿಮಚಂದ್ರ ಚಟರ್ಜಿ". ಇಲ್ಲಿಗೆ ಮುಗಿದಿತ್ತು ಇಂಟರ್‌ವ್ಯೂ.

ಸೂರ್ಯ ತಕ್ಷಣ ಹೊರಟುನಿಂತ. ಈ ಕೆಲಸ ಸಿಗಲೀ ಬಿಡಲೀ ಅವನು ಮನೆಯ ಆರ್ಥಿಕ ಸುಧಾರಣೆಗಾಗಿ ಮತ್ತೇನಾದರೂ ಮಾಡಬೇಕಿತ್ತು. ಅದರ ಜೊತೆ ಕೋರ್ಸು ಕೂಡ ಪೂರ್ತಿಯಾಗಬೇಕಿತ್ತು.

"ಊಟ ಮಾಡ್ಕೊಂಡ್ ಹೋಗ್ಬೇಕಂತೆ" ಸಮವಸ್ತ್ರದ ಆಳು ಹೇಳಿದ. ಅದರತ್ತ ಲಕ್ಷ್ಯ ವಹಿಸದೆ ತನ್ನ ಬ್ರೀಫ್‌ಕೇಸ್ ಬಾಗಿಲು ಮುಚ್ಚಿ ಲಾಕ್ ಮಾಡಿದ. "ಮೇನ್ ರೋಡಿಗೆ ಹೋಗ್ಬಿಟ್ಟರೆ ಬಸ್ಸುಗಳು ಸಿಗುತ್ತಲ್ಲ?" ಅವನತ್ತ ತಿರುಗಿದ.

"ಸಿಗುತ್ತೆ" ಎಂದು ತನ್ನ ಪಾಡಿಗೆ ತಾನು ಹೋದವ ಹಿಂದಕ್ಕೆ ಬಂದು "ಇಲ್ಲಿ ಬಹಳ ಸಮಸ್ಯೆಗಳು. ಕೆಲವು ಹಳಬರನ್ನು ಬಿಟ್ಟರೆ ಇಲ್ಲಿ ಯಾರೂ ಕಚ್ಚಿಕೊಂಡು ಕೆಲಸ ಮಾಡಲ್ಲ. ಇಂದ್ರ ಧನಸ್ಸು ಅಪಾಯದ ತಾಣ. ಸಾಕಷ್ಟು ದುರ್ಘಟನೆಗಳು ನಡೆದಿವೆ" ಮೆಲ್ಲನೆ ಪಿಸುಗುಟ್ಟಿದ.

ಸೂರ್ಯ ಅವನ ಕಣ್ಣುಗಳನ್ನೇ ದಿಟ್ಟಿಸಿದ "ಇಂಟರ್‌ವ್ಯೂಗೆ ಕರೆದ ಕೆಲಸ ನಂಗೆ ಗ್ಯಾರಂಟಿ ಅಲ್ವಾ?" ಅದರ ಸುಳಿವು ಅವನಿಗೆ ಹತ್ತಿತು.

ಆಳಿನ ಮುಖ ಒಂದು ತರಹ ಆಯಿತು. "ನಾನೆಲ್ಲಿ ಹಾಗೆ ಹೇಳ್ದೆ?" ಅತ್ತಿತ್ತ ನೋಡಿದ ಅವನು. ಸೂರ್ಯ ನಕ್ಕುಬಿಟ್ಟ "ಎಲ್ಲರನ್ನೂ ಬಿಟ್ಟು ಆ ವಿಷ್ಯ ನನ್ಮುಂದೆ ನೀನು ಪ್ರಸ್ತಾಪಿಸಬೇಕಾದ್ರೆ... ಅದೇ ಕಾರಣ ಅಲ್ವಾ!" ಅವನ ಕಣ್ಣುಗಳಲ್ಲಿನ ತೀಕ್ಷ್ಣತೆ ಸಹಿಸಲಾರದೆ ಅವನು ಹೊರಗೆಬಂದ.

"ಮಿಸ್ಟರ್ ಪುರುಷೋತ್ತಮ್, ನಿಮ್ಮ ಕಣ್ಣುಗಳಲ್ಲಿ ಮತ್ತೇನೋ ಇದೆ. ನಿಮ್ಮ ಕಣ್ಣುಗಳನ್ನ ನೋಡ್ತಾ ಯಾರೂ ಸುಳ್ಳು ಹೇಳಲಾರರು" ಅವರ ಸಹೋದ್ಯೋಗಿಗಳು ಆಡುತ್ತಿದ್ದ ಮಾತುಗಳು ಇವು. ಅವರು ನಕ್ಕುಬಿಡುತ್ತಿದ್ದರು ಅಷ್ಟೆ.

ಒಮ್ಮೊಮ್ಮೆ ವೈದೇಹಿ ಮಗನಿಗೆ ಹೇಳುತ್ತಿದ್ದರು "ನಿಮ್ಮಪ್ಪನ ಕಣ್ಣುಗಳೇ ನಿಂಗೂ ಕೂಡ. ಅದೇ ಶಾಂತತೆ, ಕೆಲವೊಮ್ಮೆ ಎಲ್ಲಕ್ಕೂ ಮೀರಿದ ತೀಕ್ಷ್ಣತೆ" ಅವನು ನಕ್ಕುಬಿಡುತ್ತಿದ್ದ ಅಂಥ ಸಂದರ್ಭಗಳಲ್ಲಿ.

"ನಿಮ್ಗೇ ತಿಳಿಸಲಾಗುತ್ತೆ" ಹೇಳಿದ್ದ.

ಬ್ರೀಫ್‌ಕೇಸ್ ಹಿಡಿದು ಹೊರಗೆಬರುವ ವೇಳೆಗೆ ಬಂಗ್ಲೆಯ ಆಳು ಬಂದ "ಚಿಕ್ಕ ಯಜಮಾನ್ರು ಕರೀತಾರೆ." ಒಮ್ಮೆ ಅವರನ್ನು ನೋಡಿಬಿಡುವುದು ಸರಿಯೆನಿಸಿತು.

ಗೆಸ್ಟ್‌ಹೌಸಿನ ರಿಸೆಪ್ಷನಿಸ್ಟ್ ಕೌಂಟರ್‌ನಲ್ಲಿ ತನ್ನ ಬ್ರೀಫ್‌ಕೇಸ್ ಇಟ್ಟು ಅವನ ಜೊತೆ ನಡೆದ.

"ದೊಡ್ಡ ಯಜಮಾನ್ರು ಎಲ್ಲಿದ್ದಾರೆ?" ಕೇಳಿದ ದಾರಿಮಧ್ಯದಲ್ಲಿ. ತೀರಾ ವಯಸ್ಸಾದ ಮುದುಕ "ಎಲ್ಲಿ ಸ್ವಾಮಿ ದೊಡ್ಡ ಯಜಮಾನ್ರು! ಅವರು ದೇವ್ರ ಪಾದ ಸೇರಿಕೊಂಡ್ರು" ಎಂದು ನುಡಿದ. ಅವನ ಸ್ವರದಲ್ಲಿ ಪ್ರಾಮಾಣಿಕ ನೋವಿದೆಯೆನಿಸಿತು ಸೂರ್ಯನಿಗೆ.

ಮುಂದಿನ ಆಫೀಸ್‌ನಲ್ಲಿ ಯಾವುದೋ ಫೈಲ್ ನೋಡುತ್ತಿದ್ದ ಮಧುಚಂದ್ರ, ಒಳಗೆಬಂದ ಸೂರ್ಯನಿಗೆ ಕೂರುವಂತೆ ಕಣ್ಣಲ್ಲಿಯೇ ಸನ್ನೆ ಮಾಡಿದರು.

ಫೈಲು ಪಕ್ಕಕ್ಕೆ ತಳ್ಳಿ ಮೇಲೆದ್ದ ಮಧುಚಂದ್ರ ಒಂದು ಕವರ್ ಅವನತ್ತ ಹಿಡಿದರು. "ಇಂದ್ರ ಧನಸ್ಸು ಎಸ್ಟೇಟ್‌ನ ಎಕ್ಸಿಕ್ಯೂಟಿವ್ ಆಗಿ ನಿನ್ನ ಅಪಾಯಿಂಟ್‌ಮೆಂಟ್ ಮಾಡಿಕೊಂಡಿದ್ದೀನಿ. ಒಂದಿಷ್ಟು ಮಾತಾಡೋದಿದೆ. ನಂತರ ಸ್ವೀಕರಿಸೋದು, ಬಿಡೋದು ನಿನ್ನಿಷ್ಟ. ಲೆಟ್ಸ್ ಕಮ್..."

ಇಬ್ಬರೂ ಹೊರಗೆಬಂದರು.

ಜೀಪ್‌ನ ಡ್ರೈವರ್ ನಮ್ರತೆಯಿಂದ ವಿಶ್ ಮಾಡಿದ. ಬೇಡವೆನ್ನುವಂತೆ ಸನ್ನೆ ಮಾಡಿ ಸ್ಟೀರಿಂಗ್ ವೀಲ್ ಮುಂದೆ ತಾವು ಕೂತು ಸೂರ್ಯನಿಗೆ ಕೂರುವಂತೆ ಸನ್ನೆ ಮಾಡಿದರು.

ಹೆಚ್ಚುಕಡಿಮೆ ಇಡೀ ಎಸ್ಟೇಟ್ ಅಲ್ಲದಿದ್ದರೂ ಕೆಲವೊಂದು ಮುಖ್ಯ ಭಾಗಗಳಲ್ಲಿ ಜೀಪು ಸಂಚರಿಸಿ ಒಂದು ಕಡೆ ಬಂದು ನಿಂತಿತು.

ಒಂದೇಒಂದು ಒಂಟಿಮರ ಹಳದಿ ಹೂಗಳಿಂದ ಆವೃತವಾಗಿತ್ತು. ಮಧುಚಂದ್ರ ಇಳಿದರು. ಹಿಂದಿನ ರಾತ್ರಿ ಮಳೆ ಸುರಿದಿತ್ತು. ಇಂದು ಕೂಡ ಮೋಡದ ವಾತಾವರಣ.

ಒಮ್ಮೆ ಸೂರ್ಯ ಸುತ್ತಲೂ ವೀಕ್ಷಿಸಿದ. ಒಂಟಿಮರದಿಂದ ಸ್ವಲ್ಪ ದೂರಕ್ಕೆ ಕತ್ತರಿಸಿದ ಪೊದೆಯಿಂದ ಗಿಡಗಳು ಇದ್ದವು. ಇವನ ಕಣ್ಣು ಅಳತೆಗೆ ಯಾರೂ ಸಿಕ್ಕಲಿಲ್ಲ.

"ಐ ಯಾಮ್ ದಿ ಅಡ್ವೋಕೇಟ್" ಸರ್‌ಪ್ರೈಸ್ ನ್ಯೂಸ್ ಕೊಟ್ಟರು. "ನನ್ನ ಹೆಂಡ್ತಿ ಡಾಕ್ಟರ್. ನನ್ನ ವಾಸ್ತವ್ಯ ದೆಹಲಿ. ಅಲ್ಲೇ ಹುಡುಗರ ಓದು ಕೂಡ. ರಮ್ಯ

ನನ್ನಣ್ಣನ ಮಗಳು" ಒಂದಿಷ್ಟು ವಿಷಯ ವಿವರಿಸಿದರು.

"ನಾನೆಂದೂ ಈ ಎಸ್ಟೇಟ್ ಅಪ್ಪಿಕೊಂಡವನೇ ಅಲ್ಲ. ನಮ್ಮಣ್ಣ ಸತ್ತಮೇಲೆ ಬೇರೆ ದಾರಿ ಇಲ್ಲ. ಕೆಲವು ವಿಸ್ಮಯಗಳು, ವಿಚಿತ್ರಗಳು ಎಸ್ಟೇಟ್‌ನಲ್ಲಿ. ನಾನು ಇಲ್ಲಿಗೆ ಬಂದ್ಮೇಲೆ ಮ್ಯಾನೇಜರ್‌ಗಳಾಗಿ, ಇತರ ಮುಖ್ಯ ಕೆಲಸಕ್ಕೆಂದು ಬೇರೆ ಬೇರೆಯವ್ರನ್ನ ಅಪಾಯಿಂಟ್ ಮಾಡಿಕೊಂಡೆ. ಒಳ್ಳೆ ಸಂಬಳ, ಉತ್ತಮವಾದ ಫೆಸಿಲಿಟಿ. ಇಬ್ಬರು ಹೇಳದೇಕೇಳದೇ ಓಡಿಹೋದರು. ಒಬ್ಬ ಮ್ಯಾನೇಜರ್ ಸತ್ತ. ಇನ್ನಿಬ್ಬರು ಮಾಯವಾದರು. ಅಂತೂ ಒಂದು ತಿಂಗಳಲ್ಲಿ ದಿನ ಕೂಡ ಯಾರೂ ಕೆಲಸ ಮಾಡ್ಲಿಲ್ಲ! ಕೋಟ್ಯಾಂತರ ಬಾಳುವ ಇಂದ್ರ ಧನಸ್ಸಿಗೆ ಇಂಥದೊಂದು ಕೆಟ್ಟ ಹೆಸರು. ಹೆಚ್ಚುಕಡಿಮೆ ಇದು ದೆಹಲಿವರ್ಗ್ಗೂ ಹಬ್ಬಿದೆ. ನನ್ನ ಹೆಂಡ್ತೀದು ಒಂದೇ ಗಲಾಟೆ. ಮಾರಿ ರಮ್ಯಾನ ಇಲ್ಲಿಗೆ ಕರ್ಕೊಂಡ್ ಬಂದ್ಬಿಡೀಂತ. ಆ ಹುಡ್ಗೀ ಅದಕ್ಕೆ ಒಪ್ಪೋಲ್ಲ ಮಾತ್ರವಲ್ಲ ನಂಗೂ ಇಷ್ಟವಿಲ್ಲ. ನಮ್ಮ ತಾತ, ತಂದೆ ಇದನ್ನ ಪ್ರಾಣಕ್ಕಿಂತ ಹೆಚ್ಚಾಗಿ ಪ್ರೀತಿಸಿದ್ರು. ನಮ್ಮಣ್ಣ ನಂಗೆ ಇಬ್ರೂ ಮಕ್ಕಳು ಅಂತ ಇದ್ದರು. ರಮ್ಯನ ಜೊತೆ ಇಂದ್ರ ಧನಸ್ಸು ಅವ್ರಿಗೆ ಮಗೂನೆ. ಅಷ್ಟೊಂದು ಮಮತೆ ಎಸ್ಟೇಟ್ ಬಗೆಗೆ. ಹೆಚ್ಚು ಜವಾಬ್ದಾರಿ ವಹಿಸ್ಕೋಬೇಕಾಗುತ್ತೆ ನೀನು, ಸೂರ್ಯ. ಆದರೆ..." ಮಾತು ನಿಲ್ಲಿಸಿದರು. ಅವರ ಮುಖದಲ್ಲಿ ಒಂದು ರೀತಿಯ ಕಾರ್ಮೋಡಗಳು.

ಅವನತ್ತ ತಿರುಗಿ ಎರಡು ಭುಜದ ಮೇಲೆ ಕೈಯಿಟ್ಟು, "ನಿಂಗೆ ಇರೋ ವಿಷ್ಯ ವಿವರಿಸಿದ್ದೀನಿ. ಸಾಕಷ್ಟು ಪವರ್ ಉಪಯೋಗಿಸ್ಕೋಬಹ್ದು. ಕೊಟ್ಟ ಕೆಲ್ಸ ಎಲ್ಲಿ ಗಂಡಾಂತರಕಾರಿಯಾಗುತ್ತೋ ಅನ್ನೋ ಭಯ. ಅಣ್ಣ ಸತ್ತ ಮೇಲೆ ನಾನು ಇಲ್ಲಿಗೆ ಬಂದಿರೋದು."

ಐದು ನಿಮಿಷಗಳಷ್ಟು ಕಾಲ ಸೂರ್ಯ ಮೌನ ವಹಿಸಿದ್ದ. "ನಾನೇನು ಅಂಥ ಧೈರ್ಯಶಾಲಿ ಅಂದ್ಕೊಂಡಿಲ್ಲ. ಅಪ್ಪ, ಅಮ್ಮನ ನೆರಳಲ್ಲಿ ಮುಚ್ಚಟೆಯಾಗಿ ಬೆಳೆದಿರೋದೆ ಇದಕ್ಕೆ ಕಾರಣವಿರಬಹುದು. ಸಂಜೆವರ್ಗ್ಗೂ ಯೋಚಿಸಿ ನಂತರ ತಿಳಿಸ್ತೀನಿ" ಎಂದ.

ಮಧುಚಂದ್ರ ಮುಗುಳ್ನಕ್ಕರು.

ಅಷ್ಟರಲ್ಲಿ ಕೊಡೆಹಿಡಿದು ಕಚ್ಚೆಪಂಚೆಯುಟ್ಟ ವ್ಯಕ್ತಿ ಬಂದವ ದೇಶಾವರಿ ನಗೆಬೀರಿ ಹಲ್ಲು ಕಾಣಿಸುವಂತೆ ಪೂರ್ತಿ ಬಾಯಿಬಿಟ್ಟ. ನಕ್ಕಾಗ ಕಪೋಲಗಳು ಮಾಮೂಲಿಗಿಂತ ಹಿಂದಕ್ಕೆ ಸರಿಯುತ್ತಿದ್ದವು.

"ನಮಸ್ಕಾರ... ನಮಸ್ಕಾರ" ಎರಡೂ ಕೈಜೋಡಿಸಿದ.

ಮಧುಚಂದ್ರ ಅಷ್ಟೇನೂ ಪ್ರಸನ್ನವಾಗಲಿಲ್ಲ. "ಏನು ಈ ಕಡೆ? ಕಷ್ಟಸುಖ ಹೇಳಿಕೊಳ್ಳೋಕ್ಬಂದ್ರಾ, ವಿಚಾರಿಸೋಕೆ ಬಂದ್ರಾ?" ಮತ್ತಷ್ಟು ಬಾಯಿ ಅಗಲಿಸಿ ನಗೆಬೀರಿದ ಆ ವ್ಯಕ್ತಿ.

"ಏನಿಲ್ಲ, ಸುಮ್ನೆ ಬಂದೆ ಅಷ್ಟೆ" ಪಕ್ಕಕ್ಕೆ ತಿರುಗಿ ತುಟಿಯಿಂದ ಪಕ್ಕಕ್ಕೆ ಹರಿದ ಎಲೆಯಡಿಕೆ ಎಂಜಲನ್ನೊರೆಸಿಕೊಂಡ. "ಕ್ಷಮ್ಸಬೇಕು, ಕ್ಷಮ್ಸಬೇಕು" ಎಂದ.

ಮಧುಚಂದ್ರ ಮುಂದಕ್ಕೆ ನಡೆದರು. ಅವರಿಗಿಂತ ಎರಡು ಹೆಜ್ಜೆ ಹಿಂದೆ ಬರುತ್ತಿದ್ದ. ಒಂದು ಸಲ ತಲೆಯ ಮೇಲೆ ಕೈಯಾಡಿಸಿಕೊಂಡ. ಗಂಟಲು ಸರಿಮಾಡಿಕೊಂಡ.

"ಹೊಸ ಜನ ಇದ್ದಂಗಿದ್ದಾರೆ" ಸೂರ್ಯನನ್ನ ಉದ್ದೇಶಿಸಿ ಹೇಳಿದ್ದು. ಮಧುಚಂದ್ರ ಆ ಕಡೆ ಲಕ್ಷ್ಯ ಕೊಟ್ಟಂಗೆ ಕಾಣಲಿಲ್ಲ. "ಹೇಗಿದೆ ಬಿಜಿನೆಸ್? ಸಾಗರದಿಂದ ಸಂಸಾರಾನ ಶಿವಮೊಗ್ಗಕ್ಕೆ ಶಿಫ್ಟ್ ಮಾಡಿ ಅಲ್ಲೇ ಇದ್ದಾರೆ ಅಂದ್ರು."

ಏನೋ ಒಂದು ರೀತಿಯಲ್ಲಿ ನಕ್ಕರಷ್ಟೆ. ಈ ಎಸ್ಟೇಟಿಗೆ ಮಾಚಯ್ಯನ ಬರುವು ಇಂದು ನಿನ್ನೆಯದಲ್ಲ. ಮಧುಚಂದ್ರರ ಎಳೆಯತನದಲ್ಲಿ ತಂದೆಯ ಜೊತೆ ಬರುತ್ತಿದ್ದ ವ್ಯಕ್ತಿ.

"ಎಸ್ಟೇಟ್‌ಗೆ" ಎಂದವರು ನಿಲ್ಲಿಸಿದರು. ಸೂರ್ಯನ ಮುಂದೆ ಮಾತಾಡುವುದು ಅವರಿಗೆ ಸರಿಯಲ್ಲವೆನ್ನಿಸಿರಬಹುದು. "ಸ್ವಲ್ಪ ಇತ್ತ ಬನ್ನಿ" ನಿಂತರು.

ಮಧುಚಂದ್ರ ನಿಂತಲ್ಲೇ ನಿಂತರು. ಸೂರ್ಯ ಅರ್ಥಮಾಡಿಕೊಂಡು ನಡೆದುಹೋದ. ಮಾಚಯ್ಯ ತಾನೇ ಅವರ ಬಳಿಗೆ ಬಂದ.

"ಎಸ್ಟೇಟ್‌ನ ಕೊಂಡುಕೊಳ್ಳೋಕೆ ಒಂದು ಜನ ಮುಂದಕ್ಕೆ ಬಂದಿದೆ. ಇಲ್ಲಿನ ವಿಷಯಗಳೇನೂ ತಿಳಿದಿಲ್ಲ. ಬೇಗ ಮಾತಾಡಿ ಮುಗ್ಸಿ. ಒಂದು ಹಂತಕ್ಕೆ ಬಂದರೆ ಒಳ್ಳೇದು" ಮೆಲ್ಲನೆಯ ದನಿಯಲ್ಲಿ ಹೇಳಿದ.

ಎರಡು ನಿಮಿಷ ಸುಮ್ಮನಿದ್ದವರು "ಆಯ್ತು, ಕರ್ಕೊಂಡ್ಬಾ..." ಎಂದು ಮುಂದಕ್ಕೆ ಹೋದವರು, "ಎರಡು ದಿನ ನಿಧಾನಿಸು" ನಡೆದೇಬಿಟ್ಟರು.

ಮ್ಯಾನೇಜರ್ ಆಗಿ ಅಪಾಯಿಂಟ್ ಮಾಡಿಕೊಂಡಿದ್ದ ನಾಯಕ್ ವಾರದಲ್ಲಿ ನಾಪತ್ತೆ. ಅವರ ಲಗೇಜ್ ಇಲ್ಲದ ಕಾರಣ ಹೇಳದೆಕೇಳದೇ ಹೊರಟುಹೋಗಿದ್ದಾರೆಂದು ಭಾವಿಸಬಹುದಿತ್ತು. ಅಂದೇ ಎಸ್ಟೇಟ್‌ನ ಬಗ್ಗೆ ಒಂದು ತೀರ್ಮಾನಕ್ಕೆ ಬಂದಿದ್ದರು. ಅಡಿಕೆಕಾಯಿ, ಕಾಫಿಬೀಜದಿಂದ ಹಿಡಿದು ಜಮೀನುವರೆಗೂ ಮಾರಾಟ ಮಾಡಿಸುತ್ತಿದ್ದ ಮಾಚಯ್ಯನ ಕಿವಿಗೆ ಬಿದ್ದಿದ್ದು ಅನಿರೀಕ್ಷಿತವೇನೂ ಆಗಿರಲಿಲ್ಲ.

ಹಿಂದೆ ಹಿಂದೆ ಬಂದ ಮಾಚಯ್ಯ "ಇನ್ನೆರಡ್ಮಾತು ಆಡ್ಬೇಕಿತ್ತು" ತಲೆ ಕೆರೆದುಕೊಂಡು ಕೊಡೆಬಿಚ್ಚಿದ. ಯಾವುದೇ ಪ್ರತಿಕ್ರಿಯೆ ವ್ಯಕ್ತಪಡಿಸದೇ ಜೀಪು ಹತ್ತಿದರು ಮಧುಚಂದ್ರ.

ಬಂಗ್ಲೆಗೆ ಹಿಂದಿರುಗಿತು ಜೀಪು.

ಹೊರಟ ಸೂರ್ಯನನ್ನು ಮಧುಚಂದ್ರನ ದನಿ ಹಿಡಿದು ನಿಲ್ಲಿಸಿತು. "ಜೊತೆಯಲ್ಲಿ ಊಟ ಮಾಡ್ಬಹುದಲ್ಲ. ನಿರ್ಧಾರ ನಿಮ್ದೇ" ಮೆಟ್ಟಲೇರಿ ಹೋದರು.

ಊಟ ಮುಗಿಸಿ ಹೊರಗೆ ಬರುವ ವೇಳೆಗೆ ಕೊಡೆಯೂರಿಕೊಂಡು ಮಾಚಯ್ಯ ಕೂತಿದ್ದರು. ಇವನನ್ನು ನೋಡಿ ಎಡಗೈಯಿಂದ ಸನ್ನೆಮಾಡಿ ಹತ್ತಿರಕ್ಕೆ ಕರೆದರು.

"ಬಹಳ ವರ್ಷದಿಂದ ಎಸ್ಟೇಟ್, ಇಲ್ಲಿನ ಜನಾನ ಕಂಡೋನು! ಎಂದೂ

ನಿನ್ನನ್ನ ನೋಡಿಲ್ಲ, ಸಂಬಂಧಿಕರಾ?" ಕೇಳಿದ. 'ಹ್ಞೂ, ಊಹ್ಞೂ' ಎಂದವನು ನಡೆದುಬಿಟ್ಟ ಸೂರ್ಯ.

ಗೆಸ್ಟ್‌ಹೌಸ್‌ಗೆ ಇವನು ಬಂದಾಗ ಅವರುಗಳೆಲ್ಲ ಹೊರಟುನಿಂತಿದ್ದರು. "ಕೆಲ್ಸ ಕೊಡ್ಲಿ ಬಿಡ್ರಿ. ಒಳ್ಳೆ ಊಟ ಉಪಚಾರ, ಇರೋಕೂ ಒಳ್ಳೆ ಅನ್ಕೂಲ. ಇಲ್ಲಿರೋದೂಂದ್ರೆ ಕೂಡ ಅದೃಷ್ಟವೇ" ಒಬ್ಬ ಹೇಳಿದ.

ಮತ್ತೊಮ್ಮೆ ಎರಡು ಕೈಗಳನ್ನು ಜೋಡಿಸಿ ಮೇಲಕ್ಕೆತ್ತಿದ. "ನಂಗೆ ಇಲ್ಲಿನ ವಿಷ್ಯ ಗೊತ್ತಿಲ್ಲ. ಬಂದ ಹೊಸಬರು ಮಂಗಮಾಯವಂತೆ. ನಂಗೆ ಇನ್ನೂ ಬದುಕೋಕೆ ಇಷ್ಟವಿದೆ. ಎಲ್ಲಾದ್ರೂ ಒಂದು ಬೀಡಾ ಅಂಗಡಿ ಇಟ್ಕೋತೀನಿ" ನಡೆದೇಬಿಟ್ಟ.

ಕೆಲವು ವಿಷಯಗಳು ಇವರುಗಳ ಕಿವಿಯೂ ಮುಟ್ಟಿದೆ! ಕಾರಣವೇನೇ ಇರಲಿ, ಅಂತೂ ಬೇರೆಯವರು ಬರದಂತೆ ತಡೆಯೋ ಪ್ರಯತ್ನ ನಡೆಯುತ್ತಿದೆ ಅಂದುಕೊಂಡ ಸೂರ್ಯ.

ಒಂದು ಗಂಟೆಯ ನಂತರ ಫೋನ್ ಮಾಡಿದ. ಆ ಕಡೆ ಎತ್ತಿದ್ದು ರಮ್ಯ. "ಹಲೋ... ಬಿ ಕ್ವಿಕ್... ಬೇಗ ಮಾತಾಡಿ" ಅವಸರಿಸಿದಳು.

"ನಾನು ಮೇಡಂ. ಹೊಸ ಕುಕ್..." ಎಂದ.

"ಷಟಪ್..." ಫೋನಿಟ್ಟಳು.

ಅಷ್ಟು ತುಂಟತನದ ರಮ್ಯಳ ವಿದ್ವತ್ ಬಗ್ಗೆ ದಂಗಾಗಿದ್ದ. "ಹನ್ನೆರಡು ಸಂಪುಟಗಳ ಆಕ್ಸ್‌ಫರ್ಡ್ ಡಿಕ್ಷನರಿಯಲ್ಲಿ ಎಷ್ಟು ಪದಗಳಿವೆ?" ಗದ್ದಕ್ಕೆ ಕೈಯೊತ್ತಿ ಕೇಳಿದ ಪ್ರಶ್ನೆಗೆ ಇವನೊಬ್ಬನೇ ಉತ್ತರಿಸಿದ್ದು. ನಾಲ್ಕು ಲಕ್ಷ ಹದಿನಾಲ್ಕು ಸಾವಿರದ ಎಂಟುನೂರ ಇಪ್ಪತ್ತೈದು ಪದಗಳು.

ಮತ್ತೆ ಹತ್ತು ನಿಮಿಷದ ನಂತರ ಫೋನ್ ಮಾಡಿದ. ಮ್ಯಾನೇಜರ್ ಶೆಟ್ಟಿ ಲೈನ್ ಮೇಲೆ ಸಿಕ್ಕಿದ್ದು, "ಸ್ವಲ್ಪ ಯಜಮಾನರ ಹತ್ತಿರ ಮಾತಾಡ್ಬೇಕಲ್ಲ". ಅವನೇನಾದರೂ ಮಾತಾಡುವ ಮುನ್ನ ಲೈನ್‌ನಲ್ಲಿದ್ದರು ಮಧುಚಂದ್ರ. "ನಿಮ್ಮ ಕವರ್ ನನ್ನ ಹತ್ತಿರವಿದೆ. ಎರಡು ದಿನದಲ್ಲಿ ಬರ್ತೀನಿ" ಅಷ್ಟೇ ಹೇಳಿದ್ದು. ಶೆಟ್ಟಿಗೆ ಪೂರ್ತಿ ಅರ್ಥವಾಗದಿರಲಿಯೆಂದೇ ಹಾಗೆ ಹೇಳಿದ್ದು.

"ಓಕೇ..." ಫೋನಿಟ್ಟರು.

ಬಿರುಗಾಳಿಯಂತೆ ಬಂದ ರಮ್ಯ ತಂಗಾಳಿಯಂತೆ ಮಧುಚಂದ್ರ ಕುತ್ತಿಗೆಗೆ ಜೋತುಬಿದ್ದಳು. "ಅಂಕಲ್, ಇಂಟರ್‌ವ್ಯೂನಲ್ಲಿ ಯಾರನ್ನ ಸೆಲೆಕ್ಟ್ ಮಾಡಿಕೊಂಡ್ರಿ? ಆ ಎತ್ತರದ ಫಳಫಳ ಹೊಳೆಯುವ ಸೂರ್ಯನ್ನ ಮಾತ್ರ ಬೇಡ. ತೀರಾ ಧಿಮಾಕು" ಮುದ್ದುಮುದ್ದಾಗಿ ಹೇಳಿದಳು.

ಅವರ ಗಂಟಲು ಕ್ಷಣ ಹಿಡಿದಂತಾಯಿತು. ಅಣ್ಣ ಶ್ರೀಚಂದ್ರ ತಮ್ಮ ಮಗಳನ್ನು ಅತಿಯಾದ ಮುದ್ದಿನಿಂದ ಬೆಳೆಸಿದ್ದರು. ಅತಿಯಾದ ಜ್ಞಾನಸಂಪತ್ತನ್ನು ಅವಳ ತಲೆಗೆ

ತುಂಬಿದ್ದರು. ಪುಟ್ಟ ರಮ್ಯ ಯಾವುದೇ ಪ್ರಶ್ನೆಗೂ ಏಳರ ವಯಸ್ಸಿನಲ್ಲಿಯೇ ಪಟಪಟ ಉತ್ತರಿಸುತ್ತಿದ್ದಳು.

"ಯಾಕೆ?" ಅವಳ ಕೆನ್ನೆಗೆ ಮುತ್ತಿಕ್ಕುತ್ತಿದ್ದ ಕೂದಲನ್ನು ಹಿಂದಕ್ಕೆ ತಳ್ಳುತ್ತ ಪ್ರಶ್ನಿಸಿದರು. "ಬೇಡಾಂದ್ರೆ ಬೇಡ! ಅಂಕಲ್... ನಂಗೆ ಅಂಥವರನ್ನು ಕಂಡರೆ ಇಷ್ಟವಿಲ್ಲ. ಬೇರೆ ಯಾರನ್ನಾದ್ರೂ ಸೆಲೆಕ್ಟ್ ಮಾಡ್ಕೊಳ್ಳಿ" ಒತ್ತಿಹೇಳಿ ಹೊರಡಲು ಎದ್ದಾಗ ಕೈಹಿಡಿದುಕೊಂಡರು.

"ಸ್ವಲ್ಪ ಕೂತ್ಕೋ, ಬಹಳ ದೊಡ್ಡ ಅಡ್ವೋಕೇಟ್ ಪುರುಷೋತ್ತಮ್ ಮಗ ಸೂರ್ಯ. ಹುದ್ದೆಗೆ ಘನತೆ ತಂದುಕೊಟ್ಟ ವ್ಯಕ್ತಿ ಅವರು. ನೋಟ ಇಳಿಸಿ, ತಲೆ ತಗ್ಗಿಸಿ ಮಾತಾಡೇ ಗೊತ್ತಿಲ್ಲದ ಪುರುಷಸಿಂಹ ಅವರು. ಅಂಥವರ ಮಗ ಆದ್ಮೇಲೆ ಅವರ ಕೆಲವು ಗುಣಗಳು ಅವನಲ್ಲಿ ಇರುತ್ತೆ. ದಿಸ್ ಈಸ್ ಕಾಮನ್. ಎಸ್ಟೇಟ್‌ಗೆ ಅಂಥವರೇ ಬೇಕು" ತಿಳಿಹೇಳಿದರು.

ಅವಳ ಕೆಂಪು ಚೆಲ್ಲಿದ ಸುಂದರ ಮುಖದಲ್ಲಿ ಬಿಳಿಯ ಛಾಯೆ ಮೂಡಿ ಕಡೆಗೆ ನಿಸ್ತೇಜವಾಯಿತು. ಸುಮ್ಮನೆ ಕೂತಿದ್ದವಳು ತಲೆಯೆತ್ತಿದಳು.

"ನನ್ನ ಎಲ್ಲ ಪ್ರಶ್ನೆಗಳಿಗೂ ಉತ್ತರಿಸಿದ್ದು ಅವರೊಬ್ಬರೇ, ಅಂಥವರು ನಮ್ಮ ಎಸ್ಟೇಟ್‌ಗೆ ಬಲಿಯಾಗಿಬಿಡಬಾರ್ದು. ನಿಮ್ಗೆ ಸೂರ್ಯನ ಅಪ್ಪನ ಮೇಲೆ ಗೌರವ, ಅಭಿಮಾನವಿದ್ದರೆ ಖಂಡಿತ ಕೆಲ್ಸಕ್ಕೆ ತಗೋಬೇಡಿ" ಎಂದವಳು ಎರಡು ಕೈಯಲ್ಲೂ ಮುಖ ಮುಚ್ಚಿಕೊಂಡು ಅಳತೊಡಗಿದಳು.

ತಂದೆ ಸತ್ತ ಮೇಲೆ ಎಸ್ಟೇಟ್‌ನಲ್ಲಿ ಒಂದಲ್ಲ ಒಂದು ಆಘಾತಗಳು, ಅನಾಹುತಗಳು. ಎಲ್ಲಾ ಅದೇ ಹಳೆಯ ಕಾಲದ ಜನಗಳೇ. ಕಾಫೀಬೀಜ ಕಳುವಾದರೇ ಒಂದು ಕಡೆ, ಮಾರುಕಟ್ಟೆಗೆ ಒಯ್ಯುವ ಹೂಬುಟ್ಟಿಗಳೇ ನಾಪತ್ತೆ. ಇಂಥದ್ದು ಒಂದಲ್ಲ ಒಂದು ನಡೆಯುತ್ತಲೇ ಇತ್ತು.

ಅತ್ಯಂತ ಸಹಾನುಭೂತಿಯಿಂದ ಅವಳ ಕೂದಲಲ್ಲಿ ಕೈಯಾಡಿಸುತ್ತ, "ಸಿಲ್ಲಿ ಗರ್ಲ್, ಇಷ್ಟು ದೊಡ್ಡ ಎಸ್ಟೇಟ್‌ನಲ್ಲಿ ಕಳ್ಳತನಗಳು ಸಾಧಾರಣ ವಿಷ್ಯ. ಅವೆಲ್ಲ ಆಗಾಗ ಅಣ್ಣನ ನೋಟಿಸ್‌ಗೆ ಬಂದಿರ್ಲಿಲ್ಲಾಂತ ಕಾಣುತ್ತೆ. ಅಪಾಯಿಂಟ್ ಮಾಡ್ಕೊಂಡ್ ಜನ... ಸಿಟಿಯಲ್ಲಿದ್ದ ಜನ ಎಸ್ಟೇಟ್‌ನಲ್ಲಿ ಇರಲಾರದೇ ಓಡಿಹೋಗಿರಬೇಕು" ಎಂದರು. ಅವಳ ಮನಸ್ಸಿನ ಸಮಾಧಾನಕ್ಕಾಗಿ ಕೆಲವು ವಿಷಯಗಳಲ್ಲಿ ಅವರಿಗೂ ಆತಂಕವಿತ್ತು.

ತಾನೇ ಸಮಾಧಾನವಾದ ರಮ್ಯ ಕಣ್ಣೊರೆಸಿಕೊಳ್ಳುತ್ತ, "ಸೂರ್ಯ ಸಿಕ್ಕಾಪಟ್ಟೆ ತಲೆಹರಟೆ. ತಾನು ಬುದ್ಧಿವಂತನೆನ್ನೋ ಅಹಂಕಾರ ಕೂಡ. ಅವನು ಬೇಡವೇಬೇಡ. ಬೇರೆಯವರನ್ನು ಅಪಾಯಿಂಟ್ ಮಾಡ್ಕೋ" ದಡದಡ ಹೊರಟುಬಿಟ್ಟಳು.

ಕರುಣೆ, ಪ್ರೀತಿಯನ್ನು ಬೆರೆಸಿ ಅವಳು ಹೋದತ್ತಲೇ ನೋಡಿದರು. ತುಂಟತನ ತೋರುವ, ಬಡಬಡ ಮಾತಾಡುವ ಅವಳ ಹೃದಯದಲ್ಲಿ ಎಷ್ಟೊಂದು ದುಃಖವಿದೆಯೆಂದು ಅವರಿಗೆ ಗೊತ್ತು.

ಹತ್ತು ನಿಮಿಷದಲ್ಲಿ ವಾಪಸು ಬಂದಳು "ಅಂಕಲ್, ಆ ಮಾಚಯ್ಯ ಯಾಕೆ ಬಂದಿದ್ದು? ಚೋಮನ ಹತ್ರ ಹೇಳಿದ್ನಂತೆ ಇಂದ್ರ ಧನಸ್ಸನ್ನ ಮಾರಾಟ ಮಾಡಿಸ್ತಾ ಇದ್ದೀನೀಂತ. ಅವನನ್ನು ಸುಟ್ಟುಬಿಡ್ತೀನಿ ಅಷ್ಟೆ" ಸಿಡಿದಳು.

ಇಂದ್ರ ಧನಸ್ಸು ಮಾರಾಟಕ್ಕೆ ಅವಳ ಒಪ್ಪಿಗೆ ಇಲ್ಲವೆಂದು ಅವರಿಗೆ ಗೊತ್ತು.

"ಅವ್ನಿಗೆ ನಾಲಕ್ಕೊ, ಐದೋ ಸಂಸಾರಗಳು ಇವೆ. ಎಲ್ಲಾ ಫ್ಯಾಮಿಲಿಗಳು ಫುಟ್‌ಪಾತ್‌ಗೆ ಬಂದುಬಿಡುತ್ತೆ. ಸುಡೋ ರಿಸ್ಕ್ ತಗೋಬೇಡ. ಡೋಂಟ್ ಬಿ ಎಕ್ಸೈಟೆಡ್" ಸಮಾಧಾನಿಸಿದರು.

ಜೀಪು ಹೋದ ಸದ್ದು ಕೇಳಿಸಿತು. ಅವರ ಮುಖದ ಮೇಲೆ ಚಿಂತೆಯ ಕಾರ್ಮೋಡಗಳು.

ಹಿಂದಿನ ರಾತ್ರಿ ಫೋನ್‌ನಲ್ಲಿ ಅವರ ಪತ್ನಿ, "ಎಷ್ಟು ದಿನಾಂತ ಅಲ್ಲೇ ಉಳಿಯೋಕ್ಕಾಗುತ್ತೆ? ನಂಗ್ಯಾಕೋ ರಮ್ಯಳಿಗೆ ಗಂಡಾಂತರವಿದೆಯೆನಿಸುತ್ತೆ. ಸುಮ್ನೇ ಸೇಲ್ ಮಾಡ್ಬಿಡಿ" ಅದೇ ಒತ್ತಾಯ.

ಅವರಿಗೆ ಗಂಟಲು ಹಿಡಿದಂತಾಗಿತ್ತು. "ಮೃಣಾಲಿನಿ, ಯು ಡೋಂಟ್ ನೋ... ನಾನು ಹೇಗೆ ವಿವರಿಸಿ ಹೇಳ್ಲಿ! ಭ್ರಮೆಯಲ್ಲಿದ್ದವನಂತೆ ಇದ್ದ ಬಿಟ್ಟುಹೋಗಿದ್ದೆ. ಸ್ವಲ್ಪ ಅವಕಾಶ ಕೊಡು" ಫೋನಿಟ್ಟುಬಿಟ್ಟಿದ್ದರು.

ಹತ್ತೇ ನಿಮಿಷದಲ್ಲಿ ಮಾಚಯ್ಯನ ಫೋನ್ "ಅವ್ರು ಆತುರದಿಂದ ಇದ್ದಾರೆ. ನಾವು ತಡಮಾಡಿದ್ರೆ ಕೆಲವು ಲಕ್ಷಗಳೇನು, ಕೋಟಿಗಳೇ ಕಳೆದುಕೊಳ್ಳಬೇಕಾಗುತ್ತೆ. ನಾಳೆ ಬೆಳಿಗ್ಗೆ ಅವ್ರನ್ನ ಕರ್‍ದುಕೊಂಡು ಬರ್‍ಲಾ?" ಅದೇ ಪ್ರಸ್ತಾಪ.

"ಬೇಡ, ಲಕ್ಷಗಳು ಕೋಟಿಗಳು ಹೋದರೆ ನಮ್ಗೆ ಲಾಸ್. ನಿನ್ನ ಪ್ರಾಣ ಹೋದರೆ... ನಿನ್ನ ಕುಟುಂಬಗಳೆಲ್ಲ ಬೀದಿಗೆ ಬರುತ್ತೆ. ಬಿ ಕೇರ್‌ಫುಲ್. ನಾನಾಗಿ ಫೋನ್ ಮಾಡೋವರ್‍ಗೂ ನೀನು ನಮ್ಮ ನಂಬರ್‌ಗೆ ಡಯಲ್ ತಿರುಗಿಸಬೇಡ" ಫೋನಿಟ್ಟರು.

ಜೀಪು ನಿಂತ ಸದ್ದು ಕೇಳಿಸಿತು. ಚಿಗರೆಯಂತೆ ಓಡಿಬಂದವಳು ಅವರ ಕೈಹಿಡಿದು ಎಳೆದುಕೊಂಡು ಹೋದಳು.

"ವಂಡರ್‌ಫುಲ್, ಈಗ ಎಸ್ಟೇಟ್‌ನ ನೋಡೋಕೆ ಚೆಂದ. ವಾಟ್ ಎ ಬ್ಯೂಟಿ" ಜೀಪು ಹತ್ತಿಸಿದಳು.

ಅಭಿಮಾನದಿಂದ ನೋವಿನಿಂದ ಅವಳ ಮುಖ ನೋಡಿದರು. ಹುಟ್ಟಿಬೆಳೆದ ಇಂದ್ರ ಧನಸ್ಸಿನ ಮೇಲೆ ಹುಚ್ಚುಪ್ರೀತಿ ಅವಳಿಗೆ. ಇಲ್ಲಿನ ಮಣ್ಣು, ಒಂದು ಪುಟ್ಟ ಗಿಡದಿಂದ ಐವತ್ತು ವರ್ಷದಷ್ಟು ವಯಸ್ಸಾದ ವೃಕ್ಷದ ಮೇಲೂ ಅವಳ ಪ್ರೀತಿ.

"ನೋಡಿ... ಅಂಕಲ್" ಅಲ್ಲಲ್ಲಿ ಜೀಪು ನಿಲ್ಲಿಸಿ ಹಸಿರಿನತ್ತ ಕೈಚಾಚಿ ತೋರಿಸಿದಳು. ಮಧುಚಂದ್ರ ಮುಗುಳ್ನಕ್ಕರು. "ಇದೇನು ಹೊಸದೇ? ಅಥವಾ ನೋಡ್ತಾ ಇರೋದು

ಹೊಸದಾ? ಈ ಎಸ್ಟೇಟ್ ಬಿಟ್ಟು ಬೇರೆ ಯೋಚಿಸಲಾರೆಯಾ? ಬೆಳೆದ ಹುಡ್ಗಿ. ನಿನ್ನಲ್ಲಿ ಬೇರೆಯ ಕನಸುಗಳು ಇರ್ಬೇಕು" ಅವಳ ಮನಸ್ಸನ್ನು ತೆರೆದು ನೋಡಲು ಪ್ರಯತ್ನಪಟ್ಟರು.

ರಮ್ಯ ಭಾವಪರವಶಳಾದಳು. "ಇನ್ನೊಂದು ಸುಂದರವಾದ ಇಂದ್ರ ಧನಸ್ಸಿನಲ್ಲಿ ನಿಂತು ಬೇರೆ ಕನಸು ಕಾಣೋಕೆ ಸಾಧ್ಯಾನಾ! ಇದ್ಕಿಂತ ಸುಂದರವಾದ ಕನಸು ಬೀಳೋಕೆ ಸಾಧ್ಯಾನಾ?" ಹಗುರವಾಗಿ ತಳ್ಳಿಹಾಕಿದಳು.

ಜೀಪಿನ ಚಕ್ರಗಳು ಮುಂದಕ್ಕೆ ಉರುಳಿದವು.

ರಮ್ಯ ಬಹಳ ಬುದ್ಧಿವಂತೆ. ಅವಳಲ್ಲಿ ಅಧ್ಯಯನಶೀಲತೆ ಇತ್ತು. ಅಪರೂಪಕ್ಕೆ ಅವರಪ್ಪ ಬದುಕಿದ್ದಾಗ ಮಧುಚಂದ್ರ ಬಲವಂತಮಾಡಿ ದೆಹಲಿಗೆ ಕರೆದೊಯ್ದರೆ ಎರಡೇ ದಿನಕ್ಕೆ ಬೇಸತ್ತು ಹೋಗುತ್ತಿದ್ದಳು.

"ಬೋರಾಗಿ ಹೋಯ್ತು ಅಂಕಲ್. ನಂಗೆ ಡಾಂಬರ್ ರಸ್ತೆ, ವೆಹಿಕಲ್‌ಗಳನ್ನು ನೋಡ್ತಾ ದಿನ ದೂಡೋಕ್ಕಾಗೋಲ್ಲ. ನಾನು ಎಸ್ಟೇಟ್‌ಗೆ ಹೋಗ್ಬಿಡ್ತೀನಿ" ಶುರುಮಾಡುತ್ತಿದ್ದಳು.

"ಈ ಸಲ ನಿನ್ನ ಕಳಿಸೋ ಮಾತೇ ಇಲ್ಲ. ಹೇಗೂ ನಿನ್ನ ಚಿಕ್ಕಪ್ಪನ ಲಿಸ್ಟ್‌ನಲ್ಲಿ ನಾಲ್ಕಾರು ಗಂಡುಗಳು ಇವೆ. ಒಬ್ಬರನ್ನ ಸೆಲೆಕ್ಟ್ ಮಾಡು. ಮದ್ವೆಯಾದ್ಮೇಲೆ ಇಲ್ಲೇ ಇರ್ಬೇಕು" ಮೃಣಾಲಿನಿ ನಗುತ್ತಾ ಹೇಳುತ್ತಿದ್ದರು.

"ಮೈ ಗಾಡ್, ಇಲ್ಲಿರೋದೇ! ಇಂಪಾಜಿಬಲ್... ಯಾರ್ಗೆ ಬೇಕು ಮದ್ವೆ!" ಮುಲಾಜಿಲ್ಲದೆ ತಳ್ಳಿಹಾಕುತ್ತಿದ್ದಳು.

ಮೃಣಾಲಿನಿಯ ತಮ್ಮನೊಬ್ಬನಿದ್ದ. ಒಂದು ಸಾಲಿಗಾಗುವಷ್ಟು ಡಿಗ್ರಿಗಳು ಇದ್ದವು ಅವನ ಹತ್ತಿರ. ಈ ಹಾಲುಕೊಳದ ಚೆಲುವೆಯನ್ನು ಮೆಚ್ಚಿಕೊಂಡಿದ್ದ.

"ಸಂಜಯ್ ಜೊತೆ ಹೊರ್ಗಡೆ ಸುತ್ತಾಡಿಕೊಂಡು ಬಾ..." ಎಂದರೇ "ಓ" ಎಂದು ನಕ್ಕುಬಿಡುತ್ತಿದ್ದಳು ರಮ್ಯ. "ಏನಿದೇ ಆಂಟೀ ಇಲ್ಲಿ ಸುತ್ತಾಡೋಕೆ" ಧೂಳೆಬ್ಬಿಸೋ ವೆಹಿಕಲ್‌ಗಳು, ಗಗನಚುಂಬಿ ಕಟ್ಟಡಗಳು, ಮುಖದಲ್ಲಿ ಆತುರದ ಟೆನ್‌ಷನ್ ತುಂಬಿಕೊಂಡು ಓಡಾಡೋ ಜನಗಳು, ಯಾವ್ದೂ ಇಂಟರೆಸ್ಟಿಂಗ್ ಅಲ್ಲ" ನಿರುತ್ಸಾಹ ತೋರುತ್ತಿದ್ದಳು.

ಎಲ್ಲಿ ಕೂತಾಗಲೂ ಅವಳು ಎಸ್ಟೇಟ್‌ನ ಬಗ್ಗೆಯೇ ಧ್ಯಾನ ಮಾಡುತ್ತಿದ್ದುದು. ಅವಳಪ್ಪ ಬದುಕಿದ್ದರೆ ಬಹುಶಃ ಇದು ಸಮಸ್ಯೆಯಾಗುತ್ತಿರಲಿಲ್ಲ.

ರಮಾನಂದ್ ನಾಪತ್ತೆಯಾದ ದಿನ ಸ್ವಲ್ಪ ಸೀರಿಯಸ್ಸಾಗಿಯೇ ಹೇಳಿದ್ದರು ಮಧುಚಂದ್ರ "ಈ ಎಸ್ಟೇಟ್ ಬೇಡ. ದಿನ ಏನಾದರೊಂದು ಪ್ರಾಬ್ಲಂ. ನಾಳೆ ಪ್ರತಿದಿನ ಪೊಲೀಸ್‌ನೋರು ಬಂದು ಮೊಕ್ಕಾಂ ಹೂಡುವಂತಾಗಬಾರ್ದು. ಯಾರ್ಗೂ ನೆಮ್ಮದಿ ಇಲ್ಲ. ಮಾರಿಬಿಡೋಣ."

ಮೂರು ದಿನ ಅತ್ತು ಸೊರಗಿಬಿಟ್ಟಿದ್ದಳು ರಮ್ಯ.

* * *

ಸೂರ್ಯ ಮನೆ ತಲುಪಿದಾಗ ಸಂಜೆಯ ಸುಮಾರು. ಮನೆಯ ಮೌನ ಅವನನ್ನು ಹೊರಗೆ ದಬ್ಬಿದಂತಿತ್ತು. ಪತ್ರಿಕೆ ತಿರುವುತ್ತಿದ್ದ ಮೀನಾ ಓಡಿಬಂದಳು.

"ಜಲಜಕ್ಕ ಅಮ್ಮನ ಹತ್ರ ಜಗಳ ಆಡಿದ್ಲು" ವರದಿ ಒಪ್ಪಿಸಿದಳು. ಅವನ ಮುಖ ಗಂಭೀರವಾಯಿತಷ್ಟೇ. "ಈಗ ಎಲ್ಲಾ ಅಮ್ಮನ ಹತ್ರ ತಾನೇ ಜಗಳ ಆಡ್ಬೇಕು!" ನಗುಮುಖ ಮಾಡಿದ.

ಅವನು ಧಾವಿಸಿದ್ದು ತಂದೆಯ ಕೋಣೆಗೆ. ವಿಶಾಲವಾದ ತೇಗದ ಮಂಚದ ಮೇಲೆ ಮಲಗಿ ಛಾವಣಿ ದಿಟ್ಟಿಸುತ್ತಿದ್ದರು. ಸೂರ್ಯನ ಗಂಟಲು ಬಿಗಿದು ಕುಸಿಯುವಂತಾಯಿತು.

ಸ್ಥೈರ್ಯ ಕಳೆದುಕೊಳ್ಳುವುದು ಪತನದ ಹಾದಿಯೆನಿಸಿ ಎಚ್ಚೆತ್ತುಕೊಂಡು ಅವರ ಪಕ್ಕದಲ್ಲಿ ಕೂತು ಕೈಯನ್ನು ತನ್ನ ಕೈಯೊಳಗೆ ತಗೊಂಡ. "ಅಪ್ಪ... ಅಪ್ಪ..." ಎರಡು ಸಲ ಕೂಗಿದ ನಂತರ ಅವನತ್ತ ತಿರುಗಿದರು. "ನಾನು ನಿಮ್ಮ ಮಗ ಸೂರ್ಯ..." ಅವನನ್ನೇ ನೋಡುತ್ತಿದ್ದವರು ಕಣ್ಣುಮುಚ್ಚಿಕೊಂಡರು. ಮಿದುಳಿನಲ್ಲಿ ಒಂದು ರೀತಿಯ ಘರ್ಷಣೆ.

ಮೆಲ್ಲಗೆ ಕಣ್ಣು ತೆರೆದು ನಸುನಕ್ಕರು. ಕೋಟಿ ನಕ್ಷತ್ರಗಳು ಮಿನುಗಿ ವಿಶ್ವರೂಪ ದರ್ಶನವಾದಂತಾಯಿತು ಅವನಿಗೆ.

ಮತ್ತೆ ಆಯಾಸದಿಂದ ಕಣ್ಣು ಮುಚ್ಚಿಕೊಂಡಾಗ ಹೊರಗೆ ಬಂದ. ಅವರಿಗೆ ಅಮ್ನೀಸಿಯಾ ಆದರೂ, ಆರೋಗ್ಯವಾದರೂ ಚೇತರಿಸಿಕೊಳ್ಳಬೇಕಿತ್ತು. ಯಾಕೆ?

ಬಂದ ಜಲಜ ಅವನನ್ನು ನೋಡಿದ ತಕ್ಷಣ ಗಾಬರಿಗೊಂಡವಳಂತೆ ನಿಂತುಬಿಟ್ಟಳು.

"ಯಾವಾಗ್ಬಂದೆ?" ತೊದಲಿದಳು.

ಅವನಿಗೆ ಅಚ್ಚರಿಯಾದರೂ ತೋರ್ಪಡಿಸಿಕೊಳ್ಳಲಿಲ್ಲ. "ಅಮ್ಮ... ಎಲ್ಲಿ?" ಅವನ ಮುಖವನ್ನೇ ದಿಟ್ಟಿಸಿದ. "ರಾಘವೇಂದ್ರ ಸ್ವಾಮಿ ಮಠಕ್ಕೆ ಹೋಗಿದ್ದಾರೆ" ಮೆಲ್ಲಗೆ ಸರಿದು ಒಳಗೆಹೋದಳು.

ಕೋಣೆಗೆ ಬಂದು ಕೂತ. ಜಲಜಾಗೆ ಮೂವತ್ತನಾಲ್ಕು ತುಂಬಿದೆ. ಒಂದು ರೀತಿಯಲ್ಲಿ ಕನಸು ಕಾಣುವ ವಯಸ್ಸಲ್ಲ! ಮುಂದಕ್ಕೆ ಹೆಜ್ಜೆಯೂರುವಾಗ ಒದಗುವ ಅನುಕೂಲತೆಗಳನ್ನು ಮಾತ್ರ ಯೋಚಿಸಬಲ್ಲಳು!

ಕಾಫಿ ತಂದ ಜಲಜ "ಏನಾದ್ರೂ ತಿಂಡಿ ಮಾಡಿಕೊಡ್ಲಾ?" ಕೇಳಿದಳು. ಬೇಡವೆನ್ನುವಂತೆ ತಲೆಯಾಡಿಸಿದ. "ಡಾಕ್ಟ್ರು... ಬಂದಿದ್ರಾ? ಅಪ್ಪನ ಆರೋಗ್ಯ

ಚೆನ್ನಾಗಿದೆ. ಹಿಂದಿನ ನೆನಪಿನ ಶಕ್ತಿ ಮಾತ್ರ ಅವರ ಮಿದುಳಿನಲ್ಲಿ ವಾಷ್‌ಔಟ್ ಆಗಿರೋದು. ಈಗಿನದಕ್ಕೆ ಹೊಂದಿಕೊಳ್ಳೋಕೆ ಸಾಧ್ಯ. ಯಾಕೆ ಅವ್ರನ್ನ ಮಲಗೋಕೆ ಬಿಡ್ತೀರಿ ಇಡೀ ದಿನ?" ಬೇಸರ ವ್ಯಕ್ತಪಡಿಸಿದ.

ಏನು ಹೇಳಲೂ ಜಲಜ ಅಸಮರ್ಥಳು. ಎಷ್ಟೇ ತಂದೆ ವಾತ್ಸಲ್ಯ ಹರಿಸಿದರೂ ಇಷ್ಟು ಮಕ್ಕಳಲ್ಲಿ ಪುರುಷೋತ್ತಮ್‌ಗೆ ಹತ್ತಿರವಾಗಿದ್ದು ಸೂರ್ಯ ಮಾತ್ರ.

"ನಂಗೆ ಈಗ್ಲೂ ಅಪ್ಪನನ್ನು ಕಂಡರೆ ಭಯ!" ಎಂದಾಗ ಜಲಜ. ತುಟಿಯ ಬಳಿಗೊಯ್ದ ಲೋಟವನ್ನ ಕೆಳಗಿಳಿಸಿದ. "ಭಯ... ಯಾಕೆ?" ಉತ್ತರ ಅವನಿಗೆ ಗೊತ್ತಿತ್ತು.

"ಗೊತ್ತಿಲ್ಲ..." ಹೊರಗೆ ಹೋಗಿಬಿಟ್ಟಳು.

ಕಾಫಿ ತಣ್ಣಗಾಯಿತು. ಒಂದೇ ಮನೆಯಲ್ಲಿ ಬೆಳೆದ ಜಲಜ, ಮೀನಾರಲ್ಲಿ ಸಾಮ್ಯವಿಲ್ಲ. ಇನ್ನು ಸ್ವರ್ಣಲತ, ರಮ್ಯ... ಮೊದಲ ಹೆಣ್ಣು ಕಷ್ಟಗಳ ಮಧ್ಯೆ ಬೆಳೆದ ಗಟ್ಟಿಹೆಣ್ಣು. ರಮ್ಯ... ಚುರುಕುತನ ಅವಳ ಕಣ್ಣುಗಳಲ್ಲಿ, ನಡಿಗೆಯಲ್ಲಿ, ಸ್ವಭಾವದಲ್ಲಿದ್ದರೂ ಅವಳೆದೆಯಲ್ಲಿ ನೋವು, ಭಯ, ಆತಂಕವಿದೆಯೆನಿಸಿತು.

ಬಹಳ ಹೊತ್ತಿನ ಮೇಲೆ ವೈದೇಹಿ ಬಂದರು. ಬಹಳಷ್ಟು ಬಿಳುಚಿಕೊಂಡಂತೆ ಕಂಡರು, ನಲವತ್ತನಾಲ್ಕು ಗಂಟೆಗಳ ಅವಧಿಯಲ್ಲಿಯೇ.

"ಎಲ್ಲಿಗೆ ಹೋಗಿದ್ದೆಯಮ್ಮ?" ಕೇಳಿದ.

ಅದಕ್ಕೆ ಜವಾಬು ಮೀನಾ ಕೊಟ್ಟಿದ್ದು "ನೂರೆಂಟು ಪ್ರದಕ್ಷಿಣೆ ನಮಸ್ಕಾರ ಹಾಕಿಸ್ತೀನೀಂತ ಹರಸಿಕೊಂಡಿದ್ದಾರಂತೆ". ಅವನಿಗೆ ಅರ್ಥವಾಯಿತು. ತಾಯಿ ಇಷ್ಟಕ್ಕಿಂತ ಇನ್ನೇನು ಮಾಡಲು ಸಾಧ್ಯವಿದೆ? ಅವನಿಗೆ ಮತ್ತಷ್ಟು ಮಾತಾಡುವುದಿದೆಯೆನಿಸಿತು.

ತಕ್ಷಣ ಏನೂ ಹೇಳಲಿಲ್ಲ. ಆ ಕಡೆಯೂ ಏನೂ ಕೇಳಲಿಲ್ಲ.

ರಾತ್ರಿಯ ಊಟಕ್ಕೆ ತಂದೆಯನ್ನು ಹೋಗಿ ಕರೆತಂದ. ಪುರಂಧರ ಗೊಣಗಿದ.

"ಅವರು ಅಲ್ಲೇ ಊಟ ಮಾಡ್ಬಹುದಿತ್ತು. ಇಲ್ಲಿ ಅವರ ಮುಖ ನೋಡ್ಕಂಡ್ ಊಟ ಮಾಡೋದು ಕಷ್ಟವಾಗುತ್ತೆ."

ಒಂದುಸಲ ಸೂರ್ಯ ಅವನ ಮುಖ ನೋಡಿ ಸುಮ್ಮನಾದ.

ಐದು ಬೆಳ್ಳಿತಟ್ಟೆಗಳನ್ನು ಹಾಕಿದ್ದರು. ಇದು ಹಿಂದಿನ ಪದ್ಧತಿ. ಈಗ ಫಣೀಂದ್ರನ ತಟ್ಟೆ ಕಪಾಟು ಸೇರಿತ್ತು. ಪುರುಷೋತ್ತಮ್ ತಟ್ಟೆ ಅವರ ಮಲಗುವ ಕೋಣೆಯ ಟೀಪಾಯಿ ಮೇಲೆ ಕುಳಿತಿತ್ತು. ಆದರೆ ಇಂದು ಅದು ತಪ್ಪಿ ಐದು ತಟ್ಟೆಗಳು ಸಾಲಾಗಿ ಕೂತಿದ್ದವು.

ಸುಮ್ಮನೆ ಕೂತಿದ್ದವರ ಭುಜದ ಮೇಲೆ ಕೈಯಿಟ್ಟ "ನೀವು ಊಟ ಮಾಡಿ ಅಪ್ಪ". ಅವರ ನೋಟ ಬಡಿಸದ ಫಣೀಂದ್ರನ ತಟ್ಟೆಯ ಮೇಲಿತ್ತು. ಹಣೆಯ ನರಗಳಲ್ಲಿ ಬಿಗಿತ.

ಮತ್ತೆ ಮತ್ತೆ ಬಲವಂತದ ನಂತರವೇ ಅವರು ಊಟ ಮಾಡಿದ್ದು. ಕರೆದೊಯ್ದು ಅವರ ಆಫೀಸ್ ರೂಮಿನಲ್ಲಿ ಕೂಡಿಸಿದ.

ಹೆಸರಿನ ಫಲಕವನ್ನ ಅವರ ಮುಂದಿಡಿದ "ನೀವು ಅಡ್ವೋಕೇಟ್ ಪುರುಷೋತ್ತಮ್....". ಆ ಫೈಲ್‌ಗಳನ್ನು ಒಂದೊಂದಾಗಿ ತೆರೆದು ಅವರ ಮುಂದಿಡಿಯುತ್ತ ವಿವರಿಸತೊಡಗಿದ.

ಬಹಳ ಹೊತ್ತಿನ ನಂತರ ಅವರನ್ನು ಮಲಗಿಸಿ ಪುರಂಧರನ ಕೋಣೆಗೆ ಬಂದ. ಕೈಯಲ್ಲಿ ಹಿಡಿದ ಒಂದು ಸಣ್ಣಕಡ್ಡಿಯನ್ನು ಮುರಿದು ಮುರಿದು ಎಸೆಯುತ್ತಿದ್ದ.

"ಏನಾಯ್ತು ಕೆಲ್ಸದ್ದು?" ಕೇಳಿದ.

"ಸಿಕ್ತು, ನಾಳೇನೇ ಹೊರಡ್ಬೇಕು" ಎಂದ.

"ನಂಗೆ ಮೊದ್ಲೇ ಗೊತ್ತಿತ್ತು. ನಮ್ಮ ಮನೆಯಲ್ಲಿ ಕೆಲ್ಸ ಸಿಗೋ ಅರ್ಹತೆ ಇರೋದು ನಿನಗೊಬ್ಬನಿಗೇನೇ. ಅಪ್ಲಿಕೇಷನ್ ಹಾಕೋಕೆ ಪರ್ಸೆಂಟೇಜ್ ಇಲ್ಲ" ಎಂದವನು ದುಸದುಸ ಎನ್ನುತ್ತ ಎದ್ದುಹೋದ.

"ನೀನೇನು ಮಾಡ್ತೀಯಾ?" ಮೊದಲ ಸಲ ಕೇಳಿದ.

ಪುರಂಧರ ಅವಾಕ್ಕಾದ. ಯಾವುದೇ ವಿಷಯಗಳಿಗೆ ತಲೆ ತೂರಿಸದ ಸೂರ್ಯನ ಪ್ರಶ್ನೆಯಿಂದ ದಿಗ್ಭ್ರಾಂತನಾದ.

"ಏನು ಮಾಡ್ಲಿ? ಹಣ ಇದ್ದಿದ್ರೆ ಯಾವುದರಲ್ಲಾದ್ರೂ ತೊಡಗಿಸಬಹುದಿತ್ತು. ಅಪ್ಪನ ಜೂನಿಯರ್ಸ್ ಎಲ್ಲಾ ನಾಲ್ಕು ನಾಲ್ಕು ಕಾರುಗಳನ್ನು ಇಟ್ಕೊಂಡಿದ್ದಾರೆ. ಎರಡ್ಮೂರು ಬಂಗ್ಲೆಗಳನ್ನ ಮಾಡಿ ಬಾಡಿಗೆಗೆ ಕೊಟ್ಟಿದ್ದಾರೆ. ನಮಗೇನಿದೆ?" ರೋಷವಿತ್ತು ಅವನ ದನಿಯಲ್ಲಿ.

ಸೂರ್ಯನ ಮುಖದಲ್ಲಿ ಯಾವುದೇ ಭಾವಾವೇಶವಿಲ್ಲ. "ಹಾಡುಹಗಲಲ್ಲೇ ಕೊಚ್ಚಿಹಾಕಿ ಕೊಲೆಗಾರನ ಪಟ್ಟಕ್ಕೇರಿದ ದಾಸ್ ಹತ್ರ ಹತ್ತು ಕಾರು ಇದೆ. ಬಂಗ್ಲೆಗಳೇನು, ಕಾಂಪ್ಲೆಕ್ಸ್‌ಗಳೇ ಇವೆ. ಆದರೆ... ಅವರಾರು ಪುರುಷೋತ್ತಮ್ ಅಲ್ಲ. ತಮ್ಮ ವ್ಯಕ್ತಿತ್ವ, ಒಳ್ಳೆಯತನ, ಪ್ರಾಮಾಣಿಕತೆಯಿಂದ ಕೂಡ ಗೌರವ ಸಂಪಾದಿಸಬಹುದು ಅನ್ನೋಕೆ ಅಪ್ಪ ಒಂದು ಉದಾಹರಣೆ. ಅವರು ಜನರಿಂದ ಸಂಪಾದಿಸಿರೋದು ಒರಿಜಿನಲ್ ಗೌರವ. ಅದರ ಅಡಿಯಲ್ಲಿ ಎಷ್ಟೋ ಮಾಡಬಹುದು. ಯೂ ಮಸ್ಟ್ ಹ್ಯಾವ್ ಟು ಕೀಪ್ ಆ್ಯನ್ ಓಪನ್ ಮೈಂಡ್. ಇದು ಆಗಾಗ ಅಪ್ಪ ಹೇಳ್ತಾ ಇದ್ದ ಮಾತು. ನಮ್ಮ ಮನಸ್ಸು ಸದಾ ತೆರೆದಿರಬೇಕು. ಮಿದುಳು ಚುರುಕಾಗಿರಬೇಕು" ಎಂದ ಸೂರ್ಯ ಹೊರನಡೆದುಬಿಟ್ಟ.

ತಾಯಿಗೆ ವಿಷ್ಯ ತಿಳಿಸಿದ ಸೂರ್ಯ. "ನನ್ನ ಕೋರ್ಸು ಪೂರ್ತಿ ಮಾಡ್ಲೋಕೆ ಅನುಕೂಲವಾಗುತ್ತೆ. ಉತ್ತಮವಾದ ಸಂಬಳಾನೂ ಇರುತ್ತೆ" ಅವನ ದನಿ ಭಾರವಾಯಿತು.

ವೈದೇಹಿ ಕಣ್ಣೀರು ಸುರಿಸತೊಡಗಿದರು.

"ಮೊನ್ನೆ ರೆಡ್ಡಿ ಬಂದಿದ್ರು. ನಿಮ್ಮಪ್ಪ ಸರಿಹೋಗೋವರ್ರೂ ಈ ಮನೆಯ ಸಮಸ್ತ ಖರ್ಚನ್ನು ಹೊರೋಕೆ ಸಿದ್ಧ ಅಂದ್ರು" ವಿಷಯಾನ ಮಗನ ಮುಂದಿಟ್ಟರು.

ತಲೆತಗ್ಗಿಸಿದ ಸೂರ್ಯ ಅಡ್ಡಡ್ಡ ಅಡಿಸಿದ. "ಇದು ಹೇಗೆ ಸಾಧ್ಯ? ಅಪ್ಪ ಎಲ್ಲರನ್ನೂ ಸಮಾನವಾಗಿ ನೋಡ್ತಾ ಇದ್ರು. ಅದು ಮನುಷ್ಯ ಸ್ವಭಾವ. ಆದರೆ ಪುರುಷೋತ್ತಮ್ ಮಕ್ಕಳು ಅಪ್ರಯೋಜಕರು ಅನ್ನೋ 'ಬಿರುದು' ಸಂಪಾದಿಸ್ಕೋಬಾರ್ದು. ಮತ್ತೆ ಪ್ರಸ್ತಾಪ ಮಾಡಿದ್ರೆ ಇದನ್ನೇ ಹೇಳು."

ಅರ್ಧರಾತ್ರಿಯವರೆಗೂ ತಾಯಿಯ ಬಳಿ ಮಾತಾಡಿದ.

"ಜಲಜ ಹೆಚ್ಚುಕಡಿಮೆ ಇಡೀ ದಿನ ಶ್ರೀಪತಿ ಮನೆಯಲ್ಲಿ ಇರ್ತಾಳೆ. ಆತ ಹೆಂಡ್ತಿ ಇಲ್ಲದ ವಿದುರ. ಬೆಳೆದು ನಿಂತಿರೋ ಮಕ್ಕಳು ಮನೆಯಲ್ಲಿ ಯಾವ್ದು ಚೆನ್ನಾಗಿ ಕಾಣೋಲ್ಲ. ನಿಮ್ಮಪ್ಪ ಸರಿಯಾಗಿದ್ದಿದ್ರೆ ಅವ್ಳಿಗೆ ಈ ಧೈರ್ಯ ಬರ್ತಾ ಇರಲಿಲ್ಲ" ಮಗನ ಮುಂದೆ ಪಿಸುದನಿಯಲ್ಲಿ ತೋಡಿಕೊಂಡರು.

ಎದ್ದುಹೋದ ಸೂರ್ಯ ಜಲಜನ ಎಬ್ಬಿಸಿ ವರಾಂಡಗೆ ಕರೆದುಕೊಂಡು ಬಂದ.

"ನಾಳೆ ಬೆಳಿಗ್ಗೆ ಇಂದ್ರ ಧನಸ್ಸು ಎಸ್ಟೇಟ್‌ಗೆ ಹೋಗ್ತಾ ಇದ್ದೀನಿ. ಆಗಾಗ ಬರ್ತೀನಿ. ಹೆಚ್ಚು ಜವಾಬ್ದಾರಿ ಇದ್ದರೂ ಸರ್ಕಾರಿ ನೌಕರಿಯಲ್ಲಿನ ನಿಯಮ, ನಿರ್ಬಂಧಗಳು ಇರೋಲ್ಲ. ಆಗಾಗ ಬರ್ತಾ ಇರ್ತೀನಿ" ಹೇಳಿದ.

ನೆಲ ನೋಡುತ್ತ ಕೂತ ಜಲಜ ತಲೆಯೆತ್ತಲಿಲ್ಲ. ಬದುಕು ಒಂದು ರೀತಿ ಭ್ರಮನಿರಸನಗೊಂಡಿತ್ತು. ಯೌವನದಲ್ಲಿ ಮೊಳಕೆಯೊಡೆದ ಕನಸುಗಳೆಲ್ಲ ನಾಮಾವಶೇಷ.

"ನಾನು ಶ್ರೀಪತಿಯವರ ಮನೆಗೆ ಹೋಗ್ತೀನಿ ಅನ್ನೋ ದೂರು ನಿನ್ನವರ್ಗೂ ಬಂದಿರಬೇಕು. ಸದ್ಯಕ್ಕೆ ಈ ಮನೆಯಲ್ಲಿ ನಿನ್ನ ಮಾತಿಗೆ ಬೆಲೆ" ಸ್ವಲ್ಪ ಇರುಸುಮುರಿಸಿನಿಂದಲೇ ಹೇಳಿದಳು.

ಸೂರ್ಯನಿಗೆ ಚೆನ್ನಾಗಿ ನೆನಪಿತ್ತು. ಅವನು ಅಕ್ಷರ ತಿದ್ದುವ ಕಾಲದಲ್ಲಿ ಜಲಜಕ್ಕ ಅವನ ಮೊದಲ ಮಾರ್ಗದರ್ಶಿ, ಗುರು. ಎಸ್.ಎಸ್.ಎಲ್.ಸಿ.ವರೆಗೂ ನಂಬರ್ ಒನ್ ಸ್ಟೂಡೆಂಟ್ ಕ್ಲಾಸ್‌ಗೆ. ಆಮೇಲೆ ಪಿ.ಯು.ಸಿ.ಯಲ್ಲಿ ಅವಳ ಓದು ಕುಂಟಿದ್ದು.

"ಬುದ್ಧಿ ಹೇಳೋ ಅಧಿಕಾರ ಹಿರಿಯಳಾದ ನಿಂದೇ" ಸ್ವಲ್ಪ ಮಾತಾಡಲು ಹಿಂಜರಿದ. "ಅಪ್ಪ ಆಘಾತಕ್ಕೆ ಒಳಗಾಗುವ ಮುನ್ನ ನನ್ನ ಮುಂದೆ ಪ್ರಶ್ನೆ ಇಟ್ಟರು. ಮೂವತ್ತೈದು ದಾಟಿದ ಹೆಣ್ಣು ತನ್ನ ಪೋಷಕರ ವಿರುದ್ಧ ತನಗೆ ಮಾಡಿದ್ದು ಅನ್ಯಾಯವೆಂದು ಫಿರ್ಯಾದು ಹೊತ್ತು ಬಂದಿದ್ದಳಂತೆ. ಅದೊಂದು ಸಹಾನುಭೂತಿಗೆ ಸಂಬಂಧಿಸಿದ್ದು. ನಾನು ಅದಕ್ಕೆ ವಿರುದ್ಧವಾಗಿಯೇ ಮಾತಾಡಿದೆ. ಅಪರಾಧ ಅವಳದೇ. ಹಿಂದೆ ಹೆಣ್ಣಿನ ಗುರಿ ತಾಳಿಗೆ ಕತ್ತು ಒಡ್ಡುವುದು ಮಾತ್ರವಿತ್ತು. ಈಗ ಎಲ್ಲಾ

ಕ್ಷೇತ್ರಗಳಲ್ಲಿ ಅವಳಿಗೆ ಪ್ರಾಮುಖ್ಯತೆ ಇದೆ. ನಿನ್ನ ನೀರಸ ಬಾಳಿಗೆ ನೀನೇ ಕಾರಣ. ಅಪ್ಪ ಗಂಡುಗಳನ್ನ ನೋಡಿದಾಗ ಒಂದಲ್ಲ ಒಂದು ಕಾರಣಕ್ಕೆ ನಿರಾಕರಿಸಿದೆ. ನೀನು ಬಯಸೋ ವಿದ್ಯಾವಂತರು ನಿನ್ನ ಕೈಗೆಟುಕಲಿಲ್ಲ. ಅದಕ್ಕೆ ಕಾರಣ ನೀನೇ. ಮನೆ, ಸಮಾಜ, ದೇಶ ಕೊನೆಗೆ ನಿನಗೆ ನೀನು ಕೂಡ ಏನೂ ಮಾಡಿಕೊಳ್ಳಿಲ್ಲ" ತಮ್ಮನ ಮಾತುಗಳಿಂದ ಜಲಜಳ ಕಣ್ಣುಗಳಿಂದ ನೀರಿಳಿಯತೊಡಗಿತು.

ಇನ್ನಷ್ಟು ಸನಿಹಕ್ಕೆ ಬಂದು ಕೂತ. "ಜಲಜಕ್ಕ, ನಿಂಗೆ ಎಲ್ಲರಿಗಿಂತ ಶ್ರೀಪತಿ ಇಷ್ಟವಾಗಿರಬಹುದು. ಈ ವಯಸ್ಸಿನಲ್ಲಿ ಅಷ್ಟು ಸ್ನೇಹ ಹೆಣ್ಣಿಗೆ ಸಾಕಾಗುತ್ತೆ! ಅವರು ನಿನ್ನ ಮದುವೆ ಆಗ್ತಾರ? ಅವರು ಬೆಳೆಸಿದ ಮಕ್ಕಳು ನಿನ್ನ ಇಷ್ಟಪಡ್ತಾರ? ಅವರ ಉದಾಸೀನ, ದ್ವೇಷ ತೀರಾ ಭಯಂಕರ. ಶ್ರೀಪತಿಗೆ ಮಕ್ಕಳ ಬಗ್ಗೆ ಬಹಳ ಪ್ರೀತಿ, ಅವ್ರಿಗೆ ತುಂಬ ಹೆದರ್ತಾರೆ ಕೂಡ."

ಯಾವುದನ್ನೂ ಜಲಜ ಉತ್ಪ್ರೇಕ್ಷಿಸುವಂತಿರಲಿಲ್ಲ. ಸೂರ್ಯ ಹೇಳಿದ್ದು ಸತ್ಯವಾಗಿತ್ತು.

"ಅಪ್ಪ ಆಗಾಗ ಶಿಕ್ಷಣದ ವಿಷ್ಯ ಬಂದಾಗ ಸ್ವಾಮಿ ವಿವೇಕಾನಂದರ ಒಂದು ಮಾತು ಹೇಳುತ್ತಿದ್ದರು– "Education is the manifestation of the perfection already in man" (ಶಿಕ್ಷಣವೆಂದರೆ ಮಾನವನ ಅಂತರಂಗದಲ್ಲಿ ಈಗಾಗಲೇ ಇರುವ ಸರ್ವಜ್ಞತ್ವವನ್ನು ಅಭಿವ್ಯಕ್ತಿಗೊಳಿಸುವುದು) ಎಂದ. ತಮ್ಮನನ್ನು ನೋಡಿದ ಜಲಜ ಬಿಕ್ಕಿಬಿಕ್ಕಿ ಅತ್ತಳು.

"ಅಪ್ಪ ಮೊದಲಿನಂತಾಗಬೇಕಾದರೆ ನಿನ್ನ ಸಹಕಾರ ತುಂಬಾ ಬೇಕು. ತುಂಬ ನೊಂದ ಅಮ್ಮನ್ನ ನೋಯಿಸ್ಬಾರ್ದು. ಕಣ್ಣೊರೆಸಿ ಬೆಳೆಸಿದ ತಾಯಿ ಕಣ್ಣೀರನ್ನು ಮಕ್ಕಳೊರೆಸಬೇಕೇ ವಿನಾ ಅವಳ ಕಣ್ಣೀರಿಗೆ ಕಾರಣವಾಗಬಾರದು. ಇದಕ್ಕೆ ಎಲ್ಲೂ ಕ್ಷಮೆ ಇಲ್ಲ" ಎದ್ದುಹೋದ.

ಅತ್ತು ಸಮಾಧಾನಗೊಂಡ ಜಲಜ ಚಿಂತಿಸತೊಡಗಿದಳು. ಶ್ರೀಪತಿ ಮನೆಗೆ ಹೋದಾಗ ಅವಳು ಎಲ್ಲಾ ಕೆಲಸಗಳನ್ನು ಮಾಡಿಕೊಳ್ಳುತ್ತಿದ್ದಳು. ಆದರೆ ಅದನ್ನು ಅವರ ಮಕ್ಕಳು ಉಗ್ರವಾಗಿ ಪ್ರತಿಭಟಿಸುತ್ತಿದ್ದರು.

ಬಹಳ ಹೊತ್ತಿನ ನಂತರ ಜಲಜ ಮಲಗಿಕೊಂಡಳು.

* * *

ಬಂದ ಎರಡು ದಿನ ಗೆಸ್ಟ್‌ಹೌಸ್‌ನಲ್ಲಿ ತಂಗಿದ್ದ ಸೂರ್ಯ, ಮಧುಚಂದ್ರರ ಆಣತಿಯಂತೆ ಬಂಗ್ಲೆಯ ಆಫೀಸ್ ಪಕ್ಕದ ಒಂದು ಕೋಣೆಗೆ ವಾಸ್ತವ್ಯ ಬದಲಾಯಿಸಿಕೊಂಡ.

ಅಂದು ರೂಮಿನಿಂದ ಎದ್ದು ಹೊರಗೆ ಬಂದಾಗ ಮೊದಲ ಭೇಟಿಯಾಗಿದ್ದು ರಮ್ಯ.

"ಹಲೋ, ಗುಡ್‌ಮಾರ್ನಿಂಗ್ ಮೇಡಂ" ಎಂದ. ಇಂದ್ರ ಧನಸ್ಸು ಎಸ್ಟೇಟ್‌ನ ಒಡತಿ. ಇಲ್ಲಿ ಮೊದಲು ಮರ್ಯಾದೆ ಸಿಗಬೇಕಾದದ್ದು ಅವಳಿಗೆಂಬ ಪರಿಕಲ್ಪನೆ ಅವನಿಗಿತ್ತು. "ಗುಡ್ ಮಾರ್ನಿಂಗ್" ಮುಖ ತಿರುಗಿಸಿಕೊಂಡು ಹೋಗಿಬಿಟ್ಟಳು. 'ಅಹಂ' ಎನಿಸಿತು ಕ್ಷಣ.

ಬಂದಾಗಿನಿಂದ ಸೂರ್ಯನ ಬಳಿ ಎರಡು ಮಾತು ಆಡಿರಲಿಲ್ಲ. ಅವನು ಎದುರಿಗಿದ್ದಾಗ ಅನವಶ್ಯಕವಾಗಿ ಸಿಡುಕುತ್ತಿದ್ದಳು.

ನೇರವಾಗಿ ಅವನು ಬಂದಿದ್ದು ಅಡುಗೆಯ ಮನೆಗೆ. ಒಬ್ಬರು ಪೂರಿ ಕರಿಯುತ್ತಿದ್ದರೆ, ಇನ್ನೊಬ್ಬರು ಚಪಾತಿ ಮಾಡುತ್ತಿದ್ದರು. ಒಬ್ಬ ಮಾವಿನಹಣ್ಣು ಹೆಚ್ಚಿ ಹೆಚ್ಚಿ ಸೀಕರಣೆ ಮಾಡುವ ತಯಾರಿಯಲ್ಲಿದ್ದ. ಮತ್ತೊಬ್ಬ ಸಾಗುನಲ್ಲಿ ಸೌಟ್ ಆಡಿಸುತ್ತಿದ್ದ. ನಾಲ್ವರು ಇದ್ದರು ಅಲ್ಲಿ.

ಹಿಂದಿನ ದಿನ ಅಕೌಂಟೆಂಟ್‌ನಿಂದ ಫೈಲು ತರಿಸಿಕೊಂಡು ನೋಡಿದ. ಶ್ರೀಚಂದ್ರ ಬದುಕಿದ್ದ ದಿನಗಳಲ್ಲಿ ಆಗುತ್ತಿದ್ದ ಖರ್ಚಿಗಿಂತ ಹತ್ತುಪಟ್ಟು ಅಲ್ಲ, ಹದಿನಾರೂವರೆ ಪರ್ಸೆಂಟ್ ಜಾಸ್ತಿ ಖರ್ಚಾಗುತ್ತಿತ್ತು. ಹಣದ ಮೌಲ್ಯವನ್ನಲ್ಲ ಅವನು ಲೆಕ್ಕಹಾಕಿದ್ದು, ಆಹಾರ ಪದಾರ್ಥಗಳನ್ನ, ಯಾಕೆ?

ಮೌನವಾಗಿ ಎಲ್ಲಾ ನೋಡಿ ಹೊರಗೆಬಂದ ಮಧುಚಂದ್ರ, ದೊಡ್ಡ ದನಿಯಲ್ಲಿ ರೇಗಾಡುತ್ತಿದ್ದರು ಮೇಸ್ತ್ರಿಯ ಮೇಲೆ. ಅವರಿಗೆ ತಲೆ ಕೆಟ್ಟಂತಾಗಿತ್ತು. ಎಂದೂ ಒಲವಿಲ್ಲದ ಇಂದ್ರ ಧನಸ್ಸಿನ ಬಗ್ಗೆ ಪ್ರೀತಿ ಬೆಳೆಸಿಕೊಂಡರೂ, ಸಮರ್ಪಕವಾಗಿ ತಮ್ಮಿಂದ ನೋಡಿಕೊಳ್ಳಲು ಸಾಧ್ಯವಿಲ್ಲವೇನೋ ಎನ್ನುವ ಅನುಮಾನ.

"ಗೆಟ್ ಔಟ್ ಫ್ರಂ ಮೈ ಸೈಟ್" ಅವನಿಗೆ ಬಾಗಿಲತ್ತ ಕೈತೋರಿದ್ದರು. "ನೇರವಾಗಿ ನನ್ನ ಹತ್ರ ಅನ್‌ಅಫಿಷಿಯಲ್ಲಾಗಿ ಯಾರೂ ಬರ್ಬೇಡಿ ಇನ್ಮೇಲೆ. ನಿಮ್ಮ ಇಮ್ಮಿಡಿಯಟ್ ಆಫೀಸರ್ ಸೂರ್ಯ. ಏನೇ ಆದರೂ ಅವರ ಮೂಲಕವೇ ಬರಬೇಕು" ಅಧಿಕಾರದಿಂದ ಹೇಳಿದರು.

ಮೌನವಾಗಿ ಕೇಳುತ್ತ ನಿಂತ ಸೂರ್ಯನತ್ತ ನೋಡಿ, "ಇವತ್ತು ಹತ್ತು ಜನ ಆಳುಗಳು ರಜ ಹೋಗಿದ್ದಾರಂತೆ. ಬದಲಿ ಅಷ್ಟು ಜನಾನ ತಗೋತೀನಿಂತ ಬಂದಿದ್ದಾನೆ. ಅವ್ರಿಗೆ ಸಂಬಳ, ಇವ್ರಿಗೆ ಡಬ್ಬಲ್ ಕೂಲಿ. ಎಷ್ಟೇ ಉತ್ಪನ್ನವಿದ್ದರೂ ಈ ತರಹವಾದ್ರೆ ಎಲ್ಲಾ ಸೋರಿಹೋಗುತ್ತೆ" ಅವರ ಆವೇಶ ಇನ್ನೂ ತಗ್ಗಿರಲಿಲ್ಲ.

"ನಂಗೆ ಇನ್ನೆರಡು ದಿನ ಅವಕಾಶ ಕೊಡಿ" ಎಂದ ಸೂರ್ಯ. "ನಿಮ್ಹತ್ರ ಪರ್ಸನಲ್ಲಾಗಿ ಮಾತಾಡ್ಬೇಕು" ಇಬ್ಬರು ಆಫೀಸ್‌ರೂಂಗೆ ನಡೆದರು.

ಫೈಲು ಅವನ ಮುಂದಿಟ್ಟು ವಿವರಿಸಿದ.

"ಕುಕಿಂಗ್ ಮ್ಯಾನೇಜ್‌ಮೆಂಟ್‌ಗೆ ಒಟ್ಟು ಹತ್ತು ಜನ ಇದ್ದಾರೆ. ಸಿಂಪತಿ ಸೇಕ್‌ಗಾಗಿ ರಮ್ಯ ಅವರು ಇಬ್ಬರನ್ನು ಇತ್ತೀಚೆಗೆ ನೇಮಿಸಿದ್ದಾರೆ. ಇವರುಗಳ ಸಂಬಳ...."

ಅಂಕಿ ಹಾಕಿದ ಕಡೆ ಬೆರಳಿಟ್ಟು ತೋರಿಸಿದ. ಅವರ ಹಣೆಯ ಮೇಲೆ ಬೆವರಿನ ಸೆಲೆಯೊಡೆಯಿತು.

ಫೈವ್‌ಸ್ಟಾರ್ ಹೋಟಲಲ್ಲಿ ಅವರು, ರಮ್ಯ ದಿನವೂ ಊಟ ಮಾಡಿದರೂ ಇಷ್ಟು ಖರ್ಚು ಬರಲಾರದು. ಅವರು ದೆಹಲಿಯಲ್ಲಿದ್ದ ಜನ. ಗಂಡ, ಹೆಂಡತಿ ದುಡಿದರೂ ಹಣದ ವ್ಯಾಲ್ಯೂ ಅವರಿಗೆ ಗೊತ್ತು.

"ಹಿಂದೆ ದೊಡ್ಡ ಯಜಮಾನರ ಕಾಲದಲ್ಲಿ ಇದ್ದವ್ರು ನಾಲ್ಕು ಜನ ಗೆಸ್ಟ್‌ಹೌಸ್‌ಗೆ ಹೆಚ್ಚಿನ ಜನ ಬಂದಾಗ ಇಲ್ಲಿನವ್ರೇ ಹೋಗುತ್ತಿದ್ರು. ಈಗಿನ ಅಲ್ಲಿನ ನೇಮಕ ಹೊಸದು. ಅಲ್ಲಿ ಇರೋ ಜನಕ್ಕೆ ಕೆಲಸನೇ ಇಲ್ಲ."

ಇದರ ಬಗ್ಗೆ ಅವರು ಗಮನ ಹರಿಸಿಯೇ ಇರಲಿಲ್ಲ. ಮಧುಚಂದ್ರ ಸುಸ್ತಾಗಿಬಿಟ್ಟರು. ತಿಂಗಳು ತಿಂಗಳು ಹತ್ತು ಸಾವಿರಕ್ಕೂ ಮೀರಿದ ವ್ಯಯ.

ಸೀಟಿನಿಂದ ಎದ್ದುಬಂದವರು ಸೂರ್ಯನ ಹೆಗಲ ಮೇಲೆ ಕೈಯಿಟ್ಟರು. "ನಾನು ಎಸ್ಟೇಟ್‌ನಿಂದ ದೂರ ಇದ್ದವನು. ಅಣ್ಣನ ಕೆಲವು ಗುಣಗಳು ರಮ್ಯಗೆ ಇದ್ರೂ ಬೆಣ್ಣೆಯಂತೆ ಮೃದು. ಅದು ದೌರ್ಬಲ್ಯವಾಗಿ ಬೇರೆಯವ್ರು ಉಪಯೋಗಿಸ್ಕೋತಾರೆ. ಸರಿಯಾದ ನಿಲುವು ನೀನೇ ತಗೋ. ಆ ಹುಡ್ಗೀ ಬಗ್ಗೆ ಹುಷಾರ್. ಅವಳ ಅಳುವನ್ನು ಸಹಿಸೋ ಎದೆಗಾರಿಕೆ ನಂಗಿಲ್ಲ" ಅದನ್ನು ಉಸುರಿಬಿಟ್ಟರು.

ಅವರು ಒಬ್ಬ ಅಡ್ವೋಕೇಟ್- ಹೊಸದಾಗಿ ನೇಮಿಸಿಕೊಂಡ ವ್ಯಕ್ತಿಯ ಬಗ್ಗೆ ಹುಷಾರಾಗಿರಬೇಕೆಂಬುದನ್ನೇ ಸೂರ್ಯನ ವಿಷಯದಲ್ಲಿ ತಳ್ಳಿಹಾಕಿದರು. ಅವರ ಅಭಿಮಾನಕ್ಕೆ ಪಾತ್ರರಾದ ನಾಲ್ಕು ಜನ ಅಡ್ವೋಕೇಟ್‌ಗಳಲ್ಲಿ ಪುರುಷೋತ್ತಮ್ ಮೊದಲನೆಯವರು. ಆದ್ದರಿಂದಲೇ ಅವರ ಮಗನ ಮೇಲೆ, ನಂಬಿಕೆ, ಆತ್ಮೀಯತೆ, ಗೌರವವು ಕೂಡ.

ಸೂರ್ಯ ಬರೀ ಮುಗುಳ್ನಕ್ಕ.

ಹಾರಾಟ, ಕೂಗಾಟ, ಹಠಮಾರಿತನವಿದ್ದರೂ ರಮ್ಯ ಸೆನ್ಸಿಟಿವ್ ಎನಿಸಿದಳು.

ಎಂಟು ದಿನ ಇಡೀ ಎಸ್ಟೇಟ್ ಸುತ್ತಿದ. ಹಳೇ ಫೈಲುಗಳನ್ನೆಲ್ಲ ತರಿಸಿಕೊಂಡ. ಇದಕ್ಕೆ ಹಲವು ಹಳೆಯರ ವಿರೋಧ. ಅದನ್ನು ಮಧುಚಂದ್ರ ಮುಂದೆ ವ್ಯಕ್ತಪಡಿಸಿದರು.

"ಹೊಸ್ದಾಗಿ ಬಂದಿರೋ ಹುಡುಗ! ಕೆಲವು ಸೀಕ್ರೆಟ್‌ಗಳು ನಮ್ಮಲ್ಲೇ ಉಳಿದುಹೋಗಬೇಕು. ಎಲ್ಲಾ ಬೇಕು, ಅದೂ ಬೇಕು, ಇದೂ ಬೇಕೂಂತಾನಲ್ಲ. ನಮ್ಮ ಸರ್ವೀಸೇನು ನಿನ್ನೆ ಮೊನ್ನೆಯದಲ್ಲ" ಮ್ಯಾನೇಜರ್ ಶೆಟ್ಟಿ ಹಾರಾಡಿದರು. ಮಧುಚಂದ್ರರ ಮುಂದೆ ಪ್ರಸ್ತಾಪಿಸಿದರು ಕೂಡ.

"ಅವೆಲ್ಲ ಏನೂ ಬೇಕಿಲ್ಲ! ಅವನು ಕೇಳಿದಷ್ಟು ಕೊಡಿ. ಅವನು ಹಾಕೋ ಪ್ರಶ್ನೆಗಳಿಗೆ ಉತ್ತರದ ಜೊತೆ ವಿವರಾನೂ ಒದಗಿಸಿ" ಆಜ್ಞೆ ಎನ್ನುವಂತೆ ನುಡಿದರು.

ಹಿರಿಯ ಅಕೌಂಟೆಂಟ್ ಪೈಗಳು ಸಹಿಸದಾದರು. "ನನ್ನ ಮೊಮ್ಮಗನ

ವಯಸ್ಸಿನವನು. ಅವನ ಕೈಕೆಳಗೆ ನಾವು ಕೆಲಸ ಮಾಡೋದೇ" ಅವರು ತೀವ್ರವಾಗಿ ಪ್ರತಿಭಟಿಸಿದರು.

"ಜಿಲ್ಲೆಗೆ ಡಿ.ಸಿ. ಆಗಿ ಬಂದಿರೋರ ವಯಸ್ಸು ಬರೀ ಮೂವತ್ತಮೂರು. ಹಾಗಂತ ಐವತ್ತೈದು ವರ್ಷದ ಕ್ಲರ್ಕ್ ಕೆಲಸ ಮಾಡೋಕೆ ಆಗೋಲ್ಲಾ ಅನ್ನೋಕಾಗುತ್ತಾ? ವಯಸ್ಸಾಯ್ತು, ಇನ್ನು ವಿಶ್ರಾಂತಿ ತಗೋ" ಮಾತು ಮುಗಿಯಿತೆನ್ನುವಂತೆ ಮುಂದಿದ್ದ ಪೇಪರನ್ನು ಹತ್ತಿರಕ್ಕೆಳೆದುಕೊಂಡರು ಮಧುಚಂದ್ರ.

ಎಲ್ಲರೂ ಮುಖಮುಖ ನೋಡಿಕೊಂಡು ಹೊರಗೆ ಬಂದರು. ಇದು ತೀರಾ ದಿಗ್ಭ್ರಾಂತರನ್ನಾಗಿಸುವ ಸುದ್ದಿ. ಹೊಸದಾಗಿ ಕೆಲಸಕ್ಕೆ ನೇಮಿಸಿಕೊಂಡ ಯುವಕನಿಗೆ ಇಷ್ಟೊಂದು ಅಧಿಕಾರ, ಜವಾಬ್ದಾರಿ! ಅವರ ಮಟ್ಟಿಗಂತೂ ಸಹಿಸಲಾಗದು.

ತುಂಬಾ ಸಪ್ಪಗಾದರೂ "ಹೇಗೂ ವಿಶ್ರಾಂತಿ ತಗೊಳೋಕೆ ಹೇಳಿದ್ದಾರೆ. ಅಷ್ಟೆ ಮಾಡ್ತೀನಿ" ತಮ್ಮ ರೂಮಿನತ್ತ ನಡೆದರು.

ಮಧ್ಯಾಹ್ನ ಲಂಚ್ ಸಮಯದಲ್ಲಿ ಕೋಣೆಯಲ್ಲಿದ್ದ ಸೂರ್ಯನಿಗೆ ಬುಲಾವ್ ಹೋಯಿತು. ಇದು ಅವನ ನಿರೀಕ್ಷಣೆಯಲ್ಲ.

ಡೈನಿಂಗ್‌ಹಾಲ್‌ಗೆ ಬಂದಾಗ ಮುಗುಳ್ನಕ್ಕ ಮಧುಚಂದ್ರ ಕೂರುವಂತೆ ಸನ್ನೆ ಮಾಡಿದರು. ರಮ್ಯ ಮುಖ ತಿರುಗಿಸಿಕೊಂಡಳು.

ಕೈತೊಳೆದು ಬಂದು ಕೂತ. ಮಣೆಗಳು, ಮುಂದಿರುತ್ತಿದ್ದ ಹಳೆಯ ಬೆಳ್ಳಿತಟ್ಟೆಗಳು, ಅದರ ಪಕ್ಕ ನೀರು ತುಂಬಿಕೊಂಡಿರುತ್ತಿದ್ದ ಅರ್ಧ ಲೀಟರ್‌ನಷ್ಟು ನೀರು ಹಿಡಿಸುವ ಉದ್ದನೆಯ ಬೆಳ್ಳಿಲೋಟಗಳು– ನೆನಪು ಅವನನ್ನು ಹಿಂಸಿಸಿತು.

ಊಟದ ಮಧ್ಯೆ ವಿಚಾರಿಸಿದರು "ನಿಂಗೆ ಇಲ್ಲಿನ ಊಟ ಇಷ್ಟವಾಯ್ತ?" ಹಲಸಿನ ಹಪ್ಪಳ ಮುರಿಯುತ್ತ "ನಮ್ಮ ಊಟಕ್ಕೂ ಈ ಕಡೆಯ ಊಟಕ್ಕೂ ಅಂಥ ವ್ಯತ್ಯಾಸವೇನಿಲ್ಲ" ಎಂದ.

ಬೆಳಿಗ್ಗೆ ರೆಡಿಯಾಗುತ್ತಿದ್ದ ಮಾವಿನ ಹಣ್ಣಿನ ಸೀಕರಣೆ, ದೊಡ್ಡ ಪಾತ್ರೆಯಲ್ಲಿ ಕುದಿಯುತ್ತಿದ್ದ ಸಾಗು ಡೈನಿಂಗ್ ಟೇಬಲ್‌ಗೆ ಬಂದಿರಲಿಲ್ಲ. ಅವುಗಳು ತಯಾರು ಮಾಡಿದವರಿಗೋಸ್ಕರ.

ಕೈತೊಳೆದು ಎದ್ದುಬರುವ ಮೊದಲು "ಗುಂಡಣ್ಣ, ಆಮೇಲೆ ಬಂದು ಕಾಣಿ" ಎಂದ. ಅಡುಗೆಯ ಹೆಡ್‌ಕುಕ್. ಈ ಮನೆಯಲ್ಲಿ ಇಪ್ಪತ್ತೈದು ವರ್ಷ ಸರ್ವೀಸ್.

ಬಟ್ಟೆಗೆ ಕೈಯೊತ್ತುತ್ತಿದ್ದ ಮಧುಚಂದ್ರ ರಮ್ಯಳ ಕಡೆ ನೋಡಿ ಮಾತನಾಡಬೇಡವೆಂದು ಸನ್ನೆ ಮಾಡಿದರು. ಮಧ್ಯೆ ಬಾಯಿಹಾಕುವುದು ಅವರಿಗೆ ಬೇಕಿರಲಿಲ್ಲ.

ಊಟದ ನಂತರ ತಯಾರು ಮಾಡಿದ ಚಾರ್ಟ್ ಹಿಡಿದ ಸೂರ್ಯ ಮೇಲಿನ ರಮ್ಯಳ ರೂಮಿನ ಬಳಿ ಹೋಗಿ ನಿಂತು, "ಮೇ ಐ ಕಮಿನ್, ಮೇಡಮ್...."

ಎಂದ. ಕೈಯಲ್ಲಿದ್ದ ಮೂವೀಯನ್ನು ಅಸಹನೆಯಿಂದ ಟೀಪಾಯಿ ಮೇಲೆಸೆದವಳು ತುಟಿಯವರೆಗೂ ಬಂದ ಮಾತುಗಳನ್ನು ತಡೆದು, "ಯೆಸ್... ಬನ್ನಿ...." ಎಂದುಬಿಟ್ಟಳು ಧಾರಾಳವಾಗಿ.

ಖರ್ಚು-ವೆಚ್ಚಗಳ ಚಾರ್ಟ್, ಫೈಲುಸಮೇತ ಅವಳ ಮುಂದಿಟ್ಟ. ಅವಳಿಗೆ ಎಲ್ಲದರಲ್ಲೂ ಉತ್ಸಾಹ. ಲೆಕ್ಕವೆಂದರೇ ತಲೆನೋವು. ಅವಳಪ್ಪ ಇದಕ್ಕಾಗಿ ವ್ಯಥಿತರಾಗುತ್ತಿದ್ದರು.

"ಲೆಕ್ಕ ಗೊತ್ತಿಲ್ಲದ ಮನುಷ್ಯ ಲೆಕ್ಕಕ್ಕಿಲ್ಲ ಅಂತಾರೆ. ಅದು ಬಹಳಷ್ಟು ಸತ್ಯ. ಇಷ್ಟು ದೊಡ್ಡ ಎಸ್ಟೇಟ್‌ನ ಒಡತಿ. ಯಾವುದರಲ್ಲಿ ಮನುಷ್ಯ ವೀಕ್ ಇರ್ತಾನೋ ಅದನ್ನ ಶ್ರದ್ಧೆಯಿಂದ ರೂಢಿಸ್ಕೋಬೇಕು, ಬೆಳೆಸ್ಕೋಬೇಕು" ಎಚ್ಚರಿಸುತ್ತಲೇ ಇದ್ದರು. ಅವಳು ಮಾಡುವ ಹಗುರ ಪ್ರಯತ್ನಗಳೇನು ಫಲಿಸಿರಲಿಲ್ಲ.

ಅವಳ ಮುಖಭಾವ ನೋಡಿಯೇ ಅರ್ಥಮಾಡಿಕೊಂಡವನಂತೆ ವಿವರಿಸತೊಡಗಿದ. ದಂಗುಹೊಡೆದುಹೋದಳು. ಇಷ್ಟೊಂದು ಹಣದ ಪೋಲು... ಅವಳಿಗೆ ಎಚ್ಚರ ತಪ್ಪಿದಂತಾಯಿತು. ಹಣದ ಬಗ್ಗೆ ಅವಳಪ್ಪ ವಹಿಸುತ್ತಿದ್ದ ಎಚ್ಚರದಿಂದ ಪ್ರಭಾವಿತಳಾದಳು.

"ವ್ಹಾಟ್..." ಎರಡು ಕೈಯಲ್ಲು ತಲೆಹಿಡಿದು ಕೂತಳು. "ಇವ್ರಿಗೆಲ್ಲ ಏನಾಗಿದೆ?" ತಾಳ್ಮೆ ಕಳೆದುಕೊಂಡು ಪರಿತಪಿಸಿದಳು. ಅವಳ ಮುಂದಿದ್ದ ಫೈಲನ್ನು ಕೈಗೆತ್ತಿಕೊಂಡ. "ಒಂದಿಷ್ಟು ಶಸ್ತ್ರಕ್ರಿಯೆ ಅಗತ್ಯವಿದೆಯಷ್ಟೆ. ಅದಕ್ಕೆ ನಿಮ್ಮ ಕೋಆಪರೇಷನ್ ಬೇಕು. ಯಾವುದೇ ಡಿಸಿಷನ್ ತಗೊಳ್ಳೋ ಮೊದ್ಲು ಯೋಚಿಸಿ, ಚರ್ಚಿಸಿ, ಕೆಲವರ ಕಣ್ಣೀರಿಗೆ ಕರಗದೇ..." ಎಂದ. ಅತಿಯೆನಿಸಿತು ರಮ್ಯಳಿಗೆ. ಬಿರುಸಾದ ನೋಟ ಎತ್ತಿದವಳು ತಣ್ಣಗಾದಳು. ಅತ್ಯಂತ ಆತ್ಮವಿಶ್ವಾಸದಿಂದ ನಕ್ಷತ್ರಗಳಂತೆ ಮಿನುಗುತ್ತಿದ್ದವು ಸೂರ್ಯನ ಕಣ್ಣುಗಳು. ತಕ್ಷಣ ಅವಳ ನೋಟ ತಗ್ಗಿತು.

"ಥ್ಯಾಂಕ್ಯೂ... ಮೇಡಂ..." ಬಾಗಿಲವರೆಗೂ ಹೋದವನು ಹಿಂದಕ್ಕೆ ತಿರುಗಿ "ಇಂದ್ರ ಧನಸ್ಸು ಸುಭದ್ರತೆಗಾಗಿ ಕೆಲವು ಕಠಿಣ ಕ್ರಮಗಳ್ನ ಕೈಗೊಳ್ಳಬೇಕಾಗುತ್ತೆ. ಅದಕ್ಕೆ ನಿಮ್ಮ ವಿರೋಧ ಇಲ್ಲಾಂತ ನನ್ನ ಅಭಿಪ್ರಾಯ" ಎಂದವ ಬಾಗಿಲು ತೆರೆದುಕೊಂಡು ಹೊರಟುಬಿಟ್ಟ.

ಸುಮ್ಮನೆ ನಿಂತ ರಮ್ಯಳ ಮುಖ ಬಿಳಿಚಿಕೊಂಡಿತು. ಅವಳಪ್ಪ ಸತ್ತನಂತರ ಬಲರಾಮ್ ಎನ್ನುವವರನ್ನು ಮ್ಯಾನೇಜರ್ ಆಗಿ ಮಧುಚಂದ್ರ ಅಪಾಯಿಂಟ್ ಮಾಡಿದ್ದರು. ಎಂಟೇ ದಿನ ಇದ್ದಿದ್ದು. ನಂತರ ನಾಪತ್ತೆ. ಒಂದು ತಿಂಗಳ ನಂತರ ಪೇಪರ್‌ನಲ್ಲಿ ಬಂದಿತ್ತು, ಆತ ರೈಲ್ವೆ ಹಳಿಗಳ ಮೇಲೆ ಬಿದ್ದು ಆತ್ಮಹತ್ಯೆ ಮಾಡಿಕೊಂಡಿದ್ದ.

ಅಂದೆಲ್ಲ ಪಕ್ಕದಲ್ಲಿ ಯಾರಾದರೂ ಹಾಯ್ದುಹೋದರೂ ಬೆಚ್ಚಿಬೀಳುತ್ತಿದ್ದಳು. ಆ ವಿಷಯವನ್ನು ಯಾರೊಂದಿಗೂ ಪ್ರಸ್ತಾಪಿಸಿರಲಿಲ್ಲ. ದೂರದ ಮುಂಬೈನಲ್ಲಿ ಸತ್ತರೂ ತಮ್ಮ ಇಂದ್ರ ಧನಸ್ಸಿಗೂ ಆತನ ಸಾವಿಗೂ ಏನೋ ಸಂಬಂಧವಿದೆಯೆಂಬ

ಅನುಮಾನವನ್ನು ನಂತರದ ಘಟನೆಗಳು ದೃಢಪಡಿಸಿತ್ತು.

ಇನ್ನು ಸೂರ್ಯ.... ಅವಳಿಗೆ ಅಳುವಂತಾಯಿತು. ಅವನು ನಾಪತ್ತೆಯಾಗುವ ಮುನ್ನ ತಾವೇ ಓಡಿಸಿಬಿಡಬೇಕೆನ್ನುವ ನಿರ್ಧಾರಕ್ಕೆ ಬಂದಳು.

ಸಂಜೆ ಲಾನ್ ಮೇಲೆ ಕೂತಿದ್ದಾಗ ಮಧುಚಂದ್ರರ ಹತ್ತಿರ ತಕರಾರು ತೆಗೆದಾಗ "ಅಂಕಲ್, ನಿನ್ನ ಹೊಸ ಎಕ್ಸಿಕ್ಯೂಟಿವ್... ಮ್ಯಾನೇಜರ್... ಇತ್ಯಾದಿ ಇತ್ಯಾದಿಯಾಗಿರೋ ಸೂರ್ಯನದು ಟೂ ಮಚ್. ಐ ಡೋಂಟ್ ಲೈಕ್" ಸಿಡಿದುಬಿದ್ದಳು.

ನಾಯಿ ಕತ್ತು ಸವರುತ್ತಿದ್ದ ಮಧುಚಂದ್ರ ನಕ್ಕುಬಿಟ್ಟರು. "ನಿನ್ನ ಲೈಕಿಂಗ್‌ಗಿಂತ ಇಂದ್ರ ಧನಸ್ಸು ಇಂಪಾರ್ಟೆಂಟ್. ಅದು ಅವನನ್ನು ಲೈಕ್ ಮಾಡಿದೆ. ಅವನಂಥವರ ಅಗತ್ಯ ಎಸ್ಟೇಟ್‌ಗಿದೆ" ತಿಳಿಹೇಳಿದರು.

"ಏನೂ ಅಗತ್ಯವಿಲ್ಲ. ನಾನೆಲ್ಲ ಮ್ಯಾನೇಜ್ ಮಾಡ್ಕೋತೀನಿ" ಎಂದಳು. ಕರುಣೆಯಿಂದ ನೋಡಿದರು ಅವಳತ್ತ. "ಅಕೌಂಟ್ ನೋಡಿದ್ದೀಯಾ! ಸಾವಿರಗಟ್ಟಲೆ ಪೋಲು... ಲಕ್ಷಾಂತರ ಲಾಸ್. ಕಡೆಗೆ ಇಂದ್ರ ಧನಸ್ಸು ಕೇಳಿದಷ್ಟು ಬೆಲೆಗೆ ಕೊಟ್ಟು ಓಡಿಹೋಗಬೇಕಷ್ಟೆ" ಚುಚ್ಚುವಂತೆ ಹೇಳಿದರು. ಎರಡು ಕೈಯಲ್ಲೂ ರಮ್ಯ ಮುಖ ಮುಚ್ಚಿಕೊಂಡಳು.

"ಅಂಥ ಸಮಯ ಬಂದರೆ ಆತ್ಮಹತ್ಯೆ ಮಾಡಿಕೊಂಡು ಈ ನೆಲದಲ್ಲಿ ಮಣ್ಣಾಗುತ್ತೀನಿ ಅಷ್ಟೆ" ಆವೇಗದಿಂದ ಹೇಳಿದಳು. ಮಧುಚಂದ್ರ ಸುಸ್ತಾದರು.

ನಿಧಾನವಾಗಿ ಅವಳ ಕೈಬಿಡಿಸಿ "ಬಿ ಬ್ರೇವ್. ಕಾಡು, ಗಿಡ, ಹಚ್ಚಹಸುರಿನ ಮಧ್ಯೆ ಬೆಳೆದವಳು ಧೈರ್ಯಶಾಲಿ ಆಗ್ಬೇಕು. ಛೇ....." ಪರಿಹಾಸ್ಯ ಮಾಡಿದರು.

ಗಂಡಿನಂತೆ ಸಾಕಿದ್ದರು ಶ್ರೀಚಂದ್ರ! ಆದರೆ ಈಚೆಗೆ ಹೆದರಿದಂತೆ ಕಾಣುತ್ತಿದ್ದಳಷ್ಟೆ.

ಅಷ್ಟರಲ್ಲಿ ಸೂರ್ಯ ಬಂದಿದ್ದರಿಂದ ಮಾತು ನಿಂತಿತು.

"ಕೂತ್ಕೋ ಸೂರ್ಯ...." ಅಕ್ಕರೆಯಿಂದ ಹೇಳಿದರು.

ರಮ್ಯ ಎದ್ದುಹೋದಳು. ಐದು ನಿಮಿಷದ ನಂತರ ಬಂದಳು. ಹತ್ತು ಸೆಕೆಂಡ್‌ಗಳ ನಂತರ ಟೀ ಬಂತು.

ಇಂದು ಬೆರೆಸಿ ಅವಳೇ ಕೊಟ್ಟಿದ್ದು. ಏನೋ ಹೇಳಬೇಕಾಗಿ ಬಂದಿದ್ದರಿಂದ ಟೀಪಾಯಿ ಮೇಲೆ ಕಪ್ ಇಟ್ಟು ಎದ್ದವನು ಮತ್ತೆ ತೆರೆದುಕೊಂಡಿದ್ದು ಅದರ ಬದಿಯ ಕಪ್, ಸೆಕೆಂಡ್‌ಗಳಲ್ಲಿ ಅದಲು ಬದಲಾಗಿತ್ತು.

"ಯಾಕೆ ಕುಡೀಲಿಲ್ಲ?" ಕೇಳಿದರು ಮಧುಚಂದ್ರ. "ಸಕ್ಕರೆ ಅರ್ಧ ಸ್ಪೂನ್ ಜಾಸ್ತಿ ಬೆರೆಸಿಕೊಂಡುಬಿಟ್ಟಿದ್ದೆ" ಎಂದಳು ಸೂರ್ಯನ ಕಡೆ ನೋಟ ಹರಿಸುತ್ತ. ಅವನೇನೂ ನಗಲಿಲ್ಲ.

ಎರಡೇ ದಿನದಲ್ಲಿ ಅಡುಗೆ ಮನೆಯಲ್ಲಿದ್ದ ಹತ್ತು ಜನರಲ್ಲಿ ನಾಲ್ಕು ಜನಕ್ಕೆ ಮಾತ್ರ ಕೆಲಸ. ಮಿಕ್ಕವರನ್ನು ವಜಾಮಾಡಿದ್ದ ಸೂರ್ಯ.

ಅಂದು ದೊಡ್ಡ ಗಲಾಟೆಯೋ ಗಲಾಟೆ. ವಿಷಯ ರಮ್ಯಳ ಕಿವಿ ತಲುಪದಂತೆ ಜಾಗ್ರತೆ ವಹಿಸಿದ.

"ಇದು ಮೇಡಮ್‌ನವರ ಆಜ್ಞೆನೇ. ಯಾವುದೇ ಗಲಾಟೆ ಇಲ್ದೆ ಬಿಟ್ಟುಹೋದರೇ ಆರು ತಿಂಗಳ ಸಂಬಳ ಒಟ್ಟಿಗೆ ಸಿಗುತ್ತೆ. ಇಲ್ಬಿಟ್ರೆ ಎಸ್ಟೇಟ್‌ನ ಹೆಬ್ಬಾಗಿಲಿನಿಂದ ದೂಡಿಸೋಕೂ ಸಾಕಷ್ಟು ಜನ ಇದ್ದಾರೆ. ಯಾವುದನ್ನು ಬೇಕಾದ್ರೂ ಆರಿಸಿಕೊಳ್ಳಿ" ಅವರಿಗೇ ಬಿಟ್ಟ.

ತರಕಾರಿ ಹೆಚ್ಚೋ ವೆಂಕು ಮುಂದೆ ಬಂದ. "ನಾವೆಲ್ಲ ಸ್ಟ್ರೈಕ್ ಮಾಡ್ತೀವಿ. ಉಪವಾಸ ಸತ್ಯಾಗ್ರಹ ಮಾಡ್ತೀವಿ" ಕೂತ ನೆಲದಲ್ಲಿ ಪಟ್ಟಾಗಿ ಕೂತಿದ್ದಂತೆ ಕಂಡ.

ಹವಾನಿಯಂತ್ರಿತ ಕೋಣೆ. ಎದ್ದ ಸೂರ್ಯ ಕಾಲಿಂಗ್ ಬೆಲ್ ಒತ್ತಿ ರಾಮನನ್ನು ಬರಮಾಡಿದ. ಅವನು ಶ್ರೀಚಂದ್ರ ಕಾಲದವನು. ಅವನಿಗೆ ದೇಹಬಲ ಜಾಸ್ತಿ, ಬುದ್ಧಿಬಲ ಕಡಿಮೆ.

"ವೆಂಕುನ ಅನಾಮತ್ತಾಗಿ ಎತ್ತಿಕೊಂಡ್ಹೋಗಿ ಬಂಗ್ಲೆಯ ರೋಡಿನ ಮಧ್ಯಭಾಗದಲ್ಲಿ ಕೂಡ್ಸು. ಬೇರೆಯವ್ರ ಗಮನ ಸೆಳೆಯಲು ಅದು ಪ್ರಶಸ್ತ ಜಾಗ" ಕಣ್ಣಲ್ಲಿ ಸನ್ನೆಮಾಡಿದ.

ಹಿರಿಯ ಗುಂಡಣ್ಣ ಅದನ್ನು ಪ್ರೋತ್ಸಾಹಿಸಲಿಲ್ಲ. "ಕೊಡೋ ಹಣ ಕೊಡಿ, ಒಂದು ಪೆಟ್ಟಿಗೆ ಅಂಗಡಿ ಇಟ್ಟುಕೊಳ್ಳೋಕಾದ್ರೂ... ದಾರಿ ಆಗುತ್ತೆ" ಎಂದ.

ಇಬ್ಬರು ಅದನ್ನು ಪ್ರತಿಭಟಿಸಿದರು, ಮಿಕ್ಕವರು ಸುಮ್ಮನಾದರು. ವೆಂಕನನ್ನು ಅನಾಮತ್ತಾಗಿ ಎತ್ತಿ ಒಯ್ದ.

ಕೆಳಗೆ ಸುಡುವ ಟಾರು ರಸ್ತೆ. ಮೇಲೆ ಪ್ರಜ್ವಲಿಸುವ ಸೂರ್ಯನ ಕಿರಣಗಳು. ಅರ್ಧ ಗಂಟೆಯೊಳಗೆ ಬೆಂದುಹೋದಂತಾಯಿತು.

ಕಾಫೀ ಬೋರ್ಡ್ ಮೀಟಿಂಗ್‌ಗೆ ಹೋಗಿದ್ದ ಮಧುಚಂದ್ರ, ರಮ್ಯರ ಕಾರು ಬಂದಾಗ ಮಧ್ಯದಲ್ಲಿಯೇ ತಡೆದ.

"ಷಟಪ್ ಅಂಡ್ ಗೆಟ್‌ಔಟ್" ರೇಗಿದರು ಮಧುಚಂದ್ರ. ಅವನು ರಮ್ಯಳ ಕಾಲು ಹಿಡಿದುಬಿಟ್ಟ. "ಇದ್ಕೊಳ್ಳಿ ಬಿಡಿ, ಅಂಕಲ್. ಈಗ ಹೊಸ್ದಾಗಿ ಎಲ್ಲಿ ಕೆಲ್ಸ ಹುಡುಕಿಕೊಂಡು ಹೋಗ್ತಾನೆ" ಕರುಣೆ ಉಕ್ಕಿ ಹರಿಯಿತು ರಮ್ಯಳ ದನಿಯಲ್ಲಿ.

ಮಾತಾಡದೇ ಮಧುಚಂದ್ರ ಒಳಗೆ ಹೋಗಿಬಿಟ್ಟರು.

ಬದುಕಿರೋವರೆಗೂ ಶ್ರೀಚಂದ್ರ ತೀರ್ಮಾನ ಕೊನೆಯದಾಗಿರುತ್ತಿತ್ತು. ಎಷ್ಟೇ ಪ್ರೀತಿ ಇದ್ದರೂ ಇಂಥ ವಿಷಯದಲ್ಲಿ ಮಗಳ ಪ್ರವೇಶ ತಡೆಯುತ್ತಿದ್ದರು.

ಬೇಸರದಿಂದ ಅದನ್ನು ಸೂರ್ಯನ ಮುಂದೆ ಪ್ರಸ್ತಾಪಿಸಿದರು. "ಈ ಹುಡುಗಿ ಒಳ್ಳೆಯತನ ಹೇಗೆ ದುರುಪಯೋಗವಾಗುತ್ತೆ. ನಾನು ಹೆಚ್ಚಿನ ಅಧಿಕಾರ ತೋರಿಸಿದ್ರೆ ಸರಿಹೋಗೋಲ್ಲ. ಚಿಕ್ಕಪ್ಪ ಇರಬಹುದು. ಎಸ್ಟೇಟ್ ಮೇಲೆ ಹಕ್ಕು ಇರಬಹುದು. ಆದರೆ ಅವಳ ಸ್ವಂತ ತಂದೆ ಆಗಲಾರೆ, ಶ್ರೀಚಂದ್ರ ಅಂತಲ್ಲ. ನೀನು ತಪ್ಪು ತಿಳ್ಕೋಬೇಡ.

ಸಾರಿ ಸೂರ್ಯ, ಇದ್ರಿಂದ ನಿನ್ನ ವ್ಯಕ್ತಿತ್ವಕ್ಕೆ...." ಅವರ ಮಾತನ್ನ ಮಧ್ಯದಲ್ಲಿಯೇ ತಡೆದ. "ಹಾಗೇನೂ ಆಗೋಲ್ಲ..." ಅವನ ತುಟಿಯಂಚಿನಲ್ಲಿ ನಸುನಗೆ ಇತ್ತು.

ಕೆಲವರನ್ನು ಬಂಗ್ಲೆಯಿಂದ ಹೊರಹಾಕುವುದು ಅನಿವಾರ್ಯವಾಗಿತ್ತು! ಇದನ್ನು ಅವನು ನಿರೀಕ್ಷಿಸಿ ಬೇರೆ ಏರ್ಪಾಟು ಮಾಡಿದ್ದ ಕೂಡ.

ವೆಂಕನನ್ನು ಸಿನಿಮಾ ಯೂನಿಟ್‌ಗೆ ಅಡುಗೆ ಮಾಡೋದಿದೆಯೆಂದು ಕೆಳಮನೆಯ ಶಂಕರ ಅವನನ್ನು ಅಂದಿನ ರಾತ್ರಿಯೇ ಉಟ್ಟ ಬಟ್ಟೆಯಲ್ಲಿ ಕರೆದೊಯ್ದುಬಿಟ್ಟ.

* * *

ಟೀ ಎಲೆ ತೂಕ ಹಾಕುವ ಕಡೆ ಹೋಗಿದ್ದ ಸೂರ್ಯ ಸ್ವಲ್ಪ ಎಚ್ಚರ ತಪ್ಪಿದರೂ ಪ್ರಾಣ ಕಳೆದುಕೊಳ್ಳಬೇಕಿತ್ತು. ಮೇಸ್ತ್ರಿಯೊಡನೆ ಮಾತಾಡುತ್ತ ಬಂದವನು ಓಕ್ ಮರದ ಕೆಳಗೆ ನಿಂತಿದ್ದ. ಅವನ ಮುಂದಿದ್ದ ನಾಲ್ಕು ಜನ ಒಂದೊಂದು ಕಾರಣ ಹೇಳಿ ಸರಿದುಹೋದಾಗ ಅವನ ಸಿಕ್ಸ್ತ್ ಸೆನ್ಸ್ ಕೆಲಸ ಮಾಡಿತು.

ಅವನು ಪಕ್ಕಕ್ಕೆ ಸರಿಯುವುದಕ್ಕೂ ಮರ ಉರುಳುವುದಕ್ಕೂ ಸರಿಹೋಯಿತು. ಕೂಲಿ ವಣಗಂ ಮೇಲೆ ಬಿದ್ದು ತಲೆಯೊಡೆಯಿತು.

ಪಂಚೆ ಸರಿಮಾಡಿಕೊಳ್ಳುತ್ತ ಮೇಸ್ತ್ರಿ ಬಂದವ "ದೈವಕೃಪೆ, ಬಚಾವಾದ್ರಿ. ನೇರವಾಗಿ ಇಷ್ಟು ಹೊತ್ಗೇ..." ಆಕಾಶದ ಕಡೆ ಕೈತೋರಿಸಿ ಪಕ್ಕಕ್ಕೆ ಹೋಗಿ ತಾಂಬೂಲ ಉಗಿದುಬಂದ.

ಬೇರೆ ಕೂಲಿಯಾಳುಗಳ ಸಹಾಯದಿಂದ ಅವನನ್ನು ಆಸ್ಪತ್ರೆಗೆ ಕಳುಹಿಸಲಾಯಿತು. ನಿಂತಿದ್ದ ಜೀಪು ಕಡೆ ನೋಡಿದ. ಅವನಿಗೆ ಡ್ರೈವಿಂಗ್ ಬರದು. ಆದರೆ ಕಲಿಸುವುದು ಅನಿವಾರ್ಯವಾಗಿತ್ತು.

ಅವನ ಶ್ರದ್ಧೆ, ಮುಗ್ಧತೆಯಿಂದ ಮಾರನೆಯ ದಿನವೇ ಜೀಪಿನಲ್ಲಿ ಕೂತು ಇಡೀ ಎಸ್ಟೇಟ್ ಸುತ್ತಿಬಂದ.

ಮೇಸ್ತ್ರಿ ದೊಡ್ಡ ವಿಷಯ ತಿಳಿಸುವಂತೆ ಅದನ್ನು, ಮರದ ವಿಷಯವನ್ನು ಮಧುಚಂದ್ರರ ಮುಂದೆ ಬಿತ್ತರಿಸಿಬಿಟ್ಟ.

"ನಾನು ಅಂದೇ ಓಡಿಹೋಗ್ತಾರೇಂತ ತಿಳಿದುಕೊಂಡಿದ್ದೆ. ಇನ್ನೊಂದ್ವಾರ ಇದ್ದರೆ ಹೆಚ್ಚು" ಭವಿಷ್ಯವೆನ್ನುವಂತೆ ನುಡಿದ.

ಮೂರ್ತಿ ನಿಸ್ತೇಜರಾಗಿಬಿಟ್ಟರು ಮಧುಚಂದ್ರ. ಆ ಪ್ರಸ್ತಾಪವನ್ನೇ ಎತ್ತಿರಲಿಲ್ಲ ಅವರ ಬಳಿ ಸೂರ್ಯ.

ತೀರಾ ತಲೆಕೆಟ್ಟಂತಾಯಿತು. ಫೈಲು, ಕ್ಲೈಂಟ್ಸ್, ಕೋರ್ಟಿನ ನಡುವಿನ ಜೀವನದಲ್ಲಿ ಇಷ್ಟೊಂದು ರಿಸ್ಕ್‌ಗಳು ಇರಲಿಲ್ಲ.

ಹಿಂದಿನ ದಿನದ ರಾತ್ರಿ ಕೂಡ ಮೃಣಾಲಿನಿ, "ನಿಮ್ಗೆ ಬರೋ ಯೋಚ್ನೆ ಇಲ್ಲಾಂತ

ಕಾಣಿಸುತ್ತೆ. ಎಸ್ಟೇಟ್ ಇಷ್ಟವಾಗಿರಬಹುದು. ನಮ್ಮ ಬಗ್ಗೆ ಯೋಚಿಸಿ. ಹೊರಟುಬರೋ ಕಡೆ ಇರಲಿ ನಿಮ್ಮ ದೃಷ್ಟಿ" ಬೇಸರವನ್ನು ತೋರ್ಪಡಿಸಿದ್ದರು.

ಒಂದು ರೀತಿಯ ಸಂದಿಗ್ಧ ಅವರದು. ವರ್ಷಕ್ಕೆ ಒಂದೆರಡು ಸಲ ಇಂದ್ರ ಧನಸ್ಸುಗೆ ರೆಕ್ಕೆಗಳನ್ನು ಕಟ್ಟಿಕೊಂಡು ಸಂಸಾರ ಸಮೇತ ಬಂದು ವಿಹರಿಸಿ ಹೋಗುತ್ತಿದ್ದವು. ಅವೆಂಥ ಸಂತೋಷದ ದಿನಗಳು. ಯಾವುದೇ ತಂಟೆ, ಗೋಜಲು ಇಲ್ಲದ ಕ್ಷಣಗಳು. ಇಡೀ ಬಂಗಲೆಯಲ್ಲಿ ಸಂತೋಷ ತುಂಬಿ ಹರಿಯುತ್ತಿತ್ತು.

"ನೋಡೋ... ಮಧು..." ಅವರಣ್ಣ ಏನಾದರೂ ಹೇಳಲು ಹೊರಟರೇ ಕೈಮುಗಿದುಬಿಡುತ್ತಿದ್ದರು. "ಲೀವ್ ಮಿ, ನಂಗೆಂದು ಅಂಥ ಶಿಕ್ಷೆ ಬೇಡ."

ಮೇಸ್ತ್ರಿ ಅವನ ಮುಖದ ಭಾವದಿಂದ ಉತ್ತೇಜಿತವಾದಂತೆ 'ಖೋ' ಎಂದು ನಗಲು ಶುರುಮಾಡಿದಾಗಲೇ ಅವರು ಎಚ್ಚೆತ್ತಿದ್ದು.

"ಷಟಪ್..." ಸಿಡಿದುಬಿದ್ದರು.

ಮೇಸ್ತ್ರಿ ಕೈಯಿಂದ ಬಾಯಿ ಮುಚ್ಚಿಕೊಂಡು ಹೋದ.

ಇದೆಲ್ಲಾ ಹೇಗೆ ನಡೆಯುತ್ತಿದೆ, ಯಾರು ಕಾರಣರೆಂದು ತರ್ಕಿಸಲಾರದೆ ಹೋಗಿತ್ತು ಅವರ ಮನ.

ಹೊರಗಿನ ಲಾನ್ ಮೇಲೆ ಕೂತಿದ್ದರು. ಜೀಪು ಬಂದಾಗ ಹುಬ್ಬೇರಿಸಿದರು. ಇಳಿದು ಬಂದವನು ಸೂರ್ಯ.

ವಿಶ್ ಮಾಡಿ ನಿಂತಾಗ ಅವನ ಹಿಂದೆ ನೋಟವರಿಸಿದರು. "ಡ್ರೈವರ್ ಎಲ್ಲಿ?" ಥಟ್ಟನೇ ಹಿಂದಕ್ಕೆ ತಿರುಗಿ ಜೀಪಿನವರೆಗೂ ನೋಟ ಹರಿಸಿದವನು "ಡ್ರೈವರ್ ಇಲ್ಲ, ನಾನೇ ತಗೊಂಡ್ಬಂದೆ...". ಅವರ ಕಣ್ಣುಗಳಲ್ಲಿ ವಿಸ್ಮಯ ಇಣುಕಿತು. ತನಗೇ ಡ್ರೈವಿಂಗ್ ಗೊತ್ತಿಲ್ಲವೆನ್ನುವಂತೆ ವಿಷಯ ತಿಳಿಸಿದ್ದ.

"ಇಲ್ಲಿ ಡ್ರೈವಿಂಗ್ ಕಲಿಯುವ ಅನಿವಾರ್ಯತೆ ಇತ್ತು" ಎಂದ. ಅವರ ಮುಖ ಅರಳಿತು. "ಶಹಬಾಸ್... ಕೂತ್ಕೋ" ಮೆಚ್ಚಿಗೆಯಾದರು.

ಎಲ್ಲೆಡೆ ನೋಟ ಹರಿಸಿದ ಮಧುಚಂದ್ರ ಮರ ಉರುಳಿದ ವಿಷಯದ ಬಗ್ಗೆ ಪ್ರಸ್ತಾಪಿಸಿದರು.

"ಆಕಸ್ಮಿಕಾನ?" ಇಲ್ಲವೆನ್ನುವಂತೆ ತಲೆಯಾಡಿಸಿದ. "ಪ್ರಿ–ಪ್ಲಾನ್ಡ್.... ಅರ್ಧ ಮರನ ಕೊಯ್ದು ಸಣ್ಣ ಭದ್ರವಾದ ಹಗ್ಗದಿಂದ ಹಿಂದಕ್ಕೆ ಕಟ್ಟಿದ್ದರು. ನಾನು ನಿಂತ ಸಂದರ್ಭ ನೋಡಿ ಸಡಿಲಿಸಿದ್ದಾರೆ. ತಪ್ಪಿದ್ದು ಒಂದು ರೀತಿಯ ಆಕಸ್ಮಿಕ" ಅತ್ಯಂತ ಶಾಂತವಾಗಿ ಉಸುರಿದ.

ಷಾಕ್ ತಿಂದರು ಮಧುಚಂದ್ರ.

"ಅಂದರೇ ನಿನ್ನ ಮುಗಿಸೋ ಪ್ರಯತ್ನ..." ಹೌದೆನ್ನುವಂತೆ ತಲೆಯಾಡಿಸಿದ. "ಬಹುಶಃ ಅಷ್ಟು ಸುಲಭವಲ್ಲ. ಇಂಥವರ ಹಿಂದೆ ಬಹುದೊಡ್ಡ ದುರುದ್ದೇಶವೇ

ಇದೆ" ಅವನ ನೋಟ ಹಿಂದಕ್ಕೆ ಹೋಗಿ ಯಾರನ್ನೋ ಹಿಂಬಾಲಿಸುವಂತೆ ಕಂಡಿತು.

"ಈಗ್ಬರ್ತೀನಿ..." ಎಂದ ಸೂರ್ಯ. ನಡಿಗೆಯನ್ನು ಚುರುಕುಗೊಳಿಸಿದವನು ಓಡಿ ಒಂದೆಡೆ ನಿಂತ. ಮರಕ್ಕೆ ಒರಗಿಸಿಟ್ಟ ಕೊಡೆ ಎತ್ತಿಕೊಂಡ. "ನಂದು ಮಾರಾಯರೇ, ನಾನು ಮಾಚಯ್ಯ ಅಂದು ನೋಡ್ಲಿಕ್ಕೆ ಸಿಕ್ಕಿದ್ರಿ" ತಾಂಬೂಲದ ರಸ ನುಂಗುತ್ತ ಬಂದ.

"ಸಿಕ್ಕಿದ ವಸ್ತುಗಳನ್ನ ಮುಟ್ಟಬಾರದ್ರಿ, ನಮ್ಮ ರಾಜೀವ್‌ಗಾಂಧಿ ಸತ್ತು ಇಂದಿಗೆ ವರ್ಷ ಆಯಿತಲ್ಲೋ. ಒಮ್ಮೆ ನಮ್ಮ ಇಂದ್ರ ಧನಸ್ಸಿನಲ್ಲಿ ಒಂದು ಬಾಂಬು ಸಿಡಿದಿತ್ತು. ಆಗ್ಲೇ ಚಾಮಿ ಗಂಡ ಪರಲೋಕಕ್ಕೆ ಹೋಗಿದ್ದು". ಅವನದೇ ಸ್ಟೈಲ್‌ನಲ್ಲಿ ಹೇಳಿದ. "ನೀವು ಹೊಸಬರೂಂತ ಗೊತ್ತಾಯ್ತು. ಎಲ್ಲೂ ಕೆಲಸ ಸಿಕ್ಕದೆ ಇಲ್ಲಿಗ್ಬಂದ್ರಾ? ಇಲ್ಲಿ ಜೀವಕ್ಕೆ ಸೆಕ್ಯೂರಿಟಿ ಇಲ್ಲ" ಹತ್ತಿರಕ್ಕೆ ಬಂದು ಪಿಸುಗುಟ್ಟಿದ ಇವನ ಕೆನ್ನೆಯ ಬಳಿ. ತಾಂಬೂಲದ ರಸ ಸಿಂಪರಣೆಯಾದಂತಾಯಿತು.

ಪ್ಯಾಂಟ್ ಜೇಬಿನಲ್ಲಿದ್ದ ಕರ್ಚೀಫ್ ಅವನ ಕೈಗೆ ಬಂತು. ಮೃದುವಾಗಿ ಕೆನ್ನೆಯ ಮೇಲಾಡಿಸಿದ. ಅದನ್ನು ಮತ್ತೆ ಸ್ವಸ್ಥಾನಕ್ಕೆ ಸೇರಿಸಲು ಇಷ್ಟಪಡಲಿಲ್ಲ.

ಆಡುವ ಮಾತುಗಳನ್ನು ಕೇಳುತ್ತ ಮಧುಚಂದ್ರ ಕೂತಿದ್ದಲ್ಲಿಗೆ ಬಂದರು. ಮಾಚಯ್ಯ ಎರಡು ಕೈ ಮೇಲೆತ್ತಿ ಜೋಡಿಸಿದ.

"ನಮಸ್ಕಾರ... ನಮಸ್ಕಾರ... ಗರ್ಭಗುಡಿಯಲ್ಲಿ ಇಣುಕುವುದಕ್ಕೆ ಮುನ್ನವೇ ದೇವರ ದರ್ಶನ..." ಉದ್ಗಾರ ತೆಗೆದ.

ಕೆನ್ನೆಗೆ ಕೈಯೊತ್ತಿದರು "ನಿಮ್ಮ ಬದುಕಿನಲ್ಲಿ ಏನೇ ಬದಲಾವಣೆ ಬಂದರೂ ಹಳೇಮಾತುಗಳು, ಹಳೇ ಕೊಡೆ ಬದಲಾಗ್ಲಿಲ್ಲ. ಇದೇನು ಈ ಕಡೆಯಿಂದ ಬಂದ್ರಿ?" ಸಿಡಿಮಿಯಲ್ಲಿಯೇ ಮಾತಾಡಿದರು ಮಧುಚಂದ್ರ.

"ಈಗ್ಬಂದೆ..." ಕೊಡೆ ಹಿಡಿದು ಹೋದರು.

"ಕೂತ್ಕೋ ಸೂರ್ಯ... ಇದು ನಮ್ಮ ತಾತನ ತಲೆಮಾರಿನ ಪ್ರಾಣಿ. ಆಗ ಇವನಪ್ಪನ ಕೈಹಿಡ್ದು ಇದೇ ಕೊಡೆಯಲ್ಲಿ ನೆಗೆದು ಬರುತ್ತಿದ್ದ. ಈಗ ಆ ಕೊಡೆ ಹಿಡಿದುಕೊಂಡು ಬರ್ತಾನೆ. ತಲೆನೋವಿನ ಪಾರ್ಟಿ" ಅವನ ಬಗ್ಗೆ ಉಸುರಿದರು.

ಸೂರ್ಯ ಕುತೂಹಲದಿಂದ "ಎಸ್ಟೇಟ್‌ನಲ್ಲಿ ಒಮ್ಮೆ ಬಾಂಬ್ ಸ್ಫೋಟವಾಯಿತೆಂದರೆ..." ವಿಷಯ ಪ್ರಸ್ತಾಪಿಸಿದ. ಅವನ ಮುಖವೇ ಒಂದು ತರಹ ಆಯಿತು. ಚೇರ್‌ನ ಹ್ಯಾಂಡಲ್ ಮೇಲೆ ಹೋಯಿತು ಅವರ ಕೈ. ಬಿಗಿಯಾಗಿ ಎರಡು ಕ್ಷಣ ಹಿಡಿದವರು ಸಡಿಲಿಸಿದರು. "ಹೌದು, ಮುದ್ಕಿ ಚಾಮಿ ಗಂಡ ಸತ್ತ. ಪೊಲೀಸ್‌ನವ್ರು ಅವರಿವರನ್ನ ಹಿಡಕೊಂಡ್ಹೋಗಿ ಒದ್ದರು. ವಿಷ್ಯ ಹೊರಬರಲಿಲ್ಲ. ಸಸ್ಪೆಕ್ಟ್ ಆದವರನ್ನ ಎಳೆದೊಯ್ದರೇ... ಅವರ ಸಂಸಾರಗಳು ಬಂದು ನಮ್ಮ ರಮ್ಯ ಕಾಲು ಹಿಡಿಯುತ್ತಿದ್ರು. ಅವಳ ಪೇಚಾಟ ನೋಡಲಾರದೇ ನಾನೇ ಹೋಗಿ ಬಿಡಿಸಿಕೊಂಡು ಬರ್ತಾ ಇದ್ದೆ. ಬೇಜಾರಾಯ್ತು ಅಷ್ಟೆ. ಅವಳ ಆ ದೌರ್ಬಲ್ಯಗಳನ್ನ ಮೆಟ್ಟಿ ಡಿಸಿಷನ್ ತಗೋಳೋಕೆ ಬಹುಶಃ ಅವಳ ಕೈ ಹಿಡಿದೋರಿಗೆ ಸಾಧ್ಯ. ಮದುವೆ ಬಗ್ಗೆ ಅವಳಿಗೆ ಇಂಟರೆಸ್ಟ್

ಇಲ್ಲ" ಚಿಂತಿತರಾದರು.

ಮಾಚಯ್ಯ ಕೈವಸ್ತ್ರದಿಂದ ಮೂತಿಯೊರೆಸಿಕೊಳ್ಳುತ್ತ ಬಂದರು. "ನೆನಪಾಯ್ತು ನೋಡಿ..." ನಿಂತ. ಕೈಯಿಂದ ಕೂಡುವಂತೆ ಸನ್ನೆ ಮಾಡಿದರು. ಮತ್ತೊಮ್ಮೆ ದೇಶಾವರಿ ನಗೆಬೀರಿ ಕೂತ.

ಮಧ್ಯದಲ್ಲಿ ಮಂದಾನಿಲ ಹರಿದುಬಂದಂತೆ ಬಂದಳು ರಮ್ಯ "ಅಂಕಲ್, ನಮ್ಮ ಕರಾರುಪ್ರಕಾರ ನನ್ನ ಪ್ರಶ್ನೆಗಳಿಗೆ ಉತ್ತರಿಸ್ಬೇಕು" ಅವರ ಪಕ್ಕದಲ್ಲಿ ಕೂತಳು.

ಮೇಲೆದ್ದ ಮಾಚಯ್ಯ "ನಂಗೆ ನಿಮ್ಮ ಎಸ್ಟೇಟ್ ವಿಷ್ಯ ಬಿಟ್ಟು ಬೇರೇನೂ ಗೊತ್ತಿಲ್ಲ. ನನ್ನನ್ನೇನೂ ಕೇಳ್ಬಾರ್ದು" ಅವರ ಕೊಡೆ ಕಿತ್ತು ಕೆಳಗೆ ಹಾಕಿದಳು. "ಸಾಕು ಕೂತ್ಕೊಳ್ಳಿ, ಎಂದಾದ್ರೂ ಒಂದು ಪ್ರಶ್ನೆಗೆ ಉತ್ತರಿಸಿದ್ದೀರಾ? ಈ ಪ್ರಶ್ನೆಗಳು ನಿಮಗಲ್ಲ, ನಮ್ಮ ಅಂಕಲ್‌ಗೆ. ಮೂರು ಬಾರಿ ಪ್ರತಿಷ್ಠಿತ ಪುಲಿಟ್ಜರ್ ಪ್ರಶಸ್ತಿ ಪಡೆದ ಪ್ರಥಮ ಅಮೆರಿಕ ರಾಷ್ಟ್ರಪಿತ ಎಂದು ಗೌರವಕ್ಕೆ ಪಾತ್ರರಾದ ಸಾಹಿತಿ ಯಾರು?" ಒಳ್ಳೇ ಮೂಡ್‌ನಲ್ಲಿದ್ದಳು. ಅವಳ ಮೂಡ್ ಕೆಡಿಸುವುದು ಅವರಿಗೆ ಬೇಕಿರಲಿಲ್ಲ.

"ಈ ಕಂಡೀಷನ್, ಕರಾರು ಯಾಕಮ್ಮ? ಅಣ್ಣನಿಗೆ ಇಂಥ ದುರಭ್ಯಾಸ ಕಲಿಸಿದ, ಲಾ ಪುಸ್ತಕಗಳ ಜೊತೆ ಜಗತ್ತಿನಲ್ಲಿರೋ ಎಲ್ಲಾ ಮುಖ್ಯ ವಿಷಯಗಳನ್ನು ತಿಳಿಯಬೇಕಿಲ್ಲ. ನಾನು ಸಾಹಿತ್ಯ ಅಷ್ಟಾಗಿ ಓದಿಕೊಂಡಿಲ್ಲ. ಲಾಗೆ ಸಂಬಂಧಪಟ್ಟ ಕ್ವೆಶ್ಚನ್ ಕೇಳು" ಹುರಿದುಂಬಿಸಿದರು. ಅವಳ ಅಡ್ಡಡ್ಡ ತಲೆಯಾಡಿಸಿದಳು.

ತಲೆಯ ಮೇಲಿನ ಟೋಪಿ ಸರಿಮಾಡಿಕೊಂಡ ಮಾಚಯ್ಯ ಕೆಳಗೆ ಹಾಕಿದ ಕೊಡೆಗಾಗಿ ಬಗ್ಗಿದ. ಹಿಂದಕ್ಕೆಳೆದುಕೊಂಡಳು "ನನ್ನ ಒಂದು ಪ್ರಶ್ನೆಗೆ ಉತ್ತರ ಹೇಳಿದ್ಮೇಲೆ ನಿಮ್ಮ ಕೊಡೆಗೆ ಬಿಡುಗಡೆ" ಅವನು ಹಣೆ ಗಟ್ಟಿಸಿಕೊಂಡುಬಿಟ್ಟ.

ಅವಳ ಪ್ರಶ್ನೆಗೆ ಉತ್ತರಿಸಲಾರದೆ ಒಂದು ಎಂಟು ಹತ್ತು ಸಲ ಶಿಕ್ಷೆಗೆ ಒಳಗಾಗಿದ್ದ. ಪುಟ್ಟ ರಮ್ಯ ಪ್ರಶ್ನೆಹಾಕಲು ಶುರುಮಾಡಿದವಳು ಇಂದಿಗೂ ಬಿಟ್ಟಿರಲಿಲ್ಲ.

"ಕ್ವಿಕ್, ಹೇಳಿ ಅಂಕಲ್" ಒತ್ತಾಯಿಸಿದಳು.

ತಲೆಗೆ ಕೈಹಚ್ಚಿದರು "ಟ್ವೆಂಟಿಫೋರ್ ಅವರ್ಸ್ ಟೈಮ್ ಕೊಡು. ನಿನ್ನ ಲೈಬ್ರರಿಯಲ್ಲಿ ಉತ್ತರ ಹುಡುಕ್ತೀನಿ" ಎಂದರು.

"ನೋ... ನೋ... ಮೂರು ಸಲ ಕೊಟ್ಟಿದ್ದನ್ನ ಸರ್ಯಾಗಿ ಉಪಯೋಗಿಸಿಕೊಂಡಿಲ್ಲ. ಈ ಸಲ ಹೇಳದಿದ್ರೆ ಪನಿಷ್ಮೆಂಟ್ ಅನುಭವಿಸ್ಬೇಕಾಗುತ್ತೆ".

ಅಳುಮುಖ ಮಾಡಿದರು "ನನ್ನ ಬದಲು ಸೂರ್ಯ ಉತ್ತರಿಸೋಕೆ ಪರ್ಮಿಷನ್ ಕೊಡು. ಹೇಳದಿದ್ರೆ ಇಪ್ಪತ್ತು ಬಸ್ಕಿ ಹೊಡ್ಯೋದು ಅವನಿಗೇನೂ ಕಷ್ಟವಾಗೋಲ್ಲ" ಸದ್ಯಕ್ಕೆ ತಪ್ಪಿಸಿಕೊಳ್ಳಲು ನೋಡಿದರು.

ಹತ್ತು ನಿಮಿಷದ ಚರ್ಚೆ, ವಾದ-ವಿವಾದದ ನಂತರವೇ ರಮ್ಯ ಒಪ್ಪಿಗೆ ನೀಡಿದ್ದು.

"ರಾಬರ್ಟ್ ಪೆನ್ ವಾರನ್ ಅಮೆರಿಕನ್ ಸಾಹಿತ್ಯದಲ್ಲಿಯೇ ಮೇರುಕೃತಿಯೆನಿಸಿರುವ

'ಆಲ್ ದಿ ಕಿಂಗ್ಸ್‌ಮೆನ್' ಕಾದಂಬರಿ ಕರ್ತೃ. 'ಬೆಸ್ಟ್ ಸೆಲ್ಲರ್' ಖ್ಯಾತಿಗೆ ಒಳಗಾದವರು. ಇತ್ತೀಚೆಗೆ ನಿಧನರಾದರು" ಹೇಳಿದ.

ಅವಳ ಮುಖದ ಮೇಲಿದ್ದ ಎಂದಿನ ತುಂಟತನ ಮಾಯವಾಯಿತು. ಆಮೇಲೆ ನೆಲೆಸಿದ ಗಾಂಭೀರ್ಯವು ಬಹಳ ಹೊತ್ತು ನಿಲ್ಲಲಿಲ್ಲ. ಕೊನೆಯಲ್ಲಿ ವ್ಯಥೆಯ ನೆರಳಾಡಿತು.

ಸೂರ್ಯ ವಿಶ್ ಮಾಡಿ ಮೇಲೆದ್ದ. "ಗೆದ್ದಿದ್ದಕ್ಕೆ ನೀವು ಕೊಡೋ ಬಹುಮಾನ ನಿಮ್ಮ ಅಂಕಲ್‌ಗೆ ಕೊಡಿ" ಎಂದ ಸೂರ್ಯ ಮಧುಚಂದ್ರರ ಕಡೆ ತಿರುಗಿ "ಒಂದಿಷ್ಟು ವರ್ಕ್ ಇದೆ" ಅಲ್ಲಿಂದ ಕಾಲ್ತೆಗೆದ.

ಮಧುಚಂದ್ರರಿಗೆ ಕಣ್ಣಲ್ಲೆ ಅಚ್ಚರಿ! ತನಗೂ ರಮ್ಯಗೂ ಆದ ಕರಾರು ಇಂದಿನ ವಾದ-ವಿವಾದ, ಚರ್ಚೆಯಲ್ಲಿ ಪ್ರಸ್ತಾಪವಾಗಿರಲಿಲ್ಲ. ಆದರೆ ಅದು ತಿಳಿದ ಬಗೆ?

"ಅಂಕಲ್, ನಂಗೆ ಡೌಟ್..." ಎಂದಾಗ ನಕ್ಕು ಮೇಲೆದ್ದರು. "ಅದನ್ನ ಆಮೇಲೆ ಚರ್ಚಿಸೋಣ. ನಿನ್ನ ಕರಾರುಪ್ರಕಾರ ನಡ್ಕೋ. ಕ್ವಿಕ್..." ಆತುರಪಡಿಸಿದರು.

ಅವರ ಕೆನ್ನೆಗೆ ಮುತ್ತಿಟ್ಟು ಓಡಿದಳು.

ನಾಲ್ಕು ಸಂಸಾರಗಳನ್ನಿಟ್ಟುಕೊಂಡಿದ್ದ ವಯಸ್ಸಾದ ಚಪಲ ಕ್ಷಣ ಬಾಯಿಬಿಟ್ಟಿತು. "ನಾನು ಆ ಪ್ರಶ್ನೆಗೆ ಉತ್ತರಿಸಿದ್ದರೇ..." ಈ ಜನ್ಮದಲ್ಲಿ ಸಾಧ್ಯವಿಲ್ಲ. ಮನಸ್ಸು ತಲೆಯ ಮೇಲೊಡೆದು ಬುದ್ಧಿ ಹೇಳಿತು ಮಾಚಯ್ಯನಿಗೆ.

* * *

ಸೂರ್ಯ ಬಾಗಿಲೊಳಗೆ ಕಾಲಿಟ್ಟಾಗ ಜಲಜ ಒಂದಷ್ಟು ಸಾಮಾನು ಮುಂದೆ ಹಾಕಿಕೊಂಡು ಕೂತಿದ್ದಳು. ಮುಖದಲ್ಲಿ ಒಂದು ರೀತಿಯ ಗೆಲುವು.

"ಜಲಜಕ್ಕ..." ಅವರ ಸ್ವರದಲ್ಲಿ ಉತ್ಸಾಹವಿತ್ತು. ಮೇಲೆತ್ತಿದ ನೋಟದಲ್ಲಿ ಸಂಭ್ರಮ, ಸಂತೋಷವಿತ್ತು. "ಸೂರ್ಯ... ಅಮ್ಮ ಸೂರ್ಯ ಬಂದ" ಕೂಗಿದಳು.

ಬ್ರೀಫ್‌ಕೇಸ್ ಪಕ್ಕಕ್ಕಿಟ್ಟು ಬಂದವನು ಬಗ್ಗಿ ಅರ್ಧ ಮುಗಿಸಿದ ಬೊಂಬೆ ಎತ್ತಿಕೊಂಡ. ಆಕರ್ಷಕವಾದ ಕಣ್ಣು, ಮೂಗು, ಅದಕ್ಕೆ ಸುಂದರವಾಗಿ ಫ್ರಾಕ್... ತಲೆಯ ಮೇಲೆ ಹ್ಯಾಟ್‌ನ ಜೋಡಣೆಯಾಗುತ್ತಿತ್ತು.

"ವ್ಹಾ.... ತುಂಬಾ ಚೆನ್ನಾಗಿದೆ" ಸಂತೋಷ ವ್ಯಕ್ತಪಡಿಸಿದ. "ಮನೆಯಲ್ಲಿ ಕೂತು ಟೈಮ್‌ಪಾಸ್ ಆಗೋಲ್ವಲ್ಲ!" ಸ್ವರದಲ್ಲಿ ನಿಗೂಢವಾದ ಜವಾಬ್ದಾರಿ ಇತ್ತು.

ಬಂದ ವೈದೇಹಿ ಇನ್ನಷ್ಟು ತೆಳ್ಳಗಾಗಿ ಕಂಡರು. ಸಾತ್ವಿಕ ಕಳೆ ಮುಖದ ಮೇಲೆ.

"ಹೇಗಿದ್ದೀಯಾ?" ಆಕೆಯ ಕಣ್ಣಂಚಿನಲ್ಲಿ ತುಂತುರು.

"ನಂಗೇನು, ಅಪ್ಪ ಹೇಗಿದ್ದಾರೆ?" ಅವರ ಕೋಣೆಯತ್ತ ನಡೆದ. ಹಿಂದೆಯೇ ಧಾವಿಸಿದ ಆಕೆ "ಇವನು ಸೂರ್ಯ... ನಿಮ್ಮ ಮಗ" ಒಂದೆರಡು ನಿಮಿಷಗಳ

ನಂತರ ಮುಗುಳ್ನಗು ಬೀರಿದರು.

"ಇಂದ್ರ ಧನಸ್ಸು ಎಸ್ಟೇಟ್‌ನಲ್ಲಿ ಕೆಲಸದಲ್ಲಿದ್ದಾನೆ" ಆಕೆಯೇ ತಿಳಿಸಿದರು. ಸ್ವಲ್ಪ ಮೌನ ವಹಿಸಿದ ನಂತರ "ಸಂತೋಷ..." ಎಂದರು.

ಹೆಚ್ಚು ಮಾತು ಇರಲಿಲ್ಲ. ಎಲ್ಲರ ಜೊತೆ ಕೂತು ಊಟ ಮಾಡಿದರು. ಅವರ ಜ್ಞಾಪಕಶಕ್ತಿ ತೊಡೆದುಹೋಗಿದ್ದರೂ ಈಗಿನದು ನೆನಪಾಗಿ ತಲೆಯಲ್ಲಿ ಉಳಿಯಲು ಏನೂ ತೊಂದರೆ ಇರಲಿಲ್ಲ.

ತಂದೆ ಮಲಗಿದ ಮೇಲೆ ತಾಯಿಯ ಬಳಿ ಹೋಗಿ ಕೂತ "ಅಮ್ಮ ಅರ್ಜೆಂಟ್ ಬರೋಕೆ ಪತ್ರ ಬರೆದಿದ್ದೆ. ನಾನು ಅಪ್ಪನಿಗೆ ನೆನಪಿನ ಶಕ್ತಿ ವಾಪಸ್ಸು ಬಂತೇನೋಂತ ಓಡಿಬಂದೆ" ಅವನ ಸ್ವರದಲ್ಲಿ ಒಂದು ರೀತಿಯ ನಿರಾಸೆ ಇತ್ತು.

"ನಂಗೂ ಅಂಥ ಭಯ ಇತ್ತು. ಹೇಗೋ ಆರೋಗ್ಯವಾಗಿ ಹೊಂದಿಕೊಂಡಿದ್ದಾರೆ. ಅಷ್ಟೇ ಸಾಕು ಬಿಡು" ಎಂದವರು ಎದ್ದುಹೋಗಿ ಒಂದು ಲೆಟರ್ ತಂದು ಅವನ ಕೈಗೆ ಕೊಟ್ಟರು "ನೀನು ಹಿಂದಿರುಗಿ ಹೋಗೋದ್ಬೇಡ. ಇಲ್ಲೇ ಹೇಗೋ ಆಗುತ್ತೆ."

ನಿಧಾನವಾಗಿ ಲೆಟರನ್ನು ಬಿಡಿಸಿ ಓದಿದ. ಅವರ ಕುಟುಂಬಕ್ಕೆ ಎಚ್ಚರಿಕೆಯ ಲೆಟರ್. ಸೂರ್ಯನನ್ನು ಆದಷ್ಟು ಬೇಗ ಹಿಂದಕ್ಕೆ ಕರೆಸಿಕೊಳ್ಳದಿದ್ದರೇ... ಅವನ ಶವವನ್ನು ನೋಡಬೇಕಾಗುತ್ತೆ.

ಓದಿ ಮಡಚಿ ಕವರ್‌ಗೆ ಹಾಕಿದ. "ಇದೊಂದು ಮಾಮೂಲಿ ಲೆಟರ್. ಇದಕ್ಕೆಲ್ಲ ಹೆದರೋಕ್ಕಾಗುತ್ತ! ಕೆಲವೊಮ್ಮೆ ಅಪ್ಪನಿಗೆ ಇಂಥ ಪತ್ರಗಳು ಬಂದದ್ದುಂಟು. ಎಂದೂ ಅವರು ಹೆದರಿದ್ದಿಲ್ಲ" ಎಂದ ಸಮಾಧಾನದಿಂದ. ಅವನ ಮಿದುಳು ತೀಕ್ಷ್ಣವಾಗಿ ಕೆಲಸ ಮಾಡುತ್ತಿತ್ತು.

ಅಲ್ಲಿನ ಅಪಾಯದ ಅರಿವು ಅವನಿಗಿತ್ತು. ಒಳ್ಳೆ ಸಂಬಳ ಸಿಕ್ಕುತ್ತೆ ಎನ್ನುವ ಕಾರಣದ ಜೊತೆಗೆ ತಂದೆಯ ಸ್ನೇಹಿತರು, ಆತ್ಮೀಯರ ನೆರವು ಬೇಡಬಾರದೆಂದೇ ಅಷ್ಟು ದೂರ ಹೋಗಿದ್ದ. ಆದರೆ ಈಗ ಒಂದು ರೀತಿಯ ಛಲವಾಗಿತ್ತು. ಇವೆಲ್ಲದರ ಹಿಂದೆ ಯಾರಿದ್ದಾರೆ? ಅವರ ಉದ್ದೇಶವೇನು? ಹಿಂದಿನ ದ್ವೇಷವೇ? ಅಥವಾ ಈಗಿನ ಮತ್ಸರವೆ? ಸಂಶೋಧನೆಗೆ ಮುನ್ನಿನ ಕ್ಯೂರಿಯಾಸಿಟಿ ಅವನದು.

"ಅವೆಲ್ಲ ಏನಾದ್ರೂ ಇರಲೀ, ನೀನಂತೂ ಹೋಗೋದ್ಬೇಡ" ಆಕೆ ಎದ್ದುಹೋದರು. ಅವನು ಮೌನ ವಹಿಸಿದ.

ಪುರಂಧರ ಬಂದಿದ್ದು ಸಂಜೆಗೆ. ಸ್ಟೈಲಾಗಿ ಗಡ್ಡ ಬೆಳೆದಿತ್ತು. ಆದರೆ ಅದನ್ನು ಚೆನ್ನಾಗಿ ನೋಡಿಕೊಳ್ಳದೇ ವಿರಕ್ತನ ಮುಖದ ಸೋಮಾರಿ ಕಳೆ ಕಂಡಿತು.

"ಯಾವಾಗ್ಬಂದೇ?" ಅಲ್ಲೇ ಕೂತ.

"ನೈಟ್ ಜರ್ನಿ... ಬೆಳಿಗ್ಗೆ ಬಂದೇ. ಅಷ್ಟು ಹೊತ್ತಿಗಾಗ್ಲೇ ನೀನು ಇರ್ಲಿಲ್ಲ" ಕೇಳಿದ.

ಕ್ರಾಪ್‌ನಲ್ಲಿ ಬೆರಳುಗಳನ್ನು ತೂರಿಸಿ ಸರಿಮಾಡಿಕೊಂಡ. "ಒಂದು ಆನ್ಸಿಲರಿ

ಯೂನಿಟ್‌ಗೋಸ್ಕರ ಓಡಾಡ್ತಾ ಇದ್ದೀನಿ. ಲೋನ್‌ಗೆ ರೆಕ್ಮಂಡ್ ಮಾಡ್ತೀನೀಂತ ರೆಡ್ಡಿ ಹೇಳಿದ್ದಾನೆ. ನೋಡ್ಬೇಕು, ಅವೆಲ್ಲ ಸುಮ್ನೆ ಆಗುತ್ತಾ? ಮೀನಾ ಕಾಫಿ ತಗೊಂಡ್ಬಾರೆ" ಕೂಗಿದ. ಅಂಥ ಅವನ ಭವ್ಯ ಕನಸನ್ನ ನನಸು ಮಾಡಿಕೊಳ್ಳುವತ್ತ ಮೊದಲ ಹೆಜ್ಜೆ ಇಟ್ಟಿದ್ದ.

"ಸ್ವಲ್ಪ ಮೆತ್ತಗಾಗಿದ್ದಾನೆ" ಅಂದುಕೊಂಡ ಸೂರ್ಯ.

ಕಾಫಿ ಕುಡಿದಾದ ಮೇಲೆ ಕೇಳಿದ "ಈ ಸಲ ಬಂದರೇ ಸೂರ್ಯ ಇಲ್ಲೇ ಇರ್ತಾನೇಂತ ಅಮ್ಮ ಹೇಳಿದ್ರು, ಏನು ವಿಷ್ಯ?" ಆಕೆ ಹೀಗೇಂತ ತಿಳಿಸಿದ್ದರೇ ವಿನಾ ಬಂದ ಪತ್ರವನ್ನು ಯಾರಿಗೂ ಕಾಣದೇ ಎತ್ತಿಟ್ಟಿದ್ದರು.

ಅದಕ್ಕೆ ಉತ್ತರ ಸೂರ್ಯ ಹೇಳಲು ಇಚ್ಛಿಸಲಿಲ್ಲ. "ಫಣೀಂದ್ರಣ್ಣ ಹೇಗಿದ್ದಾನೆ?" ಅವರಿಬ್ಬರ ಮಧ್ಯೆ ಇದ್ದ ಅನ್ಯೋನ್ಯತೆಯನ್ನು ಬಲ್ಲ.

ಪುರಂಧರನ ಮುಖ ಬಿಗಿದುಕೊಂಡು ಮೂಗು ಕೆಂಪಾಯಿತು.

"ಹೇಗಾದ್ರೂ ಇದ್ಕೊಳ್ಳಿ ಬಿಡು. ಅವನೊಬ್ಬ ಹೆನ್‌ಪೆಕ್ಟ್. ತಾಳಿ ಕಟ್ಟಿ ಇಷ್ಟೆಲ್ಲ ತಾಪತ್ರಯ ಪಡೋ ಬದ್ಲು, ಅಡುಗೆ ಕೆಲಸಕ್ಕೆ ಅಪ್ಲಿಕೇಷನ್ ಹಾಕಿಕೊಂಡಿದ್ರೆ ಚೆನ್ನಿತ್ತು" ಕೈಯಲ್ಲಿದ್ದ ಲೋಟವನ್ನು ಕೆಳಗೆ ಕುಕ್ಕಿದ.

ಈ ವಿಷಯ ಬೆಳೆಸಲು ಇಷ್ಟಪಡಲಿಲ್ಲ ಸೂರ್ಯ.

"ಪ್ರಾಜೆಕ್ಟ್ ಸಿದ್ಧವಾಗಿದ್ಯ? ಬ್ಯಾಂಕಿನ ಲೋನ್ ಸಿಕ್ಕಬೇಕಿದ್ರೆ.... ಎಲ್ಲಾ ಪರ್‌ಫೆಕ್ಟ್ ಆಗಿರಬೇಕು.... ಇದು ಸರಿಯಾಗಿಲ್ಲ, ಅದು ಸರಿಯಾಗಿಲ್ಲ... ಇಂಥ ನೂರೆಂಟು..." ತೀರಾ ತಾಳ್ಮೆಗೆಟ್ಟಂತೆ ಕಂಡ.

"ನಿನಗೆ ಎವರೆಸ್ಟ್ ಏರಬೇಕೆನ್ನೋ ತವಕವಿದ್ರೆ... ಪ್ರಯತ್ನವು ಅಷ್ಟೇ ಪ್ರಬಲವಾಗಿರಬೇಕು. ಅಪ್ಪ ಆಗಾಗ ಅಬ್ರಹಾಂ ಲಿಂಕನ್‌ರ ವಿಸ್ಮಯಕರವಾದ ಸಾಧನೆಯನ್ನು ನೆನಪಿಸುತ್ತಿದ್ದರು. ತನ್ನ ಮೂವತ್ತೊಂದನೇ ವರ್ಷದಲ್ಲಿ ವ್ಯಾಪಾರದಲ್ಲಿ ವಿಫಲವಾದ ವ್ಯಕ್ತಿ ಅರವತ್ತನೇ ವಯಸ್ಸಿನಲ್ಲಿ ರಾಷ್ಟ್ರಾಧ್ಯಕ್ಷನಾದ. ಅವೆರಡರ ಅಂತರದಲ್ಲಿ ಎಷ್ಟೊಂದು ಏಳುಬೀಳುಗಳು ಇವೆ ಗೊತ್ತ! ತನ್ನ ಮೂವತ್ತೆರಡನೇ ವಯಸ್ಸಿನಲ್ಲಿ ಲೆಜಿಸ್ಲೇಚರ್ ಚುನಾವಣೆಯಲ್ಲಿ ಸೋತ. ಅದೇ ಪುನರಾವರ್ತನೆ ಅವರ ಮೂವತ್ನಾಲ್ಕನೇ ವಯಸ್ಸಿನಲ್ಲಿ ಪ್ರಾರಂಭಿಸಿದ ವ್ಯಾಪಾರ. ಫೀನಿಕ್ಸ್‌ನಂತೆ ಚೇತರಿಸಿಕೊಂಡ. 43 ಮತ್ತು 46ರ ಚುನಾವಣೆಗಳಲ್ಲಿ ಮತ್ತೆ ಮತ್ತೆ ಸೋಲು. ಕಡೆಗೆ ತನ್ನ ಐವತ್ತಾರನೆಯ ವಯಸ್ಸಿನಲ್ಲಿ ಉಪರಾಷ್ಟ್ರಾಧ್ಯಕ್ಷನ ಪದವಿಗೆ ನಿಂತು ಸೋತು ಹತಾಶನಾದನು. ಆದರೆ ತಮ್ಮ ಅರವತ್ತನೇ ವಯಸ್ಸಿನಲ್ಲಿ ರಾಷ್ಟ್ರಾಧ್ಯಕ್ಷ ಚುನಾವಣೆಗೆ ನಿಂತು ಗೆಲುವು ಸಾಧಿಸಿದ್ದ. ಮೊದಲ ಸೋಲಿನಲ್ಲಿಯೇ ಅಬ್ರಹಾಂ ಲಿಂಕನ್ ಹತಾಶರಾಗಿಬಿಟ್ಟಿದ್ದರೇ, ಅಂಥ ಒಂದು ಜಾಗತಿಕ ಇತಿಹಾಸದಲ್ಲಿ ಇರುತ್ತಿರಲಿಲ್ಲ. ಬೇಸರಪಡದೇ ಪ್ರಯತ್ನ ಮಾಡು. ಹೋಗಿ ಊಟ ಮಾಡು, ಅಮ್ಮ ಕಾಯ್ತಾ ಇದ್ದಾರೆ" ಅವನೇ ಎದ್ದುಬಿಟ್ಟ.

ಪುರಂಧರ ಬಹಳ ಹೊತ್ತು ಹಾಗೆಯೇ ಕೂತಿದ್ದ. ಬಹಳ ಮೃದುವಾಗಿ ಅವನು ಹೇಳಿದ ವಿಷಯ ಅವನ ಮಿದುಳಿನೊಳಕ್ಕೆ ಇಳಿದಿತ್ತು.

ಮರುದಿನ ಬೆಳಿಗ್ಗೆ ಎದ್ದವನೇ ಅಡುಗೆಯ ಮನೆಗೆ ಬಂದು, "ಅಮ್ಮ, ಫಣೀಂದ್ರಣ್ಣನ ನೋಡ್ಬರ್ತೀನಿ, ಆಗಾಗ ಬರ್ತಾನೆ ತಾನೇ" ಪ್ರಸ್ತಾಪಿಸಿದ.

ಫಿಲ್ಟರ್‌ಗೆ ಕಾಫಿಪುಡಿ ಸುರಿಯುತ್ತಿದ್ದ ವೈದೇಹಿ, "ಅವರಿಬ್ರೂ ಎರಡು ಸಲ ಬಂದಿದ್ದರು. ಅವನೊಂದು ನಾಲ್ಕು ಸಲ ಬಂದಿದ್ದ. ಸ್ವರ್ಣಲತ ಪ್ರತಿ ಕಾಸು ಲೆಕ್ಕ ಮಾಡುವಂಥ ಹೆಣ್ಣು. ಬಂದಾಗ್ಲೆಲ್ಲ ಜಲಜನ ಕೇಳಿ ಹತ್ತು, ಇಪ್ಪತ್ತು ಇಸ್ಕೊಂಡ್ಹೋಗ್ತಾನೆ. ಅಂದು ಆ ಹುಡ್ಗೀ ಬಾಯಿಬಿಟ್ಟೇ ಹೇಳಿದ್ಲು, ಆಟೋಗೇಂತ ಎಲೆಯಡಿಕೆಯಲ್ಲಿ ಇಟ್ಟು ಇಪ್ಪತ್ತು ರೂಪಾಯಿ ಕೊಟ್ಟೆ" ಆಕೆ ಕಣ್ಣೀರು ತೊಡೆದುಕೊಂಡರು.

ಆಗಾಗ ಅಷ್ಟೋ ಇಷ್ಟೋ ಉಳಿಸಿಬಿಟ್ಟಿದ್ದ ಹಣದ ಜೊತೆ ಸೂರ್ಯನ ಹಣದಲ್ಲಿ ತೀರಾ ತಾಪತ್ರಯವಿಲ್ಲದೆ ಜೀವನ ಸಾಗಿಸುತ್ತಿದ್ದರು. ಅಲ್ಲಿ ಅವನದು ಒಂದು ಪೈಸೆ ಖರ್ಚಿಲ್ಲ.

"ಇಂದೇ ಹೋಗ್ಬೇಕಮ್ಮ" ಎಂದ.

ಸಕ್ಕರೆ ಡಬ್ಬ ತೆಗೆಯುತ್ತಿದ್ದ ವೈದೇಹಿ ಎತ್ತಿಹಾಕಿಬಿಟ್ಟರು. "ಬೇಡ ಸೂರ್ಯ, ನಾನು ಒಪ್ಪೋಲ್ಲ. ಪುರಂಧರ ಕೂಡ ಆನ್ಸಿಲರಿ ಯೂನಿಟ್ ಮಾಡ್ಬೇಕೂಂತ ಓಡಾಡ್ತ ಇದ್ದಾನೆ. ಎಲ್ಲಾ ಸರಿಹೋಗುತ್ತೆ. ಹೋಗೋ ಮಾತು ಎತ್ತಬೇಡ" ಕಡ್ಡಿ ಎರಡು ತುಂಡುಮಾಡಿದಂತೆ ಹೇಳಿದರು.

ಮೇಲಿನ ಸಕ್ಕರೆಯನ್ನೆಲ್ಲ ಡಬ್ಬಿಗೆ ಹಾಕಿ ತಾಯಿಯ ಮುಂದಿಟ್ಟು "ಅಮ್ಮ, ಹೋಗೋದು ಎರಡು ಕಡೆಯಿಂದಲೂ ಅನಿವಾರ್ಯ. ನಂಗೇನು ಭಯವಿಲ್ಲವಮ್ಮ, ಪ್ಲೀಸ್...." ಕೇಳಿಕೊಂಡ.

ಬಹಳ ಒತ್ತಾಯ, ಅನುನಯ ನಂತರ ಆಕೆ ಅಳುತ್ತ ಒಪ್ಪಿಗೆ ಕೊಟ್ಟದ್ದು.

"ಫಣೀಂದ್ರಣ್ಣನ್ನ, ಅತ್ತಿಗೇನ ನೋಡ್ಕೊಂಡ್ಬಂದ್ಬಿಡ್ತೀನಿ" ಹೊರಟವನು ನಿಂತ. ಪುರುಷೋತ್ತಮ್ ಮುಂದೆ ಪೇಪರ್ ಇಟ್ಟು ಜಲಜ ಏನೋ ಹೇಳುತ್ತಿದ್ದಳು. ಅವನೆದೆ ತುಂಬಿಬಂತು.

ಹರ್ಷದಿಂದ ಹೊರಗೆ ಹೆಜ್ಜೆಯಿಟ್ಟ.

* * *

ಇಂದ್ರ ಧನಸ್ಸು ಎಸ್ಟೇಟ್‌ನಲ್ಲಿ ಒಂದೇ ಸುದ್ದಿ. ಒಡತಿ ರಮ್ಯ ಮತ್ತು ಈಚೆಗೆ ಕೆಲಸಕ್ಕೆ ಬಂದು ಸೇರಿದ ಸೂರ್ಯನಿಗೆ ಮದುವೆ.

ಇಪ್ಪತ್ತನಾಲ್ಕು ಗಂಟೆಯಲ್ಲಿ ಆಹ್ವಾನ ಪತ್ರಿಕೆಗಳು ಹಂಚಿ, ವಿವಾಹ ಮಂಟಪದಲ್ಲಿ ವಧೂವರರನ್ನು ಕೂಡಿಸಿ ಆಗಿಹೋಯಿತು.

ಇದು ತೀರಾ ಆಶ್ಚರ್ಯಕರವಾದ ಸುದ್ದಿಯೇ. ಕೆಲವರು ಇದು ನಿಜವೇ ಎನ್ನುವಂತೆ ಉದ್ಗರಿಸಿದ್ದರು. ಪ್ರಳಯ ನಡೆದುಹೋಗಿದೆಯೆನ್ನುವಂತೆ ಮಾತಾಡಿದರು ಎಸ್ಟೇಟ್‌ನಲ್ಲಿ ಕೆಲಸ ಮಾಡುವ ಸಮಸ್ತ ಜನ.

ಮಾಚಯ್ಯ ಪಂಚೆಯ ತುದಿಯನ್ನು ಎತ್ತಿಡಿದು ಓಡಿಬಂದ. "ಇದೆಂಥ ಸುದ್ದಿ! ಆಗೋಕೆ ಸಾಧ್ಯನಾ. ಕೋಟಿ ಕೋಟಿ ರೂಪಾಯಿ ಆಸ್ತಿಯ ಒಡತಿ ಒಬ್ಬ ಸಾಮಾನ್ಯನನ್ನು ಮದುವೆ ಆಗೋದು ನಂಬೋಕೆ ಸಾಧ್ಯನಾ? ದೊಡ್ಡ ಯಜಮಾನ್ರು ಬದುಕಿದ್ದಾಗ ಒಂದ್ಮಾತು.... ಹೇಳಿದ್ದರಲ್ಲ" ತಲೆ ಕೆರೆದುಕೊಳ್ಳುತ್ತ ನೆನಪಿಸಿಕೊಂಡ.

"ಎಂಗೇಜ್‌ಮೆಂಟ್ ಮುಗಿದಿದೆ. ಈಗಾಗ್ಲೇ ರೈಲ್ವೆ ಬೋಗಿಗಳ ಹಾಗೇ ಮೂರು ಜನ ತಂಗಿಯರು ಅಡ್ಡ ಇದ್ದಾರೆ. ಒಂದ್ಮೂರು ವರ್ಷ ಲೇಟಾಗಬಹುದಷ್ಟೇ. ಮದ್ವೆಯಾದ್ಮೇಲೆ ಇಂದ್ರ ಧನಸ್ಸಲ್ಲೇ ಉಳೀತಾನೆ" ಹೆಮ್ಮೆಯಿಂದ ಹೇಳಿಕೊಂಡಿದ್ದರು. ಯಾರು ಎತ್ತ ಎನ್ನುವುದು ಮಾತ್ರ ಯಾರಿಗೂ ಗೊತ್ತಿರಲಿಲ್ಲ.

ಕೈಗೆ ಕೊಟ್ಟ ಅಕ್ಷತೆ ಹಾಕಿದರಷ್ಟೆ. ಪ್ರಶ್ನೆ ಅವರ ಬಾಯಲ್ಲಿಯೇ ಉಳಿಯಿತು. ಅವಸರದ ಮದುವೆಯಾದರೂ ವಿಜೃಂಭಣೆಗೇನೂ ಕೊರತೆ ಇರಲಿಲ್ಲ.

ಉತ್ಸಾಹ, ಉಲ್ಲಾಸದಿಂದ ಓಡಿಯಾಡುತ್ತಿದ್ದರು ಮಧುಚಂದ್ರ.

ಕೋಣೆಗೆ ಬಂದವನೇ ಹಾರ ತೆಗೆದಿಟ್ಟ ಸೂರ್ಯ ಒಂದು ಕಡೆ ಕೂತುಬಿಟ್ಟ. ಸಾವು, ಅಪಘಾತಗಳ ಹಾಗೇ ಈ ಮದುವೆಯೂ ಆಕಸ್ಮಿಕವಾಗಿ ನಡೆದುಹೋಯಿತಲ್ಲ!

ಅವನಿಗೆ ಜ್ಞಾಪಕಕ್ಕೆ ಬಂತು ಫಣೀಂದ್ರನ ವಿವಾಹ. ಅವನಿಗೆ ಅನಿವಾರ್ಯವಾಯಿತೇನೋ! ತನ್ನ ಮದುವೆ ಇಂದ್ರ ಧನಸ್ಸು ಮೇಲಿನ ಅಧಿಕಾರಕ್ಕಾಗಿ, ಒಂದು ಭದ್ರವಾದ ಸೀಟಿಗಾಗಿ. ಅದಿಲ್ಲದೆ 'ಇಂದ್ರ ಧನಸ್ಸು'ನ ರಕ್ಷಿಸಲು ಸಾಧ್ಯವಿಲ್ಲ. ಇದು ಕ್ರಿಮಿನಲ್ ಅಡ್ವೋಕೇಟ್ ಮಧುಚಂದ್ರ ತರ್ಕ.

ಕಣ್ಮುಚ್ಚಿ ಸೋಫಾಗೆ ಒರಗಿದವನ ಭುಜದ ಮೇಲೆ ಒಂದು ಕೈಬಿತ್ತು. ಕಣ್ತೆರೆದವನು ಮಧುಚಂದ್ರರನ್ನು ನೋಡಿ ಎದ್ದುನಿಂತ.

"ಇನ್ಮೇಲೆ ಈ ಕೋಣೆಯೆಲ್ಲ ನಿಂದು!" ನಕ್ಕರು. ಆ ನಗೆಯ ಹಿಂದೆ ಗೂಢತೆ ಇತ್ತು. ಬರೀ ಮುಗುಳ್ನಕ್ಕ. ಅವನ ಕೆನ್ನೆಯ ಬಳಿ ತುಸು ಬಗ್ಗಿದರು. ಏನೋ ಬಿದ್ದು ಸದ್ದು ಆಯಿತು.

ಇಬ್ಬರೂ ಹೊರಗೆ ಬಂದರು. ಹಿತ್ತಾಳೆಯ ಪಾತ್ರೆ ಪಾಟು ಸಮೇತ ಉರುಳಿಬಿದ್ದಿತ್ತು. ಇಬ್ಬರ ನೋಟಗಳು ಹುಡುಕಾಡಿದವು. ಯಾರೂ ಸುಳಿದ ಹಾಗೆ ಕಾಣಲಿಲ್ಲ. ಫಳಫಳ ಹೊಳೆಯುವ ಪಾತ್ರೆ ಅಮೃತಶಿಲೆ ನೆಲದ ಮೇಲೆ ಬಿದ್ದು ಇನ್ನೂ ಲಘುಕಂಪನದಲ್ಲೇ ಇತ್ತು.

ಆಂದೋಳನಕ್ಕೆ ಒಳಗಾದರು ಮಧುಚಂದ್ರ. "ನಮ್ಮ ಮಾತುಗಳ್ನ ಕೇಳೋ ಜನ ಬಂಗ್ಲೆಯಲ್ಲೇ ಇದ್ದಾರೆ" ಒಂದು ರೀತಿಯ ರೋಷ ಅವರ ಸ್ವರದಲ್ಲಿ.

ತಲೆದೂಗಿದರೂ ಏನೂ ಮಾತಾಡಲಿಲ್ಲ ಸೂರ್ಯ.

ಅಷ್ಟರಲ್ಲಿ ಬಂದ ಮೃಣಾಲಿನಿ "ಅಂತೂ ನಮ್ಮವ್ರಿಗೆ ಬಿಡುಗಡೆ. ನಂಗೆ ವಿರಹದ ಬಾಧೆ ತಪ್ಪಿತು" ಎಂದರು ಸಂತೋಷದಿಂದ.

ಹೆಂಡತಿಯ ಮಾತಿಗೆ ಜೋರುನಗೆ ಹಾಕಿದರು "ಇದು ರಿಯಲೀ ಜೋಕ್ ನೋಡು. ನನ್ನ ಕಕ್ಷಿಗಾರರು, ನಿನ್ನ ಪೇಷಂಟ್‌ಗಳ ಮಧ್ಯೆ ನಾವೆಂದೋ ಅಪರಿಚಿತರಾಗಿಬಿಟ್ಟಿದ್ವಿ. ಮಾತುಕತೆ ಮಕ್ಕಳ ಮೂಲಕವೇ. ವಿರಹವೇದನೆ..." ಜೋರಾಗಿ "ಹೋ... ಹೋ..." ಎಂದುಬಿಟ್ಟರು.

ಅಲ್ಲಲ್ಲಿ ಆಳುಗಳೆಲ್ಲ ಧಾವಿಸಿ ಬಂದರು.

"ಷಟಪ್, ಯೂ ನಾಟಿ" ಗಂಡನನ್ನು ಹುಸಿಮುನಿಸಿನಿಂದ ಬೈದರು. "ಮದ್ವೆಯಾದಾಗ್ನಿಂದ ಈ ನಗುವಿಗೆ ಒಳ್ಳೇ ಟ್ರೀಟ್‌ಮೆಂಟ್ ಕೊಡೋಕ್ಕಾಗಿಲ್ಲ" ಹೆಂಡತಿಯ ಮಾತಿಗೆ ಮತ್ತಷ್ಟು ನಕ್ಕರು. ಅವರು ಗಂಡ-ಹೆಂಡತಿ ಅನ್ನುವುದಕ್ಕಿಂತ ಉತ್ತಮ ಸ್ನೇಹಿತರು.

ಅಂದು ರಾತ್ರಿ ಸೂರ್ಯ ಮೊದಲ ಸಲ ಡೈರಿ ಬರೆಯಲು ಪ್ರಾರಂಭಿಸಿದ. ಅವನ ಮನದ ಒತ್ತಡಗಳನ್ನು ಯಾರೊಂದಿಗಾದರೂ ತೋಡಿಕೊಳ್ಳಬೇಕಿತ್ತು.

"ವಿಚಿತ್ರವಾದ ಸುಳಿಯ ನಡುವೆ ಸಿಕ್ಕಿಕೊಂಡೆ. ಇಲ್ಲಿ ಅರ್ಥಗಳು ಹುಡುಕಿಕೊಳ್ಳುವುದು ಹಾಸ್ಯಾಸ್ಪದ" ಕೊನೆಯಲ್ಲಿ ಬರೆದ.

ಡ್ರಾಯರ್‌ನೊಳಕ್ಕೆ ಡೈರಿಯನ್ನು ತಳ್ಳಿ ಇತ್ತ ತಿರುಗಿದ ರಮ್ಯ, ಗದ್ದಕ್ಕೆ ಕೈಹಚ್ಚಿ ಕೂತಿದ್ದಳು. ಅತ್ಯಂತ ಚೆಲುವೆಯಾದ ಹೆಣ್ಣು. ನಿತ್ಯಕ್ಕಿಂತ ಇಂದು ವಿಭಿನ್ನ. ಉಟ್ಟಿದ್ದು ಚಿನ್ನದ ಬಣ್ಣದ ಜರತಾರಿ ಸೀರೆ. ಮೈತುಂಬ ಆಭರಣಗಳು. ಮುಡಿಯಲ್ಲಿ ಅರಳಿದ ಮಲ್ಲಿಗೆಯ ದಂಡೆ.

"ಮಲಕ್ಕೊಳ್ಳಿ..." ಮುಂದೆ ಹೇಳಲಾರದೆ ತಡವರಿಸಿದ. "ನಿದ್ದೆ ಬರ್ತಾ ಇಲ್ಲ. ನಂಗೆ ಯಾರಾದ್ರೂ ಕೋಣೆಯಲ್ಲಿದ್ರೆ ನಿದ್ದೆ ಬರೋಲ್ಲ" ಹಾಸಿಗೆಯ ಮೇಲಿದ್ದ ಎರಡು ದಿಂಬುಗಳನ್ನು ತೊಡೆಯ ಮೇಲೆ ಹಾಕಿಕೊಂಡು ಅದರ ಮೇಲೆ ತಲೆ ಇಟ್ಟಳು.

ಈಚೆಗೆ ನಡೆದ ಎರಡು ಮೂರು ಘಟನೆಗಳಿಂದ ಮಧುಚಂದ್ರ ಹೆದರಿದ್ದರು. "ನಂಗ್ಯಾಕೋ ತುಂಬ ಭಯವಾಗಿದೆ ಸೂರ್ಯ. ಈ ಹುಡ್ಗಿಗೆ ಗಂಡಾಂತರವಿದೆ. ಅಪಾಯ ಹೊರಗಿನವರದಲ್ಲ, ಒಳಗಿನದೇ. ಪ್ರಾಮಾಣಿಕವಾಗಿ ಅವಳನ್ನು ರಕ್ಷಿಸೋ ಅಂಥವ್ರು ಬೇಕು" ಮೂರು ದಿನದ ಹಿಂದೆ ಆದ ಸಣ್ಣ ಜೀಪು ಅಪಘಾತದ ನಂತರ ಈ ಮಾತುಗಳನ್ನು ಹೇಳಿದ್ದರು.

ಒಂದು ಚೀಟಿ ಬರೆದ ಸೂರ್ಯ ಅವಳ ಮುಂದಿಟ್ಟ "ನಮ್ಮ ಮದುವೆ ಕೆಲವು ದಿನಗಳಾದರೂ ಅನುಮಾನಾಸ್ಪದವಾಗಿ ಕಾಣುತ್ತೆ. ಸಂದೇಹ ದೃಢಪಡಿಸಿಕೊಳ್ಳುವ ಪ್ರಯತ್ನ ನಡೆಯುತ್ತ ಇರುತ್ತೆ. ದಯವಿಟ್ಟು ಆಡೋ ಮಾತುಗಳನ್ನು ಹೆಚ್ಚು

ಭಾವಿಸಬಾರ್ದು" ಅವಳು ಓದಿದ ನಂತರ ಹರಿದು ಟಾಯ್ಲೆಟ್‌ಗೆ ಹೋಗಿ ಛೇಂಬರ್‌ನಲ್ಲಿ ಹಾಕಿ ನೀರನ್ನು ಬಿಟ್ಟ. ಅವೆಲ್ಲ ಕಾಣೆಯಾದ ಮೇಲೆಯೇ ಬಂದಿದ್ದು.

ಎಲ್ಲಾ ಕಿಟಕಿಗಳಿಗೂ ಬೋಲ್ಟ್‌ಗಳನ್ನು ಹಾಕಿ ಬಂದು ಅಲ್ಲಿದ್ದ ದಿವಾನ್ ಮೇಲೆ ಉರುಳಿಕೊಂಡು "ಗುಡ್‌ನೈಟ್, ಸ್ವೀಟ್‌ಡ್ರೀಮ್" ಎಂದವ ಕಣ್ಮುಚ್ಚಿಕೊಂಡ.

ಇಂದು ಬೆಳಿಗ್ಗೆ ಜಲಜಳಿಂದ ಅವನಿಗೊಂದು ಲೆಟರ್ ಬಂದಿತ್ತು. ಅಪ್ಪ ಚೆನ್ನಾಗಿ ಮಾತಾಡುತ್ತಾರೆ. ವಾಕಿಂಗ್‌ಗೇಂತ ಆಗಾಗ ನಾನೋ, ಮೀನಾನೋ ಹೊರಗೆ ಕರೆದುಕೊಂಡು ಹೋಗುತ್ತ ಇದ್ದೀವಿ. ಪೂರ್ತಿ ಆರೋಗ್ಯವಾಗಿದ್ದಾರೆ. ಆದರೆ ಅವರ ನೆನಪಿನ ಶಕ್ತಿ... ತೋಡಿಕೊಂಡಿದ್ದಳು.

ಇವನು ಹೋದಾಗ ಹೊರಬಂದ ಫಣೀಂದ್ರ ಅತ್ತುಬಿಟ್ಟಿದ್ದ "ನಾನು ದುಡುಕಿಬಿಟ್ಟೆ. ಈ ಮದುವೆಯಿಂದ ಒಂಚೂರು ಸುಖವಿಲ್ಲ. ಅಮ್ಮನ ಹತ್ರ ಜಗಳ ಆಡಿ ಖರ್ಚಿಗೆ ಹಣ ಇಸ್ಕೋತಾ ಇದ್ದೆ. ಇಡೀ ದಿನ ಕೆಲಸ ಇರುತ್ತೆ. ಸಂಬಳ ಮಾತ್ರ ಇಲ್ಲ. ತರಕಾರಿಗೇಂತ ಐದು ರೂಪಾಯಿ ಕೊಟ್ರೆ ಸ್ವರ್ಣಲತಾ ಲೆಕ್ಕ ಕೇಳುತ್ತಾಳೆ" ಹೇಳಿಕೊಂಡಿದ್ದ.

ಅವಳು ಎದುರಿಸಿದ ಕಷ್ಟದ ಸಂದರ್ಭಗಳು, ಸನ್ನಿವೇಶಗಳು ಆಕೇನ ಗಟ್ಟಿ ಮಾಡಿದೆಯೆಂದು ಅವನಿಗೆ ಗೊತ್ತು.

"ನಂಗೇನು ತಪ್ಪು ಅನ್ನಿಸೋಲ್ಲ! ಎಲ್ಲಾದ್ರೂ ಕೆಲಸಕ್ಕಾಗಿ ಪ್ರಯತ್ನ ಮಾಡಿದ್ಯಾ?" ಕೇಳಿದಾಗ ಅವನು ಮುಖ ಕೆಳಗೆಹಾಕಿದ. "ಸ್ವರ್ಣನೇ ಪ್ರಯತ್ನ ಮಾಡ್ತೀನಿ ಅಂತಾಳೆ. ಅವಳಮ್ಮನಿಂದ ಮನೆ ಕೆಲಸವಾಗೋಲ್ಲ. ಇನ್ನು ಅವಳು ಒಂದು ಲೋಟ ಇಲ್ಲಿಂದ ಎತ್ತಿ ಅಲ್ಲಿಡಲಾರಳು. ಇಂಥ ಸ್ಥಿತಿ..." ಅವನು ಹೊರಗೂಒಳಗೂ ತಾನೇ ದುಡಿಯಬೇಕೇನೋ ಎಂದು ಅಂಜಿದಂತಿತ್ತು.

ಓದಿದ ಮೇಲೆ ಅದನ್ನು ಹರಿದು ಬಾತ್‌ರೂಂ ಕಮೋಡ್‌ಗೆ ಸುರಿದು ನೀರುಬಿಟ್ಟು ಬಂದ. ಮಲಗಿದ್ದ ರಮ್ಯನ ನೋಡಿ ಕರ್ಟನ್‌ನ ಗುಂಡಿ ಅದುಮಿದ. ಅದು ಎಲ್ಲೆಡೆ ಆವರಿಸಿದಾಗ ತಾನು ಬಂದು ಮಲಗಿದ.

ಅವನಿಗೆ ನಿದ್ದೆ ಆವರಿಸುವುದು ತಡವಾಗಲಿಲ್ಲ. ಎಚ್ಚರವಾದಾಗ ನಾಲ್ಕೂವರೆಯ ಸುಮಾರು. ಮೊದಲು ಓದಲು, ಬರೆಯಲು ಏಳುತ್ತಿದ್ದ. ಈಗ ರಾತ್ರಿಯ ವೇಳೆ ಅವನ ಓದು. ಬೆಳಗಿನ ಮೇಲೆ ಜಾಗಿಂಗ್ ಜೊತೆ ವ್ಯಾಯಾಮ ಮಾಡುತ್ತಿದ್ದ. ದೇಹದಾರ್ಢ್ಯ, ಮನೋಬಲದ, ಬುದ್ಧಿಯ ತೀಕ್ಷ್ಣತೆಯನ್ನು ಬೆಳೆಸಿಕೊಳ್ಳಬೇಕಿತ್ತು.

ಬಾಗಿಲು ಚಿಲಕ ತೆಗೆಯುವ ವೇಳೆಗೆ ರಮ್ಯ ಎದ್ದುಬಂದಳು. "ಗುಡ್ ಮಾರ್ನಿಂಗ್, ಇಷ್ಟು ಬೇಗ ಹೊರ್ಗಡೆ ಹೋಗ್ತಾ ಇದ್ದೀರಾ?" ಬೆರಳುಗಳಿಂದ ಕೂದಲು ಸರಿಮಾಡಿಕೊಳ್ಳತೊಡಗಿದಳು.

"ವೆರಿ ಗುಡ್‌ಮಾರ್ನಿಂಗ್, ಈಗ ಎಕ್ಸಾಕ್ಲಿ ಫೋರ್ ಫಾರ್ಟಿ... ಏಳೋಕೆ ಸಕಾಲ. Early to bed, early to rise makes a man healthy, wealthy and wise ಈ ಪಾಲಿಸಿಯಲ್ಲಿ ನಂಗೆ ನಂಬಿಕೆ. ಬೇಗ ಏಳೋದು, ಬೇಗ ಮಲಗೋದು ಒಳ್ಳೇ ಅಭ್ಯಾಸ" ಎಂದ ಗಂಭೀರವಾಗಿ.

ಮ್ಲಾನವದನಳಾದಳು ರಮ್ಯ. "ಪಪ್ಪ ಬದುಕಿದಾಗ ನಾನು ಅವರ ಜೊತೆ ಎಸ್ಟೇಟ್ ಸುತ್ತೋಕೆ ಹೋಗ್ತಾ ಇದ್ದೆ. ಆಮೇಲೆ ನಿಂತ್ಹೋಯ್ತು. ಈಗ ನಾನು ಬರ್ಲಾ...." ಎಂದಳು ನಿರುತ್ಸಾಹದಿಂದಲೇ.

"ಓಕೆ, ಬನ್ನಿ.... ನೋ ಪ್ರಾಬ್ಲಮ್..." ಬಾಗಿಲು ತೆರೆದ.

ಇಬ್ಬರೂ ಜೊತೆಯಾಗಿಯೇ ಇಳಿದುಬಂದರು. ಇಡೀ ಮನೆ ನಿಶ್ಯಬ್ದ. ಅಡುಗೆಮನೆಯವರೆಗೂ ಹೋಗಿ ಇಣುಕಿಬಂದ.

ಜೀಪು ಸೀಟಿನ ಮೇಲೆ ಕೀ ಬಂಚ್ ಎಸೆದು ಹತ್ತಿದವನು ಇಳಿದುಬಂದ. ಇರುವಂತೆ ಸನ್ನೆ ಮಾಡಿದವನು ಚಕ್ರಗಳ ಜೊತೆ ಮತ್ತೇನೋ ಚೆಕಿಂಗ್ ಮುಗಿಸಿ ಬಂದು ಹತ್ತುವಂತೆ ಸನ್ನೆಮಾಡಿ ತಾನು ಸ್ಟೀರಿಂಗ್ ವೀಲ್ ಮುಂದೆ ಕೂತ.

ನಸುಕತ್ತಲಿದ್ದ ದಾರಿಯನ್ನು ಸೀಳುತ್ತ ಜೀಪು ಮುಂದಕ್ಕೆ ಹೋಗಿ ಗೆಸ್ಟ್‌ಹೌಸ್ ಬಳಿ ಬಂದುನಿಂತಿತು.

"ಜಾಗಿಂಗ್... ಎಕ್ಸ್‌ಟ್ರಾ... ಎಕ್ಸ್‌ಟ್ರಾ... ನಿಮ್ಮಿಷ್ಟ" ಎಂದವನು ಅಷ್ಟು ದೂರಕ್ಕೆ ಹೋಗಿ ಹಿಂದಿರುಗಿ ಬಂದ. "ಬನ್ನಿ.... ಒಳ್ಗಡೆ ಹೋಗೋಣ" ಒಳಗೆ ಕರೆದೊಯ್ದ.

ಇಂದು ಅವನಿಗೆ ಸಿಕ್ಕ ಮರ್ಯಾದೆಯೇ ಬೇರೆ. ಅವನೀಗ 'ಇಂದ್ರ ಧನಸ್ಸು' ಒಡೆಯ.

ಬರೀ ನೀರು ಕುಡಿದ ಸೂರ್ಯ. ಬಿಸಿ ಟೀ ಕುಡಿದಳು ರಮ್ಯ. "ನಂಜೊತೆ ಜಾಗಿಂಗ್ ಬರಬಹುದಲ್ಲ?" ಎಂದ. ಮೊದಲು ಉತ್ಸಾಹ ತೋರದವಳು ನಂತರ "ಹೋಗೋಣ..." ಎಂದಳು.

ಜಾಗಿಂಗ್, ಸೂರ್ಯನ ವ್ಯಾಯಾಮ ಮುಗಿದ ನಂತರವೇ ಇಬ್ಬರೂ ಬಂಗ್ಲೆಗೆ ಹಿಂದಿರುಗಿದ್ದು.

ಹೆಂಡತಿಯೊಂದಿಗೆ ಸಣ್ಣ ಜಗಳ ಶುರುಮಾಡಿದ್ದ ಮಧುಚಂದ್ರ ಜೋರುನಗೆ ಹಾಕಿದರು "ನೋಡಿದ್ಯಾ, ಮೇಡ್ ಫಾರ್ ಈಚ್ ಅದರ್. ನಾವಿಬ್ರೂ ಇದ್ದೀವಿ ನೋಡು. ನೀನು ಫೈವ್ ಪಾಯಿಂಟ್ ಸಿಕ್ಸ್, ನಾನು ಫೈವ್ ಪಾಯಿಂಟ್ ಫೈವ್. ಹೈಟ್‌ನ ಎಡವಟ್ಟಿನಿಂದ ಶುರುವಾಗಿ ಎಲ್ಲಾ ಅದೇ ದಾರಿ ಹಿಡಿಯಿತು" ರೇಗಿಸಿದರು.

"ಷಟಪ್, ನೀವು ಸುಮ್ಮನಿರೋಕೆ ಏನು ಕೊಡ್ಬೇಕು!" ಆಕೆ ಸಿಡುಕಿದರು. ಮತ್ತೆ ನಕ್ಕರು ಮಧುಚಂದ್ರ.

"ನಿಮ್ಮಂದೆ ಮಾತಿನಲ್ಲಿ ಫೇಲ್ಯೂರ್ ಆಗ್ಬಿಟ್ಟರೇ ಮುಗಿದುಹೋಯ್ತು. ಕೋರ್ಟಿನಲ್ಲಿ ನಿಂತರೆ ತೊಡೆಗಳು ನಡುಗೋಕೆ ಶುರುವಾಗುತ್ತೆ" ಮತ್ತೆ ಹಾಸ್ಯ ಹೊನಲಾಗಿ ಹರಿಯಿತು. ಆಕೆ ರೇಗಿಕೊಂಡು ಹೋದರು.

ಮಧುಚಂದ್ರ ಮುಖ ಗಂಭೀರವಾಯಿತು. "ಮಾತು, ನಗು ಎರಡೂ ಬೇಕು. ಇಲ್ಲದಿದ್ರೆ ಮೃಣಾಲಿನಿ ಮುರಿದು ಮುಕ್ಕಿಬಿಡ್ತಾಳೆ. ದಿನಕ್ಕೊಮ್ಮೆಯಾದ್ರೂ ಡೈವೋರ್ಸ್ ಅಪ್ಲಿಕೇಷನ್ ಫೈಲ್ ಮಾಡಬೇಕು ಅನ್ನಿಸದೇ ಇಲ್ಲ; ಟ್ಯಾಲೆಂಟೆಡ್ ಲೇಡಿ" ಹೆಂಡತಿಯ ಬಗ್ಗೆ ಮೆಚ್ಚಿಗೆಯನ್ನೂ ಭಯವನ್ನೂ ವ್ಯಕ್ತಪಡಿಸಿದರು.

ಅಷ್ಟರಲ್ಲಿ ಮೇಸ್ತ್ರಿ ಜೊತೆ ಅಕೌಂಟೆಂಟ್ ಕೂಡ ಬಂದರು. ಮ್ಯಾನೇಜರ್ ವೆಂಕಟಪತಿ ಶೆಟ್ಟಿ ಬೆನ್ನು ಇನ್ನಷ್ಟು ಬಗ್ಗಿದಂತೆ ಕಂಡಿತು.

"ಎಲ್ಲಾ ಏರ್ಪಾಟುಗಳು ಮಾಡಿಯಾಗಿದೆ. ಕಾಶ್ಮೀರದಲ್ಲಿ ಒಂದು ಹೌಸ್‌ಬೋಟ್ ಬುಕ್ಕಾಗಿದೆ. ಹೋಗೋಕೆ ಪ್ಲೇನ್ ಟಿಕೆಟ್ಸ್ ರಿಸರ್ವ್ ಆಗಿದೆ" ಎಂದರು ಮೆಲುವಾಗಿ.

ಸೂರ್ಯ ನಕ್ಕುಬಿಟ್ಟ, "ನಮ್ಮ ಇಂದ್ರ ಧನಸ್ಸು ಕಾಶ್ಮೀರಕ್ಕಿಂತ ಚೆನ್ನಾಗಿದೆ. ಹನಿಮೂನ್‌ಗೆ ಇದನ್ನೇ ಆರಿಸಿಕೊಂಡಿದ್ದೀವಿ, ಅಲ್ವಾ ಡಾರ್ಲಿಂಗ್" ಅವಳತ್ತ ತಿರುಗಿದ. ಮೋಹಕನಗೆಯೊಂದಿಗೆ ಒಪ್ಪಿಗೆ ಸೂಚಿಸಿದಳು.

ಆಶ್ಚರ್ಯಗೊಂಡವರಂತೆ ಮುಖ ಮಾಡಿದರು ಮಧುಚಂದ್ರ. "ವಾಟ್ ಡು ಯು ಮೀನ್, ನಮ್ಮ ಇಂದ್ರ ಧನಸ್ಸು ಇಂದ್ರನ ಅಮರಾವತಿಗಿಂತ ಚೆನ್ನಾಗಿರಬಹುದ್ದು, ಆದರೆ...." ಕೈಯೆತ್ತಿದವರ ಕೈಯನ್ನು ಹಿಡಿದುಕೊಂಡಳು.

"ಪ್ಲೀಸ್ ಅಂಕಲ್, ಸದ್ಯಕ್ಕೆ ಆ ಯೋಚನೆ ಬೇಡ. ಹೇಗೂ ನೋ ಪ್ರಾಬ್ಲಮ್. ಟಿಕೆಟ್ಸ್, ಹೌಸ್‌ಬೋಟು ಎಲ್ಲಾ ಬುಕ್ ಆಗಿದೆ ಆಂಟೀ, ನೀವು ಯಾಕೆ ಹೋಗಿಬರಬಾರ್ದು" ಅವರ ಕೈನ ಒಂದೊಂದೇ ಬೆರಳನ್ನು ಮಡಚುತ್ತ ಕೇಳಿದಳು.

ಮಧುಚಂದ್ರ ಏನಾದರೂ ಹೇಳುವ ಮುನ್ನ "ಈ ಅರಸಿಕರ ಜೊತೆ ಕಾಶ್ಮೀರಕ್ಕೆ.... ನೋ.... ನೆವರ್...." ಬಂದವರು ಹೇಳಿಹೋದರು.

ಎಲ್ಲರೂ ನಕ್ಕರು. ಸೂರ್ಯ ಮೆಟ್ಟಿಲೇರಿ ಮೇಲೆ ಹೋದ.

"ರಾತ್ರಿಯೆಲ್ಲ ಹನಿಮೂನ್ ಬಗ್ಗೆ ಚರ್ಚಿಸಿ ತೀರ್ಮಾನಕ್ಕೆ ಬಂದ್ರಾ? ಈಗ ಏರ್ಪಾಟು ಆಗಿದೆ. ಲಗೇಜ್ ರೆಡಿಮಾಡ್ಕೋ" ಅವಳ ಭುಜತಟ್ಟಿ ಕಳಿಸಿದರು.

ರಮ್ಯ ರೂಮಿಗೆ ಬಂದಾಗ ಸೂರ್ಯ ಇರಲಿಲ್ಲ. ಸ್ನಾನಕ್ಕೆ ಹೋಗಿರಬೇಕೆಂದುಕೊಂಡ ಅವಳ ಮೈ ಕೋಪದಿಂದ ಬಿಸಿಯಾಯಿತು.

ಒದ್ದೆಯ ಮುಖವನ್ನೊತ್ತುತ್ತ ಹೊರಗೆ ಬಂದವನು ಏನೋ ಹೇಳುವ ಮುನ್ನ ಅವಳ ಮುಖದ ಕಹಿಯ ಭಾವನೆಯನ್ನು ನುಂಗಿಕೊಳ್ಳಬೇಕಿತ್ತು.

ಒಳಗಿನಿಂದಲೇ ಬಾಗಿಲಿದ್ದ ಇನ್ನೊಂದು ಕೋಣೆಯ ಬಾಗಿಲನ್ನು ತೆರೆದುಕೊಂಡು ಹೋದವನು ಸ್ನಾನ ಎಲ್ಲಾ ಮುಗಿಸಿಯೇ ಬಂದಿದ್ದ.

"ನಿಮ್ಮ ಆಂಟಿ, ಅಂಕಲ್ ಬ್ರೇಕ್‌ಫಾಸ್ಟ್‌ಗೆ ಕಾಯ್ತಾ ಇರಬಹುದು" ಎಂದ. ಕೋಪದಿಂದ ದುರದುರನೆ ಅವನ ಮುಖ ನೋಡಿದವಳು, "ನಾನು ಆಮೇಲೆ ಮಾಡ್ತೀನಿ" ಮುಖ ತಿರುವಿಕೊಂಡಳು.

ಇಂದ್ರ ಧನಸ್ಸುನಲ್ಲಿ ಒಂದು ರೀತಿಯ ಸಂದಿಗ್ಧ ಸ್ಥಿತಿ ಇತ್ತು. ಇವನು ಪೂರ್ತಿಯಾಗಿ ಒಡೆಯನಂತೆ ವರ್ತಿಸಲು ರಮ್ಯಳ ಸಹಕಾರ ಬೇಕೇಬೇಕು. ಇಲ್ಲದಿದ್ದರೆ ಮುಂದಿನ ಅನಾಹುತಗಳಿಗೆ ಎದೆಯೊಡ್ಡಬೇಕಾಗುತ್ತದೆಯೆಂದು ಅವನಿಗೆ ಗೊತ್ತಿತ್ತು.

ಸಿಕ್ಕಿಸಿದ್ದ ಬಾಲ್‌ಪೆನ್ ತಗೊಂಡು ಒಂದು ಸಣ್ಣ ಸ್ಲಿಪ್‌ನಲ್ಲಿ ಗುರುತುಹಾಕಿಕೊಟ್ಟ– "ಬಂಗ್ಲೆಯಲ್ಲಿ ಆಡೋ ಮಾತುಗಳು ಹೊರಗಡೆಗೆ ಲೀಕ್ ಆಗುತ್ತಿವೆ. ಅಂಥ ವ್ಯಕ್ತಿಗಳು ಪತ್ತೆ ಆಗೋವರ್ಗೂ ಜೋಪಾನವಾಗಿರ್ಬೇಕು. ಇಷ್ಟವಿರಲಿ, ಬಿಡಲಿ ನನ್ನ ಜೊತೆ ನೀನು ಸಹಕರಿಸಬೇಕು". ಅಷ್ಟು ಓದಿದವಳ ಕಣ್ಣುಗಳಲ್ಲಿ ಕಿಡಿಗಳು ಚಿಮ್ಮಿದವು. ಕಡೇ ಸಾಲನ್ನು ಓದುವಂತೆ ಸನ್ನೆ ಮಾಡಿದ. "ಇಂದ್ರ ಧನಸ್ಸು ಉಳಿಯುವಿಕೆಗೆ ಇದಿಷ್ಟು ಮಾಡುವ ಅಗತ್ಯವಿದೆ" ಓದಿದ ಮೇಲೆ ಸ್ವಲ್ಪ ತಣ್ಣಗಾದಳು.

ಜೊತೆಯಾಗಿಯೇ ಬ್ರೇಕ್‌ಫಾಸ್ಟ್‌ಗೆ ಬಂದರು.

ಗಡಿಯಾರದ ಕಡೆ ನೋಡಿದ ಮಧುಚಂದ್ರ "ನಿಮಗೋಸ್ಕರ ಹತ್ತು ನಿಮಿಷದಿಂದ ಕಾಯ್ತಾ ಇದ್ದೀನಿ" ಎಂದವರು ಹೆಂಡತಿಯ ಕಡೆ ತಿರುಗಿ "ನಿನ್ನ ಮದುವೆಯ ನಂತರದ ದಿನನ ನೆನಪಿಸ್ಕೋ" ಡಾ॥ ಮೃಣಾಲಿನಿಯನ್ನು ರೇಗಿಸಿದರು.

ಆಕೆ ಕೈಯಲ್ಲಿನ ಸ್ಪೂನನ್ನ ಗಂಡನ ಮೇಲೆ ಎಸೆದರು. ಕ್ಯಾಚ್ ಹಿಡಿದು ತಟ್ಟೆಯಲ್ಲಿಟ್ಟರು.

ಎಲ್ಲರೂ ನಗುನಗುತ್ತಾ ಮಾತಾಡುತ್ತಾ ತಿಂದರು. ಆಗಾಗ ನಸುನಗೆಯ ಆಕರ್ಷಕ ನೋಟ ರಮ್ಯಳತ್ತ ಹರಿಸುತ್ತಿದ್ದ. ಅವಳೇನೂ ಪ್ರಸನ್ನಳಾಗಲಿಲ್ಲ.

"ಬರ್ತೀನಿ..." ನಡೆದುಬಿಟ್ಟ ಸೂರ್ಯ.

ಸ್ಪೂನನ್ನ ಶಬ್ದ ಮಾಡುತ್ತ ತಟ್ಟೆಯೊಳಗೆ ಕುಕ್ಕಿದಳು ರಮ್ಯ. "ನೋಡಿದ್ರಾ, ಕಾಫೀಹೌಸ್ ಕಡೆ ಬರ್ಬೇಡ, ರೆಸ್ಟ್ ತಗೋಂತ ಹೇಳಿದ್ದಾರೆ ಸೂರ್ಯ. ಅಧಿಕಾರದ ಚಲಾವಣೆ...." ಮುಖ ಗಡಿಗೆಯ ಗಾತ್ರ ಮಾಡಿದಳು.

ಏನೋ ಹೇಳಲು ಹೋದ ಹೆಂಡತಿಯನ್ನು ತಡೆದರು ಮಧುಚಂದ್ರ. "ಇಲ್ಲಿ ಮೂರನೆಯವ್ರ ಪ್ರವೇಶ ಬೇಡ. ಅವರ ಮದುವೆ ನಡೆದ ಮೂವತ್ತಾರು ಗಂಟೆಗಳು ಆಗಿದೆಯಷ್ಟೆ. ಸೂರ್ಯನ್ನ ಇಷ್ಟಕ್ಕಾಗಿ ಕಾಶ್ಮೀರಕ್ಕೆ ಹನಿಮೂನ್ ಬೇಡಾಂದ್ಲು. ಎಂಥ ಪ್ರೀತಿ..." ಹುಬ್ಬು ಕುಣಿಸಿದರು.

ಮೃಣಾಲಿನಿ ವಿಷಯಕ್ಕೆ ಬಂದರು, "ನಿಮ್ಮ ಅಂಕಲ್ ನಮ್ಜೊತೆ ಹೊರಡ್ತಾರೆ ರಮ್ಯ. ಇವ್ರನ್ನು ನಂಬಿ ಕೊಟ್ಟ ಕೇಸ್‌ಗಳ ಫೈಲುಗಳ ಮೇಲೆಲ್ಲ ಧೂಳು ಕೂತಿದೆ. ಹೇಗೂ ಮದ್ವೆ ಆಯ್ತು. ಸೂರ್ಯ ಎಲ್ಲಾ ನೋಡ್ಕೋತಾನೆ" ಬಿಡುಗಡೆ ಬಯಸುವಂತೆ ಹೇಳಿದಳು.

ಅವಾಕ್ಕಾದಳು ರಮ್ಯ. ಈ ಕ್ಷಣದವರೆಗೂ ಮಧುಚಂದ್ರ ಇಲ್ಲಿಂದ ಹೋಗುತ್ತಾರೆಂಬ ಕಲ್ಪನೆಯನ್ನೇ ಮಾಡಿರಲಿಲ್ಲ. ಭಯಂಕರವಾದ ಕತ್ತಲಿನಲ್ಲಿ ಒಂಟಿಯಾಗಿ ಬಿಟ್ಟು

ಕೈಬೀಸಲು ಸಿದ್ಧರಾದಂತೆ ಕಂಡಿತು.

ಮಾತಾಡದೇ ಎದ್ದು ಮೆಟ್ಟಿಲು ಹತ್ತಿ ತನ್ನ ಕೋಣೆಗೆ ಹೋಗಿಬಿಟ್ಟಳು. ತಂದೆಯನ್ನು ನೆನಪಿಸಿಕೊಂಡು ಬಿಕ್ಕಿಬಿಕ್ಕಿ ಅತ್ತಳು. ಅವರೆದೆಯ ತಣ್ಣನೆಯ ಆಸರೆ ತಂಪು ನೆರಳನ್ನ ಕೊಟ್ಟಿತ್ತು.

"ರಮ್ಯ..." ಕೂದಲಲ್ಲಿ ಮಧುಚಂದ್ರರ ಕೈಯಾಡಿತು. ಅವರಿಗೆ ತೆಕ್ಕೆಬಿದ್ದು ಅಳತೊಡಗಿದಳು. "ನೋ... ನೋ.... ನನ್ನ ಒಂಟಿಯಾಗಿ ಬಿಟ್ಟು ಹೋಗ್ತಾ ಇದ್ದೀರಾ! ಹೋಗ್ಲಿಬಿಡಿ... ನಾನು ಸ್ವತಂತ್ರವಾಗಿ ಇಂದ್ರ ಧನಸ್ಸುನ ಮ್ಯಾನೇಜ್ ಮಾಡಿಕೊಳ್ಳಬಲ್ಲೆ. ಡೋಂಟ್ ವರೀ ಅಬೌಟ್ ಮಿ ಅಂಡ್ ಇಂದ್ರ ಧನಸ್ಸು" ಉದ್ವೇಗದಿಂದ ಅಳುವಿನಲ್ಲೇ ಕೂಗಾಡಿ ಕೊಸರಿಕೊಂಡು ಹಿಂದಕ್ಕೆ ಸರಿದಳು.

ಮಧುಚಂದ್ರರ ಕಣ್ಣುಗಳಲ್ಲಿ ನೀರು ತುಂಬಿಕೊಂಡಿತು. ಅಕ್ಕರೆಯ ಕಣ್ಣಗೊಂಬೆಯಾಗಿ ಅವಳನ್ನು ಬೆಳೆಸಿದ್ದರು.

"ನಿನ್ನ ಡ್ಯಾಡಿ ಇನ್ನು ಐದು ವರ್ಷವಾದ್ರೂ ಬದುಕಿರಬೇಕಿತ್ತು. ತಾನು ಇಷ್ಟು ಬೇಗ ಸಾಯೋ ಸುಳಿವು ಸಿಕ್ಕಿದ್ರೆ...." ಕರ್ಚೀಫ್‌ನಿಂದ ಕಣ್ಣೊರೆಸಿಕೊಂಡರು.

ಸಂತೈಸಿ, ಸಮಾಧಾನಿಸಿ ಕಣ್ಣೀರು ತೊಡೆದು ಹೊರಗೆ ಕರೆದೊಯ್ದರು. ಬಹಳ ಸೀರಿಯಸ್ಸಾಗಿ ಅರ್ಧಗಂಟೆ ಮಾತಾಡಿದ್ದರು, ದೂರದಲ್ಲಿರುವ ಒಂಟಿಮರದ ಬಳಿಯಲ್ಲಿ.

"ಹೋಗ್ಬನ್ನಿ... ಅಂಕಲ್" ಎಂದಳು. ಅವಳ ಕಣ್ಣಿಂದ ಕಂಬನಿ ಜಾರಲಿಲ್ಲ ಅಷ್ಟೆ. ಆದರೆ ಪರೆಯಾಗಿ ಅವಳ ದೃಷ್ಟಿಯನ್ನು ಮಸುಕುಗೊಳಿಸಿತು. "ಪ್ಲೀಸ್, ನಾನು ಇಲ್ಲೇ ಸ್ವಲ್ಪಹೊತ್ತು ಇರ್ತೀನಿ, ಅಂಕಲ್. ಪ್ಲೀಸ್ ಲೀವ್ ಮಿ ಅಲೋನ್" ರಿಕ್ವೆಸ್ಟ್ ಮಾಡಿಕೊಂಡಳು.

ಇಬ್ಬರ ನೋಟಗಳು ಎಸ್ಟೇಟ್‌ನ ಬಂಗ್ಲೆಯ ರೋಡಿನಲ್ಲಿ ನಿಂತುಬಿಟ್ಟಿತು. ಒಂದು ಫಿಯೆಟ್ ಕಾರಿನ ಹಿಂದೆ ಎರಡು ಬಿಳಿಯ ಅಂಬಾಸಿಡರ್.

"ಯಾರು ಇರ್ಬೇಕು?" ಮಧುಚಂದ್ರ ಕೆನ್ನೆಯ ಮೇಲೆ ಕೈಯಾಡಿಸಿದರು. ಅವಳತ್ತ ತಿರುಗಿ ತಣ್ಣನೆಯ ನಗೆಬೀರಿದರು. "ಮದ್ವೆ ಇನ್ವಿಟೇಷನ್ ತಡವಾಗಿ ತಲುಪಿದ್ದಕ್ಕೆ ನಿನ್ನ ಫ್ರೆಂಡ್ಸ್ ವಾರ್ ಘೋಷಿಸಲು ಬಂದಿದ್ದಾರ?". ಅಂಥದ್ದು ಸಾಧ್ಯವೇ ಇರಲಿಲ್ಲ!

ಮೊದಲು ಮಾಚಯ್ಯ ಎರಡನೇ ಕಾರಿನಿಂದ ಇಳಿದ. ಅವನಿಗೆ ಮೊದಲು ಅವನ ಹಳೆಯ ಕೊಡೆ ಇಂದ್ರ ಧನಸ್ಸುನ ಭೂಸ್ಪರ್ಶ ಮಾಡಿತು.

ಅರ್ಥಮಾಡಿಕೊಂಡ ಮಧುಚಂದ್ರ ಉಗುಳು ನುಂಗಿದರು. ಬೇಸತ್ತು, ತಾಳ್ಮೆ ಕಳೆದುಕೊಂಡು ಎಸ್ಟೇಟ್ ಮಾರುವ ಬಗ್ಗೆ ಒಂದು ಮಾತಾಡಿದ್ದರು. ಅದು ಇಲ್ಲಿನವರೆಗೂ ತಲುಪುತ್ತದೆಯೆನ್ನುವ ಮುನ್ಸೂಚನೆ ಇರಲಿಲ್ಲ ಅವರಿಗೆ.

ಇಲ್ಲಿಂದ ಗೆಸ್ಟ್‌ಹೌಸ್‌ಗೂ, ಬಂಗ್ಲೆಗೂ ಇರುವ ದೂರ ಲೆಕ್ಕಹಾಕಿದರು ಮಧುಚಂದ್ರ. "ನಾವು ಗೆಸ್ಟ್‌ಹೌಸ್‌ಗೆ ಹೋಗೋಣ" ಕಾರು ಹತ್ತಿದರು. ರಮ್ಯ ಅರೆಮನಸ್ಸಿನಿಂದಲೇ ಹತ್ತಿಕೂತಳು.

ಅವಳಲ್ಲಿ ದ್ವಂದ್ವ ತೊಳಲಾಟ. ಒಂದು ಸಲ ಇದು ಸರಿಯೆನಿಸಿದರೂ, ಹತ್ತು ನಿಮಿಷದ ನಂತರ ತನ್ನ ವ್ಯಕ್ತಿತ್ವದ ಪತನವೆನ್ನುವಂತೆ ಸಿಡಿದೇಳುತ್ತಿದ್ದಳು.

"ನಂಗೆ ಯಾವ್ದೂ ಸರಿ ಅನ್ನಿಸ್ತಾ ಇಲ್ಲ" ಒಂದು ತರಹ ಮುಖ ಮಾಡಿದರು, ನಸುನಕ್ಕರು ಮಧುಚಂದ್ರ. "ನಿನ್ನಲ್ಲಿರುವ ಅತಿಯಾದ ಸಹಾನುಭೂತಿ, ಕರುಣೆಯ ದೌರ್ಬಲ್ಯ ಅಣ್ಣನಲ್ಲಿ ಇದ್ದಿದ್ದರೆ ಇಲ್ಲಿ ಸುಂದರವಾದ ಕೋಟ್ಯಾಂತರ ರೂಪಾಯಿ ಬೆಲೆಬಾಳುವ ಇಂದ್ರ ಧನಸ್ಸು ಇರುತ್ತಿರಲಿಲ್ಲ. ಹಿಂದೆ ಕಳ್ಳಿ ಬೆಳೆದಿರೋ ಜಾಗದಲ್ಲಿ ಒಂದು ಆಶ್ರಮ ಇರ್ತಾ ಇತ್ತು. ನೀನು ಬೆಳಿಗ್ಗೆ ಎದ್ದರೇ ಅದರ ಅಂಗಳದಲ್ಲಿ ಕಸ ಬಳಸಿಕೊಂಡು ಇರಬಹುದೂಂತ ಅಷ್ಟೆ" ಕಡೆಯ ಮಾತು ಸ್ವಲ್ಪ ಕಠಿಣವಾಯಿತು.

ರಮ್ಯ ಸುಮ್ಮನಾಗಿಬಿಟ್ಟಳು.

ಇವರುಗಳು ಗೆಸ್ಟ್‌ಹೌಸ್ ತಲುಪಿದ ಹತ್ತೇ ನಿಮಿಷಕ್ಕೆ ಕಾರುಗಳು ಸಾಲಾಗಿ ಇಲ್ಲಿಗೆ ಬಂದವು. ಎಲ್ಲರಿಗಿಂತ ಮೊದಲು ಬಂದ ಮಾಚಯ್ಯ ಏದುಸಿರು ಬಿಡುತ್ತಿದ್ದ.

"ಬಂಗ್ಲೆಯೊಳಕ್ಕೆ ಹೋಗೋಕೆ ಬಿಡ್ಲಿಲ್ಲ ವಾಚ್‌ಮನ್. ಹೊಸ ನೇಮಕಾತಿ, ಹೊಸ ಆರ್ಡರ್. ಎಂದಿನಿಂದ್ಲೋ ಬಂದು ಹೋಗ್ತಾ ಇದ್ದ ನಮ್ಮಂಥವ್ರ ಹಣೆಬರಹದ ಗತಿಯೇನು?" ತೀರಾ ವ್ಯಾಕುಲಗೊಂಡಂತೆ ಕಂಡ.

"ಯಾಕೆ ಬಿಡ್ಲಿಲ್ಲ? ಯಾರು ಬಿಡ್ಲಿಲ್ಲ?" ಸ್ವಲ್ಪ ಆವೇಶಗೊಂಡಳು ರಮ್ಯ. "ಚಿಕ್ಕ ಯಜಮಾನ್ರು" ಎಂದ ವಾಚ್‌ಮನ್, "ಇದೆಂಥ ಅನ್ಯಾಯ! ನಾನೇನು ಎಸ್ಟೇಟ್‌ಗೆ ಹೊಸಬನೆ? ಬಂಗ್ಲೆಯಲ್ಲಿ ಯಾರು ಇಲ್ಲದಿದ್ರೂ ಡೈನಿಂಗ್ ಹಾಲ್‌ಗೆ ಹೋಗಿ ಊಟಮಾಡಿ ಬರುವಷ್ಟು ಸ್ವತಂತ್ರವಿತ್ತು" ಬಡಬಡಿಸಿದ.

"ಯಾವಾಗ?" ಮಧುಚಂದ್ರ ಗರ್ಜಿಸಿದರು.

ನ್ಯಾಯ ಕೇಳುವಂತೆ ರಮ್ಯಳತ್ತ ತಿರುಗಿ "ನಾನು ಊಟ ಮಾಡಿರೋದು ಸುಳ್ಳಾ?" ದಯನೀಯತೆಯನ್ನು ನಟಿಸಿದ.

"ಪುರಾಣ ಬೇಡ. ಈಗ ಬಂದಿದ್ದೇನು?" ಅವರ ಸ್ವರದಲ್ಲಿನ ಕಠಿಣತೆ ಕರಗಲಿಲ್ಲ. "ದಿಬ್ಬಣದ ಹಾಗೆ ನಾಲ್ಕು ಕಾರುಗಳ್ನ ಹಿಂದಿಟ್ಕೊಂಡ್ಬಂದಿದ್ದೀಯ?"

ಉಗುಳು ನುಂಗಿದ ಮಾಚಯ್ಯ, ವಿಷಯದ ಪ್ರಸ್ತಾಪಕ್ಕೆ ಇದು ಸರಿಯಾದ ಸಮಯವಲ್ಲವೆಂದುಕೊಂಡ.

"ದೊಡ್ಡ ಜನ... ಪರಿಚಯದವ್ರು.... ಎಸ್ಟೇಟ್ ನೋಡ್ಬೇಕೂಂದ್ರು. ಅದಕ್ಕೇ ಕರ್ಕೊಂಡ್ಬಂದೆ. ಬಾಗಿಲಲ್ಲಿ ಅವಮಾನ ಆಯ್ತು" ಅವಮಾನಿತನಾದಂತೆ ನುಡಿದ.

"ಅದೆಲ್ಲ ಸಾಕು. ಯಾರು... ಇವ್ರು? ಬಂದು ಬಂದವ್ರಿಗೆಲ್ಲ ಪ್ರದರ್ಶನ ಇಡೋಕ್ಕೆ

ಇಂದ್ರ ಧನಸ್ಸು ಗೌರ್ನಮೆಂಟ್ ಪ್ರಾಪರ್ಟಿ ಅಲ್ಲ. ಇನ್ಮೇಲೆ ಪರ್ಮಿಷನ್ ಇಲ್ದೇ ಕರ್ಕೊಂಡು ಬರಬೇಡ" ಎಚ್ಚರಿಸಿದರು ಮಧುಚಂದ್ರ.

ಅವರನ್ನೆಲ್ಲ ಕರೆತಂದು ಪರಿಚಯಿಸಿದ. ಅತಿಥಿ ಸತ್ಕಾರವಾಯಿತು. ಅವರಿಗೆ ಎಸ್ಟೇಟ್ ನೋಡುವ ಹುಮ್ಮಸ್ಸು.

"ಫೆಂಟಾಸ್ಟಿಕ್, ವಂಡರ್‌ಫುಲ್ ವ್ಯೂ. ಹೊರ್ಗಡೆಯಿಂದ ಬೈನಾಕ್ಯುಲರ್‌ನಲ್ಲಿ ನೋಡಿದ್ರೆ... ಬಿಲ್ಲಿನ ಆಕಾರದಲ್ಲಿ ಕಾಣುತ್ತೆ. ಸಂಜೆಯ ಕೆಂಪು ಸೇರಿಕೊಂಡು ಏಳು ಬಣ್ಣಗಳ ಕಾಮನಬಿಲ್ಲಿನಂತೆ ಕಾಣುತ್ತೆ. ತೀರಾ ಅಪರೂಪದ್ದು" ಒಬ್ಬ ನುಡಿದ. ಮಧುಚಂದ್ರ ಪ್ರತಿಕ್ರಿಯಿಸಲು ಹೋಗಲಿಲ್ಲ.

ಎಸ್ಟೇಟ್‌ನ ತೋರಿಸಲು ಮಾಚಯ್ಯನ ಜೊತೆಗೆ ಒಬ್ಬ ಆಳನ್ನು ಕಳುಹಿಸಿದ.

"ಏನು ಅಂಕಲ್, ಡ್ಯಾಡಿ ಇದ್ದಾಗ ಸಾಕಷ್ಟು ಜನ ಬರ್ತಾ ಇದ್ದರು. ಈಗ್ಯಾಕೆ.. ಕಟ್ಟುಪಾಡುಗಳು?" ಬೇಸರ ವ್ಯಕ್ತಪಡಿಸಿದಳು.

ಮೇಲಕ್ಕೆದ್ದ ಮಧುಚಂದ್ರ ಅವಳ ತಲೆಯ ಮೇಲೆ ಮೊಟಕಿ "ಅಂದು ಅಣ್ಣ ಇದ್ದರು. ಅದೊಂದೇ ಸಾಕಿತ್ತು. ಈಗ ಗಟ್ಟಿಯಾದ ಯಜಮಾನ ಇಲ್ಲಾಂತಂದ್ಮೇಲೆ ಹಲವರಿಗೆ ಕಣ್ಣು. ನಾವು ಎಚ್ಚರದಿಂದ ಇರ್ಬೇಕು" ದೃಢವಾಗಿ ಹೇಳಿದರು.

ತನ್ನ ಕೋಣೆಗೆ ಬಂದ ರಮ್ಯ ಮಂಕಾಗಿ ಕೂತಳು. ತಂದೆ ಸತ್ತ ಮೇಲೆ ಅವಳ ಕಣ್ತಪ್ಪಿ ಲಕ್ಷಾಂತರ ಲಾಸ್ ಆಗಿತ್ತು. ಹೇಗೆ? ಕೂಲಿಯಾಳುಗಳ ಕೆಲಸದಿಂದ ಹಿಡಿದು ಪ್ರತಿಯೊಂದನ್ನೂ ಗಮನಿಸುತ್ತಿದ್ದಳು.

"ಕರುಣೆಗೆ ಕಡಿಮೆ ಜಾಗ ಇರಲಿ ಹೃದಯದಲ್ಲಿ" ಅವಳ ತಂದೆ ಒಮ್ಮೆ ನಗೆಯಾಡಿದ್ದರು.

ಎರಡರ ಸುಮಾರಿಗೆ ಹಿಂದಿರುಗಿದ ಸೂರ್ಯ ಗಾಬರಿಯೇನೂ ಆಗಲಿಲ್ಲ. ಅವಳು ಮೊದಲಿನಂತೆ ಖುಷಿಯಾಗಿಯೋ, ತುಂಟತನ ಮಾಡುತ್ತಲೋ ಓಡಾಡಿದ್ದರೇ ಆತಂಕಪಡಬೇಕಿತ್ತಷ್ಟೆ.

"ಊಟ ಆಯ್ತಾ?" ಕೇಳಿದ.

ಹತ್ತು ನಿಮಿಷಕ್ಕೆ ಮೊದಲು ಗೆಸ್ಟ್‌ಹೌಸ್‌ನಿಂದ ಮಾಚಯ್ಯ ಫೋನ್ ಮಾಡಿದ್ದ "ಮದ್ವೆಯಾಗಿ ಆಗಿರೋದು ದಿನಗಳು; ತಿಂಗಳಲ್ಲ, ವರ್ಷಗಳಲ್ಲ. ಆದ್ರೆ ಯಜಮಾನಿಕೆ ಪೂರ್ತಿಯಾಗಿ ವಹಿಸಿಕೊಂಡಂಗೆ ಕಾಣುತ್ತೆ. ಎಸ್ಟೇಟ್ ಪೂರ್ತಿ ನೋಡೋಕೆ ನಿರ್ಬಂಧ. ಹೇಗಿದೆ ನೋಡಿದ್ಯಾ...ತಾಯಿ. ನಿನ್ನ ನೋಡೋಕು ಇಂಥ ಒಂದು ನಿರ್ಬಂಧ ಜಾರಿಯಲ್ಲಿ ಬರಬಹುದು. ಆಗ ನಮ್ಮಂಥವರ ಗತಿಯೇನು?" ಅವನ ಅಳು ಇಲ್ಲಿಯವರೆಗೂ ಹರಿದುಬಂದಂತಾಯಿತು.

"ಷಟಪ್..." ಫೋನಿಟ್ಟಳು.

ಬಟ್ಟೆ ಬದಲಾಯಿಸಿ ಬಂದವನು "ಊಟ ಮಾಡೋಣ" ಹೇಳಿದ. "ನಂಗೆ

ಬೇಡ, ನೀವು ಮಾಡ್ಹೋಗಿ" ಮುಖ ತಿರುವಿದಳು.

ಅವರಿಬ್ಬರ ಅನ್ಯೋನ್ಯತೆ ಹೊರಗೆ ಕಾಣಬೇಕು. ಇಲ್ಲದಿದ್ದರೇ ಒಂದು ಸಣ್ಣಕ್ರಾಂತಿ ಎಸ್ಟೇಟ್‌ನಲ್ಲಾದರೂ ಹೆಚ್ಚಲ್ಲವೆಂದು ಅವನಿಗೆ ಗೊತ್ತು.

"ಪ್ಲೀಸ್..." ಎಂದ.

ಅವಳೇನೂ ಅಲ್ಲಾಡಲಿಲ್ಲ. ರಿಸೀವರ್ ಎತ್ತಿ ಇಂಟರ್‌ಕಾಮ್‌ನಲ್ಲಿ ತಮ್ಮಿಬ್ಬರ ಊಟ ಕೋಣೆಗೆ ತರುವಂತೆ ಹೇಳಿದ.

ಕೂಲಿಗಾರರ ಅಟೆಂಡೆನ್ಸ್ ತರಿಸಿಕೊಂಡಿದ್ದ. ಅದನ್ನು ನೋಡತೊಡಗಿದ. ಕೆಲವು ದಿವಸದ ಅಟೆಂಡೆನ್ಸ್ ಒಂದೇ ದಿನ ಹಾಕಿದಂತಿತ್ತು. ಕೆಲವು ಕಡೆ 'ಆ' ಮೇಲೆ '1' ಎಳೆದಿದ್ದರು. ಅಂತೂ ಯಾವುದೂ ವ್ಯವಸ್ಥಿತವಾಗಿರಲಿಲ್ಲ. ಸ್ವಲ್ಪ ಸೂಕ್ಷ್ಮವಾಗಿ ಗಮನಿಸಿದರೆ ವಾರವಾರವೂ ಕೆಲವು ಸಾವಿರಗಳು ಮ್ಯಾನೇಜರ್, ಮೇಸ್ತ್ರಿ ಹಂಚಿಕೊಂಡ ಹಾಗೆ ಕಾಣಿಸುತ್ತಿತ್ತು. ಹಿಂದೆ ಶ್ರೀಚಂದ್ರ ಅವರು ಖುದ್ದು ಪರಿಶೀಲಿಸುತ್ತಿದ್ದರು. ಬಟವಾಡೆಯ ದಿನ ಒಮ್ಮೊಮ್ಮೆ ಎದುರು ಇರುತ್ತಿದ್ದರು.

ಊಟ ಮುಗಿಸಿದವನು "ರಾತ್ರಿ ಪಾಠ ಮಾಡೋ ಮೇಷ್ಟ್ರು ಎಲ್ಲಿ? ಅವರು ಸಂಬಳ ಮಾತ್ರ ತಿಂಗಳು ತಿಂಗಳು ಪಾವತಿಯಾಗಿದೆ" ರಮ್ಯಳನ್ನು ಕೇಳಿದ.

"ಅವರು ಬರೋದು ಸಂಜೆಹೊತ್ತು. ಎಂದಾದ್ರೂ ಬಂಗಲೆಗೆ ಬಂದು ಹೋಗ್ತಾರೆ" ಎಂದಳು.

ಕೆಳತುಟಿಯನ್ನು ಕಚ್ಚಿಡಿದು ಆ ಪುಸ್ತಕವನ್ನು ಅಲ್ಲಿಯೇ ಇಟ್ಟು ಹೊರಗೆಹೋದ. ನೋಡಲಿಯೆನ್ನುವುದೇ ಅವನ ಉದ್ದೇಶ.

ಎಲ್ಲಾ ತಿರುವಿಹಾಕಿದ ರಮ್ಯ ತಲೆಯ ಮೇಲೆ ಕೈಹೊತ್ತಳು. ಅವಳು ಪ್ರತಿಯೊಬ್ಬರನ್ನೂ ನಂಬಿದ್ದಳು. ಎಲ್ಲರೂ ತನಗೆ ಮೋಸ ಮಾಡಿದ್ದಾರೆ. ಅವಳಿಗೆ ಅಳುವಂತಾಯಿತು.

ಕೂಲಿಯ ಜನರಿಗೆ ಅಕ್ಷರಾಭ್ಯಾಸವಾಗಲಿ ಎಂದೇ ಒಬ್ಬ ಮೇಷ್ಟ್ರನ್ನ ಗೊತ್ತುಮಾಡಿದ್ದರು ಶ್ರೀಚಂದ್ರ. ಅವರ ಜೊತೆ ಹೆಂಗಸರನ್ನು, ಮಕ್ಕಳನ್ನು ಸುಧಾರಿಸಲು ಒಬ್ಬ ಸಮಾಜ ಸುಧಾರಕನನ್ನು ಕೂಡ ನೇಮಿಸಿದ್ದರು. ಅವರಿಬ್ಬರ ಸಂಬಳವನ್ನು ಎಸ್ಟೇಟ್‌ನ ಮ್ಯಾನೇಜ್‌ಮೆಂಟ್‌ನವರೇ ಕೊಡುತ್ತಿದ್ದರು.

ಅವರು ಎಷ್ಟರಮಟ್ಟಿಗೆ ಅಕ್ಷರಕ್ರಾಂತಿ ಮಾಡಿದ್ದರೆಂದರೆ ಓದಲು ಕಲಿತ ಮಂದಿಗೆ ಒಂದು ರೂಪಾಯಿ ಇನ್‌ಕ್ರಿಮೆಂಟ್. ಓದು, ಬರಹ ಕಲಿಯಬೇಕೆಂಬ ನಿಯಮ ಇಂದ್ರ ಧನಸ್ಸಿನಲ್ಲಿತ್ತು. ತಾವೇ ಎದುರಿನಲ್ಲಿ ನಿಲ್ಲಿಸಿಕೊಂಡು ಛೀಮಾರಿ ಹಾಕುತ್ತಿದ್ದರು. ಮೂರೇ ತಿಂಗಳಲ್ಲಿ ಹೆಬ್ಬೆಟ್ಟು ಒತ್ತುವವರ ಸಂಖ್ಯೆಯನ್ನು ಪೂರ್ತಿ ತೊಡೆದುಹಾಕಿದ್ದರು.

ಅವರ ಸಾವಿನ ದುಃಖದಲ್ಲಿದ್ದ ರಮ್ಯ ಇವೆಲ್ಲದರತ್ತ ಗಮನಹರಿಸಲು ಆಗಿರಲಿಲ್ಲ.

ಚೇತರಿಸಿಕೊಂಡ ಮೇಲೆ ಆಗಾಗ ವಿಚಾರಿಸುತ್ತಿದ್ದಳಷ್ಟೆ.

ಮಧುಚಂದ್ರರ ಮುಂದೆ ಈ ಸಂಗತಿ ಪ್ರಸ್ತಾಪಿಸಿದಾಗ ಅವರು ಸುಸ್ತಾದರು. ಇಲ್ಲೇ ಇದ್ದರೂ ಅವರು ಈ ಎಸ್ಟೇಟ್‌ನ ಕಾರುಬಾರಿಗೆ ಒಗ್ಗಿಕೊಂಡಿರಲಿಲ್ಲ.

"ಸ್ಟುಪಿಡ್, ಡ್ಯಾಮ್‌ಇಟ್... ಏನು ಜನ! ಮ್ಯಾನೇಜರ್, ಮೇಸ್ತ್ರಿ, ಅಕೌಂಟೆಂಟ್ ಒಬ್ರೂ ಇದನ್ನೆಲ್ಲ ನಂಗೆ ಹೇಳಿಲ್ಲ. ಒಬ್ಬರಿಗೊಬ್ರು ಷಾಮೀಲು. ಕೇಸ್ ಹಾಕಿ ಜೈಲಿಗೆ ತಳ್ಳಿಸಿಬಿಡ್ಬೇಕು" ಹಾರಾಡಿದರು.

ಸೂರ್ಯ ಸಮಾಧಾನವಾಗಿಯೇ ಇದ್ದ. ತಂದೆಯ ಜೀವನ ಅವನಿಗೊಂದು ಪಾಠ. ಎಷ್ಟೋ ಜನ ಆವೇಶದಿಂದ ಕೇಸ್ ಹಾಕಿ ತಮ್ಮ ಪ್ರತಿಸ್ಪರ್ಧಿಯನ್ನು ಮುಗಿಸಲು ಬಂದವರಿಗೆ ಬುದ್ಧಿಹೇಳಿ ರಾಜಿ ಮಾಡಿಸಿದ್ದರು. ಉಪಾಯ ತೋರಿಸಿ ಹೇಗೆ ಮೆತ್ತಗೆ ಮಾಡುವುದು, ತೊಡೆದುಹಾಕುವುದು ಎಂದು ಹೇಳಿಕೊಟ್ಟಿದ್ದರು.

"ನ್ಯಾಯಾಲಯದ ವೇಳೆ ಹಾಳಾಗ್ಬಾರ್ದು. ಪರಿಹಾರ ಸಾಧ್ಯವೇ ಇಲ್ಲವೆಂದಾಗ ಕೋರ್ಟುಮೆಟ್ಟಿಲು ಹತ್ತಬೇಕು. ಹಠ, ಷರತ್ತುಗಳಿಂದ ಎದುರು ಪಾರ್ಟಿಗಿಂತ ನೀವೇ ಹೆಚ್ಚು ಹಣ್ಣಾಗುತ್ತೀರಾ" ಬುದ್ಧಿ ಹೇಳುತ್ತಿದ್ದರು.

"ಏನೂ ಬೇಡ, ನಂಗೆ ಬಿಡಿ" ಆತ್ಮವಿಶ್ವಾಸದಿಂದ ಹೇಳಿದ "ಅವ್ರನ್ನ ಇಟ್ಟುಕೊಳ್ಳೋಕೆ ಸಾಧ್ಯವೇ ಇಲ್ಲವೆಂದಾಗ ಅವ್ರೇ ಇಲ್ಲಿಂದ ಕಾಲ್ತೆಗೆಯೋ ಹಾಗೆ ಮಾಡ್ಬೇಕು."

ಮಧುಚಂದ್ರ ಹ್ಞೂಗುಟ್ಟಿದರು.

"ಒಂದಿಷ್ಟು ಮಾತಾಡೋದಿದೆ" ಮೇಲೆದ್ದರು.

ಜೀಪು ಇವರುಗಳನ್ನು ಹೊತ್ತು ಎಸ್ಟೇಟ್‌ನಿಂದ ಆಚೆಹೋಯಿತು. ಒಂದು ನಿರ್ಜನವಾದ ಪ್ರದೇಶವನ್ನು ಆರಿಸಿಕೊಂಡರು ಮಾತುಕತೆಗೆ.

ನಿಂತು ಸುತ್ತಲೂ ನೋಟ ಹರಿಸಿದ ಸೂರ್ಯ. "ಇದು ಕ್ಷೇಮವಾದ ಪ್ರದೇಶವಲ್ಲ. ಹಿಂದೆ ಆದ ಘಟನೆಗಳಿಗೆ ಒಂದು ಕಾರಣವಾಗ್ಲೀ, ಒಬ್ಬ ವ್ಯಕ್ತಿಯಾಗ್ಲೀ ಸಿಕ್ಕಿಲ್ಲ. ಆದ್ದರಿಂದ ವಿಶೇಷವಾದ ಎಚ್ಚರ ವಹಿಸಬೇಕು, ಬನ್ನಿ...." ತಾನು ಸ್ಟೀರಿಂಗ್ ವೀಲ್ ಮುಂದೆ ಕೂತ.

ಮೊದಲು ಮಧುಚಂದ್ರರಿಗೆ ಅರ್ಥವಾಗದಿದ್ದರೂ ಅನುಮೋದಿಸುವುದು ಸರಿಯೆನಿಸಿತು.

ಕಾರಿನಲ್ಲಿದ್ದ ಟೇಪ್‌ರೆಕಾರ್ಡರ್ ಸ್ಕ್ರೂಡ್ರೈವರ್‌ನಿಂದ ಬಿಚ್ಚಿಟ್ಟ. "ಇದು ಆಫ್‌ನಲ್ಲಿದ್ರೂ ಕೆಲ್ಸ ಮಾಡುತ್ತೆ" ಎಂದ. ಅವರು ದಂಗಾದರು.

ಅವರ ವಕೀಲಿ ವೃತ್ತಿಯಲ್ಲಿ ಸಾಕಷ್ಟು ವಿಸ್ಮಯಗಳನ್ನು ನೋಡಿದ್ದರು. ಅವರದು ಬಹಳ ಚುರುಕಾದ ಮೈಂಡ್. ಇಂಡಸ್ಟ್ರಿಯಲಿಸ್ಟ್ ಅಜಯಶರ್ಮ ಕೊಲೆ ಪ್ರಯತ್ನದ ಬಗ್ಗೆ ಮತ್ತೊಬ್ಬ ಬಿಗ್ ಟೆಕ್ಸ್‌ಟೈಲ್ ಮಾಲೀಕನ ಕೈವಾಡವಿದೆಯೆನ್ನುವ ಕೇಸ್ ಇಡೀ

ಶ್ರೀಮಂತ ವರ್ಗವನ್ನೇ ಕೆರಳಿಸಿತ್ತು.

ಆಗ ಕೊಲೆಗಾರನ ಪ್ರಯತ್ನಗಳ ಬಗ್ಗೆ ವಿಶೇಷವಾದ ವರದಿಗಳು ಬಂದಿದ್ದವು. ಪೇಪರ್‌ನವರು ಆ ಪ್ರಕರಣದ ಬಗ್ಗೆ ವಿಶೇಷ ಒತ್ತುಕೊಟ್ಟು ಬರೆದವು.

"ಸ್ಟಾರ್ಟ್ ಮಾಡ್ಲಾ?" ಅವರನ್ನು ಎಚ್ಚರಿಸಿದ ಸೂರ್ಯ. "ಓಕೇ..." ಎಂದರು ವಿಚಲಿತರಾಗಿ.

ಕಾರು ನಿಧಾನವಾಗಿ ಸಾಗುತ್ತಿದ್ದಂತೆಯೇ ಕೇಳಿದ ಸೂರ್ಯ "ಎನ್ನೇಳಿ ಸಾರ್.." ಎಂದ. ಮೊದಲು ಸ್ವಲ್ಪ ಹಿಂಜರಿದರು.

"ಸೂರ್ಯ, ಐ ಯಾಮ್ ಇನ್ ಎ ಸೂಪ್. ಒಂದು ರೀತಿಯ ಉಭಯ ಸಂಕಟ. ಮೃಣಾಲಿನಿ ನನ್ನ ಬಿಟ್ಟು ದೆಹಲಿಗೆ ಹಿಂದಿರುಗೋಕೆ ಒಪ್ಪೋಲ್ಲ. ಇಲ್ಲೇ ಇರೋಕೂ ಅವಳ ಸಮ್ಮತವಿಲ್ಲ. ಇಂಥ ಸ್ಥಿತಿಯಲ್ಲಿದ್ದೀನಿ ನಾನು. ಕೆಲವು ಕೈಯಲ್ಲಿರೋ ಕೇಸುಗಳಿಗೆ ಮುಕ್ತಿ ಕೊಟ್ಟು ಅಥವಾ ಬೇರೆಯವರಿಗೆ ವಹಿಸಿ, ಹುಡುಗರ ವಿದ್ಯಾಭ್ಯಾಸಕ್ಕೆ ಬೇರೆ ಏರ್ಪಾಟು ಮಾಡಿ ನಿಶ್ಚಿಂತೆಯಿಂದ ಇಂದ್ರ ಧನಸ್ಸುಗೆ ಬರೋ ತೀರ್ಮಾನ ನಂದು. ಮೃಣಾಲಿನಿಯನ್ನು ಒಪ್ಪಿಸೋಕೆ ಒಂದಿಷ್ಟು ಸಮಯ ಬೇಕು. ಈ ಮಧ್ಯೆ ಇಂದ್ರ ಧನಸ್ಸುನಲ್ಲಿ ಯಾವುದೇ ಅನಾಹುತಗಳು ನಡೆಯದಿದ್ರೆ... ನನ್ನ ಪ್ರಯತ್ನ ಸುಲಭವಾಗುತ್ತೆ" ಮನಬಿಚ್ಚಿ ಅವನ ಮುಂದೆ ಹೇಳಿಕೊಂಡರು.

ಅತ್ಯಂತ ಸತ್ಯಪರ, ನ್ಯಾಯನಿಷ್ಠ ಪುರುಷೋತ್ತಮ್ ತಮ್ಮ ಪಕ್ಕದಲ್ಲಿ ಇದ್ದಾರೆ ಎನ್ನುವಂಥ ಆತ್ಮವಿಶ್ವಾಸ ಸೂರ್ಯನ ಮೇಲೆ.

"ರಮ್ಯಳ ಪೂರ್ತಿ ಜವಾಬ್ದಾರಿಯನ್ನು ನಿಂಗೆ ಒಪ್ಪಿಸಿ ಹೋಗ್ತಾ ಇದ್ದೀನಿ" ಅವರ ಗಂಟಲು ಕಟ್ಟಿತು. ಸ್ಟೀರಿಂಗ್ ವೀಲ್ ಮೇಲೆ ಕೈಯಿಟ್ಟ ಸೂರ್ಯ, "ಧೈರ್ಯವಾಗಿ ಹೋಗ್ಬನ್ನಿ, ಮತ್ತೆ ಯಾವುದೇ ದುರ್ಘಟನೆಗಳು ಇಂದ್ರ ಧನಸ್ಸುನಲ್ಲಿ ನಡೆಯೋಲ್ಲ!" ಅವನ ತುಂಬು ಭರವಸೆಗೆ ಅವರು ಚಕಿತರಾದರು.

* * *

ಅಂದು ರಾತ್ರಿ ಹತ್ತರ ನಂತರವೇ ಬಂಗ್ಲೆಗೆ ಹಿಂದಿರುಗಿದ್ದು ಸೂರ್ಯ. ಹೊರಗೆ ಅಮಾವಾಸ್ಯೆಯ ಕತ್ತಲು, ಜೀರುಂಡೆಗಳ ಸದ್ದು; ಬಂಗ್ಲೆಯ ಪ್ರವೇಶ ಈಗ ಎಲ್ಲರಿಗೂ ಮುಕ್ತವಾಗಿರಲಿಲ್ಲ! ಅದರ ಬಗ್ಗೆ ಸಿಕ್ಕಾಪಟ್ಟೆ ಕಾಮೆಂಟ್.

ಲೈಬ್ರರಿಯಲ್ಲಿ ಓದುತ್ತ ಕಾಲ ಕಳೆದ ರಮ್ಯ ಎರಡು ಸಲ ಟೈಮ್ ನೋಡಿ ಹೊರಗೆಬಂದಳು.

ಗುಂಡಣ್ಣ ಮೆಟ್ಟಿಲೇರಿ ಮೇಲೆ ಬಂದ.

"ಚಿಕ್ಕ ಯಜಮಾನ್ರು ಹೇಳಿಕಳ್ಸಿದ್ರು, ಕೇಳಿಕೊಂಡ್ಹೋಗೋಣಾಂತ ಒಂದ್ಗಂಟೆಯಿಂದ ಕಾದೆ. ನೀವು ಕೆಳಗೆ ಬರಲಿಲ್ಲ" ಏದುಸಿರು ಬಿಡುತ್ತಾ ಹೇಳಿದ.

ಸ್ವಲ್ಪ ಮಾಸಲು ಬಣ್ಣಕ್ಕೆ ತಿರುಗಿದ ಪಂಚೆ, ಮೇಲೊಂದು ಅರೆತೋಳಿನ ಅದೇ ಬಣ್ಣದ ಗಂಟು, ಹೆಗಲ ಮೇಲೊಂದು ಮುಂಡಾಸು, ಕೈಚೌಕ.

"ಕೂತ್ಕೋ, ಲೈಬ್ರರಿಯಲ್ಲಿದ್ದೆ. ಈಚೆಗೆ ಸಾರು, ಸೂಪ್ ಒಂದೂ ಚೆನ್ನಾಗಿಲ್ಲ" ಹ್ಯಾಮ್ಲೆಟ್ ಹಿಡಿದು ಅಲ್ಲೇ ಕೂತಳು.

ಗುಂಡಣ್ಣ 'ಮಂಜುನಾಥ, ಮಂಜುನಾಥ' ಎನ್ನುತ್ತ ಕೂತರು. ಇಲ್ಲಿದ್ದಾಗ ಅವರದು ಸಂತೃಪ್ತಿಜೀವನ. ಒಂದು ರೀತಿಯಲ್ಲಿ ಈ ಮನೆಗೆ ಒಗ್ಗಿಕೊಂಡಿದ್ದರು.

"ಹೇಗಿದ್ದಿ ಅಮ್ಮ, ಮದುವೆ ವಿಷಯ ನಂಗೆ ಮುಟ್ಟಲೇ ಇಲ್ಲ... ನೋಡೋ ಭಾಗ್ಯ ಇಲ್ದೇಹೋಯ್ತು" ನೊಂದುಕೊಂಡ.

ವಿವಾಹದ ಬಗೆಗೆ ಮಾತಾಡಲು ರಮ್ಯಗೆ ಇಷ್ಟವಿಲ್ಲ. "ಅದು ಬಿಡು, ಹೇಗಿದ್ದೀಯಾ?" ಕೇಳಿದಳು ಪುಸ್ತಕವನ್ನು ಟೀಪಾಯಿ ಮೇಲಿಡುತ್ತ.

"ಬರೀ ದಿನಗಳು ದೂಡಬೇಕು. ಅವು ಪ್ರಯಾಸವೇ! ಇನ್ನೆಷ್ಟು ವರ್ಷ ಬದುಕೋದು ಅನ್ನಿಸಿಬಿಟ್ಟಿದೆ" ನೋವಿನ ಉಸಿರು ದಬ್ಬಿದರು.

ಅಷ್ಟರಲ್ಲಿ ಮೆಟ್ಟಿಲೇರಿ ಬಂದ ಸೂರ್ಯ ಗುಂಡಣ್ಣನನ್ನು ಕಂಡು ನಿಂತ. "ಇಲ್ಲೇ ಕೆಲ್ಸಕ್ಕೆ ನಿಂತುಬಿಡಿ, ಅಮ್ಮಾವ್ರಿಗೆ ನಿಮ್ಮ ಕೈನ ಸಾರು, ಸೂಪ್ ಬಿಟ್ಟು ಬೇರೆಯವರ ಕೈನದು ರುಚಿಸದು" ಒಂದುನಗೆ ಎಸೆದ ಅವಳ ಮೇಲೆ.

ಅಷ್ಟು ಸಾಕಾಗಿತ್ತು ಆ ಮನುಷ್ಯನಿಗೆ. ಎರಡು ಕೈ ಜೋಡಿಸಿದರು. "ಬಹಳ ಉಪಕಾರವಾಯ್ತು. ಇಷ್ಟು ವರ್ಷ ಈ ಬಂಗ್ಲೆಯಲ್ಲಿದ್ದ ನಂಗೆ ಇದನ್ನ ಬಿಟ್ಟು ಹೊರಗಿನ ಬದುಕು ರುಚಿಸದು. ಇನ್ನೇನು ಸಂಬಳ ಸಾರಿಗೆ ಬೇಕಿಲ್ಲ. ಎರಡು ಹೊತ್ತು ಊಟ ನಡೆದುಹೋದ್ರೆ ಸಾಕು. ಎಲ್ಲಾ ಅವರವರ ಕಾಲಮೇಲೆ ನಿಂತಿದ್ದಾರೆ. ನನ್ನ ಹಣದ ಅಗತ್ಯವಿಲ್ಲ" ಕೃತಜ್ಞತೆಯಿತ್ತು ಗುಂಡಣ್ಣನ ಸ್ವರದಲ್ಲಿ.

"ಸರಿ, ನೀನ್ಹೋಗು" ಅವನನ್ನು ಕಳುಹಿಸಿದ.

ಕೈಯಲ್ಲಿದ್ದ ವಾಚ್ ನೋಡಿದ ರಮ್ಯ ಆತಂಕದಿಂದ, "ಇಷ್ಟು ಹೊತ್ತಿನಲ್ಲಿ ಎಸ್ಟೇಟ್ ಸುತ್ತೋದು ಒಳ್ಳೇದಲ್ಲ. ಹಗಲೆಲ್ಲ ಕೂಲಿಗಳು ನಾರ್ಮಲ್ಲಾಗಿ ಕಂಡರೂ ರಾತ್ರಿಹೊತ್ತು ಕುಡಿದು ತೂರಾಡ್ತಾರೆ. ಪಪ್ಪ ಅದನ್ನ ಬಿಡಿಸೋಕೆ ಬಹಳ ಪ್ರಯತ್ನಪಟ್ಟು, ಅದಕ್ಕೋಸ್ಕರವೇ ರಾತ್ರಿ ಸ್ಕೂಲು ನಡೆಸೋ ಏರ್ಪಾಟು ಮಾಡಿದ್ದು" ಅವಳ ಮಾತಿಗೆ ತಲೆದೂಗಿದ ಅಷ್ಟೆ.

ರಾತ್ರಿ ಏಳರಿಂದ ಒಂಭತ್ತು ಗಂಟೆಯವರೆಗೂ ಪಾಠ ಮಾಡುವ ಮೇಷ್ಟರಿಗೆ ಎರಡು ಸಾವಿರದಷ್ಟು ಮೊತ್ತದ ಸಂಬಳ. ಇದನ್ನ ನಿಗದಿ ಮಾಡಿದವರು ಶ್ರೀಚಂದ್ರ.

ಬಟ್ಟೆ ಬದಲಾಯಿಸಿ ಬಂದ. "ರಮ್ಯ, ನಿಮ್ದು ಊಟ ಆಯ್ತಾ?". ಇಲ್ಲವೆನ್ನುವಂತೆ ತಲೆಯಾಡಿಸಿದಳು. ಅವನ ನಿರ್ಭಿಡೆ ವ್ಯಕ್ತಿತ್ವ, ಕೆಲವು ಬದಲಾವಣೆಗಳು ಅವಳಿಗೆ ಮೆಚ್ಚುಗೆಯಾಗಿತ್ತು.

ಊಟ ಮೇಲಕ್ಕೆ ಬಂತು. ಇಬ್ಬರೂ ಕೂತರು. "ವ್ಹಾ... ವ್ಹಾ... ಸಾಸ್ ತುಂಬ ಚೆನ್ನಾಗಿದೆ" ಅದರಲ್ಲಿ ಬೆರಳಿಟ್ಟು ನೆಕ್ಕಿದಳು. ಬರೀ ಮುಗುಳ್ನಗೆ ಬೀರಿದ.

ಪ್ರತಿದಿನ ಅವಳ ಅರಿವಿಗೆ ಬರದಂತೆ ಸಾರು, ಸಾಸ್‌ಗೆ ಒಂದಿಷ್ಟು ಉಪ್ಪನ್ನೋ, ನೀರನ್ನೋ, ಸಕ್ಕರೆಯ ಪೌಡರನ್ನೋ ಬೆರೆಸುತ್ತಿದ್ದವನು ಅವನೇ. ತನಗೇ ಸಾರು, ಸಾಸ್ ಇಷ್ಟವಾಗಲಿಲ್ಲವೆಂದು ಹೇಳಬೇಕು. ಮತ್ತೆ ಗುಂಡಣ್ಣನ ಮರುಪ್ರವೇಶವಾಗಬೇಕು ಅಡುಗೆಯ ಮನೆಗೆ ಎನ್ನುವುದು ಅವನ ಯೋಚನೆ ಆಗಿತ್ತು. ಅದು ಸಫಲವೂ ಆಯಿತು.

ತಕ್ಷಣ ಮ್ಲಾನವದನಳಾದಳು. ನೆನಪುಗಳು ನುಗ್ಗಿಬಂದವು. ಹೀಗೆ ಕೂತಾಗ ಅವಳಪ್ಪ ಜೋಕ್‌ಗೆ ಬೆಟ್ಸ್ ಕಟ್ಟಿ ಊಟ ಮಾಡಿಸುತ್ತಿದ್ದರು.

"ನಿಮಗೊಂದು ಜೋಕ್ ಹೇಳ್ಲಾ?" ಪುಸಲಾಯಿಸಿದ.

"ನಂಗೆ ನಗು ಬರೋಲ್ಲ! ಊಟಾನು ಬೇಡ" ಎದ್ದೇಬಿಟ್ಟಳು.

ಮಧುಚಂದ್ರ ಅಣ್ಣ ಆಗಾಗ ಗುರುತು ಹಾಕಿಟ್ಟ ಡೈರಿಯನ್ನು ಅವನಿಗೆ ಕೊಟ್ಟಿದ್ದ. "ಅವರಿಗೆ ರಮ್ಯ, ಇಂದ್ರ ಧನಸ್ಸು ಎರಡು ಕಣ್ಣುಗಳಾಗಿತ್ತು. ಅದರ ಸೈಕಾಲಜಿಯನ್ನು ಗುರುತು ಹಾಕಿಟ್ಟಿದ್ದಾರೆ. ನಿನಗೆ ಅನುಕೂಲವಾಗಬಹುದು" ಎಚ್ಚರದಿಂದ ಸ್ವೀಕರಿಸಿದ್ದ.

ತನ್ನ ಪ್ರಶ್ನೆಗಳಿಗೆ ಉತ್ತರ ಪಡೆಯುವ ಕ್ರೇಜ್ ಜೊತೆಗೆ ರಮ್ಯಳಿಗೆ ಜೋಕ್‌ಗಳೆಂದರೆ ಇಷ್ಟ. ಅವಳು ಊಟ ಬಿಟ್ಟಾಗ ಇಂಥ ಬೆಟ್ ಕಟ್ಟಿ ನಗುವಿನ ಜೊತೆಗೆ ಶ್ರೀಚಂದ್ರ ಊಟ ಮಾಡಿಸುತ್ತಿದ್ದರು. ಅದನ್ನು ಗುರುತು ಹಾಕಿದವರು ರೆಡ್‌ಇಂಕ್‌ನಲ್ಲಿ ಅಂಡರ್‌ಲೈನ್ ಮಾಡಿದ್ದರು. ಅದನ್ನು ಓದಿದ್ದ.

"ಒಂದು ಕರಾರು. ನನ್ನ ಜೋಕ್‌ನಿಂದ ನಿಮಗೆ ನಗು ಬಂದರೆ ನೀವು ಊಟಮಾಡಿ. ನಗು ಬರಲಿಲ್ಲಾಂದ್ರೆ ನಿಮ್ಜೊತೆ ನಾನು ಊಟಮಾಡ್ತೀನಿ" ಮನವೊಲಿಸಲು ನೋಡಿದ.

ಹಠದಿಂದ ಸವಾಲ್‌ನ ಸ್ವೀಕರಿಸಿದಳು. "ನಂಗೆ ನಗು ಬರೋಲ್ಲ. ನೀವು ಊಟ ಬಿಟ್ಟರೆ ಸಾಲದು. ನನ್ನ ಜೊತೆ ಚೆಸ್ ಆಡಬೇಕು. ಒಪ್ಪಿಗೆ ಇದ್ಯಾ?" ಗದ್ದಕ್ಕೆ ಕೈಯೂರಿ ಕೂತಳು.

ಅವನಿಗೆ ಚೆಸ್ ಬರದು. ಅವನ ವೇಳೆ ತೀರಾ ಅಮೂಲ್ಯ. ಒಂದು ನಿಮಿಷ ವ್ಯಯವಾಗುವುದು ಕೂಡ ಅವನಿಗಿಷ್ಟವಿಲ್ಲ.

"ಓಕೇ ಮೇಡಮ್... ಚೆಸ್‌ನಲ್ಲಿ ಸೋತರೆ ಮಾತ್ರ ಶಿಕ್ಷೆ ವಿಧಿಸ್ಬಾರ್ದು. ನಂಗೆ ಆಟ ಬರೋಲ್ಲ" ಎಂದ. ಆ ಕ್ಷಣ ಅವಳ ಮುಖ ಪ್ರಫುಲ್ಲಿತವಾಯಿತು. "ಅದು ಆಮೇಲೆ.... ಮೊದ್ಲು ಜೋಕ್ ಹೇಳಿ".

ಬಡಿಸಲು ಬಂದ ಗುಂಡಣ್ಣ ಹಾಗೆಯೇ ನಿಂತ. ಇದು ಅವರಿಗೆ ಹೊಸತಲ್ಲ. ಊಟವನ್ನು ಮುಚ್ಚಿಟ್ಟ. ಕೂರುವಂತೆ ಸನ್ನೆ ಮಾಡಿದ ಸೂರ್ಯ.

"ಒಮ್ಮೆ ಗಡ್ಡಧಾರಿ ಬಂಗಾಳಿ ಮತ್ತು ಸರ್ದಾರ್ಜಿಗಳಿಬ್ಬರ ನಡುವೆ ವಿವಾದ ಶುರುವಾಯಿತು. ವಿಷಯ, ಯಾವ ರಾಜ್ಯ ಅಧಿಕ ಮಂದಿಗೆ ಸ್ವಾತಂತ್ರ್ಯ ಹೋರಾಟಗಾರರನ್ನು ರಾಷ್ಟ್ರಕ್ಕೆ ಕೊಡುಗೆಯಾಗಿ ನೀಡಿದೆ? ಕಡೆಗೆ ಒಂದು ಒಪ್ಪಂದಕ್ಕೆ ಬಂದರು. ಒಬ್ಬ ತನ್ನ ರಾಜ್ಯದ ಒಬ್ಬ ಸ್ವಾತಂತ್ರ್ಯ ಹೋರಾಟಗಾರನ ಹೆಸರು ಹೇಳಿದರೆ, ಮತ್ತೊಬ್ಬನ ಗಡ್ಡದ ಒಂದು ಕೂದಲಿನ ಹಕ್ಕುದಾರ. ಆತ ಅದನ್ನು ಕೀಳಬಹುದು. ಅದಾದ್ಮೇಲೆ ಮತ್ತೊಬ್ಬ ತನ್ನ ರಾಜ್ಯದ ಸ್ವಾತಂತ್ರ್ಯ ಹೋರಾಟಗಾರನ ಹೆಸರು ಹೇಳಿದರೆ ಆತ ಮೊದಲನೆಯವನ ಗಡ್ಡದ ಕೂದಲನ್ನು ಎಳೆದಿಟ್ಟುಕೊಳ್ಳಬಹುದು. ಒಪ್ಪಂದದ ಪ್ರಕಾರ ಸ್ಪರ್ಧೆ ಶುರುವಾಯಿತು. ಬಂಗಾಳಿ ಬಾಯಿಬಿಟ್ಟ– 'ಖುದಿರಾಂ ಬೋಸ್'. ಸರ್ದಾರ್ಜಿಯ ಒಂದು ಕೂದಲು ಬಂಗಾಳಿಯ ಕೈಯಲ್ಲಿ. ಆತ ಕೂಡ ಹಿಂದೆ ಬೀಳಲಿಲ್ಲ. 'ಭಗತ್‌ಸಿಂಗ್' ಎಂದ. ಬಂಗಾಳಿ ಗಡ್ಡದ ಒಂದು ಕೂದಲು ಕ್ಷೀಣಿಸತೊಡಗಿದವು. ಸರ್ದಾರ್ಜಿಯ ಹೆಸರಿನ ಪಟ್ಟಿ ಇದ್ದಕ್ಕಿದ್ದ ಹಾಗೆ ಮುಗಿದುಹೋಯಿತು. ಆದರೆ ಕಂಗೆಡಲಿಲ್ಲ. 'ಜಲಿಯನ್‌ವಾಲಾ ಬಾಗ್' ಎಂದು ಘೋಷಿಸಿ ಬಂಗಾಳಿಯ ಪೂರ್ತಿ ಗಡ್ಡವನ್ನು ಕಿತ್ತು ತನ್ನ ಜೇಬಿಗೆ ಸೇರಿಸಿದ."

ಅತ್ಯಂತ ಸ್ವಾರಸ್ಯಕರವಾಗಿತ್ತು ಅವನ ಹೇಳಿಕೆ. ರಮ್ಯ ಬಿದ್ದುಬಿದ್ದು ನಕ್ಕಳು. ಗುಂಡಣ್ಣ ನಗೆಯೊಂದಿಗೆ ಗಡ್ಡವನ್ನು ಮುಟ್ಟಿ ನೋಡಿಕೊಂಡ. ನಾಲ್ಕು ದಿನದ ಗಡ್ಡವಿತ್ತು. ಕೂದಲು ಕಿತ್ತಾಗ ಆಗುವ ನೋವನ್ನು ಕಲ್ಪಿಸಿಕೊಂಡ.

"ಇನ್ನು ಊಟ ಮಾಡ್ಬಹುದಲ್ಲ. ಇದು ನನ್ನ ಜೋಕಲ್ಲ; 'ಖುಷ್ವಂತ್ ಸಿಂಗ್ಸ್ ಜೋಕ್ ಬುಕ್'ದು...". ಪೂರಿಗೆ ಕೈಹಚ್ಚಿದ.

ಇಷ್ಟು ಮುಕ್ತವಾಗಿ, ಆರಾಮಾಗಿ ನಕ್ಕಿದ್ದು ರಮ್ಯ ಇಂದೇ ಎಂದುಕೊಂಡ. ಅವಳಲ್ಲಿನ ಸಜ್ಜನಿಕೆ ಜೊತೆ ಒಳ್ಳೆಯತನ, ಅಧ್ಯಯನಶೀಲತೆ ಅವನಿಗೆ ಇಷ್ಟ.

ಅವಳು ಷಾಪಿಂಗ್‌ಗೆ ಹೋದಾಗಲೆಲ್ಲ ಹೊತ್ತು ಬರುತ್ತಿದ್ದುದು ಪುಸ್ತಕಗಳನ್ನು. ರಮ್ಯ ಕನ್ನಡಿಯ ಮುಂದೆ ನಿಲ್ಲುವುದಕ್ಕಿಂತ ಪುಸ್ತಕ ಕೈಯಲ್ಲಿ ಹಿಡಿಯುವುದು, ಎಸ್ಟೇಟ್ ಸುತ್ತುವುದೇ ಹೆಚ್ಚು.

ಇಂದು ಅದೂ ಇದೂ ಮಾತಾಡುತ್ತ ಊಟ ಮಾಡಿದಳು ರಮ್ಯ. ಮುಕ್ತವಾಗಿ ಅವನೊಂದಿಗೆ ಕೆಲವು ವಿಷಯಗಳನ್ನು ಚರ್ಚಿಸಿದಳು. ಊಟ ಆರಾಮವೆನಿಸಿತು ಇಬ್ಬರಿಗೂ.

ಬಾಲ್ಕನಿಯ ಬಾಗಿಲು ಭದ್ರವಾದ ನಂತರ ತೆರೆದ ಕಿಟಕಿಗಳನ್ನು ತಾನೇ ಮುಚ್ಚಿ ಪರದೆಗಳನ್ನು ಸರಿಸಿ ಏರ್‌ಕೂಲರ್‌ನ ಅವಳ ಮಂಚದ ಸನಿಹಕ್ಕೆ ಸ್ವಲ್ಪ ತಳ್ಳಿ ಎಲ್ಲೆಡೆ ನೋಟ ಹರಿಸಿದ.

"ಗುಡ್‌ನೈಟ್..." ಬಾಗಿಲು ತೆರೆದುಕೊಂಡು ಪಕ್ಕದ ಕೋಣೆಗೆ ಹೋದ.

ಸುಂದರವಾದ ಇಂದ್ರ ಧನಸ್ಸಿನಲ್ಲಿ ಹಾಳುಮಾಡುವಂಥ ಮುಳ್ಳುಗಳ ಸೃಷ್ಟಿ– ಅದನ್ನು ಒಂದೊಂದಾಗಿ ಕಿತ್ತು ಸುಟ್ಟುಬಿಡಬೇಕಿತ್ತು. ಅದಕ್ಕೆ ಧೈರ್ಯದ ಜೊತೆ ತೀಕ್ಷ್ಣ

ಬುದ್ಧಿಯೂ ಬೇಕಾಗಿತ್ತು.

'ರೂಲ್ಸ್ ಆಫ್ ಕೋರ್ಟ್' ತಗೊಂಡ. ಥಟ್ಟನೆ ಬಾಗಿಲು ತಳ್ಳಿಕೊಂಡು ರಮ್ಯ ಒಳಗೆ ಬಂದಳು. ಅವಳು ಈ ರೀತಿ ಬರುತ್ತಿದ್ದುದು ಮೊದಲಸಲ.

"ಸೂರ್ಯ..." ಸುಮ್ಮನೆ ನಿಂತಳು.

ಎದ್ದು ನಿಂತವನು ಅತ್ಯಂತ ಸಹಜವಾಗಿ "ಏನು ವಿಷ್ಯ? ಏನಾದರೂ ಹೇಳುವುದಿತ್ತಾ?" ಪ್ರಶ್ನಿಸಿದ.

ತುಟಿಕಚ್ಚಿ ನಿಂತವಳು, "ಯೂ ಆರ್ ರಿಯಲೀ ಜೀನಿಯಸ್" ಮೆಚ್ಚಿಗೆಯಾಡಿದಳು. ಅವನಿಗೆ ತಲೆಬುಡ ಅರ್ಥವಾಗಲಿಲ್ಲ. ಚಿಂತಿತ ಮುಖ ಮಾಡಿದ.

"ಉತ್ತರ ನಿಮ್ಮಲ್ಲೇ ಇದೆ" ಎಂದವಳು ಅವನ ಮುಂದಿದ್ದ ಗ್ರಂಥವನ್ನೆತ್ತಿಕೊಂಡಳು. "ಲೇಬರ್ ಲಾ... ಓದ್ತಾ ಇದ್ದೀರಾ! ಇಷ್ಟೆಲ್ಲ ಅಗತ್ಯವಾ? ಎಸ್ಟೇಟ್‌ನ ನೌಕರನನ್ನು ಹದ್ದುಬಸ್ತಿನಲ್ಲಿಡಲು" ಕುತೂಹಲ ವ್ಯಕ್ತಪಡಿಸಿದಳು.

ಅನವಶ್ಯಕವಾಗಿ ಸ್ವಂತ ವಿಷಯಗಳನ್ನು ಬೇರೆಯವರ ಮುಂದೆ ಹೇಳಿಕೊಳ್ಳಲು ಅವನಿಗಿಷ್ಟವಿಲ್ಲ.

"ಲೀಗಲ್ಲಾಗಿ ಎಲ್ಲಾ ತಿಳಿದಿದ್ರೆ ಒಳ್ಳೇದು. ದೇಶದ ಸಂವಿಧಾನ, ಕಾನೂನು ಎಲ್ಲಾ ವರ್ಗದ ಜನರಿಗೂ ತಿಳಿದಿರೋದು ಒಳ್ಳೇದೇ..." ಸಮರ್ಥಿಸಿಕೊಂಡ.

"ಹಾಗಾದ್ರೇ... ನಾನು ಓದಬಹುದಾ?" ಪುಟಗಳನ್ನು ತಿರುವಿದಳು. "ಡೆಫಿನೆಟ್ಲಿ, ಯಾವ ಪರೀಕ್ಷೆಗೆ ಕೂರದಿದ್ರೂ ಇಷ್ಟು ದೊಡ್ಡ ಎಸ್ಟೇಟ್‌ನ ಮಾಲೀಕರು ಪೂರ್ತಿ ಕಾನೂನು ಅಭ್ಯಾಸ ಮಾಡುವುದು ಒಳಿತು" ಹೇಳಿದ.

"ಗುಡ್ ನೈಟ್" ತಲೆದೂಗಿ ಹೋದಳು.

ಜಲಜಳಿಂದ ಬೆಳಿಗ್ಗೆ ಬಂದ ಕಾಗದವನ್ನು ಬಿಚ್ಚಿದ.

"ಅಪ್ಪ ಈಗ ಪೂರ್ತಿ ಆರೋಗ್ಯವಾಗಿದ್ದಾರೆ. ನೀನು ಹೇಳಿದ ಪ್ರಕಾರ ಅವರನ್ನು ದಿನವು ಒಂದು ಗಂಟೆಯಾದ್ರೂ ಅವರ ಆಫೀಸ್‌ನಲ್ಲಿ ಫೈಲುಗಳ ನಡುವೆ, ಲಾ ಪುಸ್ತಕಗಳ ನಡುವೆ ಕರೆದುಕೊಂಡು ಹೋಗಿ ಕೂಡಿಸಿ ಹಿಂದಿನದೆಲ್ಲ ಹೇಳುತ್ತ ಇದ್ದೀನಿ. ಅವರಿಗೆ ಏನು ಜ್ಞಾಪಕಕ್ಕೆ ಬರುತ್ತಾ ಇರಲಿಲ್ಲ. ಮೊನ್ನೆ ರೆಡ್ಡಿ ಬಂದು ಅಪ್ಪನನ್ನು ಚೆಕಪ್‌ಗೆ ಕರೆದುಕೊಂಡು ಹೋಗಿದ್ದರು. ಒಂದು ಒಳ್ಳೆ ಅವಕಾಶವನ್ನು ಜಾತಿಯ ವಿಷಯ ಎತ್ತಿ ಕಳೆದುಕೊಂಡುಬಿಟ್ಟೆ. ಆ ನೆನಪುಗಳು ನನ್ನನ್ನೇ ಬಾಧಿಸುತ್ತ ಇದೆ. ನಾನು ಶ್ರೀಪತಿ ಅವರ ಮನೆಗೆ ಹೋಗೋದನ್ನ ಕಡಿಮೆ ಮಾಡಿದ್ದೀನಿ (ಮೂರು ದಿನದಿಂದ ಒಮ್ಮೆಯಾದರೂ ಹೋಗಿಲ್ಲ). ಮೊನ್ನೆ ಫಣೀಂದ್ರ ಒಬ್ಬನೇ ಬಂದಿದ್ದ. ಅಮ್ಮನನ್ನು ತಬ್ಬಿಕೊಂಡು ಗೊಳೋ ಅಂತ ಅತ್ತ. ಕೆಲಸಕ್ಕಾಗಿ ಓಡಾಟ ನಡೆಸಿದ್ದಾನೆ. ಇನ್ನು ಪುರಂಧರ ಬರೀ ಫೈಲ್ ಹಿಡಿದು ಓಡಾಡುತ್ತಾನೆ. ಮನೆಗೆ ಬಂದು ಹಾರಾಡುತ್ತಾನೆ. ಮೀನಾ ಚೆನ್ನಾಗಿ ಓದಿಕೊಂಡಿದ್ದಾಳೆ. ಅಮ್ಮ ಮನುಷ್ಯರ

ಮೇಲೆ ಪೂರ್ತಿ ನಂಬಿಕೆ ಕಳೆದುಕೊಂಡು ದೇವರನ್ನು ಆಶ್ರಯಿಸಿದ್ದಾಳೆ. ನಾನು ವಾರಕ್ಕೆ ಒಂದೆರಡು ಗೊಂಬೆಗಳನ್ನು ಮಾಡುತ್ತ ಇದ್ದೆ. ಈ ವಾರದಲ್ಲಿ ಎಂಟು ಮಾಡಿದೆ. ಒಂದಷ್ಟು ಹುಡುಗಿಯರು ಕಲಿಯೋಕೆ ಬರುತ್ತಾ ಇದ್ದಾರೆ. ಬೊಂಬೆಗಳಿಗೆ ತೀರಾ ಡಿಮ್ಯಾಂಡ್ ಇದೆ. ನೀನು ಈಗ ಕಳಿಸೋ ಹಣದಲ್ಲಿ ಅರ್ಧದಷ್ಟು ಕಳಿಸಿದರೂ ಸಾಕು."

ದೀರ್ಘವಾದ ಪತ್ರ. ಒಂದೆರಡು ಸಲವಲ್ಲ, ನಾಲ್ಕು ಸಲ ಓದಿದ. ಆದರೆ ಒಂದೇ ಒಂದು ವಾಕ್ಯಕ್ಕಾಗಿ ಕಾದಿದ್ದ– 'ನೆನಪಿನ ಶಕ್ತಿ ಮರಳಿದೆ'. ಅಂಥದೊಂದು ದಿನಕ್ಕಾಗಿ ಕಾಯಬಲ್ಲ.

ಅಮ್ನೀಸಿಯಾಗೆ ಸಂಬಂಧಪಟ್ಟ ಎಷ್ಟೋ ಪುಸ್ತಕಗಳನ್ನು ತರಿಸಿಕೊಂಡು ಓದಿದ್ದ. ವರ್ಷಗಳ ನಂತರ ಕೂಡ ವ್ಯಕ್ತಿಯ ನೆನಪಿನ ಶಕ್ತಿ ಮರಳುವುದುಂಟು.

ಮಲಗಿ ಯೋಚಿಸಿದ. ಬುದ್ಧಿ ಬಂದಾಗಿನಿಂದ ಕ್ಷಣಕ್ಷಣಕ್ಕೂ ಎಷ್ಟೋ ಪ್ರಾಮುಖ್ಯದ ವಿಷಯಗಳು, ಘಟನೆಗಳು ನಡೆದಿವೆ. ಅವೆಲ್ಲ ಅವನ ನೆನಪಿನಲ್ಲೇನೂ ಉಳಿದಿಲ್ಲ.

ಎಷ್ಟೋ ಓದಿದ್ದ. ನೆನಪಿನಲ್ಲಿ ಉಳಿದಿದ್ದೆಷ್ಟು? ಅವನ ಸಹಪಾಠಿಯೊಬ್ಬ ದೂರಿಕೊಳ್ಳುತ್ತಿದ್ದ. "ಸೂರ್ಯ ಎಲ್ಲಾ ರೀತಿಯಲ್ಲೂ ನನ್ನ ನೆನಪಿನ ಶಕ್ತಿಯನ್ನು ಪರೀಕ್ಷಿಸಿಬಿಟ್ಟಿದ್ದೀನಿ. ತತ್ತ್ವಶಾಸ್ತ್ರದ ನಾಲ್ಕು ಸಾಲುಗಳು, ಗಣಿತದ ಒಂದು ಕ್ಲಿಷ್ಟ ಸಮೀಕರಣಕ್ಕಿಂತ ಅರ್ಥಗರ್ಭಿತ ಕವನಗಳು ನನ್ನ ನೆನಪಿನಲ್ಲಿ ಬಹಳ ದಿನ ಉಳಿಯುತ್ತೆ, ನಿಲ್ಲುತ್ತೆ. ನನ್ನ ಆಸಕ್ತಿ ಅದರ ಮೇಲಿದ್ದು ಯಾಕೆ ಅರ್ಥಮಾಡಿಕೋಬಾರ್ದು. ಎಷ್ಟೇ ಓದಿದರೂ ಒಂದು ಕೋಡ್ ಕೂಡ ನೆನಪಿನಲ್ಲಿ ಉಳಿದುಕೊಳ್ಳೋಕೆ ನನ್ನಿಂದ ಸಾಧ್ಯವಾಗುತ್ತ ಇಲ್ಲ" ನೋವು ಉದಾಸೀನದಿಂದ ಕಾನೂನು ಪುಸ್ತಕಗಳನ್ನು ಪಕ್ಕಕ್ಕೆ ತಳ್ಳುತ್ತಿದ್ದ.

ಆಮೇಲೆಯೇ ಗೊತ್ತಾಗಿದ್ದು. ಅವನು ಮನೆಯವರ ಬಲವಂತಕ್ಕೆ ಲಾಗೆ ಸೇರಿದ್ದು. ಅವನಿಗೆ ಸಾಹಿತ್ಯ, ಬರವಣಿಗೆ ಇಷ್ಟವಾದದ್ದೆಂದು.

ಒಮ್ಮೆ ಇದ್ದಕ್ಕಿದ್ದಂತೆ ಕಾಲೇಜಿಗೆ ಬರುವುದನ್ನು ನಿಲ್ಲಿಸಿದ. ಮೂರು ತಿಂಗಳ ನಂತರ ಮತ್ತೆ ಕಾಣಿಸಿಕೊಂಡ. ಅವನ ಮನೆಯವರು ಹಿಡಿದು ತಂದು ಮತ್ತೆ ಕಾಲೇಜಿಗೆ ಕಳಿಸಿದ್ದರು. ವಾರದ ನಂತರ ಅದೇ ಪುನರಾವರ್ತನೆ. ಆರು ತಿಂಗಳವರೆಗೂ ಸಿಕ್ಕಿರಲಿಲ್ಲ. ನಂತರ ಸಿಕ್ಕಾಗ ಡಾಕ್ಟರ್ ಸಲಹೆಯಂತೆ ಅವನ ಪಾಡಿಗೆ ಅವನನ್ನು ಬಿಟ್ಟಿದ್ದರು.

ಒಮ್ಮೆ ಸಿಕ್ಕಾಗ ಬಹಳ ಖುಷಿಯಿಂದ, ಆರಾಮಾಗಿ ಕಂಡ. "ಓದು ಬಿಟ್ಟೆ. ಒಂದು ಸ್ಟೇಷನರಿ ಅಂಗಡಿ ಇದೆ. ಅದನ್ನೇ ನೋಡಿಕೋತಾ ಇದ್ದೀನಿ. ನನಗೆ ಇಷ್ಟ ಬಂದಿದ್ದನ್ನು ಓದುತ್ತೀನಿ. ಬರೆಯಬೇಕೆನಿಸಿದಾಗ ಬರೆದು ಪೇಪರ್‌ಗಳಿಗೆ ಕಳುಹಿಸಿಕೊಡುತ್ತೇನೆ. ಸಂತೃಪ್ತ ಜೀವನ ನಂದು" ಎಂದಿದ್ದ.

ಉದ್ವೇಗ, ಖಿನ್ನತೆಯಿಂದ ಮುಕ್ತವಾದ ಶಾಂತಕಣ್ಣುಗಳು. ಹೆಚ್ಚು ಆರೋಗ್ಯವಾಗಿ

ಕಾಣುವ ಮುಖಭಾವ... ಸೂರ್ಯ ಹರ್ಷಿಸಿದ್ದ.

ಆದರೆ ಪುರುಷೋತ್ತಮ್ ಯಾವುದೇ ವಿಷಯದ ಮೇಲೆ ಮಕ್ಕಳ ಮೇಲೆ ಒತ್ತಡ ಹೇರಲಿಲ್ಲ.

"ನಮ್ಮ ತಾತ ಅಡ್ವೋಕೇಟ್, ಅಪ್ಪ ಅಡ್ವೋಕೇಟ್. ನಂಗೂ ಆ ವೃತ್ತಿಯ ಮೇಲೆ ಆಸಕ್ತಿ ಇತ್ತು. ಅದನ್ನ ಆರಿಸಿಕೊಂಡೆ. ನೀವುಗಳೇನೂ ಆ ರಿಸ್ಕ್ ತಗೋಬೇಕಿಲ್ಲ. ಇಷ್ಟವಾದ ಓದು, ವೃತ್ತಿಯನ್ನು ಆರಿಸಿಕೊಳ್ಳಿ. ಅದರಲ್ಲಿ ಶ್ರದ್ಧೆ ಇರಬೇಕು. ಸಾಧನೆಗೆ ಒಂದು ಮೈಲಿಗಲ್ಲು ಮಾಡಿಕೋಬೇಕು ಅದನ್ನ. ಅದರಲ್ಲಿ ಎಷ್ಟರಮಟ್ಟಿಗೆ ಪ್ರಾಮಾಣಿಕವಾಗಿ ಕೆಲಸ ಮಾಡಲು ಸಾಧ್ಯವೋ ಅಷ್ಟನ್ನ ಮಾಡಬೇಕು. ವೃತ್ತಿಯ ಬಗ್ಗೆ ಗೌರವವಿರಬೇಕು" ಮಕ್ಕಳಿಗೆ ಒತ್ತಿ ಹೇಳಿದ್ದರು.

ಸೂರ್ಯನಿಗೆ ಅವರೇನೂ ಒತ್ತಡ ಹೇರಿರಲಿಲ್ಲ. ಅವನೇ ಕಾನೂನನ್ನ ಆಯ್ದುಕೊಂಡಿದ್ದು. ಸ್ವಂತಲಾಭಕ್ಕಿಂತ ಜನರಿಗೆ, ಸಮಾಜಕ್ಕೆ ಏನನ್ನಾದರೂ ಮಾಡಬಹುದೇ ಎನ್ನುವಂಥ ಯೋಚನಾಲಹರಿ ಅವನದು.

* * *

ಅಂದು ಸಂಬಳದ ದಿನ. ನೌಕರರಿಗೆ ತಿಂಗಳಿಗೊಮ್ಮೆ ಸಂಬಳವಾದರೆ, ಎಸ್ಟೇಟ್‌ನಲ್ಲಿ ಕೆಲಸ ಮಾಡುವ ಕೂಲಿಗಳಿಗೆ ವಾರಕ್ಕೊಮ್ಮೆ ಬಟವಾಡೆ. ಒಂದೇ ದಿನ ಇದ್ದಿತು.

ಕ್ಯಾಷಿಯರ್ ಬ್ಯಾಂಕ್‌ನಿಂದ ಹಣ ತಂದವನು ಎಂದಿನಂತೆ ಮ್ಯಾನೇಜರ್ ಬಳಿ ಒಯ್ಯದೆ ಹೊರಗೆ ಹೋಗಿದ್ದ ಸೂರ್ಯನಿಗಾಗಿ ಕಾದುಕುಳಿತ. ಅವನ ಮುಖ ಧುಮುಗುಡುತ್ತಿತ್ತು. ಒಂದು ರೀತಿಯ ಅಸಮಾಧಾನ ಕೂಡ.

ಸಂಬಳರಹಿತ ರಜಾದಿನಗಳಲ್ಲೂ ಹಾಜರಾತಿ ಕೊಟ್ಟು ದಿನದ ಕೂಲಿಯಲ್ಲಿ ಅರ್ಧಹಣ ಇವರುಗಳು ಪಡೆದುಕೊಳ್ಳುತ್ತಿದ್ದರು. ಅದು ನಾಲ್ವರಲ್ಲಿ ಹಂಚಿಕೆಯಾಗಿ ಹೋಗುತ್ತಿತ್ತು.

ಹಿಂದೆ ಶ್ರೀಚಂದ್ರ ಆಗಾಗ ಎದುರು ಕೂತು ಬಟವಾಡೆ ಮಾಡಿಸುತ್ತಿದ್ದರು. ಅವರ ಕಣ್ಣು ಹದ್ದಿನದು. ಯಾವುದರಿಂದಲೂ ತಪ್ಪಿಸಿಕೊಳ್ಳುವುದು ಸಾಧ್ಯವಿರಲಿಲ್ಲ.

ಇಷ್ಟು ದೊಡ್ಡ ಎಸ್ಟೇಟ್‌ನ ನಿರ್ವಹಿಸುವುದು ಸುಲಭದ ಮಾತಾಗಿರಲಿಲ್ಲ. ಎಷ್ಟು ಕರುಣಾಮಯಿಗಳಾಗಿರುತ್ತಿದ್ದರೋ, ಅಷ್ಟೇ ಕಠಿಣ ಮನಸ್ಕರು.

ಗಡಿಯಾರ ನೋಡಿಯೇ ಕಾಫಿಹೌಸ್ ಬಿಟ್ಟಿದ್ದ ಸೂರ್ಯ. ಅವನು ಬರುವ ವೇಳೆಗೆ ಕ್ಯಾಷಿಯರ್, ಮ್ಯಾನೇಜರ್, ಅಕೌಂಟೆಂಟ್ ಒಟ್ಟಿಗೆ ಕೂತಿದ್ದ ಮೂವರು ಎದ್ದರು.

"ಕ್ಯಾಷ್...ತಂದಿದೆ" ಎಂದ ಕ್ಯಾಷಿಯರ್.

ಮೂವರ ಮುಖಗಳ ಮೇಲೆ ಮೆತ್ತಿಕೊಂಡಿರುವ ಅಸಮಾಧಾನ ಅವನಿಗೆ ಕಾಣದೇಹೋಗಲಿಲ್ಲ.

"ನಾಲ್ಕು ಗಂಟೆಗೆ ತಾನೇ ಬಟವಾಡೆ, ಲಂಚ್ ಮುಗಿಸಿಕೊಂಡು ಬನ್ನಿ" ಮೇಲೆ ಹೋಗಿಬಿಟ್ಟ.

ಕೆನ್ನೆಗೆ ಹೊಡೆಸಿಕೊಂಡಂತಾಯಿತು. ಬಿಲ್ ಮುಂದೆ ಇಟ್ಟ ಕೂಡಲೇ ಚೆಕ್‌ಗೆ ಸಹಿಹಾಕಿಸಿಕೊಳ್ಳುತ್ತಿದ್ದಳು ರಮ್ಯ. ಆಮೇಲೆ ಸಂಬಳದ ಬಟವಾಡೆಯ ಬುಕ್ ಅವಳ ಮುಂದಿಟ್ಟರೆ ತೀರಿತು. ಮಧುಚಂದ್ರ ಕೂಡ ಅಷ್ಟೇ ನೋಡುತ್ತಿದ್ದುದು.

ಲಂಚ್ ಸಮಯದಲ್ಲಿ ರಮ್ಯಗೆ ಹೇಳಿದ "ಸಂಜೆ ಬಟವಾಡೆ, ಅಲ್ಲಿ ನಿನ್ನ ಇರುವು ಅಗತ್ಯ. ನಿನ್ನ ಜೊತೆ ನಾನು ಇರ್ತೀನಿ".

ಊಟ ಮಾಡುತ್ತಿದ್ದವಳು ತಲೆಯೆತ್ತಿದಳು. ಚದುರಂಗಕ್ಕೆ ಸಂಬಂಧಿಸಿದ ಒಂದು ಪುಸ್ತಕ ಹಿಡಿದು ಕೂತಿದ್ದಳು. ಇಡೀ ದಿನ ಚದುರಂಗದ ಹಾಸನ್ನು ಹಾಸಿಕೊಂಡು ಅದರಲ್ಲಿ ಎಷ್ಟು ಮಗ್ನಳಾಗಿಬಿಟ್ಟಿದ್ದಳೆಂದರೇ ಸುತ್ತಲ ಜಗತ್ತೇ ಮರೆತುಹೋಗಿತ್ತು.

"ನೋ..." ಎದ್ದುಹೋದಳು.

ಇಡೀ ದಿನ ಕೋಪದಿಂದ ಹೊಗೆಯಾಡುತ್ತಿದ್ದಳು. ಅವಳ ಎಲ್ಲಾ ಕೆಲಸಗಳಿಗೂ ಬಂದು ನಿಂತಿದ್ದ ಸೂರಿಯನ್ನು ಗೆಸ್ಟ್‌ಹೌಸ್‌ಗೆ ಬದಲಾಯಿಸಿದ್ದ ಸೂರ್ಯ.

ಒಮ್ಮೆ ಸ್ವಲ್ಪ ಅಧಿಕಾರದಿಂದಲೇ ಹೇಳಿದ್ದ "ಭಿನ್ನಾಭಿಪ್ರಾಯಗಳು ಈ ರೂಮಿನೊಳಗೆ ಉಳಿಯಬೇಕು. ಹೊರಗೆ ನನ್ನ ಕೆಲಸಗಳನ್ನು ವಿರೋಧಿಸುವ ಮುನ್ನ ತೀವ್ರವಾಗಿ ಯೋಚಿಸಬೇಕು."

ಸೂರ್ಯನ ಮಾತುಗಳಿಗೆ ಮುಖ ತಿರುಗಿಸಿದ್ದಳು. ಪ್ರತಿಭಟಿಸುವ ಧೈರ್ಯವಾಗಿರಲಿಲ್ಲ.

ಹುಳಿ ಬಡಿಸಲು ಬಂದ ಗುಂಡಣ್ಣ "ಬೆಳಿಗ್ಗೆ ತಿಂಡಿ ತಿನ್ನಲಿಲ್ಲ. ಈಗ್ಲೂ ಎದ್ದುಹೋದರು" ಎಂದ. ಅವನೇನೂ ಪ್ರತಿಕ್ರಿಯಿಸಲು ಹೋಗಲಿಲ್ಲ.

ಕೈತೊಳೆಯುವಾಗ "ಫ್ರೂಟ್ ಸಲಾಡ್ ಜೊತೆ ವೆಜಿಟಬಲ್ ಕಟ್‌ಲೆಟ್ ಕೊಡಿ ಮೂರರ ಹೊತ್ತಿಗೆ ರಮ್ಯಗೆ" ಟವಲೊತ್ತುತ್ತ ನಡೆದ.

ಮೊದಲು ಬೇಸರವಿದ್ದರೂ ಗುಂಡಣ್ಣನಿಗೆ ಮೆಚ್ಚಿಗೆ ಮೂಡಿತ್ತು. ಅಡುಗೆ ಮನೆಯಲ್ಲಿ ಹತ್ತು ಜನಕ್ಕೆ ಬದಲು ಈಗ ನಾಲ್ವರು. ಅವರಲ್ಲಿ ಇಬ್ಬರನ್ನು ಆಗಾಗ ಗೆಸ್ಟ್‌ಹೌಸ್‌ಗೆ ಕಳಿಸುತ್ತಿದ್ದನು. ನಿನ್ನೆ ಸಂಜೆ ಮಂಗಳೂರಿನ ಕಾಶಿ "ನನ್ನ ಪರ್ಮನೆಂಟಾಗಿ ಗೆಸ್ಟ್‌ಹೌಸಿನಲ್ಲಿ ಇರೋಕೆ ಹೇಳಿದ್ದಾರೆ. ಎಷ್ಟೆಷ್ಟೋ ಬದಲಾವಣೆಗಳನ್ನ ತಂದುಬಿಟ್ರು" ಹೇಳಿಕೊಂಡಿದ್ದ.

ಅವನು ಎಂಥವನೆಂದು ಗುಂಡಣ್ಣನಿಗೂ ಗೊತ್ತು. ಮ್ಯಾನೇಜರ್, ಅಕೌಂಟೆಂಟ್‌ಗೋಸ್ಕರವೇ ಅವರಿಗೆ ಇಷ್ಟವಾದ ಸ್ಪೆಷಲ್ ಅಡುಗೆ ಮಾಡುತ್ತಿದ್ದ.

ಕಾಕ ಹೊಡೆಯುತ್ತ ಬಡಿಸುತ್ತ ಬಂಗ್ಲೆಯ ವಿಷಯಗಳೆಲ್ಲ ಹೇಳಿಬಿಡುತ್ತಿದ್ದ. ಇದು ಯಜಮಾನರ ಗಮನಕ್ಕೆ ಬಂದಿದೆಯೆಂದುಕೊಂಡ.

ಮೇಲೇರಿ ರೂಮಿಗೆ ಹೋದವನು "ರಮ್ಯ, ಯಾಕೆ ಸರಿಯಾಗಿ ಊಟ ಮಾಡ್ಲಿಲ್ಲ?" ಎಂದ. ಮೊದಲು ಮಲಗಿದ್ದವಳು ಥಟ್ಟನೇ ತಿರುಗಿದಳು "ಟೂ ಮಚ್, ಐ ಕೆನಾಟ್ ಟಾಲರೇಟ್. ನನ್ನ ನೋಟಿಸ್‌ಗೆ ಬರದಂತೆ ಸೂರಿನ ಯಾಕೆ ಗೆಸ್ಟ್‌ಹೌಸ್‌ಗೆ ಬದಲಾಯಿಸಿದ್ರಿ" ಕೋಪದಿಂದ ಅವಳೆದೆ ಏರಿಳಿಯುತ್ತಿತ್ತು.

"ಬಿ ಕಾಮ್, ರಮ್ಯ.... ಈಗ ಸ್ವಲ್ಪ ಧೈರ್ಯವಾಗಿ ಈ ರೂಮಿನಲ್ಲಿ ಮಾತಾಡಬಹುದು. ಬೆಡ್‌ರೂಂ ಮಾತುಕತೆಗಳು ಹೊರಗೆ ಹೋಗುತ್ತಿದ್ದುದು ಸೂರಿಯ ಮೂಲಕವೇ" ಕರೀಮರದ ಮಜಬೂತಾದ ಟೇಬಲ್ ಬಳಿ ಬಗ್ಗಿ ಸ್ವಲ್ಪ ಹಿಂದಕ್ಕೆ ಕೈಹಾಕಿ ಒಂದು ಸಣ್ಣ ಟೇಪ್ ರೆಕಾರ್ಡರನ್ನು ತೆಗೆದು ಅವಳ ಮುಂದಿಡಿದ "ಇದು ಯಾರ್ದು?" ಕೇಳಿದ.

"ನಂದೇ..." ಎಂದಳು ಗಡುಸಾಗಿ.

"ಅರ್ಥವಾಗಿರಬೇಕಲ್ಲ!" ಆನ್‌ನಲ್ಲಿದ್ದುದನ್ನು ಆಫ್ ಮಾಡಿಟ್ಟ. "ಬಹುಶಃ ನೀವೇ ಇಟ್ಟು ಮರೆತಿರಬೇಕು" ಸುಮ್ಮನಾದ.

"ಸೂರಿ ಇಲ್ಲೇ ಇರಲಿ" ಎಂದಳು ಗಡುಸಾಗಿ.

"ಇಂಪಾಜಿಬಲ್, ಸಾಧ್ಯವೇ ಇಲ್ಲ. ಯೋಚಿಸಿದ ನಂತರವೇ ಆ ನಿರ್ಣಯ ತಗೊಂಡಿರೋದು. ಮತ್ತೆ ಬದಲಾಯಿಸೋಲ್ಲ, ಬದಲಾಯಿಸಕೂಡ್ದು ಕೂಡ. ಇಂದ್ರ ಧನಸ್ಸು ಕಟ್ಟಿದಷ್ಟು ಸುಲಭವಲ್ಲ ಉಳಿಸಿಕೊಳ್ಳೋದು" ತನ್ನ ನಿರ್ಧಾರ ಬದಲಾಗದು ಎನ್ನುವ ದೃಢಸಂಕಲ್ಪ ಅವನ ಸ್ವರದಲ್ಲಿತ್ತು.

ಫೋನ್ ಕೈಗೆತ್ತಿಕೊಂಡಳು. ಕಿತ್ತಿಟ್ಟ ಸೂರ್ಯ. "ಈ ರೀತಿಯ ಎಮೋಷನ್ ಒಳ್ಳೇದಲ್ಲ. ಇದರಿಂದ ಅಪಾಯವೇ ಹೆಚ್ಚು. ನಾಲ್ಕು ಗಂಟೆಗೆ ಕೆಳಗಡೆ ಬರೋ ತಯಾರಿ ನಡೆಸಿ" ಮೇಲೆದ್ದ.

ತೀರಾ ಅವಮಾನಿತಳಾಗಿದ್ದಳು ರಮ್ಯ. "ನೋ, ನಾನು ಬರೋಲ್ಲ. ಇಂದ್ರ ಧನಸ್ಸು ಅಂತ ನನ್ನ ಬಾಯಿ ಮುಚ್ಚಬೇಡಿ. ಈ ಇಂದ್ರ ಧನಸ್ಸು ನಂದು. ಇಲ್ಲಿರೋ ಜನವೆಲ್ಲ ನನ್ನವರು. ಎಲ್ಲಾ ನನ್ನ ಮಾತಿನ ಪ್ರಕಾರವೇ ನಡೆಯಬೇಕು" ಕೆಟ್ಟಹಠ ಅವಳಲ್ಲಿತ್ತು.

ಸೂರ್ಯ ಬರೀ ಮುಗುಳ್ನಕ್ಕ. "ಅದು ಎಲ್ಲರಿಗೂ ಗೊತ್ತಿರೋ ವಿಷ್ಯ. ಕೂಗಿ ಹೇಳೋ ಅಗತ್ಯವಿಲ್ಲ. ಇಂದ್ರ ಧನಸ್ಸಿನ ಎಲ್ಲಾ ಕಾರುಬಾರು ನನ್ನದೇ. ಅದು ನೀನು ಬರೆದುಕೊಟ್ಟಿದ್ದೇ. ಕೊಟ್ಟಷ್ಟು ಸುಲಭವಲ್ಲ ಕಸಿದುಕೊಳ್ಳೋದು. ನಾಲ್ಕು ಗಂಟೆಗೆ ಕೆಳಗೆ ಬರ್ಬೇಕು.... ಬರ್ತೀರಾ ಕೂಡ" ಜೋರಾಗಿಯೇ ಹೇಳಿಹೋದ.

ಸೂರಿ ಫೋನ್ ಮಾಡಿ ರಿಕ್ವೆಸ್ಟ್ ಮಾಡಿಕೊಂಡಿದ್ದ "ಅಮ್ಮ, ನನ್ನ ಅಲ್ಲಿಗೆ

ಕರೆಸಿಕೊಳ್ಳಿ. ನಂಗೆ ಇಲ್ಲಿರೋಕ್ಕಾಗಲ್ಲ. ಯಜಮಾನ್ರು ಬಂಗ್ಲೆಗೆ ಬರಬಾರ್ದೂಂತ ಬೇರೆ ತಾಕೀತು ಮಾಡಿದ್ದಾರೆ" ಗೆಸ್ಟ್‌ಹೌಸ್‌ನಿಂದ ಬಂದ ಫೋನ್‌ಕಾಲ್ ಇದು.

"ನಾಳೆ ಇಲ್ಲೇ ಇರ್ತೀಯಾ!" ಎಂದಿದ್ದಳು ಅಪಂನಿಂದ.

ಇದು ಸೂರ್ಯನ ನೋಟಿಸ್‌ಗೆ ಬಂದಿತ್ತು. ರಮ್ಯಳಿಗೆ ಬರುವ ಎಲ್ಲ ಫೋನ್‌ಕಾಲ್‌ಗಳನ್ನು ಟ್ಯಾಪ್ ಮಾಡಲಾಗಿತ್ತು. ಸುಲಭವಾಗಿ ಸಿಗುತ್ತಿತ್ತು ಅವನಿಗೆ ವಿಷಯ.

ಅವನನ್ನು ಹೇಗೆ ನಿವಾರಿಸಿಕೊಳ್ಳಬೇಕೆಂಬುದಕ್ಕೆ ತಕ್ಕ ಉಪಾಯ ಮಾಡಿದ್ದ. ಸೂರ್ಯನಲ್ಲಿ ಒಂದು ರೀತಿಯ ಪರಕಾಯಪ್ರವೇಶವಾಗಿತ್ತು. ಯಾವುದನ್ನ ನೇರವಾಗಿ ಹೆದರಿಸಬೇಕು, ಯಾವುದನ್ನು ಉಪಾಯವಾಗಿ ಮಾಡಬೇಕು, ಮತ್ತೆ ಕೆಲವನ್ನು ಹೇಗೆ ಬೇರುಸಮೇತ ಕಿತ್ತರೆ ಒಣಗಬಹುದೆಂದು ಲೆಕ್ಕಹಾಕಿದ್ದ.

ಕೆಳಗಿನ ಬಂಗ್ಲೆಯ ಆಫೀಸ್ ರೂಮಿಗೆ ಬಂದಾಗ ಒಲ್ಲದ ಮನಸ್ಸಿನಿಂದ ಮ್ಯಾನೇಜರ್ ಮೇಲೆದ್ದು ಗೌರವ ತೋರಿಸಿದಂತಿತ್ತು.

ತನ್ನ ಸೀಟಿಗೆ ಹೋದ ಸೂರ್ಯ ಮ್ಯಾನೇಜರ್ ಕಡೆ ತಿರುಗಿದ "ಎಲ್ಲಿ ಅಕೌಂಟೆಂಟ್?" ತಕ್ಷಣ ಆತನ ಮುಖ ಬಿಳುಚಿಕೊಂಡಂತಿತ್ತು. ಕಸಿವಿಸಿಪಟ್ಟಂತಿತ್ತು. "ಹೊರಗಡೆ ಹೋಗಿರಬಹುದು ಅಷ್ಟೆ, ನೋಡ್ಬರ್ತೀನಿ..." ಹೊರಟೇಬಿಟ್ಟ.

ಸೂರ್ಯನನ್ನು ಅಪಾಯಿಂಟ್ ಮಾಡಿಕೊಂಡ ದಿನ "ಯಾಕ್ರೀ ಬರ್ತೀರಾ ಈ ಕೆಲ್ಸಕ್ಕೆ? ಒಳ್ಳೆ ಫ್ಯೂಚರ್ ಇಲ್ಲ, ಜಾಬ್ ಸೆಕ್ಯೂರಿಟಿ ಇಲ್ಲ. ಈಚೆಗೆ ಇಂದ್ರ ಧನಸ್ಸುಗೆ ಒಳ್ಳೆ ಹೆಸರಿಲ್ಲ. ಬಂದವರು ತಿಂಗಳು ಉಳಿಯೋದು ಕಷ್ಟ" ಬೇಸರದಿಂದ ಬುದ್ಧಿ ಹೇಳಿದ್ದರು.

ಐವತ್ತರ ಗಡಿ ದಾಟಿದ ಹಿರಿಯ ಮನುಷ್ಯ ತನ್ನ ಮೇಲೆ ಇನ್ನೊಬ್ಬ ವ್ಯಕ್ತಿ ಇರುವುದು, ಬೇರೊಬ್ಬ ವ್ಯಕ್ತಿಗೆ ಮನ್ನಣೆ ಸಿಗಬಾರದೆಂದು ಬಯಸುವುದು ಅಸಹಜವೇನೂ ಅನ್ನಿಸಲಿಲ್ಲ.

ಅಂದು ಬಂದ ಯುವಕ ಇಂದು ಇಡೀ ಎಸ್ಟೇಟ್‌ಗೆ ಒಡೆಯನಾಗಿದ್ದು, ಅವನ ಮುಂದೆ ಕೈಕಟ್ಟಿ ನಿಲ್ಲುವಂತಾಗಿದ್ದು ತಮ್ಮ ದುರಾದೃಷ್ಟವೆಂದು ಮ್ಯಾನೇಜರ್ ರಜಾ ಹಾಕಿ ವಾರಗಟ್ಟಲೇ ಮನೆಯಲ್ಲಿ ಕೂತು ಶೋಕಿಸಿದ್ದೂ ಉಂಟು.

ಅಕೌಂಟೆಂಟ್ ಜೊತೆ ಮ್ಯಾನೇಜರ್ ಬಂದಾಗ ನೋಟವೆತ್ತಿ "ಇವತ್ತೇನು ಶಕ್ತಿ ರಜಾನಾ?" ಕೇಳಿದ.

ಆತನಿಗೆ ಭೂಮಿಗಿಳಿದಂತಾಯಿತು. ಅಕೌಂಟೆಂಟ್ ಅರಸಿಕೊಂಡು ತಾನು ಹೋಗಿದ್ದು ತೀರಾ ನಾಚಿಕೆ ಪಡುವಂಥ ವಿಷಯವೆನಿಸಿತು.

"ಸಾರಿ ಸರ್..." ಮನಸ್ಸಿಲ್ಲದ ಮನಸ್ಸಿನಲ್ಲಿ ಅಂದರು. ಯಾಕೋ ಅವರಿಗೆ ಸೂರ್ಯನ ಕಣ್ಣುಗಳನ್ನು ನೋಡಲು ಭಯ.

ಮುಂದಿನ ಬಾಲ್ಕನಿಯಲ್ಲಿ ಟೇಬಲ್ಲು ಹಾಕಿ ಕ್ಲರ್ಕ್ ಶಾಂತಿನಾಥ, ಅಕೌಂಟೆಂಟ್ ಕೂರುತ್ತಿದ್ದರು. ಇನ್ನೊಂದು ಟೇಬಲ್ಲಿನ ಬದಿಯಲ್ಲಿ ಕ್ಯಾಷಿಯರ್, ಮ್ಯಾನೇಜರ್ ಕೂರುತ್ತಿದ್ದರು. ಪಿ.ಎ. ಸುಂದರಂ ಹೋದಮೇಲೆ ಅವರ ಕೆಲಸ ಜಾಸ್ತಿಯಾಗಿತ್ತು.

ಕೂಲಿಗಳು ಸಾಲಾಗಿ ಬಂದು ಬಟವಾಡೆ ಪಡೆಯುತ್ತಿದ್ದರು. ನೌಕರವರ್ಗದವರು ಮಾತ್ರ ಸಂಬಳವನ್ನು ಈ ಕಡೆ ನಿಂತು ಪಡೆಯುತ್ತಿದ್ದರು. ಇಬ್ಬರಿಗೂ ಒಂದೇ ದಿನ ಸಂಬಳ ಕೊಡಬೇಕಾಗಿದ್ದುದು ಅಪರೂಪವೇ. ಇಂದು ಒಟ್ಟಿಗೆ ಬಿದ್ದಿದ್ದು ಸೂರ್ಯನಿಗೆ ಸದವಕಾಶ.

ಇಂದು ಸೂರ್ಯ ಬಂದಕೂಡಲೇ ಮ್ಯಾನೇಜರ್ ತನ್ನ ಸೀಟು ಬಿಟ್ಟ. ರಮ್ಯ ಬರುವಳೆಂಬ ಆತ್ಮವಿಶ್ವಾಸ ಅವನದು. ಹತ್ತು ಸೆಕೆಂಡುಗಳು ತಡವಾಗಿ ಬಂದಳು.

ಒಳಗಿನಿಂದ ಬೇರೆ ಸೀಟು ಬಂತು, ಇಂದ್ರ ಧನಸ್ಸು ಯಜಮಾನಿ, ಯಜಮಾನರಿಗೆ.

ಸಹಿ ಮಾಡಿ ಕೂಲಿಗಳು ಬಟವಾಡೆ ಹಣ ಪಡೆಯುತ್ತಿದ್ದರು. ನಾಲ್ಕನೆಯವನನ್ನು ಸನ್ನೆಮಾಡಿ ಕರೆದ. ಅವನು ಸ್ವಲ್ಪ ತಟ್ಟಾಡುತ್ತಿದ್ದ.

"ಯಾಕೆ ಹುಷಾರಿಲ್ವಾ?" ಹತ್ತಿರಕ್ಕೆ ಬಂದವನನ್ನು ಕೇಳಿದ. ಜೋಡಿಸಿದ ಅವನ ಕೈಗಳ ನಡುವೆ ಇತ್ತು ನೋಟುಗಳು "ಜ್ವರ ಯಜಮಾನ್ರೆ" ಅವನ ನುಡಿ ತೊದಲುತ್ತಿತ್ತು.

ನಿಂತಿದ್ದ ಶಕ್ತಿಯನ್ನು ಕರೆದು ಮೆಟ್ಟಿಲುಗಳ ಮೇಲೆ ಕೂಡಿಸುವಂತೆ ಆದೇಶ ನೀಡಿದವನು, "ಯಾಕೆ ಡಾಕ್ಟ್ರ ಹತ್ತಿರ ಔಷಧಿ ತಗೊಳ್ಳಲಿಲ್ವಾ?".

ಅಷ್ಟರಲ್ಲಿ ಒಂದು ಹೆಣ್ಣು ಅಳುತ್ತ ಬಂದಳು. "ಮೂರು ತಿಂಗ್ಳಿಂದ ಕಾಯಿಲೆ. ಕೈಯಲ್ಲಿ ಕಾಸಿಲ್ಲ. ಹೊಟ್ಟೆಗೆ ಇಲ್ಲದ್ಮೇಲೆ ಡಾಕ್ಟ್ರ ಔಷಧಿ ಏನು ಕೆಲಸ ಮಾಡೀತು ಯಜಮಾನ್ರೆ" ಕುಕ್ಕರುಗಾಲಿನಲ್ಲಿ ಕೂತು ಬಿಕ್ಕಿಬಿಕ್ಕಿ ಅಳತೊಡಗಿದಳು.

ಹರಿದು ಮಾಸಿದ ಸೀರೆ, ಎಣ್ಣೆ ಕಾಣದ ಕೂದಲು ರಮ್ಯ ಕರಗಲು ಅಷ್ಟು ಸಾಕಿತ್ತು.

"ಸಂಬ್ಳ ಸಿಕ್ತಾ ಇಲ್ವಾ!" ಕೇಳಿದಳು.

ಅವಳು ಗಂಡನ ಕೈಗಳನ್ನು ಬಿಡಿಸಿ ಹತ್ತರ ಎರಡು ನೋಟುಗಳನ್ನು ಅವಳ ಮುಂದೆ ಹಿಡಿದಳು. "ಮೂರು ತಿಂಗ್ಳಿಂದ ಇಷ್ಟೇ ಕೊಟ್ಟಿದ್ದು. ನಮ್ಮ ಕಷ್ಟ ಕೇಳೋರು ಯಾರಿದ್ದಾರೆ?" ಕಣ್ಣೀರು ಸುರಿಸತೊಡಗಿದಳು.

ರಮ್ಯಳ ಕಣ್ಣುಗಳಿಂದ ಬೆಂಕಿಯ ಉಂಡೆಗಳು ಉರುಳತೊಡಗಿತು. ಕೂಲಿಯಾಳುಗಳು ಕಾಯಿಲೆ ಮಲಗಿದಾಗ ಸಿಂಪತಿಯ ಸೇಕ್ ಅವರ ಕೂಲಿಯನ್ನು ಹಿಡಿಯದೇ ಕೊಡಿಸುತ್ತಿದ್ದರು ಶ್ರೀಚಂದ್ರ.

"ದಿನ ಒಂದೊಂದ್ಗಂಟೆ ಹೆಚ್ಚಿಗೆ ಕೆಲಸ ಮಾಡಿದ್ರು ಋಣ ಹರಿದುಹೋಗುತ್ತೆ. ಅವರ ಕಾಯಿಲೆ, ಕಸಾಲೆ, ಕಷ್ಟಗಳಿಗೆ ನಾವು ನೆರವಾಗದಿದ್ರೆ ಹೇಗೆ?" ಎನ್ನುತ್ತಿದ್ದರು. ಅವರದು ಕೆಲ ವಿಷಯಗಳಲ್ಲಿ ಬಹಳ ದೊಡ್ಡ ಮನಸ್ಸು.

ಮ್ಯಾನೇಜರ್ ಕಡೆ ತಿರುಗಿದಳು "ಇಂಥದ್ನ ನನ್ನ ನೋಟಿಸ್‌ಗೆ ಯಾಕೆ ತರ್ಲಿಲ್ಲ?" ಕೋಪದಿಂದ ಪ್ರಶ್ನಿಸಿದಳು. ಅವರು ಮಾತಾಡಲಿಲ್ಲ.

ಮಿಕ್ಕವರಿಗೆ ಕೂಲಿ ಕೊಡುವವರೆಗೂ ಸುಮ್ಮನಿದ್ದ ಸೂರ್ಯ ಸಹಿ ಪಡೆದು ಬಟವಾಡೆ ಮಾಡಿದ ಪುಸ್ತಕವನ್ನು ತರಿಸಿಕೊಂಡ.

"ನಿನ್ನ ಬಟವಾಡೆ ಎಷ್ಟು?" ಒಬ್ಬನನ್ನು ಹತ್ತಿರಕ್ಕೆ ಕರೆದು ಕೇಳಿದ. ಅವನು ಹೆದರುತ್ತ ನೋಟುಗಳನ್ನು ಟೇಬಲ್ ಮೇಲಿಟ್ಟ.

ಸೂರ್ಯನ ಸನ್ನೆ ಅರಿತು ಬಂದ ಕಾಶಿ ಎಣಿಸಿದ– "ಮೂವತ್ತೊಂಭತ್ತು ರೂಪಾಯಿ ಇಪ್ಪತ್ತೈದು ಪೈಸೆ" ಅಲ್ಲೇ ಇಟ್ಟ. ಅವನ ಸಹಿ ಪಡೆದಿರುವುದು ಮೂರುನೂರ ಎಂಭತ್ತು ರೂಪಾಯಿಗೆ. ಎಣಿಸಿ ಕೊಟ್ಟ ಕ್ಯಾಷಿಯರ್ ಕಡೆ ನೋಡಿದ. ಬೆವತುಬಿಟ್ಟಿದ್ದ.

ಪ್ರತಿಯೊಬ್ಬ ಕೂಲಿಯು ಮುಂದಕ್ಕೆ ಬಂದು ತನ್ನ ಅಹವಾಲನ್ನು ಹೇಳಿಕೊಳ್ಳತೊಡಗಿದರು. ಶ್ರೀಚಂದ್ರ ಸತ್ತ ನಂತರ ಸಾವಿರಾರು ರೂಪಾಯಿಗಳ ಲಾಸ್ ಕೂಲಿಗಳಿಗಾದರೆ, ಈ ಕಡೆಯ ಹಣವು ಜೊತೆಗೆ ಸೋರಿಹೋಗಿತ್ತು.

ರಮ್ಯಗೆ ಅಳುಬರುವುದೊಂದು ಬಾಕಿ ಇತ್ತು. "ಹೇಗೆ ತೀರ್ಮಾನ ಮಾಡೋಕೆ ಸಾಧ್ಯವೋ ನೋಡಿ. ಬಡಜನ ನೊಂದುಕೋಬಾರ್ದು...." ಸೂರ್ಯನ ಬಳಿ ಪಿಸುಗುಟ್ಟಿ ಒಳಗೆ ನಡೆದುಬಿಟ್ಟಳು.

ಇಂದು ಸಂಕೋಚದ ಮುದ್ದೆಯಾದಳು. ಇಡೀ ಇಂದ್ರ ಧನಸ್ಸು ಸುತ್ತುತ್ತಿದ್ದಳು. ಪ್ರತಿಯೊಂದರ ಬಗ್ಗೆ ಚರ್ಚಿಸುತ್ತಿದ್ದಳು.

"ಬಲವಾದ, ತೀಕ್ಷ್ಣಮತಿಯುಳ್ಳ ವ್ಯಕ್ತಿ ಇಲ್ಲದಿದ್ರೆ ಇಂದ್ರ ಧನಸ್ಸು ನಮ್ಮದಾಗಿ ಉಳಿಯೋಲ್ಲ" ಮದುವೆಯ ಹಿಂದಿನ ದಿನ ಮಧುಚಂದ್ರ ಅವಳಿಗೆ ಹೇಳಿದ್ದರು. "ನನ್ನಂಥ ಅನನುಭವಿಗೆ ಇಲ್ಲಿನ ಬೇಸಿಕ್ ಪಾಯಿಂಟ್ಸ್ ಗೊತ್ತಿಲ್ಲ. ತಲೆಚಿಟ್ಟು ಅಷ್ಟೆ".

ಅತ್ಯಂತ ಸಂಯಮದಿಂದ ಸಮಾಧಾನವಾಗಿ ಅವರುಗಳ ಅಹವಾಲನ್ನು ಕೇಳಿದ ಸೂರ್ಯ. ಮ್ಯಾನೇಜರ್ ಶೆಟ್ಟಿಯ ಮುಖ ವಿವರ್ಣವಾಗಿತ್ತು.

ಇಲ್ಲಿಗೆ ಬಂದು ಅವರು ಕೆಲಸಕ್ಕೆ ಸೇರಿ ಹದಿನೈದು ವರ್ಷಗಳು ಆಗಿತ್ತು. ಇರಲು ಮನೆ, ಉತ್ತಮ ಸಂಬಳ, ಇಂದ್ರ ಧನಸ್ಸಿನಂಥ ಸುಂದರ ಪರಿಸರದಲ್ಲಿ ನೆಮ್ಮದಿಯಾಗಿದ್ದ ಜನ ಹಣದ ಆಸೆಗೆ ಬಿದ್ದಿದ್ದರು. ಹಣ ಯಾರಿಗೆ ಬೇಡ?

ಎಲ್ಲಾ ಮುಗಿಸಿದ ಸೂರ್ಯ ಒಳಗೆಹೋದ. ಮೂವರು ಮುಖಮುಖ ನೋಡಿಕೊಂಡರು. ನಿಂತ ಕೂಲಿಗಳು ಅಣಕಿಸುವಂತೆ ಕಂಡರು.

"ಇಷ್ಟು ದಿನ ನಮ್ಮನ್ನು ಕಾಡಿದ್ದಲ್ಲ. ಮುಂದೆ ಗೊತ್ತಾಗುತ್ತೆ" ಸ್ವಲ್ಪ ಓದು ಬರಹ ಕಲಿತಿದ್ದ ರೋಡ್ರಿಗ್ಸ್ ಜೋರಾಗಿಯೇ ಹೇಳಿದ "ಎಂಥ ಕೆಟ್ಟಜನ! ಬೆಳಗ್ನಿಂದ ಸಂಜೆವರ್ಗೂ ಮೈಯಲ್ಲಿ ಬೆವರಿಳಿಸುವ ಜನರ ಹಣ ನುಂಗಿದ್ರೆ ಯೇಸು ನಿಮ್ಮನ್ನು

ಸುಮ್ನೇ ಬಿಡ್ತಾನಾ?" ಧೈರ್ಯದಿಂದ ಭೀಮಾರಿ ಹಾಕಿ ಉತ್ತ್ರೇಕ್ಷೆಯಿಂದ ತನ್ನ ಟವಲನ್ನು ಕೊಡವಿ ಹೆಗಲ ಮೇಲೆ ಹಾಕಿಕೊಂಡು ಹೋದ.

ಇಷ್ಟು ದಯನೀಯವಾದ ಅವಮಾನ ಅವರುಗಳ ಜೀವನದಲ್ಲಿಯೇ ಆಗಿರಲಿಲ್ಲ. ಹೇಗೆ ಇನ್ನು ಈ ಎಸ್ಟೇಟ್‌ನಲ್ಲಿರುವುದು ಎನ್ನುವ ಮಟ್ಟಿಗೆ ಚಿಂತಿಸಿದರು.

ರಾತ್ರಿ ಸೂರ್ಯ ಬಂದಾಗ ರಮ್ಯ ಅಳುತ್ತಿದ್ದಳು. ಅಷ್ಟು ಜೋರಾಗಿ ಗಟ್ಸ್‌ವುಳ್ಳ ಹೆಣ್ಣಾಗಿ ಕಾಣುತ್ತಿದ್ದವಳು ಇವಳೇನಾ ಎಂದು ಯೋಚಿಸುವಂತಾಯಿತು.

"ಯಾಕೆ ಅಳ್ತಾ ಇದೀರಾ?" ಸ್ವರವನ್ನು ಅತ್ಯಂತ ನವಿರಾಗಿಸಿದ. ಮಂಚದ ಮೇಲಿನ ದಿಂಬುಗಳನ್ನೆಲ್ಲ ಎತ್ತಿಎತ್ತಿ ಎಸೆದಳು. "ಎಲ್ಲಾ ಮೋಸಗಾರರು... ಚೀಟ್ಸ್...." ಅರಚಿ ಅರಚಿ ಗಂಟಲುನೋವು ಮಾಡಿಕೊಂಡಳು.

ಹತ್ತು ನಿಮಿಷಗಳಷ್ಟು ದೀರ್ಘಕಾಲ ಸುಮ್ಮನೆ ನೋಡಿದ. ಅವಳ ಆವೇಶ ಕ್ರಮೇಣ ತಗ್ಗಿತು.

"ಮುಖ ತೊಳ್ಕೊಂಡ್ಬನ್ನಿ. ಊಟ ಮಾಡೋಣ" ಎಂದ. ಕೆನ್ನೆಯ ಮೇಲೆ ಹರಡಿದ ಕೂದಲನ್ನು ರಭಸದಿಂದ ಹಿಂದಕ್ಕೆ ತಳ್ಳಿ "ಬೇಡ... ಇವತ್ತು ನಿಮ್ಮ ಜೋಕ್ ಕೂಡ ಕೆಲಸ ಮಾಡೋಲ್ಲ" ಕಿಟಕಿಯ ಬಳಿ ಹೋಗಿನಿಂತಳು.

ಒಂದು ದಿನ ನೋಡಿದ ಘಾಟಿಹೆಣ್ಣು ಇವಳು! ಹೊರಗೆ ಅಷ್ಟು ಗಡಸು ಎನ್ನುವಂತೆ ಓಡಾಡುವ ಇವಳು ಅಂತರಂಗದಲ್ಲಿ ಎಷ್ಟು ಮೃದು!

"ನಂಗೆ ಪಾಮಿಸ್ಟ್ರಿ, ಜ್ಯೋತಿಷ್ಯ, ಗ್ರಹಬಲ, ಕಂಪ್ಯೂಟರ್ ಜ್ಯೋತಿಷ್ಯ ಒಂದೂ ಗೊತ್ತಿಲ್ಲ. ಆದರೆ ನೀವು ತುಂಬಾ ಹಸಿದಿದ್ದೀರಿ. ಖಂಡಿತ ಊಟ ಮಾಡೇಮಾಡ್ತಿರಾ. ನನ್ನ ಜೊತೆಯಲ್ಲಿ ಅಲ್ಲ ಅಷ್ಟೆ" ಎದ್ದು ಹೊರಬಂದ.

ಒಳಗಿನಿಂದಲೇ ಕೂಗಿದಳು "ಶ್ರೀ ಸೂರ್ಯ, ನಿಂತ್ಕೊಳ್ಳಿ". ಮರುನಿಮಿಷದ ನಂತರ ಫ್ರೆಶ್ಶಾಗಿ ಬಂದಳು. ನಗುತ್ತಿರುವ ಗುಲಾಬಿಯಂತೆ ಕಂಡಳು.

ಬಡಿಸಲು ಬಂದ ಸೂರಿಯನ್ನು ನೋಡಿ ಅವಾಕ್ಕಾದ. ಮುಖ ನೋಡಿ ಷರಟಿನ ಕಾಲರ್ ಸರಿಮಾಡಿಕೊಂಡ.

ಗಂಟಲು ಸರಿಮಾಡಿಕೊಂಡ ಸೂರ್ಯ ಅವನನ್ನೇ ಕ್ಷಣ ನೋಡಿದ. "ಇಡು ಪಾತ್ರೆ.... ಗೆಸ್ಟ್‌ಹೌಸ್‌ನಿಂದ ಇಲ್ಲಿಗೆ ವಾಪಸ್ ಬಂದ್ರೆ ಮನೆಗೆ ಹೋಗ್ತೀಯಾಂತ ಹೇಳಿದ್ದೆ. ನೆನಪಿದ್ಯಾ..." ಕೇಳಿದ. ಬಹಳ ನಿಧಾನವಾಗಿಯೇ ಕೇಳಿದ್ದು. ಅವನು ಥರಥರ ನಡುಗುತ್ತಿದ್ದ.

ತಕ್ಷಣ ಮಾತನ್ನು ಬದಲಾಯಿಸಿಕೊಂಡ ಸೂರ್ಯ "ಬಡ್ಸು..." ಅವನ ಸ್ವರದಲ್ಲಿ ಏರಿಳಿತಗಳು ಇರಲಿಲ್ಲ. ಆಗಲೇ ಅವನ ಮನದಲ್ಲಿ ಒಂದು ಯೋಚನೆ ರೂಪುಗೊಂಡಿತ್ತು.

ಮೌನವಾಗಿ ಊಟ ಮಾಡತೊಡಗಿದ. ಏನೋ ಕಳೆದುಕೊಂಡಂತೆ

ಚಡಪಡಿಸಿದವಳು ರಮ್ಯ ಮಾತ್ರ. ಇಲ್ಲಿಗೆ ಬರುವಂತೆ ಸೂರಿಗೆ ಆಣತಿ ಇತ್ತವಳು ಅವಳೇ.

ಅಡುಗೆ ಮನೆಯ ಕೆಲಸಕ್ಕಿಂತ ಯಜಮಾನಿತಿಯ ಎಲ್ಲಾ ಕೆಲಸಗಳಲ್ಲೂ ಅವನ ಕೈ ಇರುತ್ತಿತ್ತು. ಅವಳ ಡ್ರೆಸ್‌ಗಳನ್ನು ಅಚ್ಚುಕಟ್ಟಾಗಿ ಹ್ಯಾಂಗರ್‌ಗೆ ಹಾಕುತ್ತಿದ್ದವನು ಅವನೇ. ಅವಳು ಎಸೆದುಹೋಗುವ ಪರ್ಸ್‌ಗಳನ್ನು ಎತ್ತಿಡುವ ಕೆಲಸ ಅವನೇ ಮಾಡುತ್ತಿದ್ದ.

ಸೂರಿಯ ಬಗ್ಗೆ ಅವಳಿಗೆ ಒಂದು ರೀತಿಯ ವಾತ್ಸಲ್ಯ.

ರೂಮಿಗೆ ಬಂದಕೂಡಲೇ ಕ್ಷಮೆ ಯಾಚಿಸಿದಳು. "ಸಾರಿ, ಸೂರಿ ನಾಲ್ಕೈದು ವರ್ಷಗಳಿಂದ ಬಂದು ಇದ್ದವ. ನಾನೇ ಇಲ್ಲಿಗೆ ಬರಲು ಹೇಳ್ದೆ".

"ದಟ್ಸ್ ಓಕೇ" ಎಂದು ಟೇಬಲ್ ಮೇಲಿನ ಫೈಲು ಹಿಡಿದು ಬಾಗಿಲು ತಳ್ಳಿಕೊಂಡು ಪಕ್ಕದ ರೂಮಿಗೆ ಹೋಗುವ ಮುನ್ನ "ಗುಡ್ ನೈಟ್...." ಎಂದ.

ಸಂಜೆ ಅವನ ಕೈಸೇರಿದ ಮೀನಾ ಪತ್ರ ಜೇಬಿನಲ್ಲಿತ್ತು. ಒಡೆದು ಓದುವ ಕಾತರ. ಆದರೆ ಹಿಂದಿನಿಂದ ರಮ್ಯ ಬಂದಳು.

"ನಿಮ್ಗೆ ಕೋಪ ಬಂದಿದೆ ಸೂರ್ಯ?"

ಅವನ ಕಣ್ಣುಗಳಲ್ಲಿ ಅಚ್ಚರಿ ಇಣುಕಿತು. "ನಂಗೆ ಕೋಪ! ಯಾತಕ್ಕಾಗಿ? ತಮಾಷೆ ಮಾಡ್ತಾ ಇದ್ದೀರಾ?" ಮಾತನ್ನು ಹಾರಿಸಲು ನೋಡಿದ. ಅವಳು ಪಟ್ಟಾಗಿ ಹಿಡಿದಳು.

"ಕಾರಣ ನಂಗೆ ಗೊತ್ತು" ಸೋಫಾ ಮೇಲೆ ಕೂತಳು.

ಸೂರ್ಯ ಸ್ವಲ್ಪ ಜೋರಾಗಿಯೇ ನಕ್ಕುಬಿಟ್ಟ. "ಕೋಪ ಬಂದಿದೆ ಅಂತೀರಾ! ಕಾರಣ ಕೂಡ ಗೊತ್ತಿದೆ ಅಂತೀರಾ! ಈಗ ನಾನು ಹೇಳೋಕೆ ಏನೂ ಉಳಿದಿಲ್ಲ. ಇವು ಬರೀ ಸಬೂಬುಗಳು. ಜಗಳ ಕಾಯೋಕೆ ಬಂದಿದ್ದೀರಾ?" ತಮಾಷೆಯಾಗಿ ಮಾತಾಡಿದ.

ಮುಷ್ಟಿ ಮಾಡಿ ಅವನ ಮುಂದೆ ಹಿಡಿದಳು. "ಇದ್ರಲ್ಲಿ ಏನಿದೆ ಹೇಳಿ ನೋಡೋಣ. ಸೋತರೆ ದಂಡ ಜೋರಾಗಿಯೇ ಇರುತ್ತೆ" ಆ ವಿಷಯವನ್ನು ಪೂರ್ತಿಯಾಗಿ ಬಿಟ್ಟಳು.

ಮುಷ್ಟಿ ಬಿಗಿಮಾಡಿ ಹಿಡಿದ ಸುಂದರ ಕೈಯನ್ನು ನೋಡಿದ. ಹಿಡಿಮುಷ್ಟಿಯಲ್ಲಿ ಅಡಗಿ ಕುಳಿತಿತ್ತು ಅವಳು ಹಿಡಿದ ಪದಾರ್ಥ. ತೀರಾ ದೊಡ್ಡದಲ್ಲ ಒಳಗಿರುವ ಪದಾರ್ಥ.

"ನಿಮ್ಮ ಕೈಯಲ್ಲಿರೋ ವಸ್ತು ಏನೂಂತ ಹೇಗೆ ಹೇಳ್ಲಿ? ಏನಾದ್ರೂ ಹಿಂಟ್ಸ್ ಕೊಟ್ರೆ ಪ್ರಯತ್ನಿಸಬಹುದು" ಎಂದ ಮುಚ್ಚಿರುವ ಮುಷ್ಟಿಯನ್ನು ನೋಡುತ್ತ.

ಹತ್ತು ಸೆಕೆಂಡ್ ಎಣಿಸುವಂತೆ ಸುಮ್ಮನಿದ್ದವಳು "ಅಷ್ಟೊಂದು ಬೆಲೆಬಾಳೋದಿಲ್ಲ. ನೀವು ಕೂಡ ನೋಡಿಯೇ ಇರ್ತೀರಿ. ಒಮ್ಮೆ ಮುಟ್ಟಿ ಕೂಡ ಇದ್ದೀರಿ. ಇಷ್ಟು ಹಿಂಟ್ಸ್

ಜಾಸ್ತೀನೇ ಆಯ್ತು. ಹೇಳಲಿಲ್ಲಾಂದ್ರೆ ನಿಮ್ಗೆ ಕೊಟ್ಟ 'ಸಿಂಪ್ಲೀ ಜೀನಿಯಸ್' ಎನ್ನುವ ಪದವನ್ನು ನಾನು ವಾಪಸ್ಸು ಪಡ್ಕೋತೀನಿ. ಬಿ ಕೇರ್‌ಫುಲ್...." ಎಚ್ಚರಿಸಿದಳು.

ಕಾಯಿನ್, ಮಣಿ, ಉಂಗುರ ಎಲ್ಲವನ್ನೂ ತಳ್ಳಿಹಾಕಿದವನು "ಕೆಂಪು ಹವಳ..." ಎಂದ. ಒಮ್ಮೆ ಪರ್ಸ್‌ನಿಂದ ಕೆಳಗೆ ಬಿದ್ದಾಗ ತಾನೇ ಅದನ್ನು ಕೊಟ್ಟಿದ್ದ.

ಮೆಲ್ಲಗೆ ಬೆರಳುಗಳನ್ನು ಬಿಡಿಸಿ ಅವನ ಮುಂದೆ ಹಿಡಿದಳು "ಇದು ಬೇರೆಯವ್ರಿಗೆ ಬೆಲೆಬಾಳೋದಿಲ್ಲ. ನನ್ನ ಮಟ್ಟಿಗೆ ಅಪೂರ್ವ. ಕನ್ಯಾಕುಮಾರಿಗೆ ಹೋದಾಗ ಒಂದು ಹುಡುಗನಲ್ಲಿ ಹವಳದ ಸರ ಕೊಂಡಿದ್ದೆ. ಇದಕ್ಕೆ ಇಪ್ಪತ್ತು ರೂಪಾಯಿ ಹೇಳ್ದ. ನೂರರ ನೋಟು ಕೊಟ್ಟೆ. ನಾನು ಕೂಗುವ ಮುನ್ನ ಚಿಲ್ಲರೆ ತರಲು ಓಡಿದ. ರಭಸದಿಂದ ಬಂದ ಟ್ರಕ್ ಅವನ ಮೇಲೆ ಹಾಯ್ದುಹೋಯ್ತು. ಆ ನೆನಪು ನನ್ನಲ್ಲಿ ಉಳೀಬಾರ್ದೂಂತ ಅಪ್ಪ ಸರನ ಕಿತ್ತು ದೂರ ಎಸೆದರು. ಆದ್ರೆ... ಒಂದು ಹವಳ ನನ್ನ ಕೈಯಲ್ಲಿ ಉಳಿದುಹೋಯ್ತು" ಕಣ್ಣೊರೆಸಿಕೊಂಡಳು.

"ಇಷ್ಟೊಂದು ಸೆನ್ಸಿಟಿವ್ ಆದರೆ ಹೇಗೆ? ಬದುಕಿನಲ್ಲಿ ಸಿಹಿ-ಕಹಿ ಎರಡೂ ಸಮಸಮವಾಗಿಯೇ ಇರುತ್ತೆ. ಕೆಲವನ್ನು ಮರೆಯಲು ಬಹಳ ಪ್ರಯತ್ನ ಮಾಡ್ಬೇಕು" ಸಮಾಧಾನ ಹೇಳಿದ.

ಅವಳ ಅಂಗೈಯಲ್ಲಿ ಹೊಳೆಯುವ ಕೆಂಪು ಹವಳದ ಹಿಂದಿನ ದುರಂತದ ಕತೆ ಅವನನ್ನು ನೋಯಿಸಿತು.

ದುಃಖಿತಳಾಗಿ ಕೂತುಬಿಟ್ಟಳು ರಮ್ಯ. "ಅವ್ನು ಎಷ್ಟು ಪುಟ್ಟ ಹುಡ್ಗ ಗೊತ್ತಾ! ಹತ್ತು ವರ್ಷ ಇರಬಹುದು. ಅವನ ಬಲವಂತಕ್ಕೆ ಕೊಳ್ಳಲು ಒಪ್ಪಿದರೂ ನಂಗೆ ಆ ಸರ ಇಷ್ಟವಾಯ್ತು. ಅಪ್ಪ ಬೇಜಾರ್ ಮಾಡ್ಕೊಂಡು 'ಬೇಕೂನಿಸಿದ್ರೆ ಹಣ ಕೊಡು, ಸರ ತಗೊಂಡು ನೀನೇನು ಮಾಡ್ತೀಯ?' ಅಂದರು. ಆದ್ರೆ.... ಆ ಹುಡುಗ ಅದಕ್ಕೆ ಒಪ್ಪಿಲ್ಲ. ಈ ಸರನ ಸುಮ್ನೇ ಕೊಟ್ರೆ ನೀವು ತಗೋತೀರಾಂತ ಸವಾಲು ಹಾಕ್ದ. ಅಂದು ಸರ ತಗೊಂಡಿದ್ದೆ ತಪ್ಪಾಯ್ತು. ನನ್ನ ಕಣ್ಮುಂದೇನೇ ಆ ಚೂಟಿ ಹುಡುಗ ಇಲ್ಲವಾದ" ನೈಜವಾದ ದುರಂತ ಕತೆಯನ್ನು ಹೇಳಿದಳು.

"ಲೀವ್ ಇಟ್, ರಾತ್ರಿ ಒಳ್ಳೆ ವಿಷಯಗಳನ್ನ ಮಾತ್ರ ಮನಸ್ಸಿನಲ್ಲಿ ಇಟ್ಕೋಬೇಕು. ಆಗ ಒಳ್ಳೇ ಕನಸುಗಳು-ಎಲ್ಲಾ ಕಲರ್‌ಫುಲ್ ಆಗಿರುತ್ತೆ" ನಕ್ಕ. ರಮ್ಯ ನಗಲಿಲ್ಲ. ತೀರಾ ಮಂಕಾಗಿ ಕೆಲವೇ ಕ್ಷಣಗಳಲ್ಲಿ ಬಿಳಿಚಿಕೊಂಡುಬಿಟ್ಟಳು.

ಶ್ರೀಚಂದ್ರ ಡೈರಿಯಲ್ಲಿ ಗುರುತು ಹಾಕಿದ್ದನ್ನು ನೆನಸಿಕೊಂಡ. ಆ ಘಟನೆ ನೆನಪಿಸಿಕೊಂಡು ರಮ್ಯ ಅಳುತ್ತ ಕೂತಾಗಲೆಲ್ಲ ನಿದ್ದೆ ಮಾತ್ರೆ ನುಂಗಿಸಬೇಕು. ಅದನ್ನು ನುಂಗಲು ಒಂದು ಷರತ್ತು. ಒಂದು ಬೆಸ್ಟ್ ಜೋಕ್ ಹೇಳಬೇಕು. ನಕ್ಕರೆ ಮಾತ್ರ ನುಂಗುತ್ತಾಳೆ, ಇಲ್ಲದಿದ್ರೆ ಜಾಗರಣೆ.

ಡ್ರಾಯರ್‌ನಿಂದ ಮಾತ್ರೆ ಹಿಡಿದು ಬಂದವನು ಗಾಜಿನ ಹೂಜಿಯಲ್ಲಿದ್ದ ನೀರನ್ನು ಲೋಟಕ್ಕೆ ಬಗ್ಗಿಸಿ ಅವಳ ಮುಂದೆ ಹಿಡಿದ.

"ನುಂಗಿಬಿಡಿ, ಆರಾಮಾಗಿ ನಿದ್ದೆ ಬರುತ್ತೆ".

ಬೇಡವೆನ್ನುವಂತೆ ತಲೆಯಾಡಿಸಿದಳು. "ನಂಗೆ ನಿದ್ದೆ ಬರೋಲ್ಲ. ಬಂದ್ರೂ ನಂಗೆ ನಿದ್ದೆ ಮಾಡೋಕ್ಕೆ ಇಷ್ಟವಿಲ್ಲ. ಹವಳದ ಸರ ಹಿಡಿದ ಹುಡುಗ ಕನಸಿನಲ್ಲಿ ಬಂದುಬಿಡ್ತಾನೆ" ಪುಟ್ಟ ಹುಡುಗಿಯಂತೆ ಹೇಳಿದಳು.

"ಒಂದು ಜೋಕ್... ಆಮೇಲೆ ನಗು... ನಿದ್ದೆ ಆರಾಮಲ್ವಾ!" ಮಾತ್ರೆ ನೀರು ಮೇಜಿನ ಮೇಲಿಟ್ಟು ಆರಾಮಾಗಿ ಅವಳ ಎದುರು ಕೂತ.

"ದೆಹಲಿ ಮತ್ತು ಆಗ್ರಾಗಳನ್ನು ನೋಡಬಯಸಿದ ಒಬ್ಬ ಅಮೆರಿಕನ್ ಪ್ರವಾಸಿ ಗೈಡ್‌ಗಾಗಿ ತಲಾಷೆ ಮಾಡಿದ. ಸರ್ದಾರ್ಜಿಗಳು ಹಾಸ್ಯಪ್ರಿಯರು, ಮಾತ್ರವಲ್ಲ ಬುದ್ಧಿವಂತ ದೇಶಪ್ರೇಮಿಗಳೆಂದು ಕೇಳಿದ್ದ. ಆದ್ದರಿಂದ ಒಬ್ಬ ಸರ್ದಾರ್ಜಿಯನ್ನು ಗೈಡ್ ಆಗಿ ನೇಮಿಸಿಕೊಂಡ....

ಮೊದಲು ಕೆಂಪುಕೋಟೆ ನೋಡಿದ ಅಮೆರಿಕನ್ ಪ್ರವಾಸಿ ಆಶ್ಚರ್ಯಗೊಂಡ. 'ಇದನ್ನು ಕಟ್ಟಲು ಎಷ್ಟು ವರ್ಷ ಬೇಕಾಯ್ತು?' ಕೇಳಿದ. ಸರ್ದಾರ್ಜಿ ಥಟ್ಟನೆ ಉತ್ತರಿಸಿದ– 'ಇಪ್ಪತ್ತು ವರ್ಷ'. ಅಮೆರಿಕನ್ ಪ್ರವಾಸಿ ಬಹಳ ಉದಾಸೀನವಾಗಿ 'ನೀವು ಭಾರತೀಯರು ಬಹಳ ಸೋಮಾರಿಗಳು. ಅಮೆರಿಕದಲ್ಲಾಗಿದ್ದರೆ ಐದು ವರ್ಷಗಳಲ್ಲಿ ಕಟ್ಟಿ ಮುಗಿಸುತ್ತಿದ್ದರು' ಎಂದ. ಸರ್ದಾರ್ಜಿಗೆ ಕಸಿವಿಸಿಯಾಯಿತು.....

ತಾಜ್‌ಮಹಲ್‌ನ ನೋಡಿದ ಅಮೆರಿಕನ್ ಪ್ರವಾಸಿ ಬಹುವಾಗಿ ಮೆಚ್ಚಿಕೊಂಡ. ಮೊದಲಿನಂತೆಯೇ ಪ್ರಶ್ನೆ 'ಎಷ್ಟು ವರ್ಷ?' ಸರ್ದಾರ್ಜಿ ಸ್ವಲ್ಪ ಕಡಿಮೆ ಮಾಡಿ 'ಹತ್ತು ವರ್ಷ' ಅಂದ. ಆದರೆ ಪ್ರವಾಸಿಯದು ಮೊದಲಿನಂತೆಯೇ ರಾಗ 'ಬಹಳ ನಿಧಾನ, ನಮ್ಮಲ್ಲಾಗಿದ್ರೆ ಎರಡೂವರೆ ವರ್ಷದಲ್ಲಿ ಮುಗಿಸುತ್ತಿದ್ದೆವು'....

ಇದೇ ತರಹ ಬಹಳ ಕಡೆ ಮುಂದುವರಿಯಿತು. ಸರ್ದಾರ್ಜಿ ಬೇಸತ್ತ. ಪ್ರತಿಷ್ಠೆಯ ಮಾತುಗಳನ್ನು ಕೇಳಿ ಸಾಕಾಗಿದ್ದ. ಕುತುಬ್ ಮಿನಾರ್ ತಲುಪಿದಾಗ ಅಮೆರಿಕನ್ ಪ್ರವಾಸಿ 'ಏನಿದು, ಎತ್ತರಕ್ಕೆ ಇದೆಯಲ್ಲ?'.

ಸರ್ದಾರ್ಜಿ ಲಗುಬಗೆಯಿಂದ ಗಾಡಿಯಿಂದ ಇಳಿದ. 'ಒಂದು ನಿಮಿಷ ತಾಳಿ, ಕೇಳಿಕೊಂಡು ಬರುತ್ತೇನೆ. ನಿನ್ನೆ ಸಂಜೆ ಈ ಕಡೆಯಿಂದ ನಾನು ಹಾದುಹೋದಾಗ ಆ ಸ್ಥಳದಲ್ಲಿ ಏನೂ ಇರಲಿಲ್ಲ, ಏನೋ ಹೊಸತು ಇರಬೇಕು...'.

ರಮ್ಯ ಘೊಳ್ಳನೆ ನಕ್ಕಳು.

ಖುಷ್ವಂತ್ ಸಿಂಗರ ಅಂಕಣ ಓದುತ್ತಿದ್ದ ಅವಳಿಗೆ ಜೋಕ್ ಹೊಸದಾಗಿ ಕಾಣದಿದ್ದರೂ ಆರಾಮದ ನಗು ಬಂತು.

"ಥ್ಯಾಂಕ್ಯೂ ಸೂರ್ಯ, ಗುಡ್‌ನೈಟ್" ಬಾಗಿಲನ್ನು ಮುಂದಕ್ಕೆ ಹಾಕಿಕೊಂಡು ಹೋದಳು.

ಮೀನಾಳ ಕಾಗದ ಓದಲು ತೆಗೆದ ಸೂರ್ಯ.

* * *

ಪುರುಷೋತ್ತಮ್ ಮನೆಯ ಮುಂದೆ ಜೀಪು ನಿಂತಾಗ ಇಳಿದಿದ್ದು ಸೂರ್ಯ. ಕ್ಷಣಗಳನ್ನು ಲೆಕ್ಕಹಾಕಿ ವೇಗವಾಗಿ ಇನ್ನೂರ ಇಪ್ಪತ್ತು ಕಿಲೋಮೀಟರ್‌ಗಳನ್ನು ಕ್ರಮಿಸಿ ಬಂದಿದ್ದ.

"ನಾನು ಎಸ್ಟೇಟ್ ಬಿಟ್ಟು ಎಲ್ಲಿಗೂ ಹೋಗೋಲ್ಲ" ಮಧುಚಂದ್ರ ಹೋಗುವಾಗ ಅವರಿಗೆ ಭರವಸೆಯನ್ನಿತ್ತಿದ್ದ. ಅಲ್ಲಿ ಅವನ ಅನಿವಾರ್ಯತೆ ತೀವ್ರವಾಗಿತ್ತು.

ಧಾವಿಸಿ ಬಂದ ಮೀನಾ ಅವನನ್ನು ತಬ್ಬಿಕೊಂಡಳು. "ಪುರಂಧರಣ್ಣ ಇನ್ನೂ ನರ್ಸಿಂಗ್ ಹೋಂನಲ್ಲೇ ಇದ್ದಾನೆ" ಅವನೆದೆಯಾಸರೆಯಲ್ಲಿ ಕಣ್ಣೀರು ಸುರಿಸಿದಳು. ಅವಳ ಕಣ್ಣೀರು ತೊಡೆದು "ಯಾಕೆ ಅಳು? ಈಗ ಹುಷಾರಾಗಿದ್ದಾನಲ್ಲ" ಒಳಗೆ ನಡೆದ.

ಪುರುಷೋತ್ತಮ್ ಉಯ್ಯಾಲೆಯ ಮೇಲೆ ಕೂತಿದ್ದರು. ಅಂಥ ಮಂಕುತನವೇನು ಅವರ ಮುಖದ ಮೇಲೆ ಇರಲಿಲ್ಲ.

"ಅಪ್ಪ...." ಅವರ ಬಳಿ ಹೋಗಿ ನಿಂತ. ಸ್ವಲ್ಪ ಮುಖದ ಮೇಲೆ ಗೊಂದಲ ಕಾಣಿಸಿಕೊಂಡರೂ ಮರುಕ್ಷಣ ನಸುನಗೆ ಅರಳಿತು. "ಸೂರ್ಯ ಅಲ್ವಾ?" ಪ್ರೀತಿಯಿಂದ ಅವನ ಮೈದಡವಿದರು.

ಆಘಾತಕ್ಕೆ ಮುನ್ನ ನಡೆದ ಘಟನೆಗಳು, ವ್ಯಕ್ತಿಗಳು, ಸಂದರ್ಭಗಳು, ಸನ್ನಿವೇಶಗಳನ್ನು ಮರೆತಿದ್ದರಷ್ಟೆ. ನಂತರ ಮಕ್ಕಳೆಂದು ಮನದಟ್ಟಾಗಿತ್ತು ಮತ್ತು ಹೆಂಡತಿ ಕೂಡ ಅವರ ನೆನಪಿನಲ್ಲಿ ಜೀವಂತ.

ಸೂರ್ಯ ತನ್ಮಯತೆಯಿಂದ ಮೈಮರೆಯುವ ಹಾಗೆ ಇರಲಿಲ್ಲ. ಅವನು ಎಸ್ಟೇಟ್‌ನಿಂದ ಹೊರಗೆ ಇದ್ದಾನೆಂದು ಬೇರೆಯವರ ಅರಿವಿಗೆ ಬರುವ ಮುನ್ನ ಅವನು ಇಂದ್ರ ಧನಸ್ಸು ತಲಪಬೇಕಿತ್ತು.

"ಈಗ್ಬಂದೆ..." ಅಡುಗೆಯ ಮನೆಗೆ ಧಾವಿಸಿದ. ಕಾಫಿ ಬೆರೆಸುತ್ತಿದ್ದ ಜಲಜ ಪಾತ್ರೆ ಕೊಡವಿಕೊಂಡಳು. "ಸೂರ್ಯ, ಪುರಂಧರ ಎಂಥ ಕೆಲ್ಸ ಮಾಡಿದ ಗೊತ್ತಾ?". ಗೊತ್ತೆನ್ನುವಂತೆ ತಲೆದೂಗಿದ. "ಅಮ್ಮ ಎಲ್ಲಿ?" ಮುಂಗೈನಿಂದ ಕಣ್ಣೀರು ತೊಡೆದುಕೊಂಡಳು. "ನರ್ಸಿಂಗ್ ಹೋಂಗೆ ಹೋಗಿದ್ದಾಳೆ. ಇವತ್ತು ಮನೆಗೆ ಕರ್ಕೊಂಡ್ಹೋಗೀಂತ ಹೇಳಿದ್ದಾರೆ."

ವಿಳಾಸ ಪಡೆದವನು ಜಲಜಳೊಂದಿಗೆ ಜೀಪು ಹತ್ತಿದ.

ಪುರಂಧರನನ್ನು ನೋಡಿದ ಸೂರ್ಯ ಚಲಿಸದೆ ವಿಗ್ರಹದಂತೆ ನಿಂತುಬಿಟ್ಟ. ಮುಖದ ದಾಡಿ, ಗುಳಿಬಿದ್ದ ಕಣ್ಣುಗಳು, ಕೃಶವಾಗಿ ಕಾಣುವ ಮುಖ.

ಮಗನನ್ನು ನೋಡಿ ಅಳುತ್ತ ಹೊರಗೆ ಹೋಗಿಬಿಟ್ಟರು ವೈದೇಹಿ. ಮಗನ ಆತ್ಮಹತ್ಯೆಯ ಪ್ರಕರಣ ಆಕೆಯನ್ನು ಜರ್ಜರಿತಳನ್ನಾಗಿ ಮಾಡಿತ್ತು.

ಪಕ್ಕದಲ್ಲಿ ಕೂತು ಪುರಂಧರನ ಕೈಯನ್ನು ತನ್ನ ಕೈಯೊಳಗೆ ತಗೊಂಡ "ನೀನು ಹೀಗೆ ಮಾಡೋ ಸಂಭವವಿದೆಯೆಂಬ ಅನುಮಾನ ನಂಗೆ ಎಂದೋ ಇತ್ತು. ಸೋಮಾರಿಗೆ, ಆತ್ಮವಿಶ್ವಾಸವಿಲ್ಲದ ವ್ಯಕ್ತಿಗೆ ಇದೊಂದು ಸುಲಭದ ಮಾರ್ಗ ಅಷ್ಟೆ". ಮಾತುಗಳು ನಯವಾಗಿದ್ದರೂ ಮರ್ಮಾಘಾತವಾಗಿತ್ತು.

ಪಕ್ಕಕ್ಕೆ ಮುಖ ತಿರುವಿದ ಪುರಂಧರ.

"ನನ್ನ ಆಸೆ, ಮಹತ್ವಾಕಾಂಕ್ಷೆಯ ಪ್ರಕಾರ ನಂಗೆ ಬದುಕೋಕ್ಕಾಗಿಲ್ಲ. ನಂಗೆ ಕಾಂಪ್ರೊಮೈಸ್ ಆಗೋ ಇಷ್ಟವಿಲ್ಲ" ಗೊಣಗಿದ. ಸೂರ್ಯನಿಗೆ ಏನೂ ಅನ್ನಿಸಲಿಲ್ಲ.

"ಪುರಂಧರಣ್ಣ, ಕಣ್ಣೊರೆಸಿದ ತಾಯಿಯ ಕಣ್ಣೀರಿಗೆ ಯಾವ ಮಗನೂ ಕಾರಣವಾಗ್ಬಾರ್ದು. ಅದಕ್ಕೆ ಕ್ಷಮೆಯೇ ಇಲ್ಲ. ನಿರುತ್ಸಾಹ ಒಳ್ಳೇದಲ್ಲ. ಏಕಾಏಕಿ ಹತಾಶೆಗೆ ತಳ್ಳಿಬಿಡುತ್ತೆ. ನಿನಗೆ ಬೇಕಾಗಿದ್ದನ್ನು ಅಲ್ಲಿಯೇ ಹುಡುಕಬೇಕು. ಪರಿಶ್ರಮವಿಲ್ಲದ ವಿಜಯ, ಗೆಲುವು ಅಲ್ಪಾಯು ಅಥವಾ ಅದೊಂದು ಭ್ರಮೆ ಮಾತ್ರ. ನೀನು ನಿರೀಕ್ಷಿಸೋದು ಅದನ್ನೇ" ಎಂದ.

ಆ ಕಡೆ ತಿರುಗಿಸಿಕೊಂಡಿದ್ದ ಮುಖವನ್ನು ತಮ್ಮನತ್ತ ತಿರುಗಿಸಿದ ಪುರಂಧರ. ಫಳಫಳ ಹೊಳೆಯುವ ಸೂರ್ಯನ ಕಣ್ಣುಗಳಲ್ಲಿ ಅಪಾರವಾದ ಆತ್ಮಸ್ಥೈರ್ಯ.

"ಸೂರ್ಯ..." ಅವನೆರಡು ಕೈಗಳನ್ನು ಹಿಡಿದುಕೊಂಡ "ನಾನೇನು ಮಾಡ್ಲಿ? ನನ್ನಲ್ಲಿ ನಂಗೆ ವಿಶ್ವಾಸ ಹೋಗಿದೆ" ಅತ್ತ. ಜೋರಾಗಿ ಬಿಕ್ಕಳಿಸಿ ಬಿಕ್ಕಳಿಸಿ ಅತ್ತ. ಹತಾಶೆಯ ಕಣ್ಣೀರು ಹರಿಯಿತು.

"ಅಪ್ಪ ಒಬ್ಬ ಮಹನೀಯನ ಬದುಕಿನ ಬಗೆಗಿನ ಉನ್ನತ ಜೀವನದ ವಿಷಯವಾಗಿ ಕೆಲವು ನುಡಿಗಳನ್ನ ನಮಗೆ ಉದಾಹರಿಸುತ್ತಿದ್ದರು. 'ನಮ್ಮ ಅತಿಮುಖ್ಯವಾದ ಕರ್ತವ್ಯ ಸಮೀಪದಲ್ಲಿರುವ ಕಾರ್ಯವನ್ನು ನಿರ್ವಹಿಸುವುದೇ ವಿನಾ, ದೂರದ ದಿಗಂತದಲ್ಲಿ ಅಸ್ಪಷ್ಟವಾಗಿ ಗೋಚರಿಸುವ ಭವಿಷ್ಯದೆಡೆಗೆ ನೋಡುವುದಲ್ಲ. ಕೆಳಗಿನ ಮೆಟ್ಟಿಲಲ್ಲಿ ಹೆಜ್ಜೆಯೂರಿದರೆ ಮಾತ್ರ ಮೇಲಿನ ಮೆಟ್ಟಲು ತಲುಪಲು ಸಾಧ್ಯ. ಬೆಸ್ಟ್ ಆಫ್ ಲಕ್. ಈಗ್ಲೂ ಕಾಲ ಮೀರಿಲ್ಲ. ನಾನು ಬರ್ತೀನಿ" ಭರವಸೆಯಿಂದ ಅವನ ಕೈ ಅಮುಕಿ ಹೊರಗೆ ಬಂದ.

ವೈದೇಹಿ ಮೈತುಂಬ ಸೆರಗುಹೊದ್ದು ಕಾರಿಡಾರ್‌ನಲ್ಲಿ ನಿಂತಿದ್ದರು. "ಬಾಮ್ಮ ಮನೆಗೆ ಹೋಗೋಣ. ನಿನ್ನ ಕೈ ಊಟ ಮಾಡಿ ಬಹಳ ದಿನಗಳಾಯ್ತು" ಆಕೆಯ ಭುಜದ ಸುತ್ತಲೂ ಕೈಹಾಕಿ ಹೊರಗೆ ಕರೆದೊಯ್ದ.

ಥಟ್ಟನೆ ನಿಂತ ಆಕೆ "ಪುರಂಧರ ಒಬ್ನೇ ಇದ್ದಾನೆ. ಮತ್ತೇನಾದ್ರೂ ಅನಾಹುತ ಮಾಡಿಕೊಂಡ್ರೆ ಕಷ್ಟ" ಮೇಲಿನ ಫ್ಲೋರ್‌ನಲ್ಲಿದ್ದ ಮಗನ ರೂಮಿನ ಕಡೆ ಭಯದ ನೋಟ ಹರಿಸಿದರು.

"ಅಂಥದ್ದೇನೂ ಆಗೋಲ್ಲ. ಈಗ ಪುರಂಧರಣ್ಣನಿಗೆ ಆತ್ಮಹತ್ಯೆ ಮಾಡಿಕೊಳ್ಳೋ ಧೈರ್ಯವಿಲ್ಲ. ಅದಕ್ಕಿಂತ ಬದುಕಿರೋದೇ ವಾಸಿ ಅನ್ನಿಸಿರುತ್ತೆ".

ಜೀಪಿನ ಮುಂಬಾಗಿಲು ತೆಗೆದ. ಕೂತಿದ್ದ ಮೀನಾಳ ಕಣ್ಣಲ್ಲಿ ಭಯವಿತ್ತು. "ನಾನೇ ಸೂರ್ಯಣ್ಣನಿಗೆ ಪತ್ರ ಬರೆದಿದ್ದು" ಆಕೆಯೇನೂ ಪ್ರತಿಕ್ರಿಯಿಸಲಿಲ್ಲ. ನಿಧಾನವಾಗಿ ಹತ್ತಿ ಮಗನ ಪಕ್ಕ ಕೂತರು.

"ಡ್ರೈವಿಂಗ್ ಯಾವಾಗ ಕಲಿತೆ?" ಕೇಳಿದರು.

"ಅಲ್ಲಿಗ್ಹೋದ್ಮೇಲೆ. ತಕ್ಷಣ ಹಿಂದಿರುಗಬೇಕು. ಬಸ್ಸಿಗೆ ಕಾಯೋಕ್ಕಾಗಲ್ಲಾಂತ ಜೀಪು ತಂದೆ" ಸ್ಟಾರ್ಟ್ ಮಾಡಿದ.

ಅದು ಧಾವಿಸುವ ವೇಗಕ್ಕೆ ಆಕೆಯೇ ಚಕಿತರಾದರು. "ಇಷ್ಟೊಂದು ಸ್ಪೀಡಾಗಿ ಡ್ರೈವ್ ಮಾಡ್ತಾ ಇದ್ದೀಯ. ನಿಮ್ಮಪ್ಪ ಮನಸ್ಸು ಮಾಡಿದ್ರೆ.... ಒಂದೆರಡು ಕಾರುಗಳನ್ನ ಇಡಬಹುದಿತ್ತು" ಎಂದರು ನೊಂದ ದನಿಯಲ್ಲಿ.

ಸೂರ್ಯ ಅದನ್ನು ಒಪ್ಪಲಿಲ್ಲ. "ಕಾರುಗಳನ್ನ ಯಾವ ಕಾಳಸಂತೆಕೋರರು ಬೇಕಾದ್ರೂ ಇಡ್ತಾರೆ. ಅಂಥ ಪ್ರಾಪರ್ಟಿಯನ್ನ ಮಕ್ಕಳಿಗೆ ಬಿಡ್ತಾರೆ. ನಮ್ತಂದೆ ನಮ್ಗೆ ಕೊಟ್ಟಿರೋದು ಪವಿತ್ರವಾದ ದೀಕ್ಷಾಬದ್ಧ ಜೀವನ" ಅತ್ಯಂತ ಅಭಿಮಾನ, ಗೌರವಪೂರ್ವಕವಾಗಿ ಹೃದಯತುಂಬಿ ಪುರುಷೋತ್ತಮ್ ಬಗ್ಗೆ ಹೇಳಿದ.

ಇಬ್ಬರು ಗಂಡುಮಕ್ಕಳ ಜೊತೆ ಜಲಜಳಿಂದಲೂ ಆಕೆ ಗಂಡನ ನಿಂದೆ ಕೇಳಿ ಸಾಕಾಗಿತ್ತು. ಸೂರ್ಯ ಒಬ್ಬನೇ ಅವರನ್ನು, ಅವರ ಯೋಗ್ಯತೆಯನ್ನು ಅರ್ಥಮಾಡಿಕೊಂಡಿರೋದು ಎಂದುಕೊಂಡರು.

ಗಟ್ಟಿಹುಳಿ, ಸಾರು ಜೊತೆ ಒಂದು ಪಲ್ಯ ಕೂಡ ಮಾಡಿಟ್ಟಿದ್ದಳು ಜಲಜ. ತಟ್ಟೆ ಹಾಕಿ ಸಂಭ್ರಮದಿಂದ ಬಡಿಸಿದಳು. ಹಿಂದಿನ ಸೋಮಾರಿ ಜಲಜ ಅಲ್ಲ ಅವಳು ಈಗ. ಅವಳು ಹೊರಗೆ ಹೋಗುವುದು ತನ್ನ ಬೊಂಬೆಗಳಿಗಾಗಿ ಮಣಿ, ಲೇಸ್, ವಿವಿಧ ಮಾದರಿಯ ಬಟ್ಟೆಗಳು, ಸಲಕರಣೆಗಳನ್ನು ಕೊಳ್ಳಲು. ತಯಾರಾದ ಗೊಂಬೆಗಳನ್ನು ಮನೆಯಿಂದಲೇ ಒಯ್ಯುತ್ತಿದ್ದರು. ಅವಳೀಗ ಸದಾ ಬಿಜಿ.

ಎಂದಿನಂತೆ ವಿರಾಮವಾಗಿ ಊಟ ಮಾಡಲಿಲ್ಲ. ಗಬಗಬ ಮಾಡಿಮುಗಿಸಿ ಹೊರಟುನಿಂತ.

"ಅಮ್ಮ, ಹೋಗ್ಬರ್ತೀನಿ. ಪುರಂಧರಣ್ಣನ ಬಗ್ಗೆ ಭಯ ಬೇಡ. ಅಪ್ಪನ ನೆನಪು ಮರುಕಳಿಸ್ಬೇಕು. ಡಾ। ನರೋನಾ ಕೊಟ್ಟ ಡೇಟ್‌ಗೆ ಒಂದ್ಸಲ ಚೆಕಪ್‌ಗೆ ಕರ್ಕೊಂಡ್ಹೋಗಿ ಬನ್ನಿ. ಖಂಡಿತ ಅವರ ಜ್ಞಾಪಕಶಕ್ತಿ ಮರುಕಳಿಸುತ್ತೆ. ಅವರು ಕೋರ್ಟುಗಳಲ್ಲಿ ವಾದ ಮಾಡೋದನ್ನ ನಾವು ಕಾಣ್ತೀವಿ" ಗಂಟಲು ತುಂಬಿಬಂತು. ಅಂಥ ಒಂದು ಕನಸು ಅವನದು.

ಇಂದು ಪುರುಷೋತ್ತಮ್ ಹೊರಗೆ ಬಂದು ಜೀಪ್ ಹತ್ತಿದ ಮಗನಿಗೆ ಕೈಬೀಸಿದರು. ವೈದೇಹಿಯ ಕಣ್ಣುಗಳಲ್ಲಿ ಆತಂಕದ ಜೊತೆ ನೋವು. ಇಬ್ಬರು ಗಂಡುಮಕ್ಕಳು ಇಲ್ಲೇ ಇದ್ದಾರೆ. ಪುರಂಧರ ಮನೆಯವನೇ. ಫಣೀಂದ್ರ ವಾರಕ್ಕೊಮ್ಮೆಯಾದ್ರೂ ಬಂದು

ಊಟ ಮಾಡಿಕೊಂಡು ಹೋಗುತ್ತಾನೆ. ಆದರೂ ಸೂರ್ಯನನ್ನು ಬಿಟ್ಟಿರುವುದು ಆಕೆಗೆ ಕಷ್ಟ.

ನೂರು ಮಕ್ಕಳಿಗೆ ಹಂಚಿದರೂ ಉಳಿಯುವಂಥದ್ದು ಹೆತ್ತತಾಯ ಹೃದಯದ ವೈಶಾಲ್ಯ ಮಾತ್ರ.

ಕೈಯಲ್ಲಿನ ಗಡಿಯಾರ ನೋಡಿದ. ಅವನು ಹತ್ತಕ್ಕೆ ಮುನ್ನ ಎಸ್ಟೇಟ್ ಮುಟ್ಟಬೇಕಿತ್ತು. ಬಂಗ್ಲೆಯ ವಾಚ್‌ಮನ್‌ನಿಂದ ಹಿಡಿದು ಗುಂಡಣ್ಣನ ಜೊತೆ ಇನ್ನೊಬ್ಬ ಅಡುಗೆಯವನನ್ನ ಉಳಿಸಿಕೊಂಡು ಮಿಕ್ಕವರನ್ನೆಲ್ಲ ಬದಲಾಯಿಸಿಬಿಟ್ಟಿದ್ದ.

ಎಸ್ಟೇಟ್‌ನ ಕಾವಲಿಗೆ ನಾಲ್ಕು ಜನ ಗೂರ್ಖಾಗಳ ನೇಮಕವಾಗಿತ್ತು. ಈಚೆಗೆ ಯಾವುದೇ ದುರ್ಘಟನೆ ನಡೆಯದಿದ್ದರೂ ಅಂಥ ಭಯದಿಂದ ಅವನೇನೂ ಮುಕ್ತನಾಗಿರಲಿಲ್ಲ.

ಪದೇಪದೇ ಬರೋ ಮಾಚಯ್ಯ ಮೊನ್ನೆ ಸ್ಪಷ್ಟವಾಗಿ ಉಸುರಿದ್ದ "ಚಿಕ್ಕ ಯಜಮಾನ್ರು ಇಂದ್ರ ಧನಸ್ಸು ಮಾರೋ ಮಾತಾಡಿದ್ರು. ಅದಕ್ಕೆ ಒಬ್ಬ ಸರಿಯಾದ ಪಾರ್ಟಿನ ಇಡಕೊಂಡ್ಬಂದಿದ್ದೆ. ಪೂರ್ತಿ ಎಸ್ಟೇಟ್ ನೋಡೋಕು ಅವಕಾಶ ಕೊಡ್ಲಿಲ್ಲ. ಮತ್ತೆ ಹಿಂದಿನಂಥ ಘಟನೆಗಳು ನಡೆದುಹೋದ್ರೆ ಎಸ್ಟೇಟ್‌ನ ಬೆಲೆಯೇ ಕುಸಿಯುತ್ತೆ. ಐದು ಕೋಟಿ ಕೊಡೋಕೆ ಸಿದ್ಧವಾದ ಜನ ಆಮೇಲೆ ಎರಡು ಕೋಟಿಗೂ ತಗೋಳ್ಳೋಲ್ಲ."

ಪೂರ್ತಿ ಕೇಳಿದ ಸೂರ್ಯ ಮುಖ ಗಡಸು ಮಾಡಿಕೊಂಡು ಕಾಲಿಂಗ್‌ಬೆಲ್ ಒತ್ತಿ ವಾಚ್‌ಮನ್ ಜೋಸೆಫ್‌ನ ಕರೆಸಿ "ಈ ಕೊಡೆ ಬಹಳ ಹಳೇದು. ಎಪಿಡೆಮಿಕ್ಸ್ ಹರಡೋ ಸಾಧ್ಯತೆ ಇದೆ. ಅದಕ್ಕೆ ಇದು ಎಸ್ಟೇಟ್ ಪ್ರವೇಶಿಸದಂತೆ ಜಾಗ್ರತೆ ವಹಿಸು" ಆಣತಿ ಇತ್ತ.

ಮಾಚಯ್ಯನಿಗೆ ತಲೆಬುಡ ಅರ್ಥವಾಗಲಿಲ್ಲ. ಕಣ್ಣುಕಣ್ಣು ಬಿಟ್ಟ.

ಹೊರಗೆ ಹೋದಮೇಲೆ ಜೋಸೆಫ್ "ಯಜಮಾನ್ರು ಹೇಳಿದ್ದು ಅರ್ಥವಾಯ್ತ? ಕೊಡೆ ಎಸ್ಟೇಟ್‌ನಲ್ಲಿ ಕಾಣಬಾರ್ದು ಅಂದರೆ ನಿಮ್ಮ ಪ್ರವೇಶ ನಿಷಿದ್ಧ ಅಂತ. ಇಂದ್ರ ಧನಸ್ಸಿನ ಋಣ ಹರಿಯಿತು" ಎಂದಿದ್ದ.

ಮಾಚಯ್ಯ ಹೊರಗಿನ ಬಾಲ್ಕನಿಯಲ್ಲಿ ಅರ್ಧಗಂಟೆ ಕೂತು ಗೋಳಾಡಿದ್ದ. ಉಪವಾಸ ಸತ್ಯಾಗ್ರಹ ಕೂತಿದ್ದ. ಕಡೆಗೆ ರಮ್ಯ ಮಧ್ಯ ಪ್ರವೇಶಿಸಬೇಕಾಯಿತು.

"ಮಾಚಯ್ಯ ಬಹಳ ಹಳೆಯವನು. ಒಂದು ರೀತಿಯ ನಂಟು ಅವನಿಗೂ, ಎಸ್ಟೇಟ್‌ಗೂ. ಅವನ ಬಿಜಿನೆಸ್ ದಳ್ಳಾಳಿತನ, ಅದಕ್ಕೇ ಸ್ವಲ್ಪ ಹೆಚ್ಚು ಮಾತು" ರಮ್ಯ ಅವನ ಪರ ವಹಿಸಿದಾಗ ನಕ್ಕುಬಿಟ್ಟಿದ್ದ.

"ಎಸ್ಟೇಟ್‌ನಲ್ಲಿ ವಾದ ಮಾಡೋರು ಜನ. ಎಪಿಡೆಮಿಕ್ ಹರಡಿಕೊಂಡರೇ ಕಷ್ಟ. ಎಸ್ಟೇಟ್‌ನ ದೃಷ್ಟಿಯಿಂದ್ಲೇ ಕೊಡೆಯನ್ನು ಪ್ರೊಹಿಬಿಟ್ ಮಾಡಿರೋದು"

ಎದ್ದುಹೋಗಿಬಿಟ್ಟ.

ರಮ್ಯ ಕೂಡ ಐದು ನಿಮಿಷ ತಲೆಕೆಡಿಸಿಕೊಳ್ಳಬೇಕಾಯಿತು.

ಅದನ್ನೆಲ್ಲ ನೆನಸಿಕೊಂಡು ಸೂರ್ಯ ಮನಸ್ಸಿನಲ್ಲಿಯೇ ನಕ್ಕ.

ಜೀಪಿನ ವೇಗ ಅರವತ್ತರಿಂದ ಎಂಭತ್ತಕ್ಕೆ ಹೆಚ್ಚಿಸಿದ. ಹೆಚ್ಚು ಭಯಂಕರವೆನಿಸುವ ತಿರುವುಗಳು. ಥಟ್ಟನೇ ಅವನಿಗೆ ಜ್ಞಾಪಕಕ್ಕೆ ಬಂತು.

"ಹೊಸದಾಗಿ ಕೆಲಸಕ್ಕೆ ಸೇರಿದ್ದ ರಮಾನಂದ್ ಹಣ ಬ್ಯಾಂಕಿಗೆ ಕಟ್ಟಲು ಸಿಟಿಗೆ ಹೋಗಿದ್ದವನು ಹಿಂದಿರುಗ್ಲಿಲ್ಲ. ನಾಲ್ಕು ದಿನ ಊರಿಗೆ ಹೋಗ್ಬರ್ತೀನೀಂತ ಹೇಳಿದ್ದ. ಮ್ಯಾನೇಜರ್ ಕೈಗೂ ಒಂದು ಲೆಟರ್ ಕೊಟ್ಟಿದ್ದ. ಮತ್ತೆ ಬರ್ಲಿಲ್ಲ. ಅವನ ಮನೆಯವ್ರು ತಿಂಗಳ ನಂತರ ಹುಡುಕಿಕೊಂಡು ಬಂದರು. ಪತ್ರ ತೋರಿಸಿ ಕೈತೊಳೆದುಕೊಳ್ಳಬೇಕಾಯಿತು" ಮಧುಚಂದ್ರ ಒಬ್ಬನ ಬಗ್ಗೆ ಹೇಳಿದ್ದರು.

ಪೂರ್ತಿ ಕತ್ತಲಾಗತೊಡಗಿತು. ಒಂದೆಡೆ ಜೀಪು ನಿಲ್ಲಿಸಿ ಇಳಿದ. ಒಂದು ಕಡೆ ಎತ್ತರದ ಬಂಡೆಗಳ ಸಾಲು. ಇನ್ನೊಂದೆಡೆ ಹಚ್ಚಹಸುರಿನ ಕಂದಕಗಳು. ಅಲ್ಲಿ ನಿಂತು ಬಗ್ಗಿನೋಡಿದ.

ಕ್ಷಣ ತಲೆ ತಿರುಗಿದಂತಾಯಿತು. ಜಾರಿಯೋ ಮತ್ತೆ ಯಾವುದೋ ಕಾರಣಕ್ಕೆ ಮನುಷ್ಯ ಅದರ ತಳ ಸೇರಿದರೆ ಸುದ್ದಿ ಬೇಗ ಹೊರಬರುವುದು ಕಷ್ಟ. ಅಕಸ್ಮಾತ್ ಬರದೆಯೇ ನಿಗೂಢವಾಗಿ ಉಳಿದುಹೋಗಬಹುದು. ಜೀಪಿನ ನಂಬರ್‌ಪ್ಲೇಟ್ ತೆಗೆದಿಟ್ಟ.

ಜೀಪು ಹೆಚ್ಚು ಓಡಿಸುತ್ತಿದ್ದವನು ದೊರೆಸ್ವಾಮಿ. ವಿನಯಪರ, ಪ್ರಾಮಾಣಿಕ ಎನ್ನುವ ಮಾತಿನ ಜೊತೆ ಕುಡುಕ ಎನ್ನುವ ಮಾತಿತ್ತು.

ಅತ್ತಕಡೆಯಿಂದ ಒಂದು ವಾಹನ ನುಗ್ಗಿಬಂದು ಒಂದೆಡೆ ನಿಂತಿತು. ಇಬ್ಬರು ಇಳಿದರು. ಸೂರ್ಯ ಮರದ ಬದಿಯಲ್ಲಿದ್ದುದರಿಂದ ಕಾಣಲಿಲ್ಲ. ಇನ್ನಷ್ಟು ಕೆಳಗಿಳಿದು ಮರೆಗೆ ಹೋದ ಅವನು.

ಹತ್ತು ನಿಮಿಷಗಳಷ್ಟು ದೀರ್ಘಕಾಲ ಕಾದು ಜೀಪಿನ ತಲಾಶೆ ಮಾಡಿದವರು ಇಳಿದು ಸುತ್ತಲೂ ನೋಟ ಹರಿಸಿದರು.

"ಬೆಳಿಗ್ಗೆ ಜೀಪು ಎಸ್ಟೇಟ್ ಬಿಟ್ಟು ಈ ದಾರಿ ಹಿಡಿದಿದ್ದು ನಾನು ನೋಡ್ದೆ" ಒಬ್ಬರ ಸ್ವರ.

ಇನ್ನೊಬ್ಬನದು ಅಪರಿಚಿತ ದನಿ "ಮತ್ತೆ ಬರೀ ಜೀಪು ಇದೆಯಲ್ಲ. ಆಸಾಮಿ ನಾಪತ್ತೆ..." ಮಾತಾಡುತ್ತ ಅಷ್ಟು ದೂರ ನಡೆದರು.

ಸೂರ್ಯನ ಸಿಕ್ಸ್ತ್ ಸೆನ್ಸ್ ಕೆಲಸ ಮಾಡಿತು. ಅವರ ಮತ್ತು ಜೀಪಿನ ನಡುವಿನ ಅಂತರ ಲೆಕ್ಕಹಾಕಿದ. ಜೀಪು ಸ್ಟಾರ್ಟ್ ಮಾಡುವುದರೊಳಗೆ ಹಿಂಬಾಲಿಸಿ ಬರುವ ಗುಂಡು, ಜನರ ಒಂದು ಚಾರ್ಟ್‌ನ ಮನದಲ್ಲೇ ಕಲ್ಪಿಸಿಕೊಂಡ. ಇಲ್ಲಿ ಸೆಣಸಾಟಕ್ಕಿಂತ

ಉಪಾಯ ಅನಿವಾರ್ಯವಾಗಿತ್ತು.

ಒಂದೇ ಹಾರಿಗೆ ಜೀಪಿನಲ್ಲಿ ಇದ್ದವನು ವೇಗವಾಗಿ ದೌಡಾಯಿಸಿದ. ಮಿನಿಟುಗಳ ಅಂತರದಲ್ಲಿ ಬೇರೊಂದು ಚಿತ್ರವನ್ನು ಸೃಷ್ಟಿಸಿದ ಜೀಪು ಎಸ್ಟೇಟ್‌ನ ಹಾದಿ ಹಿಡಿಯಿತು.

ಭರ್ರನೆ ಬೀಸುವ ತಂಗಾಳಿಯಲ್ಲೂ ಸೂರ್ಯ ಬೆವರಿಬಿಟ್ಟಿದ್ದ. ಹೆಚ್ಚು ಸರಳವಾದ, ರೋಮಾಂಚಕಾರಿಯಲ್ಲದ ಜೀವನದಲ್ಲಿದ್ದವನನ್ನು ಅದಕ್ಕಿಂತ ಭಿನ್ನವಾದ ಜೀವನಕ್ಕೆ ಎಸೆದಂತಿತ್ತು.

ಅನಾಹುತದ ಅರಿವು ಇತ್ತು. ಕತ್ತಲೆ ಹೆಚ್ಚುತ್ತ ಹೋಗಿ ಪೂರ್ತಿ ಆವರಿಸಿಕೊಂಡುಬಿಟ್ಟಿತ್ತು. ಹಿಂದೆ ವಾಹನ ಬರುವ ಸದ್ದು ಕೇಳಿಸಿದಾಗ ಗೇರ್ ಬದಲಾಯಿಸಿದ. ರೊಯ್ಯನೆ ಕತ್ತಲೆಯನ್ನು ಸೀಳಿಕೊಂಡು ಜೀಪು ಸಾಗತೊಡಗಿತು.

ಕ್ಷಣ, ನಿಮಿಷಗಳ ಮಧ್ಯೆ ಏನಾದರೂ ಆಗಿಬಿಡಬಹುದಿತ್ತು. ಕರ್ವ್ಸ್ ಬಿಟ್ಟು ನೇರದಾರಿ ಹಿಡಿದಾಗ ಅವನೆದೆಯ ಬಡಿತ ಸಮಸ್ಥಿತಿಗೆ ಬಂತು.

ಎಸ್ಟೇಟ್‌ನ ಮುಖ್ಯಗೇಟ್ ಬಳಿ ಜೀಪು ನಿಂತಾಗ ವಾಚ್ ನೋಡಿದ. ಹತ್ತು ಗಂಟೆಗೆ ಮೂರು ನಿಮಿಷವಿತ್ತು. ಜೀಪು ನಿಲ್ಲಿಸಿದ ಕಡೆ ವ್ಯಯವಾದ ಕಾಲವನ್ನು ವೇಗದಲ್ಲಿ ತುಂಬಿಕೊಂಡಿದ್ದ.

"ಸಲಾಮ್... ಸಾಬ್" ಮೇನ್‌ಗೇಟ್‌ನ ವಾಚ್‌ಮನ್ ಸೆಲ್ಯೂಟ್ ಹೊಡೆದವನು ಒಂದು ತರಹ ನೋಡಿದ. ಏನು ಎನ್ನುವಂತೆ ಕಣ್ಣಲ್ಲೇ ಪ್ರಶ್ನಿಸಿದ. "ಕುಛ್ ನಹೀ ಸಾಬ್..." ಹಿಂದಕ್ಕೆ ಸರಿದ.

ಅವನು ಜೀಪಿನಿಂದ ಇಳಿದಾಗ ಅಡುಗೆಯವರ ಜೊತೆ ಆಳುಗಳು ವಿಸ್ಮಿತರಾಗಿ ಅವನನ್ನು ನೋಡಿದರು.

"ಏನು, ಎಲ್ಲಾ... ಹೀಗೆ ನಿಂತಿದ್ದೀರಾ?" ಕೇಳಿದ. ಅವರುಗಳೇನೂ ಉತ್ತರಿಸಲಿಲ್ಲ. ಜೀಪಿನ ಕೀಯನ್ನು ಇನ್ನೊಂದು ಕೈಗೆ ಎಸೆದುಕೊಳ್ಳುತ್ತ ಮೆಟ್ಟಿಲೇರಿದ.

ರಮ್ಯಳ ನೋಟದಲ್ಲಿಯೂ ಅದೇ ಭಾವ. ಅರ್ಥಮಾಡಿಕೊಳ್ಳುವುದು ಅವನಿಗೆ ಕಷ್ಟವಾಗಲಿಲ್ಲ.

"ಸಾರಿ ಮೇಡಮ್" ತನ್ನ ಕೋಣೆಯ ಬಾಗಿಲನ್ನು ತಳ್ಳಿಕೊಂಡು ಹೋದ. 'ನನ್ನನ್ನು ನಾಪತ್ತೆ ಲಿಸ್ಟ್‌ಗೆ ಸೇರಿಸಿಬಿಡುತ್ತಿದ್ದರು' ಎಂದುಕೊಂಡ.

ಷವರ್ ಕೆಳಗೆ ನಿಂತು ಮೈನ ಬೆವರನ್ನೆಲ್ಲ ತೊಳೆದುಕೊಂಡು ಫ್ರೆಶ್ಶಾಗಿ ಹೊರಗೆ ಬಂದ. ಈ ಪ್ರಕರಣ ಅವನ ಧೈರ್ಯವನ್ನು ಹೆಚ್ಚಿಸಿತ್ತು. ಅಂಥ ಡ್ರೈವರ್ ಅಲ್ಲದ ವ್ಯಕ್ತಿ ರಾತ್ರಿಯ ವೇಳೆ ಅಕ್ಕಪಕ್ಕ ಭಯಂಕರ ಕರ್ವ್‌ನಲ್ಲಿ ಡ್ರೈವ್ ಮಾಡಿಕೊಂಡು ಬಂದಿದ್ದ. ಅವನ ಆತ್ಮಸ್ಥೈರ್ಯಕ್ಕೆ ಇದೊಂದು ಉದಾಹರಣೆ ಅಷ್ಟೆ.

ಬಂದಾಗಲೂ ರಮ್ಯ ಹಾಗೆಯೇ ಕೂತಿದ್ದಳು.

ಮಧ್ಯಾಹ್ನ ಎರಡರ ಸಮಯದಲ್ಲಿ ಮ್ಯಾನೇಜರ್ ಹೆಚ್ಚಿನ ಖುಷಿಯಿಂದ "ಅವರು

ಜವಾಬ್ದಾರಿ ತಪ್ಪಿಸಿಕೊಳ್ಳೋಕ್ಕಾಗಿ ಸ್ವಲ್ಪ ಡೈನಮಿಕ್ ಆಗಿದ್ದಾನಂತೆ. ರಮ್ಯ ಅವನನ್ನು ನಂಬಿ ಎಲ್ಲಾ ಅಧಿಕಾರ ಸೂರ್ಯನ ಕೈಗೆ ಕೊಟ್ರು. ಈಗ ಆ ಮನುಷ್ಯ ಪರಾರಿ. ಬೆಳಿಗ್ಗೆ ಬೆಳಿಗ್ಗೆಯೇ ಜೀಪಿನಲ್ಲಿ ಹೋದ್ನಂತೆ. ರಮಾನಂದನ ದಾರಿ...." ಈ ಮಾತುಗಳು ಆಕಸ್ಮಿಕವಾಗಿ ಅವಳ ಕಿವಿ ಸೇರಿತ್ತು.

ಆಮೇಲೆ ಏನೂ ತೋಚದೇ ಮಂಕಾಗಿ ಕೂತಿದ್ದಳು.

"ಸಮಾಧಾನ, ಸಂಯಮ ಮನುಷ್ಯನ ಬದುಕಿನಲ್ಲಿ ತೀರಾ ಅನಿವಾರ್ಯ. ಮೌನ ಕೆಲವೊಮ್ಮೆ ಎಷ್ಟೋ ತೊಂದರೆಗಳಿಂದ ಕಾಪಾಡುತ್ತೆ" ಒಮ್ಮೆ ಸುತ್ತಾಡುವಾಗ ಸೂರ್ಯ ಹೇಳಿದ್ದ.

ಅದನ್ನು ಮನಸ್ಸಿನಲ್ಲಿಟ್ಟುಕೊಂಡೇ ತೆಪ್ಪಗೆ ಕೂತಿದ್ದಳು. ಹೊರಟ ಸೂರ್ಯ ತನ್ನೊಂದಿಗೆ ಒಂದು ಮಾತು ಯಾಕೆ ಹೇಳಿಹೋಗಲಿಲ್ಲ? ಇಂಥ ಒಂದು ಸಂದೇಹದ ಜೊತೆ ಭಯವು ಅವಳನ್ನು ಕಾಡುತ್ತಿತ್ತು.

"ರಮ್ಯ... ಊಟ ಆಯ್ತಾ?" ಕೇಳಿದ.

ಇಲ್ಲವೆನ್ನುವಂತೆ ತಲೆಯಾಡಿಸಿದಳು. "ನೀವು..." ಸುಮ್ಮನಿರುವಂತೆ ಸನ್ನೆಮಾಡಿದ. "ಊಟ ಮಾಡ್ಬಂದ್ಮೇಲೆ ಹೇಳ್ತೀನಿ" ಎಂದ.

ಇಬ್ಬರೂ ಊಟಕ್ಕೆ ಕೂತರು. ತುಟಿಯ ಬಳಿಗೆ ನೀರಿನ ಲೋಟ ಒಯ್ದು ಸೂರ್ಯ "ಎಲ್ಲಿ ಸೂರಿ?" ನೋಟ ಹರಿಸಿದ. ಅನ್ನ ಬಡಿಸಲು ಬಂದ ಗುಂಡಣ್ಣ "ಬಂದಿಲ್ಲ, ಗೆಸ್ಟ್‌ಹೌಸ್‌ನಲ್ಲೂ ಇಲ್ವಂತೆ" ಅಂದ.

ಸೂರ್ಯ ಮಾತಾಡದೇ ಊಟ ಮಾಡಿ ಎದ್ದುಬಂದ.

ಹಿಂದಿನ ದಿನ ಹನ್ನೆರಡರ ಸುಮಾರಿನಲ್ಲಿ ಕಾಫಿಹೌಸ್‌ನಲ್ಲಿ ಸಿಕ್ಕ ಅವನನ್ನ ಸೂರ್ಯ ಜೊತೆಯಲ್ಲಿ ಗೆಸ್ಟ್‌ಹೌಸ್‌ಗೆ ಕರೆದೊಯ್ದಿದ್ದ.

ವಿಶಾಲವಾದ ಕೋಣೆ. ಅದರ ತುಂಬ ನೀರವತೆ. ತಾನು ಸೋಫಾ ಮೇಲೆ ಕೂತ ಸೂರ್ಯ ಅವನನ್ನು ನಿಲ್ಲಿಸಿ ಪ್ರಶ್ನಿಸಿದ.

"ರಮ್ಯ ರೂಮಿನಲ್ಲಿ ಟೇಪ್ ರೆಕಾರ್ಡರ್ ಇಟ್ಟು ರೆಕಾರ್ಡ್ ಮಾಡ್ತಾ ಇದ್ದಿದ್ದು ಯಾರು?" ತಣ್ಣಗೆ ಪ್ರಶ್ನಿಸಿದ.

"ಗೊತ್ತಿಲ್ಲ" ಎಂದ ಮೊದಲ ಸಲ.

ಎರಡನೇ ಸಲ ಅದೇ ಪ್ರಶ್ನೆ. ಸ್ವಲ್ಪ ವಿಚಲಿತನಾದ. ಮೂರನೇ ಸಲ ಕೂಡ ಅದೇ ಪ್ರಶ್ನೆ. "ಗೊತ್ತಿಲ್ಲ" ಎಂದ.

ನೇರವಾಗಿ ಅತ್ಯಂತ ತೀಕ್ಷ್ಣವಾಗಿ ಬಂದು ಅದೇ ಪ್ರಶ್ನೆಯನ್ನು ಎರಡು ಸಲ ಕೇಳಿದ. ಪ್ರಶ್ನೆಗಳ ನಡುವೆ ಎರಡು ಕ್ಷಣದ ಅಂತರವಿರಬಹುದಷ್ಟೆ.

"ಗೊ....ತ್ತಿ....ಲ್ಲ" ತಡವರಿಸಿದ.

"ನಂಗೆ ಗೊತ್ತು" ಎಂದ ಸೂರ್ಯ.

ಸೂರಿ ಬಂದು ಎರಡು ಕಾಲುಗಳನ್ನು ಹಿಡಿದುಕೊಂಡುಬಿಟ್ಟ. "ಕ್ಷಮಿಸಿಬಿಡಿ ಸಾರ್. ನಂಗೆ ರಮ್ಯ ಅವರನ್ನ ಕಂಡ್ರೆ ಇಷ್ಟ. ಮಾತು, ನಗು ಪ್ರತಿಯೊಂದೂ ಇಷ್ಟ. ಅದಕ್ಕೋಸ್ಕರವೇ ಎಲ್ಲಾ ಕೆಲಸಗಳನ್ನು ಬಿಟ್ಟು ಅವರ ಕೆಲಸಗಳನ್ನು ಮಾಡ್ತಾ ಇದ್ದೆ. ಅವರು ಹಾಕಿದ ಚಪ್ಪಲಿ ಮುಟ್ಟಿದ್ರೂ ಜೀವ.... ಹಾಯೆನಿಸುತ್ತೆ" ಬಡಬಡಿಸತೊಡಗಿದ.

ಸೂರಿಯ ಷರಟಿನ ಕತ್ತಿನಪಟ್ಟಿ ಹಿಡಿದು ಮೇಲೆತ್ತಿ "ಇದು ನಿನ್ನ ಯಜಮಾನತಿಗೆ ಗೊತ್ತಾದ್ರೆ ಏನಾಗುತ್ತೆ?" ಗರ್ಜಿಸಿದ. ಗೊಳೋ ಎಂದು ಅತ್ತ. ತಿಳಿಸಬಾರದೆಂದು ಬೇಡಿಕೊಂಡ.

ನೂರರ ಐದು ನೋಟುಗಳನ್ನು ಕೊಟ್ಟು "ಅಕೌಂಟೆಂಟ್ ಹತ್ರ ನಿನ್ನ ಸಂಬಳದ ಬಾಕಿ ಪಡೆದು ಎಸ್ಟೇಟ್ ಖಾಲಿಮಾಡು. ಇಲ್ಲದಿದ್ರೆ..." ಸೂರ್ಯ ಮಾತು ಮುಗಿಸುವ ಮುನ್ನ ಮತ್ತೊಮ್ಮೆ ಕಾಲುಹಿಡಿದಿದ್ದ. "ಈ ಕಡೆ ತಲೆಹಾಕಿ ಕೂಡ ಮಲಗೋಲ್ಲ" ಎಂದಿದ್ದ.

ವಿಷಯ ಮೂವರ ಮಧ್ಯೆಯೇ ಇದ್ದಿದ್ದು. ಓರಲ್ ಆಗಿ ಅವನ ಸಂಬಳ ಸೆಟಲ್ ಮಾಡುವಂತೆ ಅಕೌಂಟೆಂಟ್‌ಗೆ ಹೇಳಿದ್ದ. ಅವನು ಊರಿನಲ್ಲಿ ಇರದ ಕಾರಣ ವಿಷಯ ಯಾರಿಗೂ ತಿಳಿಯದೇ ಹೋಗಿತ್ತು.

ಬಾಯಿ ಬಳಿಗೆ ಹೋಗದ ಅವನ ಕೈಯನ್ನು ನೋಡಿ ಎಚ್ಚರಿಸಿದಳು "ಊಟ ಮಾಡೋ ಕಡೆ ಕನಸು...." ಇಂದು ಮುಕ್ತವಾಗಿಯೇ ನಕ್ಕುಬಿಟ್ಟ "ನೀನು ಪಕ್ಕದಲ್ಲಿರೋವಾಗ...." ಆಕರ್ಷಕ ನಗೆಬೀರಿದ.

ಆ ಮಾತಿಗೆ ಜೋರಾಗಿ ನಕ್ಕವರು ಗುಂಡಣ್ಣ.

ರೂಮಿಗೆ ಬಂದಾದ ಮೇಲೆ ತಿಳಿಸಿದಳು "ಅಂಕಲ್ ಫೋನ್ ಮಾಡಿದ್ರು". ನೇರವಾಗಿ ಅವನು ಹೋಗಿದ್ದು ಫೋನ್ ಬಳಿಯಲ್ಲೇ. ಡಯಲ್ ತಿರುವಿದವನು "ಕೆಲಸ ಶುರುವಾಗಿದೆ. ಎರಡು ತಿಂಗಳಲ್ಲಿ ಮುಗಿಸಿಕೊಡುವುದಾಗಿ ಕಂಟ್ರಾಕ್ಟರ್ ಹೇಳಿದ್ದಾರೆ. ನೋ ಪ್ರಾಬ್ಲಮ್...." ಫೋನಿಟ್ಟ.

ಅವಳಿಗೇನೂ ಅರ್ಥವಾಗಲಿಲ್ಲ. ಕೋಪಾನೂ ಬಂತು ರಮ್ಯಗೆ.

ಅವಳತ್ತ ತಿರುಗಿದ ಸೂರ್ಯ "ಕೋಪ ಬೇಡ ಮೇಮ್‌ಸಾಬ್. ಬೆಳಿಗ್ಗೆ ತಾವೇ ನೋಡಬಹುದು. ಗುಡ್‌ನೈಟ್" ಪಕ್ಕದ ರೂಮಿನ ಬಾಗಿಲು ತಳ್ಳಿಕೊಂಡು ಹೋದ.

ಮಲಗಿದರೂ ಅವನಿಗೆ ನಿದ್ದೆ ಬರಲಿಲ್ಲ. ಹೊರಳಾಡಿ ಹೊರಳಾಡಿ ಎದ್ದುಕೂತ. ಇಂದ್ರ ಧನಸ್ಸು ಎಸ್ಟೇಟ್ ಮೇಲೆ ಹಲವರಿಗೆ ಕಣ್ಣು ಇರುವುದು ಸಹಜ.

ಅವನು ಅಲ್ಲಿಂದ ಹೊರಡೋಕೆ ಮೊದಲು ಜಲಜ "ಈ ಗೊಂಬೆ ಚೆನ್ನಾಗಿದ್ಯಾ?" ಅವನ ಮುಂದೆ ಹಿಡಿದಿದ್ದಳು. "ತುಂಬ ಚೆನ್ನಾಗಿದೆ. ಎಷ್ಟೊಂದು ಮುದ್ದಾಗಿದೆ" ಉದ್ಗರಿಸಿದ್ದ.

"ನೀನೇ ಇಟ್ಕೋ" ಪ್ಯಾಕ್ ಮಾಡಿಕೊಟ್ಟಿದ್ದಳು.

ನಾಲಿಗೆ ತುದಿಗೆ ಬಂದ ಮಾತನ್ನು ನುಂಗಿಕೊಂಡಿದ್ದ. ಇಲ್ಲಿ ಆ ಗೊಂಬೆ ತರುವ ಅಗತ್ಯವಿಲ್ಲ. ಹಾಗೆಂದು ಜಲಜಗೆ ಹೇಳಲು ಕಷ್ಟವಾಗಿತ್ತು.

ಅದು ಟಾಟಾ ಎಸ್ಟೇಟ್ ಕಾರಿನಲ್ಲಿಯೇ ಇತ್ತು. ತಂದರಾಯಿತೆಂದು ರೂಮಿನ ಬಾಗಿಲು ತೆಗೆದುಕೊಂಡು ಬಂದಾಗ ರಮ್ಯ ಎದ್ದುಕೂತಳು. "ಯಾರು?" ಅವಳ ಸ್ವರದಲ್ಲಿ ಕಂಪನವಿತ್ತು.

"ನಾನು, ಒಂದಿಷ್ಟು ಕೆಲಸ ಇದೆ" ಹೊರಗೆ ನಡೆದ.

ಮೆಟ್ಟಿಲಿಳಿದು ಬಂದ. ಇಡೀ ಬಂಗಲೆ ನೀರವತೆಯಲ್ಲಿತ್ತು. ಗೊಂಬೆಯ ವಿಷಯ ಬಿಟ್ಟು ಮುಂದಿನ ಆಫೀಸ್ ಕೋಣೆಗೆ ಹೋಗಿ ಕೂತ.

ಆಡಿಟರ್ ಕರೆಸಿ ಕೂಲಿಗಾರರಿಗೆ ಮತ್ತು ಮಾಲೀಕರಿಗೆ ನಷ್ಟ ಆದ ಹಣವನ್ನು ಲೆಕ್ಕಹಾಕಿಸಿದ್ದ. ಅಂದಿನ ಪ್ರಸಂಗದ ನಂತರ ಯಾರನ್ನೂ ಪ್ರಶ್ನಿಸಿರಲಿಲ್ಲ.

ಎರಡು ದಿನ ಜ್ವರವೆಂದು ರಜಾಹಾಕಿ ಹೋಗಿದ್ದ ಕ್ಯಾಷಿಯರ್ ಮತ್ತೆರಡು ದಿನ ಬಿಟ್ಟು ಬಂದಿದ್ದು, ಮ್ಯಾನೇಜರ್ ಇಲ್ಲಿಯೇ ಮಲಗಿಬಿಟ್ಟಿದ್ದರು. ಅಕೌಂಟೆಂಟ್‌ದು ಮಾತ್ರ ಭಂಡಧೈರ್ಯ. ಅವನು ಪಾಲು ಹಂಚಿಕೊಂಡಿದ್ದಕ್ಕೆ ದಾಖಲೆ ಇರಲಿಲ್ಲ.

ಫೈಲುಗಳನ್ನೆಲ್ಲ ಬೆಳಗಿನ ಜಾವದವರೆಗೂ ಪರಿಶೀಲಿಸಿದ. ಮಧ್ಯೆ ರಮ್ಯ ಸದ್ದಾಗದಂತೆ ಬಂದು ನೋಡಿಕೊಂಡು ಹೋಗಿದ್ದು ಅವನಿಗೆ ಗೊತ್ತು.

ಐದು ಗಂಟೆಗೆ ಅವನು ಬಂಗ್ಲೆಯಿಂದ ಹೊರಗೆ ಬಂದಾಗ, ರಮ್ಯ ಕೂಡ ಜೊತೆಯಾದಳು. ಕೊರೆಯುವ ಚಳಿಯಲ್ಲಿ ಷಾರ್ಟ್ಸ್ ತೊಟ್ಟು ಜಾಗಿಂಗ್ ಮಾಡಲು ಸಿದ್ಧವಾಗಿ ಬಂದಿದ್ದಳು.

ಮೊದಲು ಎದುರಾದದ್ದು ಎಸ್ಟೇಟ್‌ನ ಜೀಪು ಡ್ರೈವರ್ ದೊರೆಸ್ವಾಮಿ. ಅತ್ಯಂತ ನಮ್ರತೆಯಿಂದ ಹಲ್ಲುಕಿರಿದು ಕೈಗಳನ್ನು ಜೋಡಿಸಿದ.

ಇವರದು ಯಾವುದೇ ಪ್ರತಿಕ್ರಿಯೆ ಇಲ್ಲ. ರಾತ್ರಿ ಮಾರ್ಗಮಧ್ಯದಲ್ಲಿ ನಿಲ್ಲಿಸಿದ್ದ ಟಾಟಾ ಎಸ್ಟೇಟ್ ಕಾರು ಇಲ್ಲಿನದಾ, ಬೇರೆಯವರದಾ ಎನ್ನುವ ಅನುಮಾನ ಅವನಿಗೆ.

ಜಾಗಿಂಗ್ ಮುಗಿಸಿ ರಮ್ಯ ಗೆಸ್ಟ್‌ಹೌಸ್‌ಗೆ ಹೋದಾಗ ವ್ಯಾಯಾಮ ಮುಗಿಸಿಕೊಂಡು ಬಂದ ಸೂರ್ಯ ಅವಳನ್ನು ಕೂಡಿಕೊಂಡ.

ಕಪ್ ತುಟಿಗೆ ಸೋಕಿಸುವ ಮುನ್ನ "ನಿಮ್ಗೆ ಬೆಳಿಗ್ಗೆ ಟೀ ಇಷ್ಟನಾ, ಕಾಫೀನಾ?" ಕೇಳಿದಳು.

ಮುಂದಿದ್ದ ಪಿಂಗಾಣಿ ಕಪ್‌ನಲ್ಲಿದ್ದ ಕಾಫಿಯನ್ನು ದಿಟ್ಟಿಸಿದ. ಅವನಿಗೆ ಕುಡಿಯುವುದರಿಂದ ಸಮಾಧಾನವಿಲ್ಲ.

ಅಲ್ಲಲ್ಲಿ ನಗ್ಗಿದ್ದ ಭಾರಪಾದ ಬೆಳ್ಳಿಲೋಟದಲ್ಲಿ ಕಾಲು ಲೀಟರ್‌ನಷ್ಟು ಕಾಫಿ ಕುಡಿದರೇನೇ ಅವನಿಗೆ ಸಮಾಧಾನವಾಗುತ್ತಿದ್ದುದು. ಬುದ್ಧಿ ಬಂದಾಗಿನಿಂದ ಅವನು ಅದೇ ಲೋಟದಲ್ಲಿ ಕುಡಿಯುತ್ತಿದ್ದುದು.

"ಮೊದ್ಲು ಈ ಕಪ್ ಇಷ್ಟವಾಗದು" ಎಂದು ನಕ್ಕ.

ರಮ್ಯಳ ಹುಬ್ಬುಗಳು ಬೆಸೆದುಕೊಂಡವು. ಕಣ್ಣುಗಳು ಕಿರಿದಾಯಿತು. "ಯಾಕೆ?" ಎಂದಳು.

"ಅದೇನು ದೊಡ್ಡ ವಿಷಯವಲ್ಲ ಬಿಡಿ."

ಖಾಲಿ ಮಾಡದ ಕಪ್ ಕೆಳಗಿಟ್ಟಳು. "ಹೇಳಿದ್ಮೇಲೇ ಕುಡಿಯೋದು" ಪುಟ್ಟ ಹುಡುಗಿಯಂತೆ ಹೇಳಿದಳು.

ಸ್ವಲ್ಪ ತುಂಟತನ, ಹಠಮಾರಿತನವನ್ನು ಕಂಡಿದ್ದು ಮೀನಳಲ್ಲಿಯೇ. ಇಷ್ಟೊಂದು ಹೆಚ್ಚಿಲ್ಲವೆಂದುಕೊಂಡ.

ಹಗುರಾಗಿ ವಿಷಯನ ವಿವರಿಸಿದ. "ಕಾಫಿಗಿಂತ ಆ ಲೋಟಕ್ಕೆ ವಿಚಿತ್ರ ರುಚಿಯಿದೆಯೆನಿಸಿದೆ. ಕನಿಷ್ಠ ಮೂರು ತಲೆಮಾರಿನ ಜನವಾದ್ರೂ ಅದನ್ನ ಉಪಯೋಗಿಸಿದ್ದಾರೆ. ಒಂದು ರೀತಿಯ ಭಾವನಾತ್ಮಕ ಸಂಬಂಧ ಬೆಸೆಯಲು ಅದು ಸಹಕಾರಿಯಾಗಿದೆ" ತನ್ಮಯತೆಯಿಂದ ನುಡಿದ.

"ಅಷ್ಟು ಹಳೇದನ್ನ ಯಾಕೆ ಇಟ್ಕೊಂಡಿದ್ದೀರಾ? ಅದನ್ನ ಕರಗಿಸಿ ಬೇರೆ ಮಾಡಿಸಬಹುದು" ಸಲಹೆ ಇತ್ತಳು.

ತಲೆಯಾಡಿಸುತ್ತ ನಸುನಕ್ಕ "ಸಾಧ್ಯವಿಲ್ಲ, ನಮ್ತಂದೆ ಇಷ್ಟಪಡರು. ದೇಶ, ಸಮಾಜ, ವ್ಯಕ್ತಿಗಳು ಮಾಡಿದ, ಕಾಯ್ದಿಟ್ಟಿದ್ದನ್ನು ಸ್ಮಾರಕಗಳಾಗಿ ಸ್ವೀಕರಿಸುತ್ತೆ. ಅದು ಮುಂದಿನ ಜನಾಂಗಕ್ಕೆ ಇನ್ಸ್‌ಪಿರೇಷನ್. ನಮ್ಮ ಮನೆಯಲ್ಲೂ ಅವೆಲ್ಲ ನಮಗೆ ಇನ್ಸ್‌ಪಿರೇಷನ್. ತಟ್ಟೆ ಮುಂದೆ ಕೂತಾಗ, ಲೋಟ ಹಿಡಿದಾಗ ನಮ್ಮ ತಾತ, ಅವರ ಅಪ್ಪ ನಮ್ಮ ಜೊತೆಯಲ್ಲಿ ಇದ್ದಾರೆನ್ನುವಂಥ ಭ್ರಮೆ. ಅವೆಲ್ಲ ಹಿತ, ಸುಖ ತರುವಂಥದ್ದು" ಸ್ವಲ್ಪ ಮನಬಿಚ್ಚಿ ಹೇಳಿದ.

"ಇಂದೇ ನೀವು ಇಷ್ಟು ದೀರ್ಘವಾಗಿ ಮಾತಾಡಿದ್ದು. ಸ್ವಂತ ವಿಷ್ಯ ಹೇಳಿಕೊಂಡಿದ್ದು" ಕಪ್ ಎತ್ತಿಕೊಂಡಳು. ತಣ್ಣಗಾಗಿತ್ತು.

ಅಡುಗೆಯವನು ಬೇರೆಯದನ್ನು ತಂದಿಟ್ಟು ಅದನ್ನು ಒಯ್ದ.

ಇಬ್ಬರೂ ಗೆಸ್ಟ್‌ಹೌಸ್ ಬಿಟ್ಟು ಹೊರಗೆ ಬಂದರು.

"ನೀವು ಎಸ್ಟೇಟ್‌ನಿಂದ ಓಡಿಹೋಗಿದ್ದೀರಿ ಅನ್ನೋ ಪುಕಾರು ನನ್ನವರೆಗೂ ಬಂದಿತ್ತು" ಎಂದಳು ರಮ್ಯ.

ನಡೆಯುತ್ತಿದ್ದವನು "ಇಷ್ಟು ನಾನು ಹೊರಗೆ ಹೋದ ವಿಷಯಕ್ಕೆ ಚಾಲನೆ ಸಿಗಬೇಕಾದ್ರೆ.... ಅದು ಮಹತ್ತರವಾದುದೇ ಆಗ್ಬೇಕು. ಅಂಥ ಪ್ರಯತ್ನಗಳು ನಡೆಸುವ ಜನ... ಒಂದು ರೀತಿಯ ಭ್ರಮೆಯಲ್ಲಿ ತೇಲಲು ಅನುಕೂಲವಾಯಿತೇನೋ" ಅಷ್ಟು ದೂರದಲ್ಲಿ ನಿಂತ ದೊರೆಸ್ವಾಮಿನ ನೋಡುತ್ತ ಹೇಳಿದ ಸೂರ್ಯ. ಅವನ ನೋಟ ಅಲ್ಲಿಯೇ ಕೇಂದ್ರೀಕೃತವಾಯಿತು.

ರಮ್ಯಳತ್ತ ತಿರುಗಿ "ನಂಗೆ ಒಂದಿಷ್ಟು ಕೆಲಸ ಇದೆ. ನೀನು ಎಸ್ಟೇಟ್‌ಗೆ ಹಿಂದಿರುಗು" ಹಿಂದಕ್ಕೆ ಗೆಸ್ಟ್‌ಹೌಸ್ ಕಡೆಗೆ ನಡೆದ.

ಫೋನೆತ್ತಿ ಜೋಸೆಫ್‌ಗೆ ದೊರೆಸ್ವಾಮಿಯನ್ನು ಗೋಡೌನ್‌ಗೆ ಕರೆತರಲು ಹೇಳಿದ. ಕೆಲಸ ಅರಸಿ ಬಂದು ನಾಪತ್ತೆಯಾದ ರಮಾನಂದನ ಬಗ್ಗೆ ತಿಳಿಯಬೇಕಿತ್ತು.

ಅಲ್ಲಿಗೆ ಹೋದವನು ಬೀಗ ತೆಗೆಸಿ ವಾಚ್‌ಮನ್‌ನ ಬೇರೆಡೆ ಕಳುಹಿಸಿ, ಒಳಗೆ ನಡೆದ. ಕಾಫಿಬೀಜದ ದೊಡ್ಡ ರಾಶಿ. ತುಂಬಿಟ್ಟ ಚೀಲಗಳು. ಲಕ್ಷಾಂತರ ಬಾಬತ್ತು.

ಜೋಸೆಫ್ ಜೊತೆ ಬಂದ ದೊರೆಸ್ವಾಮಿ ಬೆವತಿದ್ದ. ರಾತ್ರಿ ಹಾಕಿದ್ದ ವಿಸ್ಕಿಯ ಮತ್ತು ಇಳಿದುಹೋಗಿತ್ತು.

"ದೊರೆಸ್ವಾಮಿ, ಜೋಸೆಫ್ ಇಲ್ಲೇ ಇರಲಾ? ಹೊರಗೆ ಹೋಗಲಾ? ಎರಡನ್ನೂ ನಿಂಗೆ ಬಿಟ್ಟಿದ್ದೀನಿ. ಎಚ್ಚರದಿಂದ ಆಯ್ಕೆಮಾಡ್ಕೋ."

ಸುತ್ತಲು ನೋಟ ಹರಿಸಿದ ದೊರೆಸ್ವಾಮಿ ತಬ್ಬಿಬ್ಬಾದ. "ಯಾಕೆ ಸಾರ್? ಜೋಸೆಫ್‌ಗೂ ನಂಗೂ ಏನು ಸಂಬಂಧ?" ಒಣಗಿದ ತುಟಿಗಳ ಮೇಲೆ ನಾಲಿಗೆಯಾಡಿಸಿದ.

"ಇಷ್ಟರವರೆಗೆ ಇರ್ಲಿಲ್ಲ. ಈಗ ನೀನು ಹೇಳೋದರ ಮೇಲೆ ಅವಲಂಬಿಸುತ್ತೆ ಸಂಬಂಧ. ಅಂದು ರಮಾನಂದ ಕ್ಯಾಷ್ ಕಟ್ಟೋಕೆ ಹೋಗಿದ್ದು ನಿನ್ನ ಜೀಪ್‌ನಲ್ಲಿ ತಾನೇ?" ಎಂದ. ಕಣ್ಣಲ್ಲಿಯೇ ಜೋಸೆಫ್‌ನ ಹಿಂದೆ ಸರಿಯುವಂತೆ ಸನ್ನೆಮಾಡಿದ.

"ಒಂದು ಜಗಳ ಆಡೋಕೆ ಬರೋಲ್ಲ. ನಮ್ಮ ಸೂರ್ಯ ಒಂದು ಇರುವೇನ ನೋಯಿಸೋಕೆ ಇಷ್ಟಪಡೋಲ್ಲ. ಗಾಂಧೀವಾದಿ" ಜಲಜ ಕೆಲವೊಮ್ಮೆ ಹಾಸ್ಯ ಮಾಡುತ್ತಿದ್ದಳು. ಇವನ ಧೈರ್ಯದ ಬಗ್ಗೆಯು ಒಂದು ಮಾತು.

ದೊರೆಸ್ವಾಮಿ ಇನ್ನಷ್ಟು ಹೆದರಿದ. "ನನ್ನ ಜೀಪ್‌ನಲ್ಲೇ ಕರ್ಕೊಂಡ್ಹೋಗಿದ್ದು. ಅವರು ಬ್ಯಾಂಕಿಗೆ ಕ್ಯಾಷ್ ಕಟ್ಟಿದ್ರು, ಆಮೇಲೆ ಊರಿಗೆ ಹೋದ್ರು, ಅವರು ಮ್ಯಾನೇಜರ್ ಮಾತ್ರವಲ್ಲ, ಅಮ್ಮಾವ್ರಿಂದ ಕೂಡ ಪರ್ಮಿಷನ್ ಪಡೆದಿದ್ರು. ಚಿಕ್ಕ ಧಣಿಗಳಿಗೂ ಗೊತ್ತಿತ್ತು" ಎಂದ ದಣಿವಾರಿಸಿಕೊಳ್ಳುತ್ತ.

ಜೋಸೆಫ್‌ನ ಕರೆದು ನೀರು ಕೊಡುವಂತೆ ಹೇಳಿದ ಸೂರ್ಯ "ನೀರು ಕುಡಿದು ಕೂತು ಸುಧಾರಿಸಿಕೊಂಡ್ಹೇಳು. ಸುಳ್ಳು ಹೇಳೋ ಸಾಹಸ ಬೇಡ. ಅದ್ರಿಂದ ತಪ್ಪಿಸಿಕೊಳ್ಳೋಕ್ಕಾಗೋಲ್ಲ. ನಂಗೆ ಸತ್ಯ ಗೊತ್ತು. ನಿನ್ನ ಸಾಕ್ಷಿಯಾಗಿ ಮಾತ್ರ ಉಪಯೋಗಿಸ್ಕೋತೀನಿ" ಎಂದ.

ಗಟಗಟನೆ ನೀರು ಕುಡಿದ ದೊರೆಸ್ವಾಮಿ ಒಮ್ಮೆ ಜೋಸೆಫ್‌ನ ಕಡೆಗೆ ನೋಡಿದ. ದಷ್ಟಪುಷ್ಟ ಆಳು. ಕಾಫಿಗಿಡಗಳಲ್ಲಿ ಕೆಲಸ ಮಾಡುತ್ತಿದ್ದ. ತೀರಾ ಒರಟ, ಒಂಟಿ. ಜನರಿಂದ ಒಂಟಿಯಾಗಿರಲು ಇಷ್ಟಪಡುತ್ತಿದ್ದ.

ಅವನನ್ನು ಬಂಗ್ಲೆಯ ವಾಚ್‌ಮನ್ ಆಗಿ ಸೂರ್ಯನೇ ನೇಮಿಸಿದ್ದು.

"ಹೇಳು ದೊರೆಸ್ವಾಮಿ" ಐದು ನಿಮಿಷಗಳ ನಂತರ ಕೇಳಿದ. ಅವನ ತಲೆ ತಗ್ಗಿತು. "ಅಷ್ಟೇ ಗೊತ್ತಿರೋದು. ಅವರು ಬಸ್ಸಿಗೆ ಹೋದರು. ನಾನು ಎಸ್ಟೇಟ್‌ಗೆ ವಾಪಸ್ಸು ಬಂದೆ" ಅದನ್ನೇ ಹೇಳಿದ.

"ರಮಾನಂದ್ ಬಸ್ಸು ಹತ್ತಿದ್ರಾ?" ಕೇಳಿದ.

"ಗೊತ್ತಿಲ್ಲ" ಎಂದ.

"ಯಾಕೆ ಗೊತ್ತಿಲ್ಲ! ನೀವಿಬ್ರೂ ರಾತ್ರಿಯಾದ್ರೆ ಬಾಟಲು ಗೆಳೆಯರು. ಆ ಸ್ನೇಹ ನಿಮ್ಮಿಬ್ಬರ ಮಧ್ಯದ ಅಂತರವನ್ನು ಕಡಿಮೆ ಮಾಡಿತ್ತು. ಪೂರ್ತಿ ಇಲ್ಲವಾಗಿಸಿತ್ತು. ಇಷ್ಟು ನಿಜ ತಾನೆ?" ಸೂರ್ಯನ ಸ್ವರಕ್ಕೆ ಗಡಸಿನ ಲೇಪವಾಯಿತು.

ಗೋಡೆಗೆ ಮುಖ ಹಚ್ಚಿ ಅಳತೊಡಗಿದ.

ಹೊಸದಾಗಿ ಬಂದು ಕೆಲಸಕ್ಕೆ ಸೇರಿಕೊಂಡವರಲ್ಲಿ ಎಂ.ಕಾಂ. ಮಾಡಿದ ರಮಾನಂದ ಮೂರು ತಿಂಗಳು ಎಸ್ಟೇಟ್‌ನಲ್ಲಿ ಇದ್ದಿದ್ದು. ತೀರಾ ಬುದ್ಧಿವಂತನಾದ ಅವನು ಓದಿಓದಿ ತಲೆ ಕೆಡಿಸಿಕೊಂಡು ಕುಡಿತದ ಚಟಕ್ಕೆ ಬಿದ್ದಿದ್ದ. ಇದನ್ನು ಸೂರ್ಯ ಸಂಗ್ರಹಿಸಿಕೊಂಡಿದ್ದ.

ಮೇಲಕ್ಕೆದ್ದ ಸೂರ್ಯ "ದೊರೆಸ್ವಾಮಿ, ನೀನಾಗೇ ಸತ್ಯ ಹೇಳು. ಹಿಂಸೆಯ ಮಾರ್ಗ ನಂಗಿಷ್ಟವಿಲ್ಲ. ನಿನ್ನ ಹೇಳಿಕೆ ಪಡೆಯೋಕೆ ಕಾರಣ ಹೇಳಿದ್ದೀನಿ. ಬೇಗ... ಬಿ ಕ್ವಿಕ್" ಅವಸರಿಸಿದ.

ದೊರೆಸ್ವಾಮಿ ಹೇಳತೊಡಗಿದ. ಲಾರಿ ಬಂದಿದ್ದರಿಂದ ಅದರ ಸದ್ದಿನಲ್ಲಿ ಅವನ ಮಾತುಗಳು ಅಡಗಿಹೋದವು.

"ಹೋಗು...." ಆದೇಶ ನೀಡಿದ ಸೂರ್ಯ.

ಜೋಸೆಫ್‌ನ ಹತ್ತಿರಕ್ಕೆ ಕರೆದು ಅವನ ಭುಜದ ಮೇಲೆ ಕೈಹಾಕಿ "ವಿಷಯ ನಮ್ಮ ಮೂವರ ಮಧ್ಯೆಯೇ ಇರಲಿ" ಎಂದ.

ಅವನು ತಲೆಯಾಡಿಸಿದ. ಥಟ್ಟನೇ ಸೂರ್ಯನ ಕಾಲುಹಿಡಿದು "ಹುಟ್ಟಿದಾಗ್ನಿಂದ ಈ ಜೋಸೆಫ್‌ಗೆ ಯಾರೂ ಇರ್‍ಲಿಲ್ಲ. ಇಂದು ನೀವು ಇದ್ದೀರಿ. ಜಗತ್ತಿನಲ್ಲಿ ಇಂಥದೊಂದು ಸಂಬಂಧ ಇದೆಯೆಂದು ನಿಮ್ಮ ಮೂಲಕವೇ ತಿಳಿದಿದ್ದು" ಅವನ ಕಣ್ಣುಗಳು ಮಂಜಾಗಿದ್ದವು.

"ಛೇ, ಇದೆಲ್ಲ ಏನು! ಹೋಗಿ ಕೆಲ್ಸ ನೋಡು" ಅವನನ್ನು ಎಬ್ಬಿಸಿ ಕಳುಹಿಸಿದ.

ಇವನು ಬಂಗ್ಲೆಗೆ ಬಂದಾಗ ಬ್ರೇಕ್‌ಫಾಸ್ಟ್‌ಗೆ ಕೂತಿದ್ದಳು ರಮ್ಯ. ಅವನ ತಟ್ಟೆಗೂ ಇಡ್ಲಿ ಬಡಿಸಿ ಬೆಣ್ಣೆ ಸವರಿದಳು.

"ನಾನು ರೆಡಿ" ಎಂದಳು.

"ಓಕೇ, ಮೊದಲ ಕೆಲಸ ಅದೇ" ಸಾಂಬಾರ್ ಹಾಕಿಕೊಂಡ. "ಒಂದು ಪ್ರಶ್ನೆ...." ಎಂದಳು.

ಬಾಯಿಗಿಟ್ಟ ಇಡ್ಲಿಯನ್ನು ನಿಧಾನವಾಗಿ ನುಂಗಿದ. "ನಿನ್ನಷ್ಟು ನಾನು ಓದಿಲ್ಲ ರಮ್ಯ. ನಿನ್ನ ಲೈಬ್ರರಿ ನೋಡಿದ್ರೆ.... ನನ್ನ ಎದೆಬಡಿತ ಸ್ತಬ್ಧವಾಗುತ್ತೆ. ಪ್ಲೀಸ್..." ರಿಕ್ವೆಸ್ಟ್ ಮಾಡಿಕೊಂಡ.

"ಹೋಗ್ಲಿಬಿಡಿ, ತೀರಾ ಸರಳವಾದ ಪ್ರಶ್ನೆ. ಬೆಟ್ ಕೂಡ ಅಂಥ ದೊಡ್ಡದಲ್ಲ. ನೀವು ಸೋತರೇ ಆರು ಇಡ್ಲಿ ತಿನ್ನಬೇಕಾಗುತ್ತೆ" ಸ್ವಲ್ಪ ರಾಜಿಗೆ ಬಂದ ಸ್ವರದಲ್ಲಿ ನುಡಿದಳು.

ಸರಿಯೆನ್ನುವಂತೆ ಸಪ್ಪೆಮುಖ ಮಾಡಿ ತಲೆದೂಗಿದವನು ಆರು ಇಡ್ಲಿಗಳನ್ನು ತಾನೇ ಹಾಕಿಕೊಂಡುಬಿಟ್ಟ. "ಇನ್ನ ಭಯವಿಲ್ಲ. ನಾನು ತಿನ್ನೋಕೆ ರೆಡಿ. ಈಗ... ಕೇಳಿ" ಸ್ವೀಕರಿಸಿದ ಸವಾಲ್‌ನ.

"ಭೂಮಿಗೀತ ಬರೆದ ಕವಿ ಯಾರು?" ಕೇಳಿದಳು.

ಒಂದು ಇಡ್ಲಿ ಪಕ್ಕಕ್ಕಿಟ್ಟ. ಇನ್ನೊಂದು ನಿಮಿಷದ ತರುವಾಯ ಎರಡನೇ ಇಡ್ಲಿ ತೆಗೆದಿಟ್ಟ. ನಂತರ ಎರಡು ನಿಮಿಷದ ಮೇಲೆ ಮೂರನೇ ಇಡ್ಲಿ ತೆಗೆದಿಟ್ಟ. ನಾಲ್ಕನೇ ಇಡ್ಲಿಗೆ ಕೈಹಾಕಿದಾಗ ತಡೆದಳು.

"ನೀವು ಸೋತಂತೆ ಲೆಕ್ಕ. ಇಷ್ಟು ಸರಳವಾದ ಪ್ರಶ್ನೆಗೆ ಉತ್ತರಿಸಲು ಇಷ್ಟೊಂದು ಹೊತ್ತು ಬೇಕಾ? ಭೂಮಿಗೀತ ಕವಿ ಗೋಪಾಲಕೃಷ್ಣ ಅಡಿಗರದು". ತೆಗೆದಿಟ್ಟ ಇಡ್ಲಿಗಳನ್ನು ಅವನ ತಟ್ಟೆಗೆ ಹಾಕಿಬಿಟ್ಟಳು.

ಮೆಲ್ಲನೆಯ ನೋಟ ಹರಿಸುತ್ತ "ಅಂತೂ ನನ್ನ ಸೋಲಿಸ್ಬೇಕನ್ನೋ ನಿರ್ಧಾರದಲ್ಲಿ ಜಯಶಾಲಿಗಳಾದ್ರಿ. ಕಂಗ್ರಾಜುಲೇಷನ್.... ನೀವು ಕೊಟ್ಟ 'ರಿಯಲೀ ಜೀನಿಯಸ್'ನ ವಾಪಸ್ಸು ಪಡ್ಕೋಬಹುದು" ನಸುನಗೆ ಬೀರಿದ.

ಇಂದು ಸ್ವಲ್ಪ ಹಸಿದಿದ್ದರಿಂದ ಅದು ಪ್ಲಸ್ ಎರಡು ಇಡ್ಲಿಯನ್ನು ಆರಾಮಾಗಿ ತಿಂದ.

ಇಬ್ಬರು ಜೊತೆಯಾಗಿಯೇ ಹೊರಟರು. ಡೋರ್ ತೆಗೆದ ಕೂಡಲೇ ಟಾಟಾ ಎಸ್ಟೇಟ್‌ನ ಸೀಟಿನಲ್ಲಿದ್ದ ಪ್ಯಾಕೆಟ್ ಕಣ್ಣಿಗೆ ಬಿತ್ತು. ಕೈಗೆತ್ತಿಕೊಂಡು ಪಕ್ಕಕ್ಕಿಟ್ಟ.

ಏರಿಕೂತ ರಮ್ಯ ಅದರತ್ತ ನೋಡಿದವಳು "ಏನಾದ್ರೂ ಪರ್ಸನಲ್ಲಾ? ನಾನು ನೋಡಬಹುದಾ?" ಕುತೂಹಲ ವ್ಯಕ್ತಪಡಿಸಿದಳು. ವೈಯಕ್ತಿಕ ವಿಷಯಗಳು ಆ ಗೊಂಬೆಯ ಮೂಲಕ ಹೊರಗೆ ಬರುತ್ತದೆಯೆಂದು ಸೂರ್ಯನಿಗೆ ಗೊತ್ತು. ಆದರೂ ತಡೆಯುವುದರಿಂದ ಸಂದೇಹ ಉತ್ಪನ್ನವಾಗುತ್ತದೆಯೆಂದು ಅರಿತು "ಅಂಥದ್ದೇನಿಲ್ಲ ನೋಡಿ..." ಸ್ವಿಚ್ ಕೀ ಅದುಮಿದ.

ಚಿತ್ರಗಳಿಗೆ ಜೀವ ಬಂತು. ಅದು ನಿಂತೆಡೆ ಕಣ್ಣರಳಿಸಿ ಗಾಬರಿಯಾದಳು. ಕಟ್ಟಡ ರೂಫಿಂಗ್‌ವರೆಗೂ ಎದ್ದಿತ್ತು. ಕಲ್ಲು, ಇಟ್ಟಿಗೆ, ಸಿಮೆಂಟ್ ಜೊತೆ ಮರಳಿನ ರಾಶಿ.

ಅವಳಲ್ಲಿ ಒಂದು ರೀತಿಯ ಘಟಸ್ಫೋಟ. ಅವಳ ಅರಿವಿಗೆ ಬರದಂತೆ

ಎಸ್ಟೇಟ್‌ನಲ್ಲಿ ಇಷ್ಟು ನಡೆದಿರುವುದು ನಂಬಲರ್ಹವಾದ ವಿಷಯ! ಕಣ್ಣುಗಳಲ್ಲೇ ಸಂದೇಹಿಸಿದಳು.

"ಏನಿದೆಲ್ಲ?" ಅವಳ ಮುಖ ಧುಮುಗುಟ್ಟಿತು.

ಸೀರಿಯಸ್‌ನೆಸ್ ಇಲ್ಲಿ ಪ್ರಯೋಜನವಿಲ್ಲವೆನಿಸಿತು ಸೂರ್ಯನಿಗೆ. "ಇಟ್ಟಿಗೆ, ಸಿಮೆಂಟ್, ಕಬ್ಬಿಣ... ಇತ್ಯಾದಿ ಇತ್ಯಾದಿ" ಎಂದವನು ಇಳಿದುಹೋದ.

ಅವನನ್ನು ನೋಡಿದ ಮೇಸ್ತ್ರಿ ನಯ-ವಿನಯದಿಂದ ಕೈಕಟ್ಟಿ ಬಂದು ಮಾತಾಡತೊಡಗಿದ.

ರಮ್ಯಳ ಅವುಡು ಬಿಗಿದುಕೊಂಡಿತು. ಮುಷ್ಟಿ ಬಿಗಿಹಿಡಿದು ಆವೇಶದಿಂದ ಗುದ್ದಲು ಎತ್ತಿದ ಕೈಯನ್ನು ಸೂರ್ಯ ಹಿಡಿದ. "ಬಿ ಕಾಮ್, ನಿಮ್ಮ ಕೈ ಪೆಟ್ಟಾಗುತ್ತೆ. ನೋವು, ಡಾಕ್ಟ್ರು... ಬ್ಯಾಂಡೇಜ್... ಇಟ್ ಈಸ್ ನಾಟ್ ಎ ಗುಡ್ ವೇ. ಇಳಿಯಿರಿ ರಮ್ಯ..." ಅತ್ಯಂತ ಮೃದುವಾಗಿ ಆಹ್ವಾನಿಸಿದ.

ಅವಳ ಕಣ್ಣುಗಳಲ್ಲಿ ಕಿಡಿ ಇತ್ತು.

"ಡೋಂಟ್ ಬಿ ಎಕ್ಸೈಟೆಡ್. ನಮ್ಮ ಎಮೋಷನ್, ಕೋಪ ಎಕ್ಸ್‌ಪೋಸ್ ಆದಾಗ ಪಬ್ಲಿಕ್ಕಲ್ಲಿ ಚೀಪ್ ಆಗಿಬಿಡ್ತೀವಿ. ಇದು ನಿಮ್ಮ ಎಸ್ಟೇಟ್. ಒಂದು ಸ್ಥಾನದಲ್ಲಿರೋವಾಗ ಪಬ್ಲಿಕ್ ಲೈಫ್ ಕಾಯ್ದುಕೊಳ್ಳಬೇಕು. ದಯವಿಟ್ಟು ಬನ್ನಿ" ಕರೆದ. ಅವನತ್ತ ಕೆಂಡ ಕಾರುವಂತೆ ನೋಡಿದವಳು ಇಳಿದಳು.

ಸೂರ್ಯ ಕರೆದೊಯ್ದು ಎಲ್ಲಾ ತೋರಿಸಿದ. ಸಣ್ಣ ಹಾಸ್ಪಿಟಲ್ ಕಟ್ಟಡ. ಹತ್ತು ಬೆಡ್‌ಗಳ ವಾರ್ಡ್, ಮುಂದಿನ ಯೋಜನೆಗಳೆಲ್ಲ ಅವಳ ಮುಂದಿಟ್ಟ, ತುಟಿ ತೆರೆಯಲಿಲ್ಲ ರಮ್ಯ.

ಕೋಪದಿಂದಲೇ ಕಾರುಹತ್ತಿದ ರಮ್ಯ ಸೀಟು ಮೇಲಿನ ಪ್ಯಾಕೆಟ್‌ನ ಹೊರಗೆತ್ತಿ ಎಸೆದಳು. ಬಂದ ಸೂರ್ಯ ಹಿಂದಕ್ಕೆ ಹೋಗಿ ಅದನ್ನು ತೆಗೆದುಕೊಂಡು ಬಂದ.

"ಎಸೆಯೋಕೆ ಕಸವಲ್ಲ. ಅದು ತೀರಾ ಬೆಲೆಬಾಳುವಂಥದ್ದು" ಎಂದ ಸ್ವಲ್ಪ ಗಟ್ಟಿಯಾಗಿ. ಮುಖ ತಿರುವಿದಳು.

ಶ್ರೀಚಂದ್ರ ಬದುಕಿದ್ದಾಗಲೂ ಪ್ರತಿಯೊಂದನ್ನೂ ಮೊದಲು ಮಗಳ ಹತ್ತಿರ ವಿವರಿಸಿ ಅವಳ ಸಲಹೆ ಪಡೆಯುತ್ತಿದ್ದರು.

ಕೋಣೆಗೆ ಹೋದವಳೇ ಎಸ್‌ಟಿಡಿಯಲ್ಲಿ ಮಧುಚಂದ್ರರನ್ನು ಸಂಪರ್ಕಿಸಿದಳು.

"ಡ್ಯಾಡಿ ಬಾತ್‌ರೂಂನಲ್ಲಿದ್ದಾರೆ" ಅವರ ಮಗಳು ಉಸುರಿದಾಗ ಫೋನನ್ನು ಕುಕ್ಕಿದಳು.

ನಿಮಿಷಗಳನ್ನು ಲೆಕ್ಕಹಾಕಿ ಮತ್ತೆ ಹತ್ತು ನಿಮಿಷದ ನಂತರ ಡಯಲ್ ತಿರುವಿದಳು.

"ರಮ್ಯಕ್ಕ, ಡ್ಯಾಡಿ ದೇವರ ಕೋಣೆಯಲ್ಲಿ ಇದ್ದಾರೆ. 'ಡೋಂಟ್ ಡಿಸ್ಟರ್ಬ್' ಅನ್ನೋ ಬೋರ್ಡ್ ನೋಡಿದ್ದಿಯಲ್ಲ. ಅವರಾಗಿ ಹೊರಗೆ ಬರೋವರ್ಗೂ

ಡಿಸ್ಟರ್ಬ್ ಮಾಡೋ ಹಂಗಿಲ್ಲ. ಅವರು ಗಾಡ್ ಪರ್ಸನಲ್ಲಾಗಿ ಮಂತ್ರಗಳ ಮೂಲಕ ಮಾಡ್ಕೋತಾರೆ" ಘೊಳ್ಳನೆ ನಕ್ಕಳು ಮಧುಚಂದ್ರರ ಮಗಳು ನವೀನಾ.

"ಡ್ಯಾಮಿಟ್..." ಫೋನ್ ಕುಕ್ಕಿದಳು.

ಅರ್ಧಗಂಟೆಯ ನಂತರ ಮತ್ತೆ ಡಯಲ್ ತಿರುವಿದಳು. ಎರಡು ನಿಮಿಷಗಳ ನಂತರವೇ ಆ ಕಡೆ ರಿಸೀವರ್ ಎತ್ತಿದ್ದು.

ಎರಡು ಸಲ ಸೂರ್ಯ ಕೋಣೆಗೆ ಬಂದಾಗಲೂ ಫೋನ್‌ನ ಹಿಡಿದು ನಿಂತಿರುವ ರಮ್ಯಳನ್ನು ಕಂಡ. ಮೂರನೆಯ ಸಲ ಫೈಲ್ ಒಯ್ಯಲು ತಾನೇ ಬಂದಾಗಲೂ ಮತ್ತೆ ಫೋನ್ ಅವಳ ಕೈಯಲ್ಲಿತ್ತು.

ಹೊರಟವನು ಅಲ್ಲೇ ಕೂತ. ಫೈಲು ನೋಡುತ್ತಿದ್ದವನು ವಾರೆಗಣ್ಣಿಂದ ಗಮನಿಸಿದ. ಈ ಸಲವಂತೂ ಫೋನ್ ಮುರಿಯುವಂತೆ ಕುಕ್ಕಿದಳು. ಆದರೆ ಮುರಿಯಲಿಲ್ಲ.

ಸೂರ್ಯ ಅದನ್ನು ಸರಿಯಾಗಿಟ್ಟು ಕೂತ. ಏಳು ನಿಮಿಷದ ನಂತರ ಡಯಲ್ ತಿರುಗಿಸಿ ಅವರನ್ನು ಸಂಪರ್ಕಿಸಿದವನು "ರಮ್ಯ, ನಿಮ್ಮ ಹತ್ರ ಮಾತಾಡ್ಬೇಕಂತೆ". ಹಾಗೇ ಇಟ್ಟು ಲೈಬ್ರರಿಯಲ್ಲಿ ಕೂತಿದ್ದ ಅವಳಿಗೆ ಹೇಳಿದ "ಮಧುಚಂದ್ರ ಅವರು ಲೈನ್‌ನಲ್ಲಿದ್ದಾರೆ. ಮತ್ತೆ ಅವರು ಸಂಜೆವರೆಗೂ ಸಿಗೋದಿಲ್ಲ. ಆವರೆಗೂ ನೀವು ಇದೇ ಮನಸ್ಥಿತಿಯಲ್ಲಿರೋದು ಒಳ್ಳೆಯದಲ್ಲ, ಮಾತಾಡಿ" ಎಂದ.

"ನಂಗಿಷ್ಟವಿಲ್ಲ" ಕೂಗಿದಳು.

ಸುಮ್ಮನೆ ಹೊರಗೆ ನಡೆದವನು ಹತ್ತು ಸೆಕೆಂಡ್ ಬಿಟ್ಟು ಬಂದ. ಫೋನೆತ್ತಿದಳು. ಅದು ಅವನ ನಿರೀಕ್ಷೆಯು ಕೂಡ.

ಮೌನವಾಗಿ ಹಿಂದಕ್ಕೆ ಬಂದ.

ಸಂಜೆಯ ವಯಸ್ಕರ ಶಿಕ್ಷಣ ಪಾಠದ ಮೇಷ್ಟ್ರು ಅವನಿಗಾಗಿ ಕಾದು ಕೂತಿದ್ದರು.

"ಯಾರು... ನೀವು?" ಅವನ ಹುಬ್ಬೇರಿತು.

ಎಲೆಯಡಿಕೆ ಮೆದ್ದು ಕರೆಗಟ್ಟಿದ ಹಲ್ಲುಗಳನ್ನೆಲ್ಲ ಬಿಟ್ಟು ನಗೆಸೂಸಿದ. "ನಾನು ಬಹಳ ಹಳಬ. ದೊಡ್ಡ ಯಜಮಾನ್ರು ಕಾಲದಲ್ಲಿ ಕೂಲಿ ಜನಕ್ಕೆ ಪಾಠ ಹೇಳೋಕ್ಕೆ ನೇಮಿಸಲ್ಪಟ್ಟವನು. ನಾಲ್ಕು ಸಲ ಬಂದಿದ್ದೆ. ಸಂಬಳ ಕೊಡಲ್ಲಾಂದ್ರು" ಅವನು ಹೇಳುತ್ತಲೇ ಇದ್ದ. ಸೂರ್ಯ ಮಾತಾಡದೆ ಹೊರಗೆ ಹೋದ.

ರಮ್ಯಳಿಗಿರೋ ಸಹಾನುಭೂತಿಯನ್ನು ಮನಸ್ಸಿನಲ್ಲಿಟ್ಟುಕೊಂಡು ಕೆಲವರನ್ನು ನಿವಾರಿಸಿಕೊಳ್ಳಬೇಕೆಂದುಕೊಂಡಿದ್ದ.

ಅವನು ಬಂದಾಗಲೆಲ್ಲ ರಮ್ಯಳನ್ನು ನೋಡಲು ಅವಕಾಶ ಕೊಡದ ಶಕ್ತಿ ಇಂದು ತಾನೇ ಕರೆದೊಯ್ದು.

"ಅಮ್ಮ, ನಿಮ್ಮನ್ನು ಮೇಷ್ಟ್ರು ನೋಡೋಕೆ ಬಂದಿದ್ದಾರೆ" ವಿಷಯ ತಿಳಿಸಿದ

ಬಾಗಿಲಲ್ಲಿ ಇಣುಕಿ. ಇನ್ನೂ ರಮ್ಯ ಫೋನ್‌ನಲ್ಲಿ ಮಾತಾಡುತ್ತಲೇ ಇದ್ದಳು.

ಹೊರಗೆ ಕಾಯಲಾರದೆ ಮೇಷ್ಟ್ರ ನೆಲದಲ್ಲಿಯೇ ಕೂತುಬಿಟ್ಟರು. ಶ್ರೀಚಂದ್ರ ಸತ್ತಮೇಲೆ ವಾರಕ್ಕೊಮ್ಮೆ ಅಥವಾ ಎರಡು ಸಲ ಎಸ್ಟೇಟ್‌ಗೆ ಬರುತ್ತಿದ್ದರು. ಅಂದು ತಪ್ಪದೆ ಬಂಗ್ಲೆಗೆ ಬಂದುಹೋಗುತ್ತಿದ್ದರು. ಆದರೆ ಹಾಜರಿ ಹಾಕಿ ಮ್ಯಾನೇಜರ್ ಪೂರ್ತಿ ಸಂಬಳ ಅವನಿಗೆ ಕೊಡುತ್ತಿದ್ದರು. ಅದರಲ್ಲಿ ಅರ್ಧ ಮೂರು ಭಾಗಗಳಾಗಿ ಒಂದು ಭಾಗ ತಪ್ಪದೇ ಇವರ ಜೇಬು ಸೇರುತ್ತಿತ್ತು.

ಬಲವಂತಕ್ಕೆ ಅಕ್ಷರ ಕಲಿಯುವ ಜನ ಈ ಬಗ್ಗೆ ದೂರು ಒಯ್ಯಲಿಲ್ಲ. ಒಂದು ರೀತಿಯ ಗೋಲ್‌ಮಾಲ್ ವ್ಯವಹಾರ.

ಹದಿನೈದು ನಿಮಿಷಗಳ ನಂತರವೇ ರಮ್ಯ ಹೊರಗೆ ಬಂದಿದ್ದು. ಈ ವಿಷಯವನ್ನು ಸೂರ್ಯ ಮೊದಲೇ ಪ್ರಸ್ತಾಪಿಸಿದ್ದ ರಮ್ಯಳ ಬಳಿ.

ತಕ್ಷಣ ಎದ್ದು ನಿಂತವರು ತಮ್ಮ ಅಹವಾಲು ಹೇಳಿಕೊಂಡರು "ನಂಗೆ ಸಂಬಳ ಕೊಟ್ಟಿಲ್ಲ." ರಮ್ಯ ತುಟಿ ಕಚ್ಚಿದಳು.

ಶ್ರೀಚಂದ್ರ ರಾತ್ರಿಯ ವೇಳೆ ಪಾಠ ಕಲಿಯಲೆಂದೇ ಒಂದು ದೊಡ್ಡ ಹಾಲ್ ಕಟ್ಟಿಸಿ, ಎಲೆಕ್ಟ್ರಿಕ್ ವ್ಯವಸ್ಥೆ ಮಾಡಿಸಿದ್ದರು. ಮೊದಲು ಕೆಲವು ದಿನ ಹಾಜರಿ ತೆಗೆದುಕೊಳ್ಳಲು ತಾವೇ ಹೋಗುತ್ತಿದ್ದರು. ಬರದಿದ್ದ ಜನಕ್ಕೆ ಕೂಲಿ ಕಟ್ ಮಾಡುತ್ತಿದ್ದರು. ಆ ಭಯಕ್ಕೆ ಕೂಲಿಯಾಳುಗಳು ತಪ್ಪಿಸಿಕೊಳ್ಳುತ್ತಿರಲಿಲ್ಲ. ಇಂಥ ಒಂದು ನಿಯಮವೇ ಅಕ್ಷರ ಕಲಿಯುವಂತೆ ಮಾಡಿತ್ತು ಅವರನ್ನು.

ನೆನಪುಗಳು ಅವಳನ್ನು ಬಾಧಿಸಿತು.

"ಯಾಕೆ... ಕೊಡ್ಲಿಲ್ಲ?" ಪ್ರಶ್ನೆ ಹಿಂದಕ್ಕೆ ಬಂತು.

ಮೇಷ್ಟ್ರ ತಡಬಡಿಸಿದರು. ಒಂದು ತರಹ ಭಂಡತನ. "ಗೊತ್ತಿಲ್ಲ ತಾಯಿ... ಹಿಂದೆ ದೊಡ್ಡ ಯಜಮಾನರ ಕಾಲದಲ್ಲಿ ಎಂದೂ ಹೀಗೆ ಆಗಿದ್ದೇ ಇಲ್ಲ. ಈಗ ಏನೇನೋ ಬದಲಾವಣೆಗಳು" ರಾಗ ಎಳೆದರು.

"ಪ್ರತಿ ಮಾತು ಆಡೋಕೆ ಮೊದ್ಲು ಯೋಚ್ಸು. ಸುಮ್ನೇ ದುಡುಕಬೇಡ. ಕೆಲವನ್ನು ಸೂರ್ಯನಿಗೆ ಬಿಡು. ಪ್ರಶ್ನಿಸಿ ಅವನ ಮನಸ್ಸಿಗೆ ಕಸಿವಿಸಿಯನ್ನುಂಟುಮಾಡ್ಬೇಡ" ನಿಮಿಷಗಳ ಮುನ್ನ ಫೋನ್ನಲ್ಲಿ ಮಧುಚಂದ್ರ ಬುದ್ಧಿ ಹೇಳಿದ್ದರು. ಅದನ್ನು ರಮ್ಯ ಲಘುವಾಗಿ ಪರಿಗಣಿಸಲಿಲ್ಲ.

"ಅವರನ್ನೇ ನೋಡಿ. ಏನು ಕಾರಣ ಇಲ್ದೇ ಯಾರ್ಗೂ ಸಂಬಳ ನಿಲ್ಲಿಸೋಲ್ಲ. ಎಷ್ಟು ದಿನಕ್ಕೊಮ್ಮೆ ಬರ್ತಿದ್ರಿ ಎಸ್ಟೇಟ್‌ಗೆ?" ಕೇಳಿದಳು.

ಎಷ್ಟೋ ಸಲ ರಾತ್ರಿಯ ವೇಳೆ ಕರೆದೊಯ್ದು ತೋರಿಸಿದ್ದ. ಒಂದೆರಡು ಸಲ ಲೈಟು ಹಾಕಿತ್ತು. ಕೆಲವು ಗಂಡಸರು ಹೆಂಗಸರು ಅಲ್ಲಲ್ಲಿ ಕೂತು ಮಾತಾಡುತ್ತಿದ್ದರು.

"ನಿಮ್ಗೆ ಸುಳ್ಳುಸುದ್ದಿ ತಲುಪಿಸಿದ್ದಾರೆ" ಸಮರ್ಥಿಸಿಕೊಳ್ಳಲು ನೋಡಿದ.

"ಆಫೀಸ್‌ನಲ್ಲಿ ನೋಡಿ" ಒಳಗೆ ಹೋಗಿಬಿಟ್ಟಳು. ಕರಗಬಹುದಾದ ಕ್ಷಣಗಳನ್ನು ತಪ್ಪಿಸಿಕೊಳ್ಳಲು ಸೂರ್ಯನೇ ಹೇಳಿದ್ದ.

ಎರಡು ದಿನ ಬಂದುಹೋದರು.

"ಸುಮ್ನೇ ಯಾಕೆ ಬರ್ತೀರಾ, ತೆಪ್ಪಗಿದ್ದು ಬಿಡಿ. ವಿಷಯನಾದ್ರೂ ಮುಚ್ಚಿಹೋಗುತ್ತೆ" ಮ್ಯಾನೇಜರ್ ಗದರಿಕೊಂಡರು.

ಬರುತ್ತಿದ್ದ ಸಾವಿರದಷ್ಟು ಮೊತ್ತ ಹೋಗುವುದು ಆತನಿಗೆ ಒಪ್ಪಿಗೆ ಇಲ್ಲ.

ನಾಲ್ಕನೆಯ ರಾತ್ರಿ ಸ್ಕೂಲು ಮಾಡುತ್ತಿದ್ದ ಕಟ್ಟಡದತ್ತ ಬಂದರು. ಸಾಕಷ್ಟು ಜನ ಇದ್ದರು. ಹೊಸ ವ್ಯಕ್ತಿ ಪಾಠ ಮಾಡುತ್ತಿದ್ದ.

ನಿಧಾನವಾಗಿ ಒಳಗೆ ಇಣುಕಿದರು. ಸೂರ್ಯ ಕೂಡ ಇದ್ದ. ತಮ್ಮ ಹೊಟ್ಟೆಯ ಮೇಲೆ ಕಲ್ಲುಹಾಕಿದ ರಾಕ್ಷಸನಂತೆ ಕಂಡ.

ಒಳಗೆ ಬರುತ್ತಿದ್ದ ಮೇಷ್ಟ್ರನ್ನು ಶಕ್ತಿ ತಡೆದು ನಿಲ್ಲಿಸಿದ "ನೀವು ಪಾಠ ಕಲೀತೀರಾ? ನಾಳೆ ಬಂದು ರಿಜಿಸ್ಟರ್‌ನಲ್ಲಿ ನಿಮ್ಮ ಹೆಸರು ಬರೆಸಿಕೊಳ್ಳಿ. ಈಗ ಮಧ್ಯ ಹೋಗ್ಬೇಡಿ."

ಕೋಪದಿಂದ ಅವನತ್ತ ನೋಡಿದರು ಸುಬ್ಬಣ್ಣ ಮೇಷ್ಟರು "ನಾನು ಯಾರೋ ಗೊತ್ತಿಲ್ವಾ?" ಹಲ್ಲು ಬಿಗಿಹಿಡಿದು ಕೇಳಿದರು.

ಅವರ ಕೈಹಿಡಿದ ಶಕ್ತಿ ದೂರಕ್ಕೆ ಕರೆದೊಯ್ದ. "ಯಾರಾದ್ರೂ ಆಗಿ, ನಂಗೇನು! ಸುಮ್ನೆ ಪಾಠದ ಮಧ್ಯೆ ಹೋಗಿ ತೊಂದರೆ ಕೊಡ್ಬೇಡಿ. ಇದು ವಯಸ್ಕರ ಶಿಕ್ಷಣ ಶಾಲೆ. ಇಲ್ಲಿಗೆ ಬರೋ ಜನ ಯಾರು?" ಅಂದವನು ಕೊನೆಯಲ್ಲಿ ಗೊಣಗಿದ "ಅನಕ್ಷರಸ್ಥರು ಅಷ್ಟೆ."

ಸುಬ್ಬಣ್ಣ ಮೇಷ್ಟರಿಗೆ ಗಂಟಲು ಹಿಡಿದಂತಾಯಿತು. ಅವರು ಸರ್ಕಾರಿ ಪ್ರೈಮರಿ ಶಾಲೆಯಲ್ಲಿ ಮೂವತ್ತು ವರ್ಷ ಕೆಲಸ ಮಾಡಿ ಈಚೆಗೆ ವಿಶ್ರಾಂತಿ ಪಡೆದವರು. ಎಷ್ಟು ನೂರು ವಿದ್ಯಾರ್ಥಿಗಳಿಗೆ ಅಕ್ಷರ ತಿದ್ದಿ ಹಾಕಿದ್ದರೋ... ಈಗ ಶಕ್ತಿ ಅಂದ ಮಾತು ಅವರನ್ನು ಪೂರ್ತಿಯಾಗಿ ನೋಯಿಸಿಬಿಟ್ಟಿತು.

ಕೇಳಿಸುವಂತೆ ಬೈದುಕೊಳ್ಳುತ್ತ ಬಂಗ್ಲೆಯ ಕಡೆ ಹೊರಟವರು ನಿಂತರು. ನಾಲ್ಕು ಜನ ಒಟ್ಟಿಗೆ ಮಾತಾಡುತ್ತಿದ್ದರು. ಒಬ್ಬರ ಕಂಠ ಮಾತ್ರ ಪರಿಚಿತ!

"ನಾಲೆಯಲ್ಲಿ ಹಾಕಿದ್ರೆ ಮುಗಿದುಹೋಗುತ್ತೆ" ಆ ಮಾತು ಗಟ್ಟಿಯಾಗಿಯೇ ಕೇಳಿಸಿತು. ಸದ್ದಾಗದಂತೆ ಬಂದ ಸೂರ್ಯನ ಕಿವಿಗೆ ಮಾತುಗಳು ಬೀಳದೇ ಹೋಗಲಿಲ್ಲ. ಹಿಂದಕ್ಕೆ ಸರಿದುಹೋದ.

ಅರ್ಧಗಂಟೆಯಲ್ಲಿ ದೊಡ್ಡ ಗಲಾಟೆ ಕೂಡ, ತಮ್ಮ ಕ್ವಾರ್ಟರ್ಸ್ ಕಡೆಯಿಂದ ಬಂದ ಕ್ಯಾಷಿಯರ್‌ನ ದೊಣ್ಣೆಯಿಂದ ಬಲವಾಗಿ ಯಾರೋ ಬಡಿದಿದ್ದಾರೆ ಎನ್ನುವ ವರ್ತಮಾನ ಬಂಗ್ಲೆಯನ್ನು ತಲುಪಿತು.

ರಮ್ಯಳ ಜೊತೆಯಲ್ಲಿ ಸೂರ್ಯ ಧಾವಿಸುವ ವೇಳೆಗೆ ಕ್ಯಾಷಿಯರ್ ರಕ್ತದ

ಮಡುವಿನಲ್ಲಿ ಬಿದ್ದಿದ್ದ. ಅವನ ಸುತ್ತಲೂ ಜನಗಳು. ಮ್ಯಾನೇಜರ್ ಮತ್ತು ಟೆಂಪರರಿ ಆಳುಗಳನ್ನು ಸಪ್ಲೈ ಮಾಡುವ ರಾಮನನ್ನು ಮರಕ್ಕೆ ಕಟ್ಟಿಹಾಕಿದ್ದರು.

ಇಡೀ ಎಸ್ಟೇಟ್‌ನಲ್ಲಿ ಕೆಲಸ ಮಾಡುವ ಸೌಕರವರ್ಗದಿಂದ ಹಿಡಿದು ಸಾಧಾರಣ ಕೂಲಿಯವರು ತಮ್ಮ ಸಂಸಾರಗಳೊಂದಿಗೆ ಅಲ್ಲಿತ್ತು. ಅಳುವ ಮಕ್ಕಳು, ಬೆಟ್ಟು ಚೀಪುವ ಎಳೆಯರು, ಸ್ಕೂಲಿಗೆ ಹೋಗುವ ಹುಡುಗರ ದೊಡ್ಡ ದಂಡೇ ಇತ್ತು.

ಅಷ್ಟರಲ್ಲಿ ಡಾಕ್ಟರ್ ಬಂದರು. ಅವರ ಮೇಲ್ವಿಚಾರಣೆಯಲ್ಲಿ ಕ್ಯಾಷಿಯರನ್ನು ಸಾಗಿಸಿದ್ದಾಯಿತು.

ಬಂದ ಜೋಸೆಫ್ ಸ್ವಲ್ಪ ತಗ್ಗಿ "ಪೋಲೀಸ್‌ಗೆ ಫೋನ್ ಮಾಡಿದ್ದೀನಿ" ಎಂದ ಸೂರ್ಯನ ಬಳಿ.

ರಾಮ ಕಲ್ಲಿನಂತಿದ್ದ. ಮ್ಯಾನೇಜರ್ ಕುಯ್ಯೋ ಮರ್ರೋ ಎಂದು ಶುರುಮಾಡಿಬಿಟ್ಟರು.

"ದಯವಿಟ್ಟು ಪೋಲೀಸ್‌ಗೆ ಒಪ್ಪಿಸ್ಬೇಡಿ. ಮಾನ ಮರ್ಯಾದೆ ಕಳಕೊಂಡು ಬಾಳೋದಾದ್ರೂ ಹೇಗೆ? ನಂದೇನೂ ತಪ್ಪಿಲ್ಲ. ಹೊಡೆದೋನು ನಾನಲ್ಲ" ಪ್ರಲಾಪಿಸತೊಡಗಿದರು.

ಸೂರ್ಯ ಅವರ ಸಮೀಪಕ್ಕೆ ಹೋಗಿ ನಿಂತ. ಭ್ರಷ್ಟನಿಗೆ ಕೊಡುವ ಶಿಕ್ಷೆಗಿಂತ ಕೊಲೆಗಾರನಿಗೆ ಕೊಡಬೇಕಾದ ಶಿಕ್ಷೆ ಹೆಚ್ಚೆಂದು ಅವನಿಗೆ ಗೊತ್ತು. ಇಂಥದ್ದೊಂದು ನಡೆಯಬಹುದೆಂದೇ ಅಂದು ಬಟವಾಡೆಯ ದಿನ ಎನ್‌ಕ್ವೈರಿ ಮಾಡದೇ ಇದ್ದಿದ್ದು.

"ಯಾಕೆ ಸುಮ್ನೇ ಅಳ್ತೀರಾ! ನೀವು ಅಪರಾಧಿ ಅಲ್ಲದಿದ್ರೆ ಶಿಕ್ಷೆ ಯಾಕೆ ಆಗುತ್ತೆ? ಪೋಲೀಸ್ನೋರ ಮುಂದೆ ಇದನ್ನೇ ಹೇಳಿ. ನಡೀ... ರಮ್ಯ" ಎಂದು ಹೊರಟವನು ಶಕ್ತಿಯನ್ನು ಕರೆದು ಏನೋ ಹೇಳಿದ.

ಅನಾಯಾಸವಾಗಿ ಮ್ಯಾನೇಜರ್‌ನ ಬೇರುಸಹಿತ ಕಿತ್ತು ಎಸೆದಿದ್ದ ಸೂರ್ಯ. ಅವರ ಹಂಚಿಕೆ ವಿಫಲವಾಗಿತ್ತು.

ಇಂದು ರಮ್ಯ ಬಹಳ ನರ್ವಸ್ ಆಗಿಬಿಟ್ಟಿದ್ದಳು. ಅವಳ ಕೆಂಪುಬೆರೆತ ಬಿಳಿಯ ಮುಖದಲ್ಲಿ ತೊಟ್ಟು ರಕ್ತ ಕೂಡ ಇಲ್ಲದಂತೆ ಬಿಳಿಚಿಕೊಂಡಿತ್ತು.

ಇಂಥ ಬೆಳವಣಿಗೆ ಒಳ್ಳೆಯದಲ್ಲವೆನಿಸಿತು ಸೂರ್ಯನಿಗೆ. ತಾನು ಸಮರ್ಥಶಾಲಿಯೆನಿಸಿಕೊಂಡರೆ ಎಲ್ಲಿನ ಸದ್ದು ಅಲ್ಲಿ ಅಡಗಿಹೋಗುತ್ತದೆ. ಇಲ್ಲದಿದ್ದರೆ ಹೊಗೆಯಾಡುವ ಬೆಂಕಿಗೆ ಗಾಳಿಯ ಸ್ಪರ್ಶವಾದಂತೆ ಹೊತ್ತಿಕೊಳ್ಳುತ್ತದೆಯೆಂದು ಅವನಿಗೆ ಗೊತ್ತು.

ರೂಮಿಗೆ ಬಂದಕೂಡಲೇ ಪ್ರಶ್ನಿಸಿದ "ಇಷ್ಟು ದೊಡ್ಡ ಎಸ್ಟೇಟ್‌ನಲ್ಲಿ ಇವೆಲ್ಲ ಸಾಧಾರಣ ವಿಷಯಗಳು. ಹೆಚ್ಚು ಸಮರ್ಥವಾಗಿ ಬಿಗಿಯಾಗಿ ಇದ್ದರೆ ಇಂಥದ್ದನ್ನು ಕಮ್ಮಿ ಮಾಡಬಹುದೇ ವಿನಾ, ಪೂರ್ತಿಯಾಗಿ ತೊಡೆಯಲು ಯಾರಿಂದಲೂ

ಸಾಧ್ಯವಿಲ್ಲ. ಬಿ ಕೇರ್‌ಫುಲ್" ಎಂದ.

ಕೆಳತುಟಿಯನ್ನು ಹಲ್ಲಿನಡಿಯಲ್ಲಿ ಕಚ್ಚಿಕೊಂಡ ರಮ್ಯ ಪ್ರಯತ್ನಪೂರ್ವಕವಾಗಿ ಮಾತುಗಳನ್ನು ತಡೆಯುತ್ತಿದ್ದಳು.

"ಪ್ಲೀಸ್, ಮಾತಾಡಿ ರಮ್ಯ" ಪುಸಲಾಯಿಸಿದ.

"ನಂಗ್ಯಾಕೋ ಅನುಮಾನ! ಮ್ಯಾನೇಜರ್, ಕ್ಯಾಷಿಯರ್ ತುಂಬ ಸ್ನೇಹದಿಂದ ಇದ್ದವರು. ಅವರಿಬ್ರೂ ಗೋಣಿಕೊಪ್ಪಲಿನವರು. ಹತ್ತಿರದ ನೆಂಟರೂಂತ ಕೂಡ ಕೇಳಿದ್ದೆ. ಈಗ ಒಬ್ಬರು ಇನ್ನೊಬ್ಬರಿಗೆ ಹೊಡೆಸೋಕೆ ಕಾರಣ?" ಅವಳ ಸಹಾನುಭೂತಿ ಮ್ಯಾನೇಜರ್ ಕಡೆಗೆ.

ಸತ್ಯಗಳು ಹೇಗೆ ಸಾಯುತ್ತವೆಯೆನ್ನುವುದಕ್ಕೆ ಇದೊಂದು ಉದಾಹರಣೆಯೆನಿಸಿತು.

"ಅದನ್ನ ಇಬ್ಬರಲ್ಲಿ ಒಬ್ಬರು ಹೇಳ್ತಾರೆ. ಕ್ಯಾಷಿಯರ್ ಕೂಡ ಸಾಯಲಾರ. ವಿಷಯ ತಾನಾಗೇ ಹೊರಗೆ ಬರುತ್ತೆ" ಮುಂದಿನ ಚಿತ್ರವನ್ನು ಮನದಲ್ಲಿಯೇ ಬಿಡಿಸತೊಡಗಿದ.

ರಮ್ಯ ಮಿದುಳು ಚುರುಕಾಯಿತು.

"ನಂಗೆ ಒಂದು ಡೌಟ್! ಕ್ಯಾಷಿಯರ್‌ಗೆ ಆ ಏಟು ಬಿದ್ದಿರುವುದು ಆಕಸ್ಮಿಕವಿರಬಹುದು. ಮ್ಯಾನೇಜರ್ ಅಲ್ಲಿದ್ದುದು ಒಂದು ರೀತಿಯ ಆಕಸ್ಮಿಕವಿರಬಹುದು".

ಅವಳ ಮಾತುಗಳಿಗೆ ಸೂರ್ಯ ನಕ್ಕುಬಿಟ್ಟ. "ಸುಮ್ನೇ ತಲೆಕೆಡಿಸುವುದು ಬೇಡ. ಅದನ್ನ ಪೊಲೀಸರು, ನಂತರ ವಕೀಲರು, ತದನಂತರ ನ್ಯಾಯಾಲಯ ತೀರ್ಮಾನ ಮಾಡುತ್ತೆ. ಲೀವ್ ದಟ್ ಮ್ಯಾಟರ್" ಆ ವಿಷಯದಿಂದ ಅವಳನ್ನು ಮುಕ್ತಳನ್ನಾಗಿಸಲು ನೋಡಿದ.

ಆದರೆ ಅವಳ ಕಲ್ಪನೆ ಅಡ್ಡದಾರಿ ಹಿಡಿಯುತ್ತದೆಯೆಂದು ಅವನು ಅಂದುಕೊಂಡಿರಲಿಲ್ಲ.

"ನಂಗೆ ನಿಮ್ಮ ಮೇಲೆ ಅನುಮಾನ!" ಎಂದಳು. ಇಂಥ ಒಂದು ಅಪರಾಧ! ಮುಕ್ತವಾಗಿ ನಕ್ಕುಬಿಟ್ಟ. "ಇಂಟರಾಗೇಟ್ ಮಾಡಿ, ನಿಮ್ಮ ಅನುಮಾನ ನಿಜವಾಗ್ಬಹುದು" ಎದ್ದುಹೋದ.

ರಮ್ಯಳ ಸ್ವಭಾವವನ್ನು ದಿನದಿಂದ ದಿನಕ್ಕೆ ಅರ್ಥಮಾಡಿಕೊಳ್ಳತೊಡಗಿದ. ಮೊದಲ ಭೇಟಿಯಲ್ಲಿ ಚಂಚಲ ಕಂಗಳ ಹೆಣ್ಣಾಗಿ ಕಂಡ ರಮ್ಯ ಎಷ್ಟು ಮೇಧಾವಿಯೆನಿಸಿದ್ದು ಇಂಟರ್‌ವ್ಯೂನಲ್ಲೇ. ಅವಳಲ್ಲೇ ಒಬ್ಬ ಹಠಮಾರಿ ಹೆಣ್ಣನ್ನು ಕಂಡಿದ್ದ ಅಂದೇ.

ಘಟನೆಯಿಂದ ಘಟನೆಗೆ, ವಿಷಯದಿಂದ ವಿಷಯಕ್ಕೆ ಅವಳಲ್ಲಿನ ಭಾವನೆ, ದೌರ್ಬಲ್ಯಗಳನ್ನು ಅರ್ಥಮಾಡಿಕೊಳ್ಳತೊಡಗಿದ.

ಎಸ್ಟೇಟ್‌ನ ಮೂಲೆಯ ನಿರ್ಜನವಾದ ಪ್ರದೇಶಕ್ಕೆ ಬಂದ. ಹಾಯೆನಿಸಿತು. ಗ್ರಾಸ್ ಮೇಲೆ ಕರ್ಚೀಫ್ ಹಾಸಿ ಕಾಲುನೀಡಿಕೊಂಡು ಕೂತ.

ತಾಯಿ ವೈದೇಹಿ, ಅಕ್ಕ ಜಲಜ, ಅತ್ತಿಗೆ ಸ್ವರ್ಣಲತ, ತಂಗಿ ಮೀರಾ ಮತ್ತು ರಮ್ಯ- ಇವರೆಲ್ಲಾ ಅವನು ಹತ್ತಿರದಿಂದ ಕಂಡ ಹೆಣ್ಣುಗಳು.

ಒಬ್ಬರಿಂದ ಒಬ್ಬರಿಗೆ ಅಲ್ಪಸ್ವಲ್ಪ ಸ್ವಭಾವ ನಡವಳಿಕೆಗಳಲ್ಲಿ ವ್ಯತ್ಯಾಸವಿದ್ದರೂ, ಎಲ್ಲರಲ್ಲಿಯೂ ಹೆಣ್ಣುತನದ ಮೃದುತ್ವ ಒಂದೇಯೆನಿಸಿತು.

ಸ್ವರ್ಣಲತಾ ಕೆಲವು ಮಾತುಗಳನ್ನು ಮನಬಿಚ್ಚಿ ಸಂಕೋಚದಿಂದ ಮುಕ್ತವಾಗಿ ಹೇಳಿದ್ದಳು. "ನಂದೋ ಸಾಧಾರಣ ರೂಪ, ಆರೋಗ್ಯ. ಇರೋ ಸ್ಥಿತಿಯಲ್ಲೂ ದೊಡ್ಡ ಗಂಡನ್ನು ಬಯಸೋಕ್ಕಾಗೋಲ್ಲ. ನನ್ನ ತಾಯಿನ ನಾನೇ ನೋಡ್ಕೋಬೇಕು. ಒಳಗೂ ಹೊರಗೂ ಮಾಡ್ತಾರೆ. ಮನೆಯಲ್ಲಿ ನಂಗೆ ಸಹಾಯ ಮಾಡೋಂಥವ್ರು ಬೇಕಾಗಿತ್ತು. ಅದಕ್ಕೆ ಫಣೀಂದ್ರನ್ನ ಒಲಿಸ್ಕೊಂಡೆ. ಪ್ರೇಮಗೀಮ ಅಂಥ ಮಾತುಗಳೇನೂ ಇಲ್ಲ ಬಿಡಿ."

ಆ ಮಾತುಗಳನ್ನು ಕೇಳಿದಾಗ ಅತ್ತಿತ್ತ ನೋಡಿದ. ಫಣೀಂದ್ರ ಇಲ್ಲದ್ದು ಸಮಾಧಾನವಾಯಿತು ಅವನಿಗೆ.

"ಇದನ್ನೆಲ್ಲ ಫಣೀಂದ್ರನಿಗೆ ಹೇಳಿದ್ದೀರಾ?" ಮೆಲ್ಲಗೆ ಪ್ರಶ್ನಿಸಿದ್ದ. ಸ್ವರ್ಣಲತ ನಕ್ಕಳು. ಅದು ಜೀವಂತ ನಗುವಾಗಿ ಕಂಡಿರಲಿಲ್ಲ. "ಇದುವರೆಗೂ ಹೇಳಿಲ್ಲ, ಮುಂದೆ ಹೇಳದೇ ಇರ್ತೀನಿ ಅನ್ನೋ ಭರವಸೆ ಇಲ್ಲ. ತಿಳ್ಕೊಂಡ್ ನಂಗೇನು ಡೈವೋರ್ಸ್ ಕೊಡ್ತಾನಾ? ನಂಗೆ ಹಾಗೆ ಅನ್ನಿಸೋಲ್ಲ ಬಿಡಿ. ಆಗ ಇಡೀ ಪುರುಷೋತ್ತಮ್ ಕುಟುಂಬ ನನ್ನ ಸಪೋರ್ಟ್‌ಗೆ ನಿಲ್ಲುತ್ತೆ" ಅತ್ಯಂತ ಆತ್ಮವಿಶ್ವಾಸದಿಂದ ಹೇಳಿದಳು.

ಸೂರ್ಯ ಹಣೆಗೆ ಕೈಯೊತ್ತಿ ಕೂತ. ಹತ್ತು, ಹದಿನೈದು, ಇಪ್ಪತ್ತು ನಿಮಿಷಗಳು ಕಳೆದುಹೋಯಿತು. ನಿಧಾನವಾಗಿ ಎದ್ದವ ಅಲ್ಲೇ ಹತ್ತಿರದಲ್ಲಿ ಇರುವ ನಲ್ಲಿಯ ನೀರನ್ನು ಮುಖಕ್ಕೆ ಎರಚಿಕೊಂಡ.

ಹಿಂದಕ್ಕೆ ಇವನು ಬಂಗ್ಲೆಗೆ ಬಂದಾಗ ಅದೇ ಮೇಷ್ಟರು ಕಾದು ಕೂತಿದ್ದರು ಹೊರ ಬಾಲ್ಕನಿಯ ಅಂಚಿನಲ್ಲಿ.

"ಕಾಯ್ಕೊಂಡ್ ಕೂತಿದ್ದೀನಿ" ಮೇಲೆದ್ದು ಬಂದರು.

ಜೋಸೆಫ್ ಓಡಿಬಂದ. "ಹೇಳಿಹೇಳಿ ಸಾಕಾಯ್ತು. ಇನ್ನೆಲ್ಲಾದ್ರೂ ತಲೆಸುತ್ತಿ ಬಿದ್ದಾರೆಂದು ನೀರು ತಂದ್ಕೊಟ್ಟೆ" ಹೇಳಿದ.

ಸೂರ್ಯ ಅವರನ್ನು ಒಳಗೆ ಕಳುಹಿಸುವಂತೆ ಸನ್ನೆಮಾಡಿದ ಜೋಸೆಫ್‌ಗೆ.

ಕೈಯಲ್ಲಿ ಕಾಸಿಲ್ಲದೆ ಇಂತಿಷ್ಟೆ ಕೋರ್ಟು ಖರ್ಚಿಗೆಂದು ಹಿಡಿದು ಬರುತ್ತಿದ್ದ ಕಕ್ಷಿಗಾರರ ಬಳಲಿದ ಮುಖ ನೋಡಿದ ಕೂಡಲೇ ಪುರುಷೋತ್ತಮ್ ಕೇಳುತ್ತಿದ್ದುದು ಒಂದೇ ಪ್ರಶ್ನೆ-

"ಊಟ ಆಯ್ತಾ?"

ಅವರು ತಡವರಿಸುತ್ತಿದ್ದರು, ಸುಳ್ಳು ಹೇಳುತ್ತಿದ್ದರು, ಸಂಕೋಚಿಸುತ್ತಿದ್ದರು. ಕೆಲವರು ಧೈರ್ಯದಿಂದ ಇಲ್ಲವೆನ್ನುತ್ತಿದ್ದರು.

ಮುಂದಿನ ಆಫೀಸ್ ಕೋಣೆಯಿಂದಲೇ ಕೂಗುತ್ತಿದ್ದರು– "ಎರಡು ಎಲೆ ಹಾಕೋಕೆ ನಿಮ್ಮಮ್ಮನಿಗೆ ಹೇಳಿ" ಹಸಿವಿನ ಬಗೆಗೆ ಅವರಿಗೆ ಅಪಾರ ಸಹಾನುಭೂತಿ.

ಮೇಷ್ಟರನ್ನು ನೋಡಿದಾಗ ಅವನಿಗೆ ಅವರು ಇಡೀ ದಿನ ಊಟ ಮಾಡಿರಲಾರರೆನಿಸಿತು. ಹಸಿವು ಎಂಥಾ ಭಯಂಕರ ತಾಪವನ್ನುಂಟುಮಾಡಬಲ್ಲದೆಂದು ಅವನು ಬಲ್ಲ.

ಜಲಜ ತಂದೆ ಗಳಿಸಿದ ಚಿನ್ನದ ಪದಕಗಳನ್ನು ಡಬರಿಯಲ್ಲಿ ಹಾಕಿಕೊಂಡು ಬಂದು ಅವನ ಮುಂದಿಡಿದು "ಈ ನೀರು ಕುಡಿದು ಎಲ್ಲರೂ ಹಸಿವನ್ನು ಪರಿಹರಿಸಿಕೊಳ್ಳಬೇಕು" ಅಂದ ದಿನದ ನೆನಪು ಅವನೆದೆಯಲ್ಲಿ ಅಚ್ಚಹಸಿರು.

ಗುಂಡಣ್ಣನವರನ್ನು ಕರೆದು ಮೇಷ್ಟರಿಗೆ ಬಡಿಸುವಂತೆ ಹೇಳಿ ಮೇಲಕ್ಕೆ ಹೋದ.

ಲೈಬ್ರರಿಯಲ್ಲಿದ್ದಳು ರಮ್ಯ. ಇಲ್ಲದಿದ್ದರೆ ಅವಳ ತಂದೆ ಸತ್ತ ದಿನವೇ ಹುಚ್ಚಿಯಾಗಿಬಿಡುತ್ತಿದ್ದಳು ಎಂದುಕೊಂಡ. ಓದುವ ಅಭ್ಯಾಸ ಒಂದು ವರವಾಗಿ ಬಂದಿತ್ತು.

ಸ್ನಾನ ಮುಗಿಸಿದ ಬಂದವನು ಆರಾಮಾಗಿ ಮಲಗಿಬಿಟ್ಟ. ಇಂದು ಬಾಗಿಲಿಗೆ ಮೊದಲ ಸಲ ಎನ್ನುವಂತೆ ಬೋಲ್ಟ್ ಹಾಕಿದ್ದ.

ಅರ್ಧ ಗಂಟೆಯ ನಂತರ ಬಾಗಿಲ ಮೇಲೆ ತಟ್ಟುವ ಸದ್ದು. ಒಲ್ಲದ ಮನಸ್ಸಿನಿಂದಲೇ ಬಂದು ತೆಗೆದ. ಮಂಕುತನವನ್ನು ತೊಡೆದುಹಾಕಿ ಎದ್ದುಬಂದಿದ್ದ.

"ಹಲೋ..." ಎಂದು ಮುಗುಳ್ನಕ್ಕ.

"ಮೆ ಐ ಕಮಿನ್...." ಎಂದಳು ಹಿಂದಕ್ಕೆ ಸರಿದು. "ವಿತ್ ಗ್ರೇಟ್ ಪ್ಲೆಷರ್" ಪೂರ್ತಿ ಹಿಂದಕ್ಕೆ ಸರಿದ.

ಒಳಗೆ ಬಂದು ಕೂತಳು. ಕಣ್ಣುಗಳಲ್ಲಿನ ಭಯ, ತುಟಿಗಳಲ್ಲಿನ ಮೃದುಕಂಪನ ಕಂಡು ನಕ್ಕುಬಿಟ್ಟ.

"ತುಂಬ ಹೆದರಿದ್ದೀರಾ! ಮೊದಲ ಸಲ ನಿಮ್ಮನ್ನು ಕಂಡಾಗ ಬಹಳ ಧೈರ್ಯದವರು ಅಂದ್ಕೊಂಡಿದ್ದೆ. ಅದು ನಿಜ ಅಲ್ಲ" ಎಂದವ ಹೋಗಿ ಎಲ್ಲಾ ಕಿಟಕಿಗಳ ಪರದೆಗಳನ್ನು ಸರಿಸಿ ಬಂದ.

ಕೂತಿದ್ದವಳು ಎದ್ದು ನಿಂತಳು. "ಯಾಕೆ ಎಲ್ಲಾ ಪರದೆಗಳನ್ನು ಸರಿಸಿಬಿಟ್ರಿ?" ಎಂದಳು.

"ಹೊರಗಿನ ಗಾಳಿ ಬೇಕು ಅನ್ನಿಸ್ತು, ಅಷ್ಟೆ. ಯಾಕೆ ಎದ್ದಿರಿ! ನಾವಿಬ್ರೂ ಒಂದೇ ಕೋಣೆಯಲ್ಲಿರೋದು ಸಮಾಜದ ದೃಷ್ಟಿಯಲ್ಲಿ ತಪ್ಪಲ್ಲ. ಬೇರೆ ಬೇರೆ ಇದ್ದಾರೇಂತ ಜನರಿಗೆ ಅನ್ನಿಸಿದರೆ ಮಾತ್ರ ಸಮಸ್ಯೆಯಾಗಿಸುತ್ತಾರೆ ಅಷ್ಟೆ."

ಸೂರ್ಯ ಅವಳ ಎದುರು ಬಂದು ಕೂತ.

"ಹೇಳಿ ಮೇಡಂ... ಈಗ ನನ್ನಿಂದ ಏನಾಗ್ಬೇಕಿದೆ?" ರಂಜಿಸುವಂತೆ ಪ್ರಶ್ನಿಸಿದ.

ಒಂದೆರಡು ನಿಮಿಷ ಮೌನವಾಗಿದ್ದ ರಮ್ಯ "ನಂಗೆ ನಿಮ್ಮ ಮೇಲೆ ಅನುಮಾನ!" ಎಂದಳು. ಪಕ್ಕನೇ ನಕ್ಕುಬಿಟ್ಟ. "ನಂಬಿಕೆ, ಸಂದೇಹಗಳು ಒಂದೇ ನಾಣ್ಯದ ಎರಡು ಮುಖಗಳು. ಎರಡು ಅಗತ್ಯವೂ ಮನುಷ್ಯನಿಗೆ ಇದೆ. ಸರಿಯಾದ ವಿವೇಚನೆ ಇದ್ದವರಿಗೆ ಮಾತ್ರ ಅದರ ಉಪಯೋಗ."

ಸೂರ್ಯನ ಮಾತುಗಳು ಅವಳಿಗೆ ಚುಚ್ಚಿದಂತಾಯಿತು.

"ನನ್ನ ಮಾತಿಗೆ ಸಮಾಧಾನ ಹೇಳ್ಲಿಲ್ಲ. ಬಹುಶಃ ನಾನು ಮೋಸಹೋದೆ" ಕಂಪಿಸುವ ಸ್ವರದಲ್ಲಿ ಹೇಳಿದಳು.

ಸೂರ್ಯನಿಗೆ ತೀರಾ ಕೆಟ್ಟದೆನಿಸಿತು. ತದೇಕಚಿತ್ತನಾಗಿ ರಮ್ಯಳ ಮುಖ ನೋಡಿದ. ಅಪರೂಪದ ಮೃದುತನ, ಗೊಂದಲ ಕಂಡು ಮತ್ತಷ್ಟು ಮೆತ್ತಗಾದ.

"ಹೋಗ್ಲಿ, ಈ ವಿಷ್ಯಕ್ಕೆ ಬೆಟ್ಸ್ ಕಟ್ಟೋಣವಾ? ಸೋತರೆ ಪನಿಷ್ಮೆಂಟ್ ಜೋರಾಗಿರುತ್ತೆ. ಹೋಗಿ ಮಲಗಿ ರಮ್ಯ. ಗುಡ್‌ನೈಟ್..." ಇನ್ನು ಹೋಗಬಹುದೆಂದು ಪರೋಕ್ಷವಾಗಿ ಹೇಳಿದ.

ಮತ್ತೆ ಎದ್ದವನು ಎಲ್ಲಾ ಕಿಟಕಿಗಳನ್ನು ಹಾಕಿ ಪರದೆಗಳನ್ನು ಸರಿಸಿಬಂದ.

"ಮುಚ್ಚಿದಾಗಲೇ ಕುತೂಹಲ, ಇಣುಕಿನೋಡುವ, ಕದ್ದುಕೇಳುವ ಪ್ರವೃತ್ತಿ ಮನುಷ್ಯನದು. ಎದುರಿಗೆ ನಡೆದುಹೋಗೋ ಘಟನೆಗಳಿಗೆ ಕಣ್ಮುಚ್ಚುವುದು, ಕಾಣದ ವಿಷಯಗಳ ಬಗ್ಗೆ ಸಂದೇಹಪಡುವುದು ಕೂಡ ಸಾಧಾರಣ ವಿಷಯ. ಇದು ನಾರ್ಮಲ್ ಆಗಿರುವ ಮನುಷ್ಯರ ಪ್ರವೃತ್ತಿಯೇ" ಅರ್ಥಗರ್ಭಿತವಾಗಿ ಹೇಳಿದನು.

ಅವನ ಮಾತುಗಳು ಹೆಚ್ಚು ಪರಿಣಾಮ ಬೀರಿದವು. ಕೂಲಿಗಳ ಹಣವನ್ನು 'ಸ್ವಾಹಾ' ಮಾಡುತ್ತಿದ್ದರೂ ನಾನೇಕೆ ಗಮನಿಸಲಿಲ್ಲ. ಕಣ್ಮುಂದೆಯೇ ನಡೆದುಹೋದದ್ದು. ಎಷ್ಟೋ ಸಲ ಬಟವಾಡೆ ಮಾಡೋವಾಗ ಬಂದು ನಿಲ್ಲುತ್ತಿದ್ದಳು.

ಬೆಳಗಿನ ವೇಳೆಗೆ ಅವಳ ತಲೆ 'ಧೀಂ' ಅನ್ನತೊಡಗಿತು. ಎಂದಿನಂತೆ ಏಳಲು ಇರುಸು ಮುರುಸು.

ಆಗಾಗ ಬೆಳಗಿನ ಜಾಗಿಂಗ್‌ಗೆ ಕೋಪ ಬಂದಾಗ ತನ್ನ ವ್ಯಕ್ತಿತ್ವಕ್ಕೆ ಅವಮಾನವಾಗಿದೆಯೆನಿಸಿದ ದಿನಗಳು ಬಂದ್ ಮಾಡುತ್ತಿದ್ದಳು.

ಇಂದು ಬಾಗಿಲವರೆಗೂ ಹೋದವನು ತುಸು ಹಿಂದಕ್ಕೆ ಬಂದು "ಹಲೋ ಮೇಡಂ, ಗುಡ್ ಮಾರ್ನಿಂಗ್..." ಎಂದ. ಅವಳು ಮಿಸುಕಾಡಲಿಲ್ಲ.

ನಸುನಗುತ್ತ ಬಾಗಿಲನ್ನು ಮುಂದಕ್ಕೆಳೆದುಕೊಂಡ. ಎಳೆದ ಕೂಡಲೇ ಲಾಕ್ ಆಗಿಬಿಡುವ ಬಾಗಿಲ ಲಾಕ್. ಆಮೇಲೆ ಒಳಗಿನಿಂದಲೇ ತೆಗೆಯಬೇಕು ಅಥವಾ ಸೂರ್ಯ ಬಂದು ತನ್ನಲ್ಲಿರುವ ಕೀಯಿಂದ ತೆಗೆಯಬೇಕು. ಇಂಥ ಹೊಸ ಸಿಸ್ಟಮ್ ಲಾಕ್‌ನ ಈಚೆಗೆ ಹಾಕಿಸಿದ್ದ.

ಜಾಗಿಂಗ್, ವ್ಯಾಯಾಮ ಮುಗಿಸಿಕೊಂಡು ಗೆಸ್ಟ್‌ಹೌಸ್‌ಗೆ ಬರುವ ವೇಳೆಗೆ ಕಾದಿದ್ದ ಜೋಸೆಫ್ ಬಂದು ವಿಶ್ ಮಾಡಿದ. ಅವರು ಏನೋ ಹೇಳಲಿರುವನೆಂದು ಅರ್ಥಮಾಡಿಕೊಂಡ.

ಅಲ್ಲೇ ನಿಂತು ಕಣ್ಣಲ್ಲಿಯೇ ಪ್ರಶ್ನಿಸಿದ.

"ಆ ಘಟನೆ ನಂತರ ಮೇಷ್ಟ್ರ ಬಂದು ಬಾಲ್ಕನಿಯಲ್ಲಿ ಕೂತಿರಬೇಕು. ತೀರಾ ಸುಸ್ತಿನ ಜೊತೆ ಬಹಳ ಭಯಪಟ್ಟಂಗೆ ಕಾಣ್ತಾ ಇದ್ದರು" ತನ್ನ ಒರಟುದನಿಯನ್ನು ಮೃದುವಾಗಿಸಿ ಹೇಳಿದ.

ವಯಸ್ಕರ ಶಿಕ್ಷಣ ಸ್ಕೂಲ್‌ನಿಂದ ಹೊರಬಂದಾಗ ಶಕ್ತಿ ಹೇಳಿದ್ದ "ಮಾಸ್ಟರ್ ಬಂದಿದ್ರು. ಅವರಿಗೆ ಉರಿಯೋ ಉರಿ. ನಾನೇ ಹೊರಗೆ ಬಿಡ್ಲಿಲ್ಲ. ಇಲ್ಲೇ ಎಲ್ಲೋ ಇರ್ಬೇಕು ಅಥವಾ ಬಂಗ್ಲೆ ಹತ್ರ ಹೋಗಿರ್ಬೇಕು."

ಅಂದರೆ ಕ್ಯಾಷಿಯರ್ ಮೇಲೆ ಹಲ್ಲೆ ನಡೆದಾಗ ಅಲ್ಲೇ ಎಲ್ಲೋ ಇರಬೇಕು. ಸೋಮಾರಿತನ, ಹಣದ ಆಸೆ ಇರಬಹುದು. ಖಂಡಿತ ಕೆಟ್ಟವನಾಗಿರಲಾರೆನೆಂದುಕೊಂಡ.

ಬರೀ ತಲೆಯಾಡಿಸಿ ಗೆಸ್ಟ್‌ಹೌಸ್‌ನೊಳಕ್ಕೆ ಹೋದ. ಮಾಮೂಲಿನಂತೆ ಟೀ ಬಂತು.

"ಬಂಗ್ಲೆಯಿಂದ ಎರಡು ಸಲ ಫೋನ್ ಬಂದಿತ್ತು" ಹೇಳಿದ. ಟೀ ಕುಡಿದಿಟ್ಟ ನಂತರವೇ ಹೋಗಿ ಫೋನೆತ್ತಿದ್ದು. ಲೈನಿಗೆ ಬಂದಿದ್ದು ಗುಂಡಣ್ಣ, "ಅಮ್ಮಾವ್ರು... ಎದ್ದಿಲ್ಲ!"

ಅದೇನು ಆಶ್ಚರ್ಯಕರವಾದ ವಿಷಯವಲ್ಲವೆಂದುಕೊಂಡರೂ ಶ್ರೀಮಂತ ಬಂಗ್ಲೆಗಿಂತ ಹೆಚ್ಚು ಪರಿಸರವನ್ನು ಪ್ರೀತಿಸುತ್ತಿದ್ದ ರಮ್ಯ ರೂಮಿನಲ್ಲಿರಲು ಹೆಚ್ಚು ಇಷ್ಟಪಡುತ್ತಿರಲಿಲ್ಲ. ಇವನ ಜೊತೆ ಜಾಗಿಂಗ್ ಬರದ ದಿನ ಕೂಡ ಒಳಗೆ ಕೂಡುತ್ತಿರಲಿಲ್ಲ.

"ಬರ್ತೀನಿ..." ಫೋನಿಟ್ಟ.

ಒಂದೊಂದೇ ತನ್ನನ್ನು ಆವರಿಸಿಕೊಂಡು 'ಇಂದ್ರ ಧನಸ್ಸು' ಎಲ್ಲಿ ಬಂಧಿಯಾಗಿಸಿ ಕೊಂಡುಬಿಡುತ್ತದೆಯೋ ಎನ್ನುವ ಭಯ ಸುಮಾರಾಗಿ ಅವನಿಗೆ.

ಬಂಗ್ಲೆಯಲ್ಲಿ ಎದುರು ಸಿಕ್ಕರು ಮೇಷ್ಟರು. ಅವರನ್ನು ಸತಾಯಿಸಲು ಇಷ್ಟವಿಲ್ಲದೆ ನಿಂತ. ಇವನು ಮಾತಾಡುವ ಮುನ್ನ ಅವರೇ ಹೇಳಿದರು–

"ದಯವಿಟ್ಟು ಒಂದಷ್ಟು ದಿನ ನಂಗೆ ರಕ್ಷಣೆ ಕೊಡಿ. ನಂಗೆ ಪ್ರಾಣಭಯ!" ಗಡಗಡ ನಡುಗುತ್ತ ಹೇಳಿದಾಗ ಚಕಿತನಾದ. ತಮಗೆ ಬರಬೇಕಾದ ಸಂಬಳ ವಿಷಯ ಬಿಟ್ಟು ರಕ್ಷಣೆ ಕೇಳಬೇಕಾದರೇ, ಜೋಸೆಫ್ ಹೇಳಿದ್ದು ನೆನಪಾಯಿತು. ಆದರೂ ಅದನ್ನ ತೋರ್ಪಡಿಸಿಕೊಳ್ಳದೇ ಆಶ್ಚರ್ಯ ವ್ಯಕ್ತಪಡಿಸಿದ. "ಏನು ವಿಚಿತ್ರ! ಶ್ರೀಮಂತರ ಪ್ರಾಣಕ್ಕೆ ಅಪಾಯ ಇರೋದು ಸಹಜ. ಬಡವರಿಗೆ ಸ್ವಾಭಾವಿಕವಾದ

ಸಾವೇ ಬರಬೇಕು. ಅದಕ್ಕೆ ಯಾರ ರಕ್ಷಣೆಯಿಂದ್ಲೂ ಪ್ರಯೋಜನವಿಲ್ಲ" ಅರ್ಥಪೂರ್ಣವಾಗಿ ಅಂದ.

ಮೇಷ್ಟರು ಕುಸಿದು ಕೂತರು.

"ನೀವು ಹಾಗೆನ್ನಬೇಡಿ. ನಂಗೆ ಒಂದಷ್ಟು ದಿನ ಆಶ್ರಯ ಕೊಡಿ" ಗೋಳಾಡತೊಡಗಿದರು. ಅಂತೂ ಸೋಮಾರಿತನಕ್ಕೆ ಹಾಸಿಗೆ ಹಾಸಿ ಕೊಟ್ಟಂತಾಯಿತು. "ಇರೀ... ಇರೀ..." ಮೆಟ್ಟಿಲೇರಿ ಹೋದ.

ಬಾಗಿಲು ಓಪನ್ ಮಾಡಿಕೊಂಡು ಒಳಗೆಹೋದ. ರಮ್ಯ ಮಲಗಿಯೇ ಇದ್ದಳು. ಅವನಿಗೆ ಒಂದು ರೀತಿಯ ಗಾಬರಿ.

ಮಂಚದ ಸನಿಹಕ್ಕೆ ಹೋಗಿನಿಂತ. "ರಮ್ಯ... ರಮ್ಯ..." ಮಾತಾಡಲಿಲ್ಲ. ಉಸಿರಾಟ ಮಾಮೂಲಾಗಿ ಇಲ್ಲದಿದ್ದರಿಂದ ಆರೋಗ್ಯವಾಗಿಲ್ಲವೆಂದು ಭಾವಿಸಿದ. "ರಮ್ಯ.... ರಮ್ಯ..." ಮತ್ತೆರಡು ಸಲ ಕೂಗಿದ. ಸ್ವಲ್ಪ ನರಳಿದಳಷ್ಟೆ.

ಎಸ್ಟೇಟ್ ಡಾಕ್ಟರ್‌ಗೆ ಫೋನ್ ಮಾಡಿದ.

ಹತ್ತೇ ನಿಮಿಷದಲ್ಲಿ ಬಂದರು. ಸ್ಟೆತಾಸ್ಕೋಪ್, ಥರ್ಮಾಮೀಟರ್ ನಂತರ ಸಿರಿಂಜ್ ಹೊರಗೆ ಬಂದಿದ್ದು.

"ಜ್ವರ ಇದೆ. ಗಾಬರಿಯಾಗೋಂಥ ಟೆಂಪರೇಚರ್ ಇಲ್ಲ. ಬಳಲಿಕೆ ಬರೋಂಥ ಫಿವರ್. ಡೋಂಟ್ ವರಿ. ಸಂಜೆ ಬಂದು ನೋಡ್ತೀನಿ" ಎಂದರು.

ಬಾಗಿಲವರೆಗೂ ಹೋದವರು ಮತ್ತೆ ವಾಪಸ್ಸು ಬಂದರು. "ಬೆಳಿಗ್ಗೆ ಕ್ಯಾಷಿಯರ್‌ಗೆ ಪ್ರಜ್ಞೆ ಬಂದಿತ್ತಂತೆ. ಸ್ವಲ್ಪ ಇನ್ಫರ್ಮೇಷನ್ ಸಿಕ್ಕರೆ ಪೊಲೀಸ್‌ನೋರು ಬಂದು ಪ್ರಶ್ನಿಸುತ್ತಾರೆ. ಸ್ವಲ್ಪ ಚೇತರಿಸಿಕೊಳ್ಳೀಂತ ಡಾ। ಪ್ರಹ್ಲಾದ ಹೇಳಿದ್ರು" ವಿವರಿಸಿದ.

ಫೋನ್ ಮಾಡಿ ವಿಚಾರಿಸಿದ್ದನೇ ವಿನಾ ಸೂರ್ಯ ನೋಡಲು ಹೋಗಿರಲಿಲ್ಲ. "ನನ್ನ ನೋಡಿದ್ರೆ ಕೋಮಾಗೆ ಹೋಗೋ ಛಾನ್ಸ್ ಇದೆ" ಡಾಕ್ಟರ್ ಮುಂದೆ ನಗೆಯಾಡಿದ್ದ.

ಸ್ವಲ್ಪ ಎಚ್ಚರದಿಂದಿದ್ದ ರಮ್ಯ ಇದನ್ನು ಕೇಳಿಸಿಕೊಂಡಳು. ಅವಳ ಅನುಮಾನ ಮತ್ತಷ್ಟು ದಟ್ಟವಾಯಿತು.

"ತಗೊಳ್ಳಿ... ರಮ್ಯ" ಮಾತ್ರೆ ನೀರನ್ನು ಅವಳ ಮುಂದಿಡಿದವನು, ಸೊಳ್ಳೆ ಪರದೆಯ ಗುಂಡಿಯನ್ನೊತ್ತಿದ್ದ. ಮೇಲಕ್ಕೆ ಹೋಯಿತು. "ತಗೊಳ್ಳಿ, ಕಾಮನ್ ಫಿವರ್ ಅಂದ್ರು, ಡಾಕ್ಟ್ರು" ಮತ್ತಷ್ಟು ಕೈಯನ್ನು ಅವಳ ಸನಿಹಕ್ಕೆ ಒಯ್ದು.

ಹಠ ಮಾಡದೇ ಎದ್ದು ಕೂತಳು.

"ನೀವು ಈಗ ಡಾಕ್ಟ್ರಿಗೆ ಹೇಳಿದ ಮಾತಿನ ಅರ್ಥ...." ನೇರವಾಗಿ ಅವನ ಮುಖ ನೋಡಿದಳು. ಮಾತ್ರೆ, ನೀರು ಅವನ ಕೈಯಲ್ಲೇ ಇತ್ತು. ನಸುನಗೆ ಬೀರಿದ. "ಹೇಗೂ ಆ ಕಡೆ ಈ ಕಡೆಯ ಹಣವನ್ನು ಗುಳುಂ ಮಾಡಿರೋರಲ್ಲಿ ಸಿಂಹಪಾಲು

ಅವನದು. ಅದರ ಬಗ್ಗೆ ಯಾವುದೇ ತೀರ್ಮಾನ ತಗೊಂಡಿಲ್ಲ ಇನ್ನೂ. ಆ ಭಯ ಇದ್ದೇ ಇರುತ್ತಲ್ಲ. ಅದೆಲ್ಲಿ ಕೋಮಾಗೆ ಒಯ್ಯುತ್ತೋಂತ ಅಷ್ಟೆ. ಆ ರಿಸ್ಕ್ ಎಸ್ಟೇಟ್ ಮ್ಯಾನೇಜ್‌ಮೆಂಟ್ ಮೇಲೆ ಬೀಳುತ್ತೆ" ಸ್ವಲ್ಪ ದೀರ್ಘವಾಗಿಯೇ ಮಾತುಗಳನ್ನು ವಿಸ್ತರಿಸಿದ.

ಈಗ ಇರುವ ಸಮಸ್ಯೆಗಳ ಮಧ್ಯೆ ಅವಳ ಜ್ವರದ್ದು ಒಂದು ಸಮಸ್ಯೆಯಾಗಬಾರದೆಂದು ಅವನ ಇಚ್ಛೆ.

ಎದ್ದು ಕೂತವಳು ಮಾತ್ರೆಗಾಗಿ ಅಂಗೈ ಚಾಚಿದಳು. "ಏನೇನೋ ಯೋಚನೆ ಮಾಡಬೇಡಿ. ನೀವು ಒಂದು ದಿನ ಮಲಗಿದ್ರೂ ಮ್ಯಾನೇಜ್ ಮಾಡಿಕೊಂಡ್ಹೋಗೋದು ಕಷ್ಟವಾಗುತ್ತೆ. ತಲೆ ಕೆಡಿಸಿಕೊಂಡು ಜ್ವರ ಬರಿಸಿಕೊಳ್ಳೋದ್ಬೇಡ" ಅತ್ಯಂತ ನವಿರಾಗಿ ಉಸುರಿದ.

ಮಧುಚಂದ್ರ ಅವರೊಂದಿಗೆ ದೀರ್ಘವಾಗಿ ಮಾತಾಡಿದ. "ಮೇಲಿನ ಕೆಟ್ಟ ರೆಂಬೆ-ಕೊಂಬೆಗಳನ್ನ ಕಡಿದು ಎಸೆಯೋ ಕಾರ್ಯ ಮುಕ್ಕಾಲಿನಷ್ಟು ಮುಗಿದಿದೆ. ಬೇರು ಉಳಿದ್ಕೊಂಡ್ರೆ ಕಷ್ಟವಾಗುತ್ತೆ. ಅದನ್ನ ಕಿತ್ತೆಸೆಯಬೇಕು" ಅರ್ಥಗರ್ಭಿತವಾಗಿ ಹೇಳಿದ.

ತನ್ನ ಕೋಣೆಗೆ ಹೋದವನು ದೀರ್ಘವಾಗಿ ಅವರಮ್ಮನಿಗೆ ಪತ್ರ ಬರೆದು ಕವರ್‌ನಲ್ಲಿಟ್ಟುಕೊಂಡು ಹೊರಗೆ ಬಂದ.

"ಸೂರ್ಯ, ಯಾರ್‍ಗೆ ಪತ್ರ?" ರಮ್ಯ ಕೇಳಿದಳು.

ಹಿಂದಕ್ಕೆ ಬಂದವನು, "ಮನೆಯವ್ರಿಗೆ ಬಾಯಾರಿಕೆಯೆನಿಸುತ್ತ?" ಅಲ್ಲೇ ನಿಂತ. ಅವಳು ಸೂರಿಯನ್ನು ನೆನಪಿಸಿಕೊಂಡಳು. "ಸೂರಿ... ಏನಾದ? ಅವನು ಇದ್ದಿದ್ರೆ ಚೆನ್ನಾಗಿತ್ತು. ನನ್ನೆಲ್ಲ ಕೆಲಸ ಮಾಡ್ತಾ ಇದ್ದ. ಪ್ರತಿಯೊಂದು ಕೆಲಸದಲ್ಲೂ ಅವನಿಗೆ ಎಷ್ಟೊಂದು ಇಂಟರೆಸ್ಟ್".

ಸೂರ್ಯನ ಮುಖ ಗಂಭೀರವಾಯಿತು. ಅವನೆಂಥ ವ್ಯಸನಿಯೆಂದು ರಮ್ಯಳಿಗೆ ಬಿಡಿಸಿ ಹೇಳುವುದು? ಅವಳಿಲ್ಲದಾಗ ಮಂಚದ ಮೇಲೆ ಮಲಗಿದ್ದು, ಅವಳ ಉಡುಪುಗಳನ್ನು ಅಪ್ಪಿ ಸುಖಿಸಿದ್ದು, ಅವಳ ಉಸಿರಾಟ, ಹಾಡುವ, ಮಾತಾಡುವ ಪ್ರತಿಯೊಂದನ್ನೂ ಟೇಪ್ ಮಾಡಿ ತನ್ನೊಂದಿಗೆ ಇಟ್ಟುಕೊಂಡಿದ್ದು ಇದೆಲ್ಲ ಹೇಗೆ ಹೇಳಿಯಾನು?

"ಅಂಥ ಇಂಟರೆಸ್ಟ್ ಹಿಂದೆ ಹಲವು ದೌರ್ಬಲ್ಯಗಳು ಇರುತ್ತೆ. ಸೂರಿನ ಇಲ್ಲಿಂದ ಜಾಗ ಖಾಲಿಮಾಡಿಸಿದ್ದು ನಾನೇ. ಅದಕ್ಕೆ ಉತ್ತರ ನೀವು ಚೇತರಿಸಿಕೊಂಡ್ಮೇಲೆ ಹೇಳ್ತೀನಿ" ನೀರಿಗೆ ಗ್ಲೂಕೋಸ್ ಬೆರೆಸಿ ಅವಳ ಮುಂದೆ ಹಿಡಿದ.

"ಬೇಡ..." ಕಣ್ಮುಚ್ಚಿ ಮಲಗಿದಳು.

ಸೂರ್ಯ ತನ್ನ ಹೊರಗಿನ ಎಲ್ಲಾ ಕಾರ್ಯಕ್ರಮಗಳನ್ನು ರದ್ದುಮಾಡಿ ಅವಳ ಬಳಿಯಲ್ಲಿಯೇ ಉಳಿದ. ಸಂಜೆ ನೂರಕ್ಕೆ ಇಳಿದ ಟೆಂಪರೇಚರ್ ರಾತ್ರಿ ಒಂದು

ಡಿಗ್ರಿ ಹೆಚ್ಚಿತು.

ಬರೀ ಕನವರಿಕೆಗಳು. ತಾನೆಲ್ಲಿ ಎಸ್ಟೇಟ್ ಕಳೆದುಕೊಂಡು ಬಿಡುತ್ತೇನೋ ಎನ್ನುವ ಭಯ ಅವಳೆದೆಯ ಮೂಲೆಯಲ್ಲಿತ್ತು. ಅದನ್ನು ಆ ಕ್ಷಣದಲ್ಲಿ ಹೊರಗೆ ಹಾಕಿದಳು.

"ನೋ... ನೋ... ನಾನು ಇಂದ್ರ ಧನಸ್ಸು ಬಿಟ್ಟುಬರೋಲ್ಲ" ಇಂಥ ಒಂದು ಹಂಬಲಿಕೆ ಅವಳದು.

ರಾತ್ರಿ ಬಂದು ನೋಡಿದ ಡಾಕ್ಟರ್ ಇಂಜಕ್ಷನ್ ಕೊಟ್ಟು, "ನರ್ಸ್‌ನ ಕಳುಹಿಸಿಕೊಡ್ಲಾ?" ಎಂದಾಗ ನಿರಾಕರಿಸಿದ್ದ. ಇನ್ನು ಕೆಲವು ದಿನ ಎಲ್ಲರ ಬಗ್ಗೆಯೂ ಅವನಿಗೆ ಸಂದೇಹವೇ.

ಇಡೀ ರಾತ್ರಿ ತಾನೇ ನೋಡಿಕೊಂಡ. ಬೆಳಗಿನ ಜಾವದ ವೇಳೆಗೆ ಜ್ವರ ಬಿಟ್ಟಿತು.

* * *

ಪುಟ್ಟ ಆಸ್ಪತ್ರೆಯ ಕಟ್ಟಡ ಎಲ್ಲಾ ರೆಡಿಯಾಗಿ ಬರೀ ಸುಣ್ಣಬಣ್ಣಕ್ಕಾಗಿ ನಿಂತಿತು. ಹೊಸ ಮ್ಯಾನೇಜರ್‌ನ ಅಪಾಯಿಂಟ್ ಮಾಡಿಕೊಂಡಿದ್ದ.

ಬೆಳಿಗ್ಗೆ ಆಸ್ಪತ್ರೆಗೆ ಹೋಗುವಾಗ ರಮ್ಯನ ಕರೆದ. "ನೀವು ಬನ್ನಿ... ಕ್ಯಾಷಿಯರ್‌ನ ನೋಡ್ಬರೋಣ. ಬರೀ ಇದು ನಮ್ಮ ಮಾನಸಿಕ ಸಮಾಧಾನಕ್ಕಾಗಿ."

"ನಂಗಿಷ್ಟವಿಲ್ಲ. ಏನು ಮಾನಸಿಕ ಸಮಾಧಾನ ಎಂದರೆ. ಮೊದ್ಲು ಹೊಡೆಸಿ ಆಮೇಲೆ ಹೋಗಿ ವಿಚಾರಿಸಿಕೊಳ್ಳೋದಾ? ಹಣ ತಿಂದಿದ್ದಕ್ಕೆ ಬೇರೆ ರೀತಿಯಲ್ಲಿ ಶಿಕ್ಷಿಸ್ಬಹುದಾಗಿತ್ತು. ನಾನು ಯಾವಾಗ್ಲೂ ಹಿಂಸೆನಾ ವಿರೋಧಿಸ್ತೀನಿ" ಸಹನೆ ಕಳೆದುಕೊಂಡು ಕೂಗಾಡಿದಳು.

ಅವಳ ತಂದೆಯ ಕಾಲದಲ್ಲೂ ಇಂಥ ಒಂದು ಪ್ರಕರಣ ನಡೆದಿತ್ತು. ಬಲವಾಗಿ ಪ್ರತಿಭಟಿಸಿದ್ದಳು.

ತೀರಾ ಪುಂಡ, ಪೋಕರಿಯಾಗಿ ಇಡೀ ಎಸ್ಟೇಟ್ ಮ್ಯಾನೇಜ್‌ಮೆಂಟ್‌ಗೆ ತಲೆನೋವಾಗಿದ್ದವನಿಗೆ ಶ್ರೀಚಂದ್ರ ಒಂದು ಕಾಲು ಮುರಿಸಿ ಹೆಳವನನ್ನಾಗಿಸಿದ್ದರು.

"ಡ್ಯಾಡಿ, ನೀವಾಗಿ ಅವನ ಕಾಲು ಮುರಿಯದಿದ್ರೂ ಮುರಿಸಿದ್ದೀರಾ. ಈ ಅಪರಾಧಕ್ಕೆ ನಿಮಗೆ ಪನಿಷ್ ಆಗ್ಬೇಕು. ನಾನೇ ಪೋಲೀಸ್‌ಗೆ ಫೋನ್ ಮಾಡ್ತೀನಿ" ಹಾರಾಡಿದ್ದಳು.

ಅವಳ ಹಾರಾಟವನ್ನು ತಣ್ಣಗೆ ಮಾಡಲು ಶ್ರೀಚಂದ್ರ ಬಹಳ ಕಷ್ಟಪಡಬೇಕಾಯಿತು. ಇಂಥ ಕೋಲ್ಡ್‌ಮೈಂಡ್ ಲೇಡಿ ಹೇಗೆ ಇಂದ್ರ ಧನಸ್ಸು ಅಂಥ ಎಸ್ಟೇಟ್‌ನ ನಿಭಾಯಿಸಿಯಾಳು? ಆಗಲೇ ಒಂದು ನಿರ್ಧಾರಕ್ಕೆ ಬಂದಿದ್ದರು.

ಅರ್ಥಮಾಡಿಕೊಂಡ ಸೂರ್ಯ.

"ಅಂದರೆ ಕ್ಯಾಷಿಯರ್ ಅಪ್ಪಣ್ಣನನ್ನು ಹೊಡೆಸಿದ್ದು ನಾನಾ? ಅಂಥ ಅಗತ್ಯವಿತ್ತು

ಅನ್ನಿಸುತ್ತ ನಿಂಗೆ? ಇದೊಂದು ಏಟಿನಿಂದ್ಲೇ ಮಾಡಿದ ತಪ್ಪಿಗೆ ಪ್ರಾಯಶ್ಚಿತ್ತ, ತಿದ್ದಿಕೊಳ್ಳೋಕೆ ಒಂದು ದಾರಿಯಾದ್ರೆ... ಒಳ್ಳೇದೆ ಅಲ್ವಾ!" ಚುರುಕಾಗಿ ಅಂದ.

ಕಹಿ ಉಗುಳನ್ನ ಬಲವಂತದಿಂದ ನುಂಗಿದಳು. ಮಧುಚಂದ್ರ ಅವಳ ಮುಂದೆ ಲಕ್ಷ್ಮಣರೇಖೆ ಎಳೆದಿದ್ದರು.

"ಷಟಪ್, ಡ್ಯಾಮಿಟ್... ಅವನ ಪ್ರಾಣ ಹೋಗಿದ್ರೆ ಎಸ್ಟೇಟ್ ತಂದುಕೊಡ್ತಾ ಇತ್ತಾ? ಐ ಡೋಂಟ್ ಲೈಕ್... ಐ ಡೋಂಟ್ ಲೈಕ್..." ಅಬ್ಬರಿಸಿದಳು.

ಸೂರ್ಯ ಆರಾಮಾಗಿ ಅಲ್ಲಿಯೇ ಕೂತ.

"ನಾನು ಪೊಲೀಸ್‌ಗೆ ಫೋನ್ ಮಾಡ್ತೀನಿ. ಕ್ಯಾಷಿಯರ್ ಅಪ್ಪಣ್ಣ ಕೊಲೆ ಪ್ರಯತ್ನ ನಿಮ್ದು, ಮ್ಯಾನೇಜರ್‌ದು ಅಲ್ಲಾಂತ. ಒಂದ್ನಾಲ್ಕು ದಿನ ಕಂಬಿಗಳ ಹಿಂದೆ ಇರಿ. ಆಗ ಗೊತ್ತಾಗುತ್ತೆ. ನಾನು ಅನ್ಯಾಯಾನ ಯಾವಾಗ್ಲೂ ಸಹಿಸೋಲ್ಲ" ಫೋನೆತ್ತಿ ಡಯಲ್ ತಿರುಗಿಸಿದಳು.

ಫೋನ್ ಡೆಡ್ ಆಗಿತ್ತು. ಮತ್ತೆ ಮತ್ತೆ ತಿರುಗಿಸಿ ಕುಕ್ಕಿದವಳು ಇಡೀ ಫೋನನ್ನು ಎತ್ತಿ ನೆಲಕ್ಕೆ ಕುಕ್ಕಿದಳು.

ಆಗಲೂ ಸೂರ್ಯ ಶಾಂತವಾಗಿಯೇ ಕೂತಿದ್ದ. "ಇಟ್ ಈಸ್ ಎ ಮೆಮೊರಬಲ್ ಪಾಯಿಂಟ್. ಬಹಳ ದಿನ ಈ ಮಾತುಗಳು ನನ್ನ ನೆನಪಿನಲ್ಲಿ ಇರುತ್ತೆ. ಬಿ ಕಾಮ್ ರಮ್ಯ. ಅತಿಯಾಗಿ ಪ್ರೀತಿಸುವ ಇಂದ್ರ ಧನಸ್ಸು, ಇಲ್ಲಿ ಕೆಲಸ ಮಾಡುವ ಅಪರಾಧಿಗಳ ಬಗ್ಗೆ ಅಪಾರವಾದ ಸಹಾನುಭೂತಿ, ಇವೆರಡರ ನಡುವಿನ ದ್ವಂದ್ವ ಸ್ಥಿತಿ ನಿನ್ನ ಮನಸ್ಸಿನದು. ನಿನ್ನ ಅತಿಯಾದ ಸಹಾನುಭೂತಿ, ಮೆದುತನ ತಗ್ಗಿದ್ದು, ಇಂದ್ರ ಧನಸ್ಸುಗೆ ಕ್ಷೇಮವಿಲ್ಲ" ಹೊರನಡೆದ.

ಇಂದಿನ ಪೋಸ್ಟ್‌ನಲ್ಲಿ ಅವನಿಗೆ ಮೂರು ಪತ್ರಗಳಿದ್ದವು. ಎಂದೂ ಬರೆಯದ ಫಣೀಂದ್ರ ಕೂಡ ಪತ್ರ ಬರೆದಿದ್ದ.

ಅವನ ಪತ್ರವನ್ನೇ ಮೊದಲು ಬಿಡಿಸಿದ್ದು.

ಪತ್ರದ ಶುರುವೇ ನಿರಾಸಕ್ತಿ, ನಿರುತ್ಸಾಹದಿಂದ, "ನನಗ್ಯಾಕೋ ತೀರಾ ಸಾಕಾಗಿದೆ. ಈಗ ನನಗೆ ಅಪ್ಪನ ಯೋಗ್ಯತೆ, ಅರ್ಹತೆ ಗೊತ್ತಾಗ್ತಾ ಇದೆ. ಮನೆಯವರಿಗೆ ಕಡೆಗೆ ತಾನು ಊಟ ಮಾಡದಿದ್ದರೂ ಸ್ನೇಹಿತರೇ ಆಗಲಿ, ಜೂನಿಯರ್ಸ್ ಆಗಿರಲಿ, ಕಡೆಗೆ ಬಡ ಕಕ್ಷಿಗಾರನಿಗೆ ಕೂಡ ಬಡಿಸುವಂತೆ ಹೇಳುತ್ತಿದ್ದರು. ಅದಕ್ಕೆ ವಿರುದ್ಧವಾದ ಸ್ಥಿತಿ ಇದೆ (ನನ್ನ) ಮನೆಯಲ್ಲಿ. ಮೊನ್ನೆ ಪುರಂಧರ ಬಂದಿದ್ದ. ಊಟದ ಹೊತ್ತು. ನಮ್ಮತ್ತೆ ಒಳಗೆ ಬಂದು ಎಚ್ಚರಿಸಿದರು. ಒಂದು ಕಿಲೋ ಅಕ್ಕಿಗೆ ಹನ್ನೆರಡ್ರೂಪಾಯಿ. ತಿಂಗಳಿಗಾಗುವಷ್ಟೇ ಲೆಕ್ಕಹಾಕಿ ತರಿಸಿರೋದು. ಇಂದು ನಿಮ್ಮಣ್ಣನಿಗೆ ಊಟ ಹಾಕಿದ್ರೆ... ಒಪ್ಪತ್ತು ನೀನು ಉಪವಾಸವಿರಬೇಕಾಗುತ್ತೇಂತ ಎಚ್ಚರಿಸಿದರು. ಅದನ್ನು ಪುರಂಧರ ಕೇಳಿಸಿಕೊಂಡನೇನೋ? ಎಷ್ಟು ಬಲವಂತ ಮಾಡಿದರೂ ಊಟ ಮಾಡಲಿಲ್ಲ.

ಹೇಗಿದೆ ನೋಡು ನನ್ನ ಸ್ಥಿತಿ? ಒಂಧ್ಹತ್ತು ರೂಪಾಯಿ ಸಿಗೋ ಕೂಲಿಕೆಲಸ ಸಿಕ್ಕರೂ ಸಾಕೆನಿಸಿದೆ. ಅದನ್ನ ತಗೊಂಡು ಹೋಗಿ ಅಮ್ಮನ ಕೈಯಲ್ಲಿಟ್ಟು ಊಟ ಮಾಡಬೇಕೂಂತ ಅನ್ನಿಸುತ್ತೆ. ಆದರೆ ನನಗೆ ಬಿಡುಗಡೆ...." ಕಣ್ಣೀರು ಸುರಿಸಿರಬೇಕು. ಅಲ್ಲಲ್ಲಿ ಅಕ್ಷರಗಳು ಕಲಸಿಹೋಗಿದ್ದವು.

ನೋವಿನಿಂದ ಸೂರ್ಯನ ಎದೆ ಹಿಂಡಿತು. 'ಅಪ್ಪ ಅಲ್ಲ ಕರ್ತವ್ಯವಿಮುಖರು... ನಾವು' ಆ ಸಾಲನ್ನು ಅಂಡರ್‌ಲೈನ್ ಮಾಡಿದ್ದ. ಕೊನೆಯ ಮೂರು ಸಾಲು ಅವನ ಚಿತ್ತವನ್ನು ಕೆಡಿಸಿಬಿಟ್ಟಿತು. 'ನನ್ನ ಹತ್ರ ಹತ್ತು ರೂಪಾಯಿ ಕೂಡ ಇಲ್ಲ. ಅಪ್ಪನ ನೋಡೋಕೆ ಹೋದಾಗ ಅಮ್ಮನ ಹತ್ರ ಆಟೋಗೆ ಕಾಸು ಇಸುಕೊಂಡು ಬರಬೇಕು. ಇಲ್ಲ, ನಡೆದು ಬರಬೇಕು. ಒಂದು ಇನ್ನೂರು ರೂಪಾಯಿ ಕಳಿಸು. ಕನಿಷ್ಠ ಒಂದಿಷ್ಟು ಅಪ್ಪನಿಗಾಗಿ ಹಣ್ಣು ಹಿಡ್ಕೊಂಡು ಒಂದು ದಿನವಾದರೂ ಮನೆಗೆ ಹೋಗುತ್ತೀನಿ. ನಿನ್ನ ಹತ್ತಿರ ಕೇಳೋಕೆ ನಂಗೆ ಸಂಕೋಚವಿಲ್ಲ' ಎಂದು ಕೆಳಗೆ ಸಹಿಮಾಡಿದ್ದ.

ಎಷ್ಟೋ ಹೊತ್ತು ಸೂರ್ಯ ಹಾಗೆಯೇ ಕೂತುಬಿಟ್ಟ. 'ಇಂಥವರು ಕೆಲವೊಮ್ಮೆ ಸಹಾನುಭೂತಿಗೂ ಅರ್ಹರಾಗೋಲ್ಲ' ಮಿದುಳು ತರ್ಕಿಸಿದ್ದನ್ನು ಮನಸ್ಸು ತೊಡೆದುಹಾಕಿತು.

ತಾನೇ ಜೀಪಿನಲ್ಲಿ ಹೋಗಿ ಎಂ.ಓ. ಮಾಡಿಬಂದ. ಗೇಟಿನಲ್ಲಿಯೇ ಮಾರುತಿ ಎದುರಾಯಿತು. ಜೀಪು ಅದಕ್ಕೆ ಅಡ್ಡನಿಲ್ಲಿಸಿ ಕೆಳಗಿಳಿದ.

"ಎಲ್ಲಿಗೆ.... ರಮ್ಯ?" ಕೇಳಿದ.

"ಪೋಲೀಸ್‌ನವ್ರಿಗೆ ಹೇಳಿಕೆ ಕೊಡೋಕೆ. ನನ್ನ ಎಸ್ಟೇಟ್‌ನಲ್ಲಿ ಒಬ್ಬರಿಗೆ ಅನ್ಯಾಯವಾದ್ರೂ ನಾನು ಸಹಿಸೋಲ್ಲ" ಸವಾಲೆಸೆದಂತಿತ್ತು.

ಮೊದಲ ಬಾರಿ ಅವಳ ರಟ್ಟೆ ಹಿಡಿದು "ಅದಕ್ಕೆ ಅವಕಾಶವೇ ಇಲ್ಲ. ಮೂರು ದಿನದಲ್ಲಿ ಎಲ್ಲಾ ಇತ್ಯರ್ಥವಾಗುತ್ತೆ. ನಂತರ ಏನು ಬೇಕಾದ್ರೂ ಮಾಡು. ಪ್ಲೀಸ್ ಕೂಲ್‌ಡೌನ್..." ಇಳಿಸಿಕೊಂಡು ಬಂದು ಜೀಪಿಗೆ ಹತ್ತಿಸಿ ಸ್ವಲ್ಪ ಹಿಂದಕ್ಕೆ ತಗೊಂಡ.

ನಿಮಿಷದಲ್ಲಿ ಸಣ್ಣಹೊಗೆಯೊಂದಿಗೆ ದೊಡ್ಡ ಶಬ್ದ ಬಂತು. ಅಷ್ಟರಲ್ಲಿ ಅವನ ಜೀಪು ನೂರು ಹೆಜ್ಜೆಗಳಷ್ಟು ಹಿಂದಕ್ಕೆ ಹೋಗಿತ್ತು.

ಚೂರುಗಳು ಎಲ್ಲೆಡೆ ಎಸೆದಾಡಿದ್ದವು. ಹೇಗೆ ಮುಟ್ಟಿತೋ ವಿಷಯ. ನೌಕರವರ್ಗದಿಂದ ಹಿಡಿದು ತೋಟದಲ್ಲಿ ಕೆಲಸ ಮಾಡುವ ಕೂಲಿಗಳು ಕೂಡ ಗುಂಪುಗುಂಪಾಗಿ ಓಡಿಬರತೊಡಗಿದರು.

ಕೆಲವರಿಗೆ ಆತಂಕ, ಮತ್ತೆ ಕೆಲವರಿಗೆ ವಿಸ್ಮಯ, ಭಯ. ದಟ್ಟಹೊಗೆ ಇವನ್ನೆಲ್ಲ ಆವರಿಸಿದಂತೆ ಕಂಡುಬಂದಿತು.

ಜೋಸೆಫ್ ಜನಗಳನ್ನು ತಳ್ಳಿಕೊಂಡು ಮುಂದಕ್ಕೆ ಹೋದ "ಅಮ್ಮಾವ್ರು ಇದ್ರು ಕಾರಿನಲ್ಲಿ" ವಿಷಯ ಮುಟ್ಟಿದ್ದೇ ತಡ ಜನ 'ಹೊ... ಹೊ' ಎಂದು ಗೋಳಿಡತೊಡಗಿತು.

"ನಿಮಗಾಗಿ ಅಳೋಂಥ ಜನ ಇದ್ದಾರೆ. ಅವರಂಥವರನ್ನು ಕಾಪಾಡೋಕೆ, ಕೆಲವು ಕೆಟ್ಟ ಜನಗಳ್ನ ನಿಗ್ರಹಿಸಬೇಕು. ಹೋಗಿ ಸಮಾಧಾನಿಸಿ" ಎಂದವನು ಜೀಪು ತಗೊಂಡು ಹೊರಟುಬಿಟ್ಟ.

ಪೊಲೀಸ್‌ಗೆ ಸುದ್ದಿಮುಟ್ಟಿ ಆ ಜಾಗಕ್ಕೆ ಅವರುಗಳು ಬಂದ ಮೇಲೆಯೇ ಜನಸಮೂಹ ಕರಗಿದ್ದು. ಯಜಮಾನಿ ಬದುಕಿದ್ದು ಅವರಿಗೆ ಸಂತೋಷವೋ ಸಂತೋಷ.

ರಮ್ಯ ಮತ್ತು ಸೂರ್ಯನ ಸ್ಟೇಟ್‌ಮೆಂಟ್ ಪಡೆದುಕೊಂಡು ಹೋದರು ಪೊಲೀಸ್ ಅಧಿಕಾರಿಗಳು.

ಆದರೆ ಸಂಜೆಯಾದರೂ ಅದರ ಷಾಕ್‌ನಿಂದ ರಮ್ಯ ಚೇತರಿಸಿಕೊಳ್ಳಲಿಲ್ಲ.

"ಇದ್ರಲ್ಲಿ ನನ್ನ ಪಾಲೆಷ್ಟು?" ತಮಾಷೆಯಾಗಿ ವಿವರಿಸಿದ. ರಮ್ಯ ಎರಡು ಕೈಯಲ್ಲೂ ತಲೆಯನ್ನು ಹಿಡಿದುಕೊಂಡಳು. "ಬರೀ ಗೊಂದಲ... ನಂಗೇನೂ ಅರ್ಥವಾಗ್ತಾ ಇಲ್ಲ".

ಸೂರ್ಯ ಮುಗುಳ್ನಕ್ಕ. "ಈಗ ನಾನೊಂದು ಜೋಕ್ ಹೇಳ್ಲಾ? ರಷ್ಯಾದ ಗೊರ್ಬಚೇವ್, ಅಮೆರಿಕದ ರೇಗನ್ ಮತ್ತು ಭಾರತದ ರಾಜೀವ್ ಗಾಂಧಿ ದೇವರ ಮುಂದೆ ಹಾಜರಾದರು. ಆದರೆ ಅವರುಗಳು ಈಗ ಆ ಪೋಸ್ಟ್‌ನಲ್ಲಿ ಇಲ್ಲ. ಗೊರ್ಬಚೇವ್ ದೇವರನ್ನು ಕೇಳಿದರು, 'ದೇವರೇ, ನನ್ನ ದೇಶದಲ್ಲಿ ಭ್ರಷ್ಟಾಚಾರ ಎಂದು ಕೊನೆಗೊಳ್ಳುತ್ತದೆ?'. ಅದಕ್ಕೆ ದೇವರು ಥಟ್ಟನೆ ಉತ್ತರಿಸಿದರು– 'ಒಂದು ಇಪ್ಪತ್ತೈದು ವರ್ಷ ಬೇಕಿದ್ದೀತು; ಆದರೆ ಆಗ ರಷ್ಯ ನಿನ್ನ ಕೈಯಲ್ಲಿರೋಲ್ಲ'. ರೇಗನ್ ಉತ್ಸಾಹದಿಂದ ಅದೇ ಪ್ರಶ್ನೆ ಕೇಳಿದರು, 'ಒಂದು ನೂರು ವರ್ಷ' ಎಂದರು ದೇವರು. ರಾಜೀವ್ ಗಾಂಧಿಯ ಸರದಿ ಬಂತು. ಬಹಳ ಉತ್ಸಾಹದಿಂದ, 'ನಾನು ಭ್ರಷ್ಟಾಚಾರ ನಿರ್ಮೂಲ ಮಾಡಲು ಅನೇಕ ಕಾರ್ಯಕ್ರಮಗಳನ್ನು ಹಾಕಿಕೊಂಡಿದ್ದೀನಿ. ಅದು ಭಾರತ ದೇಶದಲ್ಲಿ ಎಂದಿಗೆ ಕೊನೆಗೊಳ್ಳುತ್ತದೆ?'. ಅತ್ಯಂತ ಕನಿಕರದಿಂದ ನೋಡಿದ ದೇವರ ಕಣ್ಣುಗಳಲ್ಲಿ ಕಂಬನಿ ಬರಿಸಿತು. 'ಭಾರತದಲ್ಲಿ ಭ್ರಷ್ಟಾಚಾರ ಮಾಯವಾಗುವ ವರೆಗೂ ನಾನು ಉಳಿದಿರುವುದಿಲ್ಲ. ನನ್ನ ಜೀವಿತಕಾಲದಲ್ಲಿ ಇದು ಸಾಧ್ಯವಿಲ್ಲ' ಎಂದರು. ಆದರೆ ದೇಶಾಭಿಮಾನಿ ರಾಜೀವ್ ಒಪ್ಪಲಿಲ್ಲ. ಅದೇ ವಾದ ಮುಂದುವರಿಸಲು ಬೇಗನೆ ದೇವರ ಬಳಿ ಹಿಂದಿರುಗಿದರು...".

ಅವಳು ನಗಲಿಲ್ಲ, ಅತ್ತುಬಿಟ್ಟವಳು ತಕ್ಷಣ ಕಣ್ಣೊರೆಸಿಕೊಂಡಳು. "ಅತ್ಯಂತ ಸುಂದರ ನಗೆಯ ವ್ಯಕ್ತಿಯ ಬಗ್ಗೆ ಹೇಳಿ, ಎಳೆಯ ಮಗುವಿನ ಮುಖದ ಮುಗ್ಧನಗು...". ಆ ಪ್ರಶ್ನೆ ಉತ್ತರಿಸಲು ಸೂರ್ಯ ಇಷ್ಟಪಡಲಿಲ್ಲ. "ಅದಕ್ಕೆ ನೀನೇ ಉತ್ತರ ಹೇಳಬೇಕು" ಅವಳನ್ನು ಹುರಿದುಂಬಿಸಿದ.

"ರಾಜೀವ್ ಗಾಂಧಿ ಮುಖದ ಸುಂದರ ನಗು, ಅದರಲ್ಲಿ ಮಗುವಿನ ಮುಗ್ಧನಗುವಿನ ಆಕರ್ಷಣೆ ಇದೆ. ನಿರ್ಮಲ ಭಾವನೆ ಇದೆ" ಎಂದಾಗ ಅವಳ

ಕಣ್ಣುಗಳಲ್ಲಿ ತುಂತುರು ಇತ್ತು.

ಇದಾದ ನಾಲ್ಕನೆಯ ದಿನ ಒಂದ್ಹತ್ತು ಕ್ಯಾಸೆಟ್ ತಂದು ಅವಳ ಮುಂದೆ ಹಾಕಿದವನು, "ಒಂದ್ನಿಷ್ಟು..." ಒಳಗೆಹೋಗಿ ಒಂದು ಹ್ಯಾಂಡ್‌ಬ್ಯಾಗ್ ತಂದು ಅವಳ ಮುಂದೆ ಹಾಕಿದ. "ಸೂರಿಯನ್ನು ಎಸ್ಟೇಟ್‌ನಿಂದ ಹೊರಗೆ ಹಾಕಿದ್ದು ನಾನೇ. ಅವನು ಅಪರಾಧಿನೋ, ಅಲ್ಲವೋ ಅನ್ನೋಕೆ ಇದೆಲ್ಲ ಆಧಾರಗಳು. ನಂಗೆ ಒಂದಿಷ್ಟು ಕೆಲಸ ಇದೆ" ಒಂಟಿಯಾಗಿ ಬಿಟ್ಟು ಹೊರಗೆ ಹೋದ.

ಒಂದು ಕ್ಯಾಸೆಟ್ ಹಾಕಿದಳು, ಸಣ್ಣದನಿಯಲ್ಲಿ ಹಾಡುತ್ತಿರುವುದು, ಮಾತಾಡುತ್ತಿರುವುದು, ಹೆಜ್ಜೆಯ ಸಪ್ಪಳ, ಉಸಿರಾಟ, ಆ... ಹ್ಞೂ... ಪ್ರತಿಯೊಂದು ರೆಕಾರ್ಡ್ ಆಗಿತ್ತು. ಇದೇ ಪುನರಾವರ್ತನೆಯ ಕ್ಯಾಸೆಟ್‌ಗಳು... ಅವಳ ತಲೆಯ ದಿಂಬಿನ ಬಳಿ ಇಟ್ಟು ರೆಕಾರ್ಡ್ ಮಾಡಿದಂತಿತ್ತು.

ಕೋಪದಿಂದ, ನಾಚಿಕೆಯಿಂದ, ಸಂಕೋಚದಿಂದ ಕುದಿಯತೊಡಗಿದಳು. ಹ್ಯಾಂಡ್‌ಬ್ಯಾಗ್ ತೆಗೆದಳು. ಅವಳು ಉಪಯೋಗಿಸಿದ ಬ್ರಾ, ಕರ್ಚೀಫ್‌ಗಳು, ಸೆಂಟಿನ ಬಾಟಲು, ಲಿಪ್‌ಸ್ಟಿಕ್ ಹಚ್ಚುವ ಬ್ರಷ್, ಹುಬ್ಬು ತಿದ್ದುವ ಪೆನ್ಸಿಲು– ಇವೆಲ್ಲದರ ದೊಡ್ಡ ಸಂಗ್ರಹವೇ ಇತ್ತು. 'ಅವನೊಬ್ಬ ಸ್ತ್ರೀವ್ಯಸನಿ'.

ಬೆವರಿನಿಂದ ತೊಯ್ದುಹೋದಳು. ಸೂರಿಯ ನಮ್ರತೆ, ವಿನಯತೆಯ ಹಿಂದಿನ ಕೆಟ್ಟಚಪಲವನ್ನು ನೆನಸಿಕೊಂಡಾಗ ಹೊಟ್ಟೆಯಲ್ಲಿರುವುದೆಲ್ಲ ಬಾಯಿಗೆ ಬಂದಂತಾಯಿತು.

ಎರಡು ಕೈಯಲ್ಲೂ ಮುಖ ಮುಚ್ಚಿಕೊಂಡಳು. ಕೈ ಒದ್ದೆಯಾಯಿತು. ಕಣ್ಣೀರು ಭಾರವಾಯಿತು. ಕಡೆಗೆ ಬಿಕ್ಕಿಬಿಕ್ಕಿ ಅತ್ತಳು.

ಕೆಲವು ಗಂಟೆಗಳ ತರುವಾಯವೇ ಸೂರ್ಯ ಬಂದಿದ್ದು. ತೀರಾ ಸಪ್ಪಗಾಗಿಬಿಟ್ಟಿದ್ದಳು.

"ಒಂದು ಅಪರಾಧದಿಂದ ಮುಕ್ತಿ" ಎಂದ.

ಮುಖ ಪಕ್ಕಕ್ಕೆ ತಿರುಗಿಸಿಕೊಂಡಳು. ನಾಚಿಕೆ, ಸಂಕೋಚದಿಂದ ಅವಳಿಗೆ ಪ್ರಾಣ ಹೋಗುವಂತಾಗುತ್ತಿತ್ತು.

ಸೂರ್ಯನಿಗೆ ಅರಿವಾಯಿತು. "ಸೂರಿಯ ಬಾಯಿಂದಲೇ ಕೇಳ್ದೇ ಅವೆಲ್ಲ ನೋಡ್ಬೇಕೂಂತ ನಂಗೆ ಅನ್ನಿಸ್ಲಿಲ್ಲ. ಅದಕ್ಕಾಗಿ ಸಂಕೋಚ ಪಡೋದ್ಬೇಡ" ಮೆಲ್ಲಗೆ ಉಸುರಿದ.

ಆದರೂ ಸೂರ್ಯನಿಗೆ ಮುಖ ತೋರಿಸಲಾರದಷ್ಟು ಲಜ್ಜಿತಳಾದಳು. "ಎಕ್ಸ್‌ಕ್ಯೂಸ್ ಮಿ, ನಾನು ಎಲ್ಲಿ ಎಡವಿದೇಂತ ಈಗ ಅರ್ಥವಾಗ್ತ ಇದೆ. ಎಷ್ಟು ಎಚ್ಚರವಾಗಿದ್ರೂ ಸಾಲ್ದೂಂತ ಪಪ್ಪ ಹೇಳ್ತಾ ಇದ್ರು" ಅವಳ ಸ್ವರ ಮೆತ್ತಗಾಗಿತ್ತು.

"ಗುಡ್, ಅದು ನಿಮ್ಮ ಅರಿವಿಗೆ ಬಂದರೆ ಸಾಕು. ಓದಿದ ಪುಸ್ತಕಗಳ ಸಾರ

ಗ್ರಹಿಸಿ ನಿಮ್ಗೇ ಒದಗಬಹುದಾದ ಸಂದರ್ಭ, ಸಮಯಕ್ಕೆ ಉಪಯೋಗಿಸ್ಕೋಬೇಕು. ಬರೀ ಆ ಪ್ರಶ್ನೆಗಳು ಬೇರೆಯವರ ಬುದ್ಧಿಯನ್ನು ಪರೀಕ್ಷಿಸೋಕೆ ಮಾತ್ರವಲ್ಲ. ನಾಳೆ ದಿನ ನಿಮ್ಮ ಚಿಕ್ಕಪ್ಪ ಬರ್ತಾ ಇದ್ದಾರೆ" ಎಂದವನು ತಲೆತಗ್ಗಿಸಿ ಕಿಟಕಿಯ ಬಳಿಯಲ್ಲಿ ಹೋಗಿ ನಿಂತ.

ಫೋನ್ ಸದ್ದುಮಾಡಿತು. ಹೋಗಿ ರಿಸೀವರ್ ಎತ್ತಿದವಳು, "ನಿಮ್ಗೆ" ಎಂದಳು. ಜಲಜಳ ದನಿ ಕ್ಷಣ ಅವನ ಹೃದಯ ಸ್ತಬ್ಧವಾದಂತಾಯಿತು.

"ಸೂರ್ಯ, ಅಪ್ಪನಿಗೆ ನೆನಪು ಮರುಕಳಿಸಿದೆ. ನಿನ್ನೆ ದಿನ ಅವರನ್ನು ಕೋರ್ಟಿಗೆ ಕರೆದುಕೊಂಡುಹೋಗಿದ್ದೆ. ಗ್ಲಾಸ್ ಫ್ಯಾಕ್ಟರಿ ಚಿದಂಬರಂದು ಜಮೀನಿಗೆ ಸಂಬಂಧಪಟ್ಟ ಕೇಸ್ ಅಪ್ಪ ತಾನೇ ನಡುಸ್ತಾ ಇದ್ದಿದ್ದು. ಅದನ್ನ ರೆಡ್ಡಿ ವಹಿಸಿಕೊಂಡಿದ್ರು. ಅಂದು ಆರ್ಗ್ಯೂಮೆಂಟ್ ಇತ್ತು. ನೀನು ಹೇಳಿದ ಪ್ರಕಾರ ಆಗಾಗ ಕರ್ಕೊಂಡ್ಹೋಗ್ತಾ ಇದ್ದೆ. ನೆನ್ನೆ ದಿನ ಆರ್ಗ್ಯೂಮೆಂಟ್ ಮಧ್ಯದಲ್ಲಿಯೇ ಎದ್ದು ವಾದಿಸತೊಡಗಿದರು. ಎಲ್ಲರಿಗೂ ವಿಸ್ಮಯ. ರೆಡ್ಡಿ ತಕ್ಷಣ ಅವರನ್ನು ಡಾ। ನರೋನಾ ಹತ್ರ ಕರ್ಕೊಂಡು ಹೋಗಿದ್ರು. ಪರ್ಫೆಕ್ಲಿ ಆಲ್‌ರೈಟ್ ಅಂದ್ರು. ಮನೆಗೆ ಬಂದ ಕೂಡ್ಲೇ ನಿನ್ನನ್ನ ವಿಚಾರಿಸಿದ್ದು. ಪ್ಲೀಸ್, ಬೇಗ ಬಂದುಬಿಡು. ಈ ಸಂತೋಷನ ತಡೆದುಕೊಳ್ಳಲಾರ್ದೇ ಹೋಗ್ತಾ ಇದ್ದೀನಿ. ಇನ್ನು ನಿನ್ನ ಕೋರ್ಸ್‌ಗೆ ತೊಂದರೆ ಇಲ್ಲ. ಅಪ್ಪ ಕೂಡ ನೀನು ಕೆಲಸ ಮಾಡೋದು ಇಷ್ಟಪಡೋಲ್ಲ. ರಾಜೀನಾಮೆ ಕೊಟ್ಟು ಲಗೇಜ್ ಸಮೇತ ಬಂದ್ಬಿಡು" ಬಡಬಡಿಸಿದಳು ಒಂದೇಸಮನೆ. ಸಂತಸದಿಂದ ಅವನ ಗಂಟಲುಕಟ್ಟಿತು. ಏನೂ ಹೇಳಲಾಗಲಿಲ್ಲ. "ಹ್ಞೂಂ..." ಅಂದ ಅಷ್ಟೆ.

ಇಷ್ಟು ಆನಂದವನ್ನು ತಡೆಯಲಾರದ ಸ್ಥಿತಿ. ಕೋಣೆಗೆ ಹೋಗಿ ಬಾಗಿಲು ಹಾಕಿಕೊಂಡ. ಎರಡು ಹರ್ಷದ ಬಿಂದುಗಳು ಅವನ ಕಣ್ಣಿಂದ ಕೆನ್ನೆಯ ಮೇಲಕ್ಕೆ ಇಳಿದವು. ನೋವಿನಲ್ಲು, ನಲಿವಿನಿಂದಿಗೆ ಅವನೊಡನೆ ಇದ್ದ ಅವು 'ಇನ್ನು ಇರಲಾರೆವೆಂದು' ಹೊರಕ್ಕೆ ಧುಮುಕಿತು.

ತಂದೆಯ ತೋಳುಗಳ ನಡುವೆ ಅಡಗಿಬಿಡಬೇಕೆನಿಸಿತು ಆ ಕ್ಷಣ ಅವನಿಗೆ. ಎದೆ ತುಂಬಿ ಹರಿಯುವ ಆನಂದ ಸಮುದ್ರದ ಅಲೆಗಳ ಸಂಜೆಯ ರಭಸಕ್ಕಿಂತ ಜೋರಾಗಿದ್ದಂತೆ ಕಂಡಿತು.

"ಅಪ್ಪ... ಅಪ್ಪ..." ಮತ್ತಷ್ಟು ಸಂತಸದ ಕಣ್ಣೀರನ್ನು ಸುರಿಸಿದ.

ಹಾರಿಹೋಗಲು ಸಾಧ್ಯವಿರಲಿಲ್ಲ.

ಮೇಲೆ ಬಂದ ಜೋಸೆಫ್, "ಮೇಷ್ಟರು ಮನೆಯಾಕೆ ಬಂದಿದ್ದಾರೆ. ಏನು ಹೇಳಿದರೂ ಕೇಳೋಲ್ಲ. ದೊಡ್ಡದಾಗಿ ಗಲಾಟೆ ಮಾಡ್ತಾ ಇದ್ದಾರೆ. ವಯಸ್ಸಾದಾಕೆ ಬಿಸಿಲಲ್ಲಿ ಕೂತಿದ್ದಾಳೆ. ನೆರಳಿಗಾದ್ರೂ ಹೋಗೂಂದ್ರೆ ಕೇಳೋಲ್ಲ" ಎಂದ.

ಬೇರೆಯವರಾಗಿದ್ದರೆ ನಾಲ್ಕು ಒದ್ದು ಎಸ್ಟೇಟ್‌ನಿಂದ ಹೊರಗೆಸೆದು ಬರುತ್ತಿದ್ದ. ಆದರೆ ಹೆಣ್ಣಿನ ಬಗ್ಗೆಯು ಕಠಿಣ ಮನಸ್ಕನಾದರೂ, ಆಕೆಯ ಕಣ್ಣೀರು, ಗೋಳಾಟ

ನೋಡಿ ಹಾಗೆ ಮಾಡಲಾಗಲಿಲ್ಲ ಅವನಿಂದ.

ಮೊದಲು ಸೂರ್ಯ ಇಳಿದುಹೋದ. ನಂತರ ಹಿಂಬಾಲಿಸಿ ಬಂದಳು ರಮ್ಯ.

"ಜೋಸೆಫ್, ಒಳಗೆ ಕಳಿಸು" ಸೋಫಾ ಮೇಲೆ ಮೈಚೆಲ್ಲಿದ್ದ. "ಮೇಷ್ಟ್ರ ಚೆನ್ನಾಗಿ ಗೊತ್ತಾ ರಮ್ಯ" ಅವಳತ್ತ ನೋಟ ಹರಿಸಿದ. "ಆಗಾಗ ಎಸ್ಟೇಟ್‌ಗೆ ಬರ್ತಾ ಇದ್ರು. ಅಪ್ಪ, ವಯಸ್ಕರಿಗೆ ರಾತ್ರಿಪಾಠ ಹೇಳಲೀಂತ ನೇಮಿಸಿದ್ರು. ಆಗಾಗ ಬರೋರು, ಅಷ್ಟೇ ಗೊತ್ತಿರೋದು".

ಮೈತುಂಬ ಸೆರಗು ಹೊದ್ದ ಕೃಶಕಾಯದ ಹೆಣ್ಣು ಸಂಕೋಚದಿಂದ ಹಿಡಿಯಾಗಿ ಒಳಗೆಬಂದಳು. "ಬನ್ನೀಮ್ಮಾ, ಬನ್ನಿ" ಕರೆದ. ಆಕೆ ಅಂಜುತ್ತ ಅಂಜುತ್ತ ಅಡಿಯ ಮೇಲೆ ಅಡಿಯಿಟ್ಟು ಬರುತ್ತಿದ್ದಳು. "ಕೂತ್ಕೊಳ್ಳಿ..." ಎಂದ. ಆಕೆ ಇನ್ನಷ್ಟು ಹಿಡಿಯಾದರು. "ದಯವಿಟ್ಟು ನಮ್ಮ ಯಜಮಾನರನ್ನು ಬಿಟ್ಟುಬಿಡಿ. ಸರಿಯಾಗಿ ಬಂದು ಪಾಠ ಮಾಡ್ದೇ ಸಂಬಳ ಪಡೆದಿದ್ದಾರೆ. ಅದಕ್ಕೇ ಈ ಒಡವೆ ತಗೊಂಡ್ ಅವರನ್ನ ಬಿಟ್ಟುಬಿಡಿ" ಸವೆದ ಎರಡು ಬಳೆ, ಒಂದು ಸವೆದ ಚಿನ್ನದ ಉಂಗುರವನ್ನು ಅವರ ಮುಂದಿಡಿದಳು.

ರಮ್ಯ ಸೂರ್ಯನತ್ತ ತಿರುಗಿದಳು. ಸುಮ್ಮನಿರುವಂತೆ ಸನ್ನೆಮಾಡಿದ.

"ಎಲ್ಲಿದ್ದಾರೆ, ನಿಮ್ಮ ಯಜಮಾನ್ರು?" ಆಕೆಯನ್ನು ಕೇಳಿದ. ಅವನ ಕೈಯಲ್ಲಿನ ಪುಟ್ಟ ಟೇಪ್ ರೆಕಾರ್ಡರ್ ಆನ್ ಆಯಿತು "ನೀವು ಅವ್ರನ್ನ ಹಿಡಿದು ಇಟ್ಟಿದ್ದೀರಂತಲ್ಲ, ದಯವಿಟ್ಟು ಬಿಡುಗಡೆ ಮಾಡಿ" ಆಕೆ ಅಂಗಲಾಚಿದಳು.

ಇಲ್ಲವೆನ್ನುವಂತೆ ತಲೆಯಾಡಿಸಿದ. "ನಾವು ಯಾಕೆ ಅವ್ರನ್ನು ಬಂಧಿಸಿಡೋಣ? ಸಂಬಳದ ಹಣಕ್ಕಾಗಿ ನಾಲ್ಕಾರು ಸಲ ತಿರುಗಿದ್ದಾರೆ. ಕೆಲಸ ಮಾಡದ ಜನಕ್ಕೆ ಹಣ ಕೊಡೋ ಪದ್ಧತಿ ಎಸ್ಟೇಟ್‌ನಲ್ಲಿಲ್ಲ. ಅಷ್ಟನ್ನೇ ಅವರಿಗೂ ಹೇಳಿ ಕಳುಹಿಸಿದ್ದಾರೆ."

ಆಕೆ ಮುಖ ಮುಚ್ಚಿಕೊಂಡು ಅಳಲು ಶುರುಮಾಡಿದರು.

"ದಯವಿಟ್ಟು ನಿಲ್ಲಿಸಿ ಅಮ್ಮ. ನಿಮ್ಮ ಅಳು ಇಲ್ಲೇನು ಉಪಯೋಗಕ್ಕೆ ಬರೋಲ್ಲ. ಇಲ್ಲದ ವ್ಯಕ್ತಿಯ ಬಿಡುಗಡೆಗೋಸ್ಕರ ಬಂದಿದ್ದೀರಾ. ನಮಗೆ ಖಂಡಿತ ಮೇಷ್ಟ್ರ ವಿಷಯ ಗೊತ್ತಿಲ್ಲ. ಅವರು ಇಲ್ಲಿದ್ದಾರೇಂತ ಯಾರು ಹೇಳಿದ್ದು?" ಕೆದಕಿ ಕೇಳಿದ. ಸತ್ಯ ಹೊರಗೆ ತೆಗೆಸುವ ಅಗತ್ಯವಿತ್ತು.

ಎಲ್ಲರ ಹಿಂದೆ ಇರುವ ಒಬ್ಬ ವ್ಯಕ್ತಿಯ ಬಗ್ಗೆ ಅನುಮಾನವಿತ್ತು. 'ಹತ್ತು ಅಪರಾಧಿಗಳಿಗೆ ಶಿಕ್ಷೆ ಸಿಗದಿದ್ದರೂ ಒಬ್ಬ ನಿರಪರಾಧಿಗೆ ಶಿಕ್ಷೆ ಆಗಬಾರದು' ಇದು ಕಾನೂನಿನ ನಿಯಮ. ಅವನು ಅದರ ವಿದ್ಯಾರ್ಥಿ.

ಮುಖದಿಂದ ಸೆರಗು ತೆಗೆದ ಆಕೆ ಗೋಳೋ ಎಂದವಳು "ಯಾರೋ ಹೇಳಿದ್ರು, ದಯವಿಟ್ಟು ನಮ್ಮ ಯಜಮಾನರನ್ನ ಬಿಡುಗಡೆ ಮಾಡಿ" ಮತ್ತೆ ಅದೇ ಗೋಳು.

ರಮ್ಯ ಮೌನದ ಗೊಂಬೆಯಾದಳು. ಹೇಳಿ ಹೇಳಿ ಸಾಕಾದ ಸೂರ್ಯ "ಆ ಒಡವೆ ತಗೊಳ್ಳಿ, ನೀವು ಹೋಗದಿದ್ರೆ ನಾವು ಬಲವಂತವಾಗಿ ಕಳುಹಿಸ್ಬೇಕಾಗುತ್ತೆ.

ಜೋಸೆಫ್..." ಜೋರಾಗಿ ಅಬ್ಬರಿಸಿದ.

ಬಂದ ಜೋಸೆಫ್‌ಗೆ ಹೇಳಿದ. "ಈಕೆ ತುಂಬಾ ಸುಸ್ತಾಗಿದ್ದಾರೆ. ಮನೆಗೆ ಕಳಿಸೋ ಏರ್ಪಾಟು ಮಾಡು..." ಕಣ್ಣಲ್ಲಿ ಮತ್ತೇನೋ ಹೇಳಿದ. ಅದು ಅವನಿಗೆ ಗೊತ್ತಾಯಿತು ಕೂಡ.

"ಬನ್ನಿ... ಅಮ್ಮ" ಬಹಳ ಬಲವಂತ ಮಾಡಿಯೇ ಕರೆದೊಯ್ದ.

ರಮ್ಯ ಚಿಂತಿತಳಾದಳು. "ಎಲ್ಲಿ ಮೇಷ್ಟ್ರ?".

ಅಳುಕದೆ ಹೇಳಿದ ಸೂರ್ಯ, "ಇದ್ದಾರೆ, ಅವರು ಹೊರಗೆ ಹೋದರೆ ಕೊಲ್ಲಲ್ಪಡುತ್ತಾರೆ. ಅಂದು ಕ್ಯಾಷಿಯರ್ ಅಚ್ಚಣ್ಣನನ್ನು ಹೊಡೆದಾಗ ಅದಕ್ಕೆ ಮುನ್ನ ನಡೆದ ಮಾತುಕತೆಗಳನ್ನು ಅವರು ಕೇಳಿದ್ದಾರೆ. ಅವರೊಬ್ಬ ಪ್ರಬಲ ಸಾಕ್ಷಿ ಆ ಪ್ರಕರಣದಲ್ಲಿ. ಸಾಕ್ಷೀನ ನಾಶಪಡಿಸೋಕೆ ಉತ್ತಮ ಉಪಾಯ ಅವರನ್ನು ಇಲ್ಲವಾಗಿಸಿಬಿಡೋದು."

ರಮ್ಯ ಚಿಂತಿತಳಾದಳು.

"ಅಂದರೆ ನೀವು ಅವರನ್ನು ಬಂಧಿಯಾಗಿ ಇಟ್ಟಿದ್ದೀರಿ!" ಅವನತ್ತ ಕುಹಕ ನೋಟ ಹರಿಸಿದಳು. "ಮನೆಯಲ್ಲಿಲ್ಲ, ಇರಬೇಕಾದ ಕಡೆ ಸೇಫಾಗಿ ಇದ್ದಾರೆ. ಆಕೆಯ ಬಗ್ಗೆ ಸ್ವಲ್ಪ ಸಹಾನುಭೂತಿ ತೋರಿಸ್ಬಿದ್ರೂ ಮೇಷ್ಟರು ಇಲ್ಲವಾಗಿಬಿಡ್ತಾರೆ" ಮತ್ತಷ್ಟು ವಿವರಿಸಿದ.

ಮರುದಿನ ಬರಬೇಕಾದ ಮಧುಚಂದ್ರ ಅಂದಿನ ಸಂಜೆಯೇ ಬಂದರು ಸಂಸಾರ ಸಮೇತರಾಗಿ. ಬಂದಕೂಡಲೇ ಒಂದು ಸಂತೋಷದ ಸುದ್ದಿ. "ಸುನಿಲ್ ಇಬ್ರೂ ತಂಗಿಯರಿಗೂ ಇದೇ ತಿಂಗಳು ಮದುವೆ. ಮುಗಿದ ಕೂಡ್ಲೇ ಅವನು ಹಾರ ಹಿಡಕೊಂಡೇ ಬರ್ತಾನೆ. ಹಿಂದೆ ನಿಮ್ಮಪ್ಪನಿಗೆ ಅವನು ಕೊಟ್ಟ ಮಾತಿನಂತೆ ಇಂದ್ರ ಧನಸ್ಸುನಲ್ಲಿ ಸೆಟಲ್ ಆಗ್ತಾನೆ" ಪ್ರೀತಿಯಿಂದ ಅವಳ ತಲೆ ಸವರಿದರು.

ರಾತ್ರಿ ಪೊಲೀಸ್ ಇನ್ಸ್‌ಪೆಕ್ಟರ್ ಕರೆಸಿಕೊಂಡರು. ರಮಾನಂದ್‌ನ ಹಿಡಿದು ತಂದಿದ್ದರು.

"ನಾನು ಗೊರವನ ಹೆದರಿಕೆಯಿಂದ ಓಡಿಹೋದೆ" ಒಪ್ಪಿಕೊಂಡ "ಇಲ್ಲದಿದ್ರೆ ನನ್ನ ಕೊಂದುಬಿಡ್ತೀನೀಂತ ಹೆದರಿಸಿದ."

'ಗೊರವ!' ರಮ್ಯಳ ಮಸ್ತಿಷ್ಕ ಗೊಂದಲವಾಯಿತು.

ಹತ್ತೇ ನಿಮಿಷದಲ್ಲಿ ಅವನನ್ನು ಅರೆಸ್ಟ್ ಮಾಡಿಕೊಂಡು ಬಂದರು. ವ್ಯಕ್ತಿ ನೋಡಲು ಸ್ವಲ್ಪ ವಿಕಾರವಾಗಿದ್ದ. ರಮ್ಯ ತಕ್ಷಣ ಗುರುತಿಸಿದಳು. ಅವಳು ಚಿಕ್ಕ ಹುಡುಗಿಯಾಗಿದ್ದಾಗ ಮಾಲಿಯಾಗಿ ಕೆಲಸ ಮಾಡುತ್ತಿದ್ದ.

ಎಲ್ಲೋ ಹೋಗಿಬಂದಿದ್ದ ಶ್ರೀಚಂದ್ರ ಅವನನ್ನು ಬೂಟುಗಾಲಿನಿಂದ ಒದ್ದಿದ್ದರು. ಬೆಲೆಬಾಳುವ ಹೂಕುಂಡಗಳನ್ನು ಅಕ್ಕಪಕ್ಕದ ಎಸ್ಟೇಟ್‌ನವರಿಗೆ ಮಾರುತ್ತಿದ್ದ ಎನ್ನುವ

ವಿಷಯ ಬೆಳಕಿಗೆ ಬಂದಿತ್ತು.

ಇದನ್ನು ಅವರು ಸಹಿಸರು. ಅವರು ಒದ್ದ ಒದೆತಗಳಿಗೆ ಅವನ ಮೂಗು, ಬಾಯಿಯಲ್ಲಿ ರಕ್ತ ಒಸರುತ್ತಿದ್ದುದನ್ನು ರಮ್ಯಳೇ ಕಂಡಿದ್ದಳು. ಆಗಿನ ಅವನ ಕಣ್ಣುಗಳಲ್ಲಿ ಕ್ರೂರತೆಯನ್ನು ಇಂದಿಗೂ ಮರೆಯಲಾರಳು.

"ಕೈಯಲ್ಲಾದ್ರೆ ಇಂದ್ರ ಧನಸ್ಸುನ ಹಾಳುಮಾಡ್ತೀನಿ. ಆಗದಿದ್ರೆ ನಿಮ್ಮ ವಂಶವನ್ನಾದ್ರೂ ನಿರ್ಮೂಲ ಮಾಡ್ತೀನಿ" ಶಪಥ ತೊಟ್ಟು ಹೋಗಿದ್ದ ಎಸ್ಟೇಟಿನ ಕೆಲಸಗಾರರ ಮುಂದೆಲ್ಲ.

ಇದು ನಡೆದು ಹದಿಮೂರು ವರ್ಷಗಳಾಗಿ ಹೋಗಿತ್ತು. ಶ್ರೀಚಂದ್ರ ಅಂತು ಲೆಕ್ಕಕ್ಕೇ ಇಟ್ಟಿರಲಿಲ್ಲ. "ಕೈಯಲ್ಲಿ ಕಾಸಿಲ್ಲದ ಭಿಕಾರಿ, ವಿದ್ಯೆ ಬುದ್ಧಿ ಇಲ್ಲ. ಇವನು ನನ್ನ ಎಸ್ಟೇಟ್‌ನ ಹಾಳುಮಾಡ್ತಾನಾ!" ನಗೆಯಾಡಿದ್ದರು.

ವಿಚಾರಣೆ ಆಳಕ್ಕೆ ಇಳಿದಂತೆ ಅವನ ಅಪರಾಧಗಳ ಒಂದು ಪಟ್ಟಿಯೇ ತಯಾರಾಯಿತು. ಎಸ್ಟೇಟ್‌ನಲ್ಲಿ ಸಿಡಿದ ಬಾಂಬ್, ಚಾಮಿಯ ಗಂಡನ ಸಾವು, ಹೊಸದಾಗಿ ಅಪಾಯಿಂಟ್ ಆದವರು ನಾಪತ್ತೆಯಾದುದಕ್ಕೆ ಎಲ್ಲಕ್ಕೂ ಅವನೇ ಕಾರಣನೆಂದು ಒಪ್ಪಿಕೊಂಡ.

"ಅಂದು ಚಿಕ್ಕ ಯಜಮಾನ್ರು ಅಂದ್ಕೊಂಡ್ ದೊಣ್ಣೇನ ಬೀಸಿದೆ. ಅದು ಕ್ಯಾಷಿಯರ್ ಅಚ್ಚಣ್ಣನಿಗೆ ಬಿದ್ದಿದ್ದು ಆಕಸ್ಮಿಕ. ಅದಕ್ಕಾಗಿ ಹತ್ತುಸಾವಿರ ರೂಪಾಯಿ ಗೊರವ ಕೊಟ್ಟಿದ್ದ" ಪೋಲೀಸ್ ಕಸ್ಟಡಿಯಲ್ಲಿ ರಾಮ ಒಪ್ಪಿಕೊಂಡ.

ಏಟು ತಿಂದು ಸುಣ್ಣವಾದ ಗೊರವರ ಹಲ್ಲು ಕಡಿದ. "ನನ್ನ ಕಡೇ ಪ್ರಯತ್ನದಲ್ಲಿ ತಪ್ಪಿಸ್ಕೊಂಡ್‌ಬಿಟ್ಟೆ. ಅಂದು ಸತ್ತಿದ್ರೆ..... ನನ್ನ ಶಪಥ ಪೂರ್ತಿ ಆಗ್ತಾ ಇತ್ತು" ರಮ್ಯಳತ್ತ ಕಡೆಗಣ್ಣುಗಳಲ್ಲಿ ಕಿಡಿಗಳನ್ನು ಹಾರಿಸಿದ.

ಮಧುಚಂದ್ರ ಸುಸ್ತಾಗಿಬಿಟ್ಟರು. "ಅಂದು ಒದ್ದ ನಾಲ್ಕು ಒದೆತಗಳು ಇಷ್ಟೊಂದು ದುರ್ಘಟನೆಗಳಿಗೆ ಕಾರಣವಾಯ್ತು? ಆದರೆ ನಮ್ಮಣ್ಣ ಬದುಕಿರೋವರ್ಗೂ... ಇವನದು ಏನೇನೂ ನಡೆಯಲಿಲ್ಲ" ನಿರಾತಂಕದ ನಿಟ್ಟುಸಿರು ಚೆಲ್ಲಿದರು.

ಪಂಜರದಿಂದ ಬಿಡುಗಡೆಯಾದ ಪಕ್ಷಿಯಾದ ಸೂರ್ಯ.

ಬಂಗ್ಲೆಗೆ ಬಂದವನು ಮೆಟ್ಟಿಲೇರಿ ಮೇಲೆ ಹೋಗಲಿಲ್ಲ. ಕೆಲಸಕ್ಕೆ ಸೇರಿದ ದಿನ ತನಗಾಗಿ ಕೊಟ್ಟ ಕೋಣೆಯಲ್ಲೇ ಉಳಿದುಕೊಂಡ.

ಎಲ್ಲರೊಂದಿಗೆ ಕೂತು ಊಟ ಮಾಡಿದ. ಸ್ವಲ್ಪ ಖುಷಿಯಾಗಿಯೇ ಇದ್ದ. ಮಧುಚಂದ್ರರನ್ನು ಖಾಸಗಿಯಾಗಿ ಕಂಡು ತನ್ನ ರಾಜೀನಾಮೆ ಪತ್ರವನ್ನು ಕೊಟ್ಟ.

"ನಾನು ಬೆಳಿಗ್ಗೆ ಹೊರಡೋ ತೀರ್ಮಾನ ಮಾಡಿದ್ದೀನಿ. ತಕ್ಷಣ ನಮ್ತುಂದೇನ ನೋಡ್ಬೇಕು."

ಅವರ ಬಾಯಿಂದ ಮಾತೇ ಹೊರಡಲಿಲ್ಲ. "ಸೂರ್ಯ..." ಎಂದರು. ಅವನ

ಮುಖದ ತುಂಬ ಹರ್ಷ ಚಿಮ್ಮಿತು. "ನಂಗೆ ಕೆಲಸದ ಅನಿವಾರ್ಯತೆ ಇತ್ತು. ನನ್ನ ಸಂಪಾದನೆ ನನ್ನ ಕುಟುಂಬಕ್ಕೆ ಅವಸರವಿತ್ತು. ಈಗ ಅಂಥ ಅಗತ್ಯವಿಲ್ಲ. ನನ್ನ ಕೋರ್ಸ್ ಮುಗೀಬೇಕು. ಜೊತೆಜೊತೆಯಾಗಿ ನನ್ನ ತಂದೆಯೊಡನಿದ್ದು ಅನುಭವ ಸಂಪಾದಿಸ್ಕೋಬೇಕು. ದಯವಿಟ್ಟು ನಂಗೆ ಹೋಗೋಕೆ ಅಪ್ಪಣೆ ಕೊಡಿ."

ಕುಳಿತಲ್ಲಿ ಕಲ್ಲಾಗಿದ್ದರು ಮಧುಚಂದ್ರ.

"ನಂಗೆ ಏನೂ ಹೇಳೋಕೆ ತೋಚ್ತಾ ಇಲ್ಲ. ನೀನು ಇಲ್ಲೇ ಉಳಿಯಬೇಕೂಂತ ನನ್ನ ಆಸೆ. ಎಸ್ಟೇಟ್‌ನಲ್ಲಿ ನಿಂಗೆ ಅದೇ ಮರ್ಯಾದೆ. ಅಧಿಕಾರ ಉಳ್ಸಿಕೊಡ್ತೀನಿ" ಮಗುವಿಗೆ ಪೆಪ್ಪರ್‌ಮಿಂಟ್ ಆಸೆ ತೋರಿಸುವಂತೆ ಹೇಳಿದರು.

ಸೂರ್ಯನಿಗೆ ಅಂಥ ಆಸೆ ಇಲ್ಲ. "ಎಕ್ಸ್‌ಕ್ಯೂಸ್ ಮಿ ಸರ್. ರೆಕ್ಕೆ ಇದ್ದಿದ್ದರೆ ಈ ಕ್ಷಣವೇ ಅಲ್ಲಿಗೆ ಹಾರಿಬಿಡುವ ಮನಸ್ಸು. ಕೆಲವನ್ನು ಮೇಡಮ್‌ನವರಿಗೆ ವಿವರಿಸಬೇಕು" ಉತ್ಸಾಹದಿಂದ ಮೇಲೆದ್ದ.

ಫೈಲುಗಳನ್ನು ಹಿಡಿದು ಮೆಟ್ಟಿಲೇರಿದವನು ಬಾಗಿಲ ಬಳಿಯೇ ನಿಂತ. "ಮೆ ಐ ಕಮಿನ್ ಮೇಡಮ್..." ಎಂದ. ಏನೋ ಗುರುತು ಹಾಕುತ್ತಿದ್ದ ರಮ್ಯ "ನಿಮ್ಗೆ ಸೆನ್ಸ್ ಆಫ್ ಹ್ಯೂಮರ್ ಇಲ್ಲ ಅಂದ್ಕೊಂಡೆ, ಮೊದಲ ಸಲ ನಿಮ್ಮನ್ನು ನೋಡಿದಾಗ. ಇಂದ್ರ ಧನಸ್ಸು ನಿಮ್ಮ ಸ್ವಭಾವದಲ್ಲಿ ಬದಲಾವಣೆ ತಂದಿತು. ಬನ್ನಿ ಸೂರ್ಯ..." ಎಂದಳು ಸ್ನೇಹದಿಂದ.

ಒಳಗೆ ಹೋದವನು ಅಷ್ಟು ದೂರದಲ್ಲಿಯೇ ನಿಂತ. "ಸಾರಿ ಫಾರ್ ದಿ ಡಿಸ್ಟರ್ಬ್..." ಫೈಲುಗಳನ್ನು ಟೀಪಾಯಿ ಮೇಲಿಟ್ಟ. ಪ್ರತಿಯೊಂದನ್ನು ವಿವರಿಸಿದ. ಕೆಲವು ಅಗ್ರಿಮೆಂಟ್ ಪೇಪರ್‌ಗಳನ್ನು ಅವಳ ಮುಂದಿಟ್ಟ. "ಎಲ್ಲಾ ನೋಡ್ಕೊಳ್ಳಿ... ಮತ್ತೆ ಯಾವುದಕ್ಕಾದ್ರೂ ಸಹಿ ಹಾಕ್ಬೇಕಾ? ನಿಮ್ಮ ಅಂಕಲ್ ಹತ್ರ ಡಿಸ್ಕಸ್ ಮಾಡ್ಕೊಂಡ್ಬನ್ನಿ. ನಾನು ಬೆಳಿಗ್ಗೆ ಹೋಗ್ತಾ ಇದ್ದೀನಿ" ತಾನು ಬಳಸುತ್ತಿದ್ದ ರೂಮಿನ ಬಾಗಿಲು ತೆಗೆದುಕೊಂಡು ಒಳಕ್ಕೆ ಹೋದ.

ಪುಸ್ತಕ, ಬಟ್ಟೆ-ಬರೆಗಳನ್ನು ಸೂಟ್‌ಕೇಸಿಗೆ ಹಾಕಿದ. ಜಲಜ ಕೊಟ್ಟ ಬೊಂಬೆಯನ್ನು ಮಾತ್ರ ಕೈಯಲ್ಲಿ ಹಿಡಿದುಕೊಂಡು ಬಂದ.

"ನೀವು ಎಸೆದರಲ್ಲ ಆ ಪ್ಯಾಕೆಟ್ ನಮ್ಮ ಜಲಜಕ್ಕ ಮಾಡಿರೋ ಗೊಂಬೆ. ಇಷ್ಟವಾದ್ರೆ... ಇಟ್ಕೊಳ್ಳಿ" ಅವಳತ್ತ ನೀಡಿದ. ರಮ್ಯ ಕೈಮುಂದೆ ಚಾಚಲಿಲ್ಲ.

ಎರಡು ನಿಮಿಷ ಕಾದು ಕೆಳಗಿಳಿದು ಬಂದುಬಿಟ್ಟ. ಮಧುಚಂದ್ರ ಅಲ್ಲಿ ಅದೇ ಸ್ಥಳದಲ್ಲಿ, ಹೆಚ್ಚುಕಡಿಮೆ ಅದೇ ಭಂಗಿಯಲ್ಲಿ ಕೂತಿದ್ದರು.

ಸೂಟ್‌ಕೇಸ್ ಹಿಡಿದು ಬಂದವನು ಅವರ ಮುಂದೆಯೇ ಕೂತ.

"ನನ್ನ ಸಂಬಳದ ಹಣ ಬಿಟ್ಟು ಮಿಕ್ಕದ್ದೇನೂ ನಾನು ಬ್ಯಾಂಕ್‌ನಿಂದ ತೆಗೆದಿದ್ದಿಲ್ಲ ಸ್ವಂತಕ್ಕಾಗಿ. ಎಲ್ಲಾ ಅಕೌಂಟ್ಸ್ ಸರಿಯಾಗಿದೆ. ಆಗದ ಮದುವೆಗಾಗಿ ಕೆಲವು ಪತ್ರಗಳು

ಸಿದ್ಧಪಡಿಸಿ ಸಹಿ ಹಾಕಿಸಿಕೊಂಡಿದ್ರಿ. ಈಗ ಮತ್ತೇನಾದ್ರೂ ಬರೆಸಿಕೊಳ್ಳುವುದಿದೆಯೇ?" ಕೇಳಿದ.

ಅವರೇನೂ ಮಾತಾಡಲಿಲ್ಲ.

"ಬೆಳಿಗ್ಗೆ ಹೊರಡೋದು. ಯೋಚಿಸಿ ಬೆಳಿಗ್ಗೆ ಹೇಳಬಹುದು" ಸೂಟ್‌ಕೇಸ್ ಹಿಡಿದು ಕೆಳಗಿನ ಕೋಣೆಗೆ ಹೋದ.

ಯಾವುದೇ ಹುದ್ದೆಯ ಹೆಸರಿಟ್ಟು ನಾಮಕರಣ ಮಾಡಿದರೂ ಎಸ್ಟೇಟ್‌ನ ಪೂರ್ತಿ ಅಧಿಕಾರ ಸಿಗದು. ಅಧಿಕಾರವಿಲ್ಲದ್ದು ಮನ್ನಣೆ ಇಲ್ಲ. ಅದಕ್ಕಾಗಿಯೇ ಮದುವೆಯ ನಾಟಕವಾಡಿ ಪೂರ್ತಿ ಅವನ ವಶಕ್ಕೆ ಒಪ್ಪಿಸಿದ್ದು ಮಧುಚಂದ್ರ.

ಅಂದು ವಿಷಯ ತಿಳಿದ ರಮ್ಯ ಕೂಗಾಡಿದ್ದಳು "ಅಬ್ಸರ್ಡ್! ರಬ್ಬಿಶ್! ನಾನ್ಸೆನ್ಸ್.... ವಿವಾಹ ಜಾಹೀರುಪಡ್ಸಿಕೊಂಡು ಪವರ್ ಆಫ್ ಅಟಾರ್ನಿ ಅವರಿಗೆ ಕೊಡ್ಬೇಕಾ! ನೋ...." ಹಾರಾಡಿದ್ದಳು.

ಅವಳಿಗೆ ಸಮಸ್ಯೆಗಳ ಆಳ, ವಿಸ್ತಾರ ವಿವರಿಸಿ ಪತ್ರಗಳ ಮೂಲಕ ಸೂರ್ಯನ ಸಹಿ ಪಡೆದು ಬಂದೋಬಸ್ತು ಮಾಡಿಸಿಕೊಂಡಿದ್ದರು.

"ನಾವೆಷ್ಟೇ ಅಧಿಕಾರ ಕೊಟ್ಟರೂ ಅದಕ್ಕೆ ಮೀರಿ ಒಂದು ಹೆಜ್ಜೆ ಮುಂದಿಡೋ ವ್ಯಕ್ತಿಯಲ್ಲ ಪುರುಷೋತ್ತಮ್ ಮಗ. ನಿಂಗೆ ಖಂಡಿತ ಭಯ ಬೇಡ. ಇಡೀ ಜಗತ್ತೇ ನಿನ್ನನ್ನು ಅವನ ಹೆಂಡತಿಯೆಂದು ಭಾವಿಸಿದರೂ ಅವನು ಮಾತ್ರ ಕನಸ್ಸಿನಲ್ಲೂ ಕೂಡ ಭ್ರಮಿಸಲಾರ. ನಿನ್ನ ಜೀವಕ್ಕೆ ಭಯವಿರುವುದರಿಂದ ಸದಾ ಅವನು ನಿನ್ನ ಜೊತೆಯಲ್ಲಿರುವುದು ಅಗತ್ಯ" ಒಲ್ಲೈಸಿದ್ದರು, ನಂಬಿಸಿದ್ದರು.

ಅಂದು ಒಂದು ಸ್ಥಿತಿಯ ನಿರ್ಮಾಣಕ್ಕಾಗಿ ಬಹಳ ಶ್ರಮಿಸಿದ್ದರು.

ಬಂದ ಮೃಣಾಲಿನಿ ಗಂಡನ ಭುಜದ ಮೇಲೆ ಕೈಯಿಟ್ಟರು "ಯಾಕೆ ಕೂತುಬಿಟ್ರಿ" ಕನ್ನಡಕ ತೆಗೆದು ಕೆಳಗಿಟ್ಟವರು "ನಾಳೆ ಬೆಳಗ್ಗೆ ಸೂರ್ಯ ಹೊರಡ್ತಾ ಇದ್ದಾರೆ". ಆಕೆ ಸಂತೋಷಪಟ್ಟರು.

"ಇನ್ನೇನು ಕಗ್ಗಂಟಾಗುತ್ತೋಂತ ಹೆದರಿದ್ದೆ. ಸುಲಭವಾಗಿ ಪರಿಹಾರವಾಯಿತಲ್ಲ. ಇಡೀ ಎಸ್ಟೇಟ್‌ಗೇನು, ಸುತ್ತಮುತ್ತಲಿನವರನ್ನು ಅವನೇ ರಮ್ಯಳ ಗಂಡ ಎಂದು ನಂಬಿಸಿದ್ದಾಯ್ತು. ಎಸ್ಟೇಟ್‌ನ ಒಡೆಯನಂತೆ ನಡೆದುಕೊಂಡ. ನಂಗೆ ಇಷ್ಟು ದೊಡ್ಡ ಸಂಪತ್ತು, ರಮ್ಯಳಂಥ ಹುಡುಗಿಯನ್ನು ಬಿಟ್ಟು ಹೋಗುತ್ತಾನಾ ಎನ್ನುವ ಅಪನಂಬಿಕೆ ಇತ್ತು. ಇಷ್ಟು ಸುಲಭವಾಯಿತೂಂದರೆ ಸಂತೋಷಪಡ್ಬೇಕು. ಏಳಿ, ಮಲಗೋಣ" ಗಂಡನ ತೋಳಿಗೆ ಮುಖ ಉಜ್ಜಿದರು.

ಮೆಲ್ಲಗೆ ಹೆಂಡತಿಯ ಕೈ ಸರಿಸಿದರು "ನೀನ್ಹೋಗು, ರಮ್ಯ ಕೆಳಗೆ ಬರ್ತಾಳೆ. ಅದುವರ್ಗೂ ಕಾಯ್ಬೇಕು, ಪ್ಲೀಸ್..." ಹೆಂಡತಿಯನ್ನು ಕಳಿಸಿದರು.

ಅರ್ಧಗಂಟೆಯ ನಂತರ ರಮ್ಯ ಇಳಿದುಬಂದಳು. ಬಹುಶಃ ಇಷ್ಟು ಡಲ್

ಆಗಿದ್ದುದು ಎಂದೂ ಕಂಡಿರಲಿಲ್ಲ. ಪೂರ್ತಿ ಹಿಂಜಿದ ಹತ್ತಿಯಂತಾಗಿದ್ದಳು.

"ಅಂಕಲ್... ಬೆಳಿಗ್ಗೆ ಸೂರ್ಯ ಹೊರಡ್ತಾರಂತೆ" ಎಂದಳು. ಮಧುಚಂದ್ರ ನಗೆಯನ್ನು ಚೆಲ್ಲಿದರು. "ಗೊತ್ತಾಯ್ತು, ಮನೆಯಿಂದ ಫೋನ್ ಬಂದಿತ್ತಂತೆ. ಒಂದು ರೀತಿಯಲ್ಲಿ ಸೂರ್ಯ ಇಲ್ಲಿಂದ ಹೋಗೋದೇ ಒಳ್ಳೇದು". ಅವರು ಮತ್ತಷ್ಟು ಅವಳ ಚಿತ್ತಕ್ಷೋಭೆ ಮಾಡಲು ಇಷ್ಟಪಡಲಿಲ್ಲ.

ರಮ್ಯ ಮುಖ ತಗ್ಗಿಸಿದಳು. ಅವಳ ಮುಖದಲ್ಲಿ ಪಶ್ಚಾತ್ತಾಪ ಬೆರೆತ ವೇದನೆಯ ನೆರಳಿತ್ತು.

"ಕೆಲವು ಸಲ ಅನುಮಾನಪಟ್ಟು ಅವರನ್ನ ನೋಯಿಸಿದ್ದೀನಿ. ಅದಕ್ಕೋಸ್ಕರ ಹೊರಟಿದ್ದಾರೇನೋ!" ಸಂದೇಹ ವ್ಯಕ್ತಪಡಿಸಿದಳು.

ಮಧುಚಂದ್ರ ಅಲ್ಲಗಳೆದರು "ಅಂಥದ್ದೇನೂ ಇಲ್ಲ. ಸೂರ್ಯ... ಸೂರ್ಯನೇ. ಹಾಗೆಲ್ಲ ಯೋಚಿಸುವಂಥ ಸಣ್ಣತನವೇನೂ ಇಲ್ಲ. ಮದುವೆಯ ನಂತರ ಸುನಿಲ್ ಇಲ್ಲಿಗೆ ಬರ್ತಾ ಇದ್ದಾನೆ. ಇರೋ ವಿಷ್ಯ ನಾನು ತಿಳಿಸ್ದೆ ಕೂಡ. ನಕ್ಕುಬಿಟ್ಟ, ನಾನು ಇಲ್ಲೇ ಇರ್ತೀನಿ. ನಮ್ಮೆಲ್ಲರ ಕಟ್ಟೆಚ್ಚರದಲ್ಲಿ ಇಂದ್ರ ಧನಸ್ಸುಗೆ ಯಾವ ಅಪಾಯವೂ ಇಲ್ಲ. ಹೋಗಿ... ಮಲಕ್ಕೋ" ಭುಜ ಸವರಿದರು.

ನೂರು ಮಾತು, ನೂರು ಬೇಡಿಕೆಗಳನ್ನು ಅವರ ಮುಂದಿಡಬೇಕೆನಿಸಿದರೂ ಅವಳ ಬಾಯಿಂದ ಮಾತುಗಳು ಹೊರಡಲಿಲ್ಲ. "ಅಂಕಲ್, ಸೂರ್ಯನ ನಿಲ್ಲಿಸಿಕೊಳ್ಳೋಕಾಗೋಲ್ವಾ!" ದೊಡ್ಡ ನಿವೇದನೆಯನ್ನು ದೇವರ ಮುಂದಿಡುವಂತಿತ್ತು ಅವಳ ಮನಸ್ಸಿನ ಸ್ಥಿತಿ.

ಅವರು ಅಡ್ಡಡ್ಡ ಆಡಿಸಿದರು ತಲೆಯನ್ನು. "ಅವನ ಮುಖದ ಉತ್ಸಾಹ ನೋಡಿದೆಯಾ! ನೂರು ರೆಕ್ಕೆ ಕಟ್ಟಿಕೊಂಡು ಹಾರಲು ಸಿದ್ಧವಾಗಿದ್ದಾನೆ ಸೂರ್ಯ. ಅವನನ್ನು ಯಾರು ತಡೆದು ನಿಲ್ಲಿಸಲು ಸಾಧ್ಯ? ಸೂರ್ಯ... ಸೂರ್ಯನೇ. ಅವನ ಪಥ ಬದಲಿಸಲು ಯಾರಿಂದ ಸಾಧ್ಯ?" ಭಾವೋದ್ವೇಗದಿಂದ ಅವಳನ್ನು ಸಂತೈಸಿದರು.

ರೂಮಿಗೆ ಬಂದ ರಮ್ಯ ಹಾಸಿಗೆಯ ಮೇಲೆ ಬಿದ್ದುಕೊಂಡಳು. 'ಇಂದ್ರ ಧನಸ್ಸು' ಉಳಿವಿಗೆ ಸೂರ್ಯ ಮಾಡಿದ್ದೆಷ್ಟು? ಕಣ್ಣೀರು ಸುರಿಸಿದಳು. ಅವನ ಮಾತು-ನಡತೆಯಲ್ಲಿ ಎಂದೂ ಅತಿರೇಕವನ್ನು ಕಂಡಿರಲಿಲ್ಲ. 'ಸೂರ್ಯ ಸೂರ್ಯ' ದಿಂಬನ್ನು ಕಚ್ಚಿ ಬಿಕ್ಕಳಿಸಿದಳು.

ಬೆಳಿಗ್ಗೆ ಬಾಗಿಲ ಮೇಲೆ ಸದ್ದಾದಾಗ ಮೇಲೆದ್ದಳು. ಕಣ್ಣೊರೆಸಿಕೊಂಡು "ಬನ್ನಿ ಸೂರ್ಯ..." ಎಂದಳು.

ಒಳಗೆ ಬಂದವನು ಮುಗುಳ್ನಗೆ ಬೀರಿದ. "ಇವತ್ತೇನು ಜಾಗಿಂಗ್ ಕ್ಯಾನ್ಸಲ್ಲಾ? ಬರ್ತೀನಿ.... ನಿಮ್ಮನ್ನು ಕೆಲವು ಸಂದರ್ಭದಲ್ಲಿ ಏಕವಚನದಲ್ಲಿ ಸಂಬೋಧಿಸಿದ್ದೀನಿ. ಒಮ್ಮೊಮ್ಮೆ ನಿಮ್ಮ ಮಾತನ್ನು ಮೀರಿದ್ದೀನಿ. ಕೆಲವನ್ನು ನಿಮಗೆ ತಿಳಿಸದೇ ಮಾಡಿದ್ದೀನಿ.

ಇವೆಲ್ಲ ಒಳ್ಳೆಯ ಉದ್ದೇಶಕ್ಕಾಗಿಯೇ. ಅದಕ್ಕೆ ಕ್ಷಮೆಕೋರುವ ಅಗತ್ಯವಿಲ್ಲಾಂತ ನನ್ನ ಅಭಿಪ್ರಾಯ, ಬರ್ತೀನಿ..." ಎರಡು ಕೈಜೋಡಿಸಿದ.

ಅಳುವನ್ನು ನುಂಗಿ ತುಟಿಕಚ್ಚಿ ಹಿಂದಕ್ಕೆ ತಿರುಗಿಕೊಂಡಳು. "ನಿಮ್ಮನ್ನ ನಾನು ಎಕ್ಸ್‌ಕ್ಯೂಸ್ ಕೇಳ್ಬೇಕು. ಕೆಲವು ಸಲ ನಿಮ್ಮನ್ನ ನೋಯಿಸಿದ್ದೀನಿ".

"ಅದು ಸಹಜ. ಅದಕ್ಕೇ ಕ್ಷಮೆ ಕೇಳುವಂಥ ಮಾತು ಬೇಡ. ನನ್ನತ್ತ ತಿರುಗಿ ಮಾತಾಡಿ. 'ಇಂದ್ರ ಧನಸ್ಸು' ನನಗೆ ಒಂದು ರೀತಿಯಲ್ಲಿ ವ್ಯಾಸಂಗ ಮಾಡಲು ಅನುಕೂಲವಾಯಿತು. ಕಲಿತಿದ್ದು ಬಹಳ. ಇಲ್ಲಿ ಆದ ಅನುಭವಗಳು ನನ್ನ ವ್ಯಕ್ತಿತ್ವದ ವಿಕಾಸಕ್ಕೆ ಅನುಕೂಲವಾಯ್ತು, ಬರ್ತೀನಿ" ಬಾಗಿಲತ್ತ ನಡೆದ.

ಹಿಂದಕ್ಕೆ ತಿರುಗಿದ ರಮ್ಯ, "ನಿಂತ್ಕೊಳ್ಳಿ ಸೂರ್ಯ..." ಎಂದಳು. ಅತ್ತು ಕೆಂಪಾಗಿದ್ದ ಕಣ್ಣುಗಳು, ಒದ್ದೆಯಾದ ಕೆನ್ನೆಗಳು. ಅವನು ಗಾಬರಿಯಾದ. "ಯಾಕೆ ಅಳ್ತಾ ಇದ್ದೀರಾ! ತುಂಬ ಮನಸ್ಸು ಮೃದುವಾಗಿಬಿಟ್ರೆ ಕಷ್ಟ. ಕೆಲವು ವಿಷಯಗಳಾದ್ರೂ ನಿಮ್ತಂದೆ ಹಾಗೆ ಗಟ್ಟಿಯಾಗಿರ್ಬೇಕು. ಗೌರವ ಅಂಥ ಸೇಡಿನ ವ್ಯಕ್ತಿ ಕೂಡ ಅವರು ಸಾಯೋವರ್ಗೂ ಇಂದ್ರ ಧನಸ್ಸು ಕಡೆ ಕಣ್ಣುಹಾಯಿಸ್ಲಿಲ್ಲ. ನನ್ನಂಥ ಹಲವರು ಎಸ್ಟೇಟ್ ಕೆಲಸಕ್ಕಾಗಿ ಬರ್ತಾರೆ. ಆಮೇಲೆ ಹೋಗ್ತಾರೆ. ಅವರೆಲ್ಲ ಇಲ್ಲೇ ಉಳಿಯಲೀಂತ ಬಯಸೋದು ತಪ್ಪು. ಪ್ಲೀಸ್, ನಕ್ಕು ನನ್ನ ಕಳ್ಸಿಕೊಡಿ" ಎಂದ.

ಕಣ್ಣೀರು ತೊಡೆದುಕೊಂಡ ರಮ್ಯ "ನಮ್ಮ ಎಸ್ಟೇಟ್‌ಗೋಸ್ಕರ ಪ್ರಾಣಾಪಾಯಕ್ಕೂ ರೆಡಿಯಾಗಿದ್ರಿ, ಅದಕ್ಕೆ ಪ್ರತಿಫಲವಾಗಿ ಏನಾದ್ರೂ ಕೇಳಿ" ಅವಳ ಸ್ವರ ಕಂಪಿಸುತ್ತಿದ್ದುದು ಅವನ ಗಮನಕ್ಕೆ ಬಂತು.

"ನನ್ನ ಉದ್ಯೋಗಕ್ಕೆ ಸಂಬಳ ತಗೋತಾ ಇದ್ದೆ. ಯಾವುದೇ ಕೆಲಸಕ್ಕೂ ಎಕ್ಸ್‌ಪೀರಿಯನ್ಸ್ ಕೇಳ್ತಾರೆ. ಎಸ್ಟೇಟ್‌ನ ಬಗ್ಗೆ ಯಾವುದೇ ಅನುಭವವಿಲ್ಲದವನಿಗೆ ಕೆಲಸ ಕೊಟ್ರೆ, ಅದು ಸಣ್ಣ ವಿಷಯವಲ್ಲ" ಎಂದ ಅವನಿಗೆ ಏನೂ ಪಡೆದುಕೊಳ್ಳಲು ಇಷ್ಟವಿರಲಿಲ್ಲ.

"ಪ್ಲೀಸ್, ನೀವು ಕೇಳಲೇಬೇಕು" ಒತ್ತಾಯ ಹೇರಿದಳು. ತಕ್ಷಣ ಸೂರ್ಯ, "ನಿಮ್ಮ ಪರ್ಸ್‌ನಲ್ಲಿರೋ ಕೆಂಪು ಹವಳ ಕೊಡಿ. ಅದು ತೀರಾ ಅಪೂರ್ವವಾದದ್ದು, ಬೆಲೆ ಕಟ್ಟಲಾರದಂಥದ್ದು."

ರಮ್ಯ ಪರ್ಸ್‌ನಲ್ಲಿದ್ದ ಕೆಂಪು ಹವಳವನ್ನು ಅವನ ತೆರೆದ ಅಂಗೈನಲ್ಲಿ ಇಟ್ಟಳು. ಎರಡು ಕಣ್ಣೀರಿನ ಬಿಂದುಗಳು ಅಭಿಷೇಕವೆನ್ನುವಂತೆ ಸೂರ್ಯನ ಅಂಗೈನಲ್ಲಿ ಬಿತ್ತು. ಬಲವಾಗಿ ಮಡಚಿಟ್ಟುಕೊಂಡ.

ಹೊರಡುವ ಉತ್ಸಾಹದ ಜೊತೆ, ಅರ್ಥವಾಗದ ಭಾವಗಳ ಸಮ್ಮೇಳನದಿಂದ ಅವನೆದೆ ಭಾರವಾಯಿತು.

"ಬರ್ತೀನಿ..." ಹೊರಟೇಬಿಟ್ಟ.

ಮೆಟ್ಟಿಲಿಳಿದು ಬಂದು ಅಂಗ್ಯೆ ತೆಗೆದು ನೋಡಿದ. ಕಣ್ಣೀರಿನಿಂದ ಒದ್ದೆಯಾದ ಅಂಗ್ಯೆನಲ್ಲಿ ಕೆಂಪು ಹವಳ ಫಳಫಳ ಹೊಳೆಯುತ್ತಿತ್ತು. ಷರಟಿನ ಜೇಬಿಗೆ ಸೇರಿಸಿದ.

ಅಷ್ಟರಲ್ಲಿ ಮಧುಚಂದ್ರ ಬಂದರು.

"ನನ್ನ ವಿಷಸ್ ನಿಮ್ಮ ತಂದೆಗೆ ತಿಳಿಸು. ಪುರುಷೋತ್ತಮನಿಗೆ ಸರಿಯಾದ ಮಗ ಸೂರ್ಯ. ಕೋರ್ಸ್ ಕಂಪ್ಲೀಟ್ ಮಾಡದ ಮುನ್ನವೇ ಕೇಸ್‌ನಲ್ಲಿ ಜಯಶಾಲಿ" ಭುಜ ತಟ್ಟಿದರು.

ಒಂದು ಚೆಕ್‌ನ ಅವನ ಮಂದೆ ಹಿಡಿದರು. "ಇದನ್ನ ತಗೋ ಸೂರ್ಯ..." ಎಂದಾಗ ನಿರಾಕರಿಸಿಬಿಟ್ಟ. "ನಾನು ಸಂಬಳ ತಗೊಂಡ್ ಕೆಲಸ ಮಾಡಿದ್ದೀನಿ. ಇಲ್ಲಿ ಸಿಕ್ಕ ಅನುಭವ ನನ್ನ ವೃತ್ತಿಗೆ ಪ್ರೋತ್ಸಾಹಕರ, ದಯವಿಟ್ಟು ಕ್ಷಮಿಸಿ...".

ಬಾಲ್ಕನಿಯವರೆಗೂ ಬಂದು ಬೀಳ್ಕೊಟ್ಟರು.

ನೈಟ್ ಡ್ಯೂಟಿಯಲ್ಲಿದ್ದ ಜೋಸೆಫ್ ಓಡಿಬಂದು "ಲಗೇಜ್ ಕೊಡಿ ಸಾರ್" ಬೇಡವೆನ್ನುವಂತೆ ತಲೆಯಾಡಿಸಿದ.

ಅವನು ಹಿಂದಕ್ಕೆ ಸರಿದವನು ವಿಸ್ಮಿತ ನೇತ್ರನಾಗಿ ನಿಂತ. ಒಂದು ಜೀಪ್, ಇನ್ನೊಂದು ಮಾರುತಿ, ಮತ್ತೊಂದು ಟಾಟಾ ಎಸ್ಟೇಟ್ ಇದ್ದು ಯಜಮಾನ ನಡೆದು ಹೊರಟಿರುವುದು ಅವನಿಗೆ ಆಶ್ಚರ್ಯ ತಂದಿತು.

"ನಾನು ಮೇನ್‌ಗೇಟಿನವರೆಗೂ ಬರ್ತೀನಿ ಸಾರ್" ರಿಕ್ವೆಸ್ಟ್ ಮಾಡಿಕೊಂಡು "ಪ್ಲೀಸ್... ಪ್ಲೀಸ್" ಎಂದು ಅವನ ಕೈಯಲ್ಲಿದ್ದ ಲಗೇಜ್ ತೆಗೆದುಕೊಂಡ.

ಅಷ್ಟು ದೂರ ಬಂದವನು ಹಿಂದಕ್ಕೆ ತಿರುಗಿ ನೋಡಿದ. ಮಧುಚಂದ್ರರ ಪಕ್ಕ ರಮ್ಯ ನಿಂತಿದ್ದಳು. ಅವರ ಕೈ ಅವಳ ಭುಜದ ಸುತ್ತಲೂ ಇತ್ತು. ನಿಂತು ಮುಗುಳ್ನಗುತ್ತ ಕೈಬೀಸಿದ.

ಸೂರ್ಯನಿಗೆ ಎರಡು ಹೆಜ್ಜೆ ಹಿಂದಕ್ಕೆ ನಡೆದ ಜೋಸೆಫ್, "ಒಂದ್ಮಾತು ಕೇಳ್ಲಾ ಸಾರ್? ನಂಗ್ಯಾಕೋ ಯಾವುದೂ ಸರಿಯೆನಿಸುತ್ತ ಇಲ್ಲ" ಅವನ ಸ್ವರ ಒಣಗಿತ್ತು.

"ಎಲ್ಲಾ ನಿಧಾನವಾಗಿ ಗೊತ್ತಾಗುತ್ತೆ. ವಿಷಯಕ್ಕೆ ಆತುರ ಹೆಚ್ಚಿದಷ್ಟು ಕಲಸುಮೇಲೋಗರವಾಗುತ್ತೆ" ಎಂದ ಸೂರ್ಯ ಏನನ್ನು ಹೇಳಲೂ ಇಚ್ಛಿಸಲಿಲ್ಲ.

ಮೇನ್ ಗೇಟಿನಲ್ಲಿದ್ದ ವಾಚ್‌ಮನ್ ನಮ್ರತೆಯಿಂದ ಸೆಲ್ಯೂಟ್ ಹೊಡೆದ. ಅವನಿಗೂ ಆಶ್ಚರ್ಯವೇ. ಒಂಟಿಯಾಗಿ ಹೋಗುತ್ತಿರುವ ಯಜಮಾನ. ಲಗೇಜ್ ಹಿಡಿದು ಹೊರಟ ಜೋಸೆಫ್.

ಬಸ್ಸು ನಿಲ್ಲುವ ಮರದ ಬಳಿ ನಿಂತ ಸೂರ್ಯ ಸುತ್ತಲೂ ನೋಟ ಹರಿಸಿದ. ಚೇತೋಹಾರಿ ಪರಿಸರ. ಮೊದಲ ಸಲ ಬಂದಾಗಲೂ ಬಸ್ಸಿನಲ್ಲಿ ಇಲ್ಲೇ ಮರದ ಬಳಿ ಇಳಿದಿದ್ದ.

ಅಷ್ಟರಲ್ಲಿ ಬಸ್ಸು ಬರುವುದು ಕಾಣಿಸಿತು. ಜೋಸೆಫ್ ಕೈಯಲ್ಲಿ ಒಂದು ವಿಳಾಸದ

ಕಾರ್ಡು ಇಟ್ಟ.

"ಯಾವಾಗ್ಲಾದ್ರೂ ಬಾ. ನಿಂಗೆ ಮನೆ ಹುಡುಕೋಕೆ ಕಷ್ಟಾಂದ್ರೆ ಕೋರ್ಟಿನ ಹತ್ರ ಬಾ. ಅಡ್ವೋಕೇಟ್ ಪುರುಷೋತ್ತಮ್ ಎಲ್ಲರಿಗೂ ಪರಿಚಿತರೇ" ಎಂದು ತನ್ನ ಲಗೇಜ್ ಇಸ್ಕೊಂಡ.

ಜೋಸೆಫ್ ಕಣ್ಣಲ್ಲಿ ನೀರಿತ್ತು. ಕೈಬೀಸಿದ. ಬಸ್ಸಿನ ಚಕ್ರಗಳು ಮುಂದಕ್ಕೆ ಉರುಳಿತು. 'ಇಂದ್ರ ಧನಸ್ಸು' ಹಿಂದೆ ಉಳಿಯಿತು.

ಸೂರ್ಯನ ನೋಟ ಒಂದು ಕಡೆ ನಿಂತಿತು. ಅದೇ ಮಾಚಯ್ಯ ಪಂಚೆಯ ಚುಂಗನ್ನ ಒಂದು ಕೈಯಲ್ಲಿ ಹಿಡಿದು ಅದೇ ಹಳೆಯ ಕೊಡೆ ಹಿಡಿದು ನಡೆಯುತ್ತಿದ್ದ.

ಸೂರ್ಯನ ಮುಖದಲ್ಲಿ ತೃಪ್ತಿಯ ಭಾವ ಅರಳಿತು.

●